மார்க்ஸ்

உண்மையில் கூறியது என்ன?

AF777208

எர்னஸ்ட் ஃபிஷர்

ஃபிரான்ஸ் மாரெக் உதவியுடன்

ஜெர்மன் மொழியிலிருந்து ஆங்கிலத்தில்:

அன்னா போஸ்டாக்

அறிமுகம்-வரலாற்றுக் குறிப்புகள்

ஜான் பெலமி ஃபோஸ்டர்

பின்னுரை: பால். எம்.ஸ்வீஸி

தமிழில்: மிலிட்டரி பொன்னுசாமி

பாரதி புத்தகாலயம்

Marx Unnmaieil Kooriyathu Enna? (In Tamil)
Originally Published in German "Marx Wirklich Sagte" (1968)
in English "How to Read Karl Marx" Published by: Monthly Review Press, 1996
Ernst Fischer
Translation by: Military ponnusami
First Edition: December, 2013

Published by
BHARATHI PUTHAKALAYAM
7, Elago Salai, Teynampet, Chennai - 600 018
Email: thamizhbooks@gmail.com | www.thamizhbooks.com

மார்க்ஸ் உண்மையில் கூறியது என்ன?
எர்னஸ்ட் ஃபிஷர்
தமிழில்: மிலிட்டரி பொன்னுசாமி
முதல் பதிப்பு: டிசம்பர், 2013
வெளியீடு:
பாரதி புத்தகாலயம்
7,இளங்கோசாலை, தேனாம்பேட்டை, சென்னை - 600 018
தொலைபேசி: 044-24332424, 24332924, 24356935

விற்பனை நிலையங்கள்
திருவல்லிக்கேணி: 48, தேரடி தெரு
வடபழனி: பேருந்து நிலையம் எதிரில் அடையார் ஆனந்தபவன் மாடியில்
பெரம்பூர்: 52, குக்ஸ் ரோடு | **ஈரோடு:** 39, ஸ்டேட் பாங்க் சாலை
திண்டுக்கல்: பேருந்து நிலையம் | **நாகை:** 1, ஆரியபத்திரபிள்ளை தெரு
திருப்பூர்: 447, அவினாசி சாலை | **திருவாரூர்:** 35, நேதாஜி சாலை
சேலம்: **பாலம்** 36/1 அத்வைத ஆஸ்ரமம் சாலை, | **சேலம்:** 15, வித்யாலயா சாலை
மயிலாடுதுறை: ரசாக் டவர், 1/J,கச்சேரி சாலை | **புதுக்கோட்டை:** வடக்கு ராஜா வீதி
மதுரை: 37A, பெரியார் பேருந்து நிலையம் **அருப்புக்கோட்டை:** 31, அகமுடையார் மகால்
மதுரை: சர்வோதயா மெயின்ரோடு, | **குன்னூர்:** N.K.N வணிகவளாகம் பெட்போர்ட்
செங்கற்பட்டு:1 டி., ஜி.எஸ்.டி சாலை | **விழுப்புரம்:** 26/1, பவானி தெரு
திருநெல்வேலி: 25A, ராஜேந்திரநகர் | **விருதுநகர்:** 131, கச்சேரி சாலை
கும்பகோணம்: 352, பச்சையப்பன் தெரு | **நெய்வேலி:** பேருந்து நிலையம் அருகில்
வேலூர்: S.P. Plaza 264, பேஸ் II, சத்துவாச்சாரி | **விருதாசலம்:** 511A, ஆலடி ரோடு
தஞ்சாவூர்: காந்திஜி வணிக வளாகம் காந்திஜி சாலை | **தேனி:** 12,பி, மீனாட்சி அம்மாள் சந்து, இடமால் தெரு | **கடலூர்:** பாரதி பஜார், பழைய அண்ணா மேம்பாலம்
கோவை: 77, மசக்காளிபாளையம் ரோடு, பீளமேடு | **திருச்சி:** வெண்மணி இல்லம், கரூர் புறவழிச்சாலை | **திருவண்ணாமலை:** முத்தம்மாள் நகர்,
நாகர்கோவில்: கேப் தெரு, டோத்தி பள்ளி ஜங்ஷன் | **பழனி:** பேருந்துநிலையம்
சிதம்பரம்: 22A/ 18B தேரடி கடைத் தெரு, கீழவீதி அருகில்
மன்னார்குடி: 12, மாரியம்மன் கோவில் நடுத்தெரு, கீழப்பாலம்

அச்சு: மணி ஆப்செட், சென்னை - 5

பதிப்புரை

(தமிழ் பதிப்பிற்கான)

உலகெங்கும் மார்க்ஸ் மீது கவனம் திரும்பியிருக்கும் வேளையில் இந்த நூல் முதன் முறையாக தமிழில் வெளிவருகின்றது. இங்கிலாந்தில், ஜப்பானில், அமெரிக்காவில் ஐரோப்பாவில் எல்லாம் மார்க்ஸ் குறித்தும் அவரது நூல்கள் குறித்தும் உருவாகியுள்ள மீள்பார்வை குறித்த செய்திகளை நாம் அறிவோம். ஆனால் இங்கே தமிழகத்தில் சென்னையில் ஏற்பட்ட அனுபவம் பலருக்கும் தெரிந்திருக்க வாய்ப்பில்லை. சில ஆண்டுகளுக்கு முன்பு 'மூலதனம்' நூலை முறையாகக் கற்பதற்குச் சில தோழர்கள் இணைந்து முயன்றோம். மார்க்சிய பொருளாதாரத்தைக் கசடறக் கற்றறிந்தவரும் அதனைக் கற்பிப்பதில் - அதிலும் எளிய தமிழில் சமகால இந்திய, தமிழக எடுத்துக்காட்டுகளுடன் கற்பிப்பதில் வல்லமை கொண்டவருமான பேராசிரியர். ஆத்ரேயா அந்த வகுப்புகளை நடத்தித் தர சம்மதித்தார். ஆனாலும் அந்த முயற்சி மூன்று நான்கு வகுப்புகளில் 'தஸ், புஸ்' என்று மேல்மூச்சு, கீழ்மூச்சு வாங்கி பாதியில்நின்றுபோனது. சென்ற ஆண்டு (2012) அந்த முயற்சியை மீண்டும் துவக்கிய போது ஏளனச் சிரிப்புகளைத்தான் முதலில் எதிர்கொண்டோம். 'எல்லோரும் படித்திருக்க விரும்புவதும் ஒருவரும் படிக்க விரும்பாததுமான நூல்தான் செவ்வியல் இலக்கியப்பனுவல் (classical Literature) என்பது செவ்வியல் இலக்கியத்திற்கான ஒரு வரையறுப்பு. இந்த வரையறை 'மூலதனம்' நூலுக்கும் பொருந்தும் என்பது பலரது திண்ணமான நம்பிக்கை. நூலைக் கற்கும் வாய்ப்பை ஏற்படுத்த முயன்ற எங்களுக்கும் அந்த அச்சம் இல்லாது போகவில்லை.

அந்த அச்சத்தை அதிகப்படுத்தும் சொற்களுக்கே அதிகம் காது கொடுத்தோம். அதனையும் மீறி 'மூலதனம் கற்றல் அரங்கு' என அறிவித்துத் துவக்க விழாவிற்குச் சற்று பரந்துபட்ட அளவில் அழைப்பிதழ்களுடன் சென்றோம். அப்போது எங்களுக்கு கிடைத்த வரவேற்பு எங்களை நிமிர்ந்து அமரச் செய்தது. பெரிய அளவில் விளம்பரம் செய்து துவக்க நிகழ்ச்சியையும் வகுப்புகளையும் எடுத்துச்செல்வதில் எங்களுக்கு இருந்த வரம்புகளும் போதாமையும் ஒரு பொருட்டல்ல என்றானது. சென்ற இடங்களில் எல்லாம் வகுப்புகளுக்கு வருவதற்கு ஆர்வம்

காட்டியவர்களின் எண்ணிக்கையும் உற்சாகமும் எங்களை மலைக்க வைத்தது. மேற்கொண்டு விளம்பரம், வரவேற்பு, கூட்டம் திரட்டல் எனத் தொடர்ந்தால் எங்களால் சமாளிக்க முடியாது என்பதை உணர்ந்து எங்கள் கைகளை மடக்கிக் கொண்டோம். துவக்க நிகழ்வு அந்தப் பெரிய அரங்கு நிரம்பிய பங்கெடுப்புடன் நடந்தது. பேராசிரியர். பிரபாத் பட்நாயக் அவர்களின் துவக்க உரை, தோழர் விஜயனின் மொழிபெயர்ப்பில் நிகழ்ச்சியின் போதே கொண்டு வந்த சிறு பிரசுரம், மார்க்சியப் பொருளாதாரத்தை ஏன் நேரடியாக மார்க்சிடம் கற்க வேண்டும் என விளக்கிய தோழர் மு.சிவலிங்கம் அவர்களின் சிறு பிரசுரம் அனைத்தும் மிகுந்த வரவேற்பைப் பெற்றன. பேராசிரியர். பட்நாயக்கின் உரை பலரையும் 'மூலதனம்' கற்கக் கவர்ந்திழுத்தது. இறுதியாக பேராசிரியர் ஆத்ரேயா, 'நீங்கள் மூலதனம் கற்க உங்கள் நேரத்தை அளிக்கத் தயாரென்றால் நான் எனக்குத் தெரிந்ததைக் கற்றுத் தர மகிழ்ச்சியுடன் தயார்' என்று செய்த அறிவிப்பு அரங்கதிர்ந்த கரவொலியுடன் ஏற்றுக்கொள்ளப்பட்டது.

வகுப்புகள் உற்சாகமாக நடந்து வருகின்றன. இந்த முயற்சியும் நிகழ்ச்சியும் அளித்த உற்சாகத்தில் மாநகரின் வேறு சில இடங்களிலும் வகுப்புகள் நடத்தும் முயற்சிகள் துவங்கியுள்ளன. தமிழகத்தின் வேறு சில இடங்களிலும் இது குறித்த ஆலோசனைகள் கேட்கப்பட்டுள்ளன. துவக்க நிகழ்வின் மூன்று மணி நேரத்திற்குள் சுமார் 10,000 ரூபாய்க்கு மேலாக அடிப்படை மார்க்சிய நூல்கள் விற்கப்பட்டன. வகுப்புகளின் போதும் இது போன்ற நூல்களின் விற்பனை தொடர்கின்றது.

நமது புவியிலிருந்து பல கோடி ஒளி ஆண்டுகள் தொலைவில் உள்ள விண்மீன்களின் மையத்தில் நடப்பதைப் பற்றி அறிந்த அளவிற்கு நமது கால்களுக்குக் கீழேயுள்ள புவியின் மையத்தில் நடப்பது பற்றி நமக்குத் தெரியாது என்பது நம்முடைய குறைபாடு மட்டுமல்ல; இது குறித்த அறிவியலின் நிலையே அப்படித்தான் உள்ளது.

மார்க்ஸ் மீதும் மார்க்சிய அடிப்படை நூல்கள் மீதும் இந்த அளவு கவனம் திரும்பியுள்ளதற்குச் சில உலகளாவிய பெருங்காரணங்கள் இருக்கின்றன. முதல் காரணம் சோவியத் சீர்குலைவு. காரணம் தேடி, விளக்கம் தேடி மார்க்சிடம் திரும்பியவர்கள் ஏராளம் என்று தெரிகின்றது. அவர்களை மார்க்ஸ் ஏமாற்றவில்லை என்பதும் புரிகின்றது.

சோவியத் யூனியனும் கிழக்கு ஐரோப்பிய 'சோசலிச நாடுகளும்' இல்லாது போய் வரலாறு 'முற்றுப் பெற்றுவிட்டது' என்ற

கொக்கரிப்புகளும், வெற்றிவிழாக்களும் பெருமிதமும் வடிவதற்கு முன்பே, அமெரிக்காவிலும் ஐரோப்பாவிலும் ஜப்பானிலும் முதலாளித்துவம் வரலாறு காணாத பெரும் சரிவைக் கண்டது. 'முதலாளித்துவம்' என்ற பதத்தையே உச்சரிக்காமல் 'ஜனநாயக முறை', 'சுதந்திர வணிகம்', 'சந்தைமுறை' என்றெல்லாம் பசப்பி வந்த பூர்ஷ்வா பத்திரிகைகளும், கல்வி வளாகங்களும் 'முதலாளித்துவச் சிக்கல்' 'முதலாளித்துவத்தின் தோல்வி' என எட்டு பத்தியில் தலைப்பிட்டு அட்டைப்படம் போட்டு அறிவிக்கும் நிர்பந்தத்திற்கு ஆளாயின. முதலாளித்துவத்தின் உச்சாணிக் கொப்புகளுக்கு எதிராகவும் அவர்கள் தம் சிக்கலிலிருந்து தப்பிக்க எடுத்த போர் உள்ளிட்ட நடவடிக்கைகளுக்கு எதிராகவும் உலகெங்கும் போராட்டங்கள் பற்றி எரிந்தன. கிழக்கே ஜப்பானில் ஒக்கினோவாவிலிருந்து லண்டன், பாரிஸ், ஜெனோவா என மேற்கே அமெரிக்காவின் சியாட்டில் நகர் வரை இந்தப் போராட்டங்கள் நடைபெற்றன. அமெரிக்காவின் மாநகராட்சிகளிலேயே மிகுந்த செல்வ வளம் கொண்டது எனப்படுவது சியாட்டில் மாநகராட்சி. அந்த சியாட்டில் மாநகரில் நடந்த மக்கள் போராட்டத்தின் உக்கிரம் தாங்காமல் அங்கே நடைபெற இருந்த உலக வர்த்தக நிறுவனத்தின் (WTO) அதிபர் கூட்டம் நடக்கவியலாது போனது.

வேறு ஒரு புறத்தில் சீனாவின் வியத்தகு எழுச்சி நிகழ்ந்தது. லத்தீன் அமெரிக்க நாடுகள் எல்லாம் ஒன்றன்பின் ஒன்றாக இடதுசாரி கட்சிகளைத் தேர்ந்தெடுத்தன. பிரேசில், அர்ஜெண்டினா போன்ற பெரும் நாடுகளில் இரண்டு முறை ஆட்சி நடத்தி முடித்து மூன்றாவது முறையாக வெற்றி பெற்றுள்ளனர். அமெரிக்கா, 1973 9/11 இல் இடதுசாரி அரசு அமைத்திருந்த சிலியின் அலெண்டே -ஐ படுகொலை புரிந்து ஆட்சியைக் கலைத்தது. தனது கைப்பாவையான பினாசேயின் சர்வாதிகாரத்திற்கு மகுடம் சூட்டியது. இன்று வெனிசூவேலாவின் சாவேசும், பொலிவியாவின் இவா மொரேல்சும் ஈக்வெடாரின் ரஃபேல் கொரியாவும் அலெண்டே எடுத்த நடவடிக்கைகளைக் காட்டிலும் மிகவும் ஆழமானதும் பாரதூரமானதுமான இடதுசாரி, ஏகாதிபத்திய எதிர்ப்பு நடவடிக்கைகளை எடுத்துள்ளனர். ஆனாலும் அமெரிக்காவின் கவிழ்ப்பு நடவடிக்கைகள் இதுவரை வெற்றி பெறவில்லை. கடைசியாக முதலாளித்துவத்தின் உயிர்முடிச்சில் கவனம் குவிவது போல ஆக்குபை வால்ஸ்ட்ரீட், வால்ஸ்ட்ரீட்டை ஆக்கிரமிப்போம் என அமெரிக்கா முழுவதும் நடந்த போராட்டங்கள் இவையெல்லாம் விளக்கம் தேடி வினாக்களை எழுப்பியுள்ளன. இந்தத் தேடல் எல்லாம் அவை

அரசியல், சமூகம், பொருளாதாரம், பண்பாடு என எந்தத் தளத்தில் நடந்தாலும் அது மார்க்சை நோக்கித் திரும்புவதும் நகர்வதும் நிகழ்ந்து வருகின்றது.

அப்படி மார்க்சை அறியும் முயற்சிகளுக்கு உதவும் நூல்களும் பல வந்துள்ளன. மார்க்ஸ் எந்த அளவு மதிக்கப்பட்டாரோ அந்த அளவு இகழவும் பட்டுள்ளார். மார்க்சியம் மானுட அறிவுப் பரப்பிற்கு வந்த நாளிலிருந்தே, அது காலாவதியாகிவிட்டது என மார்க்சியத்திற்கான மரண அறிவிப்புகளும் வர ஆரம்பித்து விட்டன. மார்க்சை இப்படி மீண்டும் மீண்டும் புதைக்க முனைந்தும் முடியவில்லை என்பது ஒரு புறம். ஆனால் காலமும் மண்ணும் மூட முடியாத அவரை விளக்க வந்த பலரும் உருவாக்கிய திரிபுகள் மூடியுள்ளன என்பது மறுபுறம். இவ்வாறு திரித்தவர்களில் மார்க்சின் எதிரிகள் மட்டுமல்ல; அவரது நண்பர்களும் அடங்குவர். மார்க்சியத்தை முடக்க முனைந்தவர்கள் மட்டுமல்ல; அதனைப் பின்பற்றி செயல்படுத்த முனைந்தவர்களிலலும் ஒரு பகுதியினர் அடக்கம். இவற்றைத் தாண்டி உண்மையிலேயே மார்க்ஸ் கூறியவற்றை அறிந்து தெளிந்து கொள்ளப் போராடத்தான் வேண்டியுள்ளது. அதற்கு எர்னஸ்ட் ஃபிஷர் எழுதிய இந்த நூல் மிகவும் உதவிகரமாக உள்ளது. பல்வேறு நூல்களில், கட்டுரைகளில், கடிதங்களில் என பல்லாயிரம் பக்கங்களிலும் பரவி விரவியுள்ள மார்க்சின் சித்திரத்தை அவர் காட்டும் உலகின் சித்திரத்தை இவை அனைத்தையும் படித்து உள்வாங்குவது ஒரு நீண்ட போராட்டத்தில் நிகழ்வதாகும். அந்தச் சித்திரங்களின் வெளிக்கோடுகளை வரைந்தளித்து இதனை எப்படி முழுமையாக்குவது என்பதற்கு இந்த நூல் வழிகாட்டுகின்றது.

யானையைக் கண்டு விவரித்த பரமார்த்த குருவின் சீடர்கள் போன்று மார்க்சியத்தின் பகுதிகளை விவரித்து விளக்கி அதுவே மார்க்சியம் என்று அடம் பிடிக்கும் பலரின் மத்தியில் எர்னஸ்ட் ஃபிஷர் அளிக்கும் மார்க்சின் ஆழமும் விகசிப்பும் நமக்கு ஒரு புதிய அனுபவத்தையும் உணர்தலையும் புரிதலையும் அளிக்கின்றன. இந்த நூலின் போக்கில் மார்க்சை மட்டுமல்ல எர்னஸ்ட் பிஷர் என்ற அந்த பெரும் ஆளுமையையும் நாம் புரிந்து கொள்ள முடிகின்றது. எப்பேர்பட்ட அறிஞர்கள், வீரர்கள் கைகளில் தவழ்ந்து இந்த ஒளி விளக்கு நம் கையை வந்தடைந்துள்ளது என்பதையும் அது காட்டும் உலகினையும் ஒரே சமயத்தில் அறிவது என்பது ஒரு அனுபவம். ஒரு கறாரான சித்தாந்த நூல் ஒரு அறிவியல் பூர்வமான புரிதலையும் ஒரு கலைப்படைப்பு ஏற்படுத்தும் உணர்வுகளையும் உருவாக்கும் ரசவாதத்தை எர்னஸ்ட் ஃபிஷர் தனது சிறு நூலில் சாதித்துள்ளார்.

எனது வகுப்பில் உடன் பயின்றவனும் கல்லூரியில் எங்களது இந்திய மாணவர் சங்கக் கிளைச் செயலாளராக இருந்தவனுமான தோழன், ராணுவத்தில் இணைந்து பல ஆண்டுகள் பணியாற்றி ஓய்வு பெற்றான். ‘ராணுவத்தில் இருந்த காலத்தில் லெஃப்ட், ரைட், லெஃப்ட், ரைட் என ஓங்கி ஓங்கி அடித்து மூளை கழன்று முட்டிக்கு வந்து விட்டது’ என்பான். சரி, இங்குதான் இப்படி என்று நினைத்திருந்தேன். கியூபா மீது படையெடுக்க முயற்சி செய்து பன்றி விரிகுடா (Bay of Pigs) ராணுவ நடவடிக்கையில் மூக்கை உடைத்துக் கொண்டபின் அன்றைய அமெரிக்க குடியரசுத் தலைவரான ஜான்.எஃப். கென்னடி சொன்னார்: “நமக்கு இரண்டு தவறான நம்பிக்கைகள் இருக்கின்றன. ஒன்று ராணுவத்தில் இருப்போருக்கும் ஏனைய மக்களுக்கு இருப்பது போன்ற குறைந்தபட்ச புத்தி சாதுரியம் இருக்கும் என நம்புவது; இரண்டாவது, ராணுவத் தளபதிகளுக்குப் போர் நடவடிக்கைகள் குறித்து சிறிது ஞானம் இருக்கும் என நம்புவது!” எனது தோழன் தான் செய்யாதுவிட்ட செயல்கள் குறித்த குற்ற உணர்விலிருந்து கூறியிருக்கலாம். ஜான்.எஃப். கென்னடி தனது அவமானம், கசப்பான தோல்வி காரணமாகக் கூறியிருக்கலாம். மெல்லிய மானுட உணர்வுகளையும் அக்கறைகளையும் ராணுவ வாழ்க்கை மழுங்கடிக்கும் என நாம் கருதலாம். ஆனால் திருப்பூர் மிலிட்டரி பொன்னுசாமி இதிலிருந்தெல்லாம் தப்பித்தவர். இப்போதும் பரந்த சமூக நோக்கோடும் இயல்பான இடதுசாரி உளப்பாங்கோடும் உள்ளவர். அவர் மொழிபெயர்ப்பதற்கு மிகுந்த சவாலை அளிக்கும் எர்னஸ்ட் ஃபிஷரின் மிகவும் அடர்ந்த எழுத்தை மொழி பெயர்த்துள்ளார். மூலத்தில் ஜெர்மன் மொழியில் எழுதப்பட்டதை ஆங்கிலம் வழி தமிழில் மொழி பெயர்ப்பது சிரமமான செயல். மார்க்ஸ் போன்ற ஓரிருவர் தவிர ஜெர்மன் மொழியில் எழுதுபவர்கள் அனைவரும் ஒன்று போலத்தான் எழுதுவார்கள் போல உள்ளது. எடுத்துக் கொண்ட பொருளில் இருந்து இம்மியும் விலகாது, நகைச்சுவை, கவிதை, சுய வாழ்க்கை நிகழ்வுகள் போன்ற இலகு பொருட்கள் ஏதுமற்ற எழுத்து கைவரப் பெற்றவர்கள். எர்னஸ்ட் ஃபிஷரும் இதற்கு விதிவிலக்கு அல்ல. எர்னஸ்ட் ஃபிஷரின் அடர்த்தியான எழுத்தைப் படித்து முழுமையாகப் புரிந்து கொண்டு நல்ல தமிழில் தந்துள்ளார் திருப்பூர் மிலிட்டரி பொன்னுசாமி. அவர் நமது நன்றிக்கும் பாராட்டுதலுக்கும் உரியவர்.

ப.கு.ராஜன்

பொருளடக்கம்

அறிமுகம்

ஜான் பெலமி ஃ போஸ்டர்

“உண்மைத் தகவல்களைப் பெறுவதற்கு எல்லையற்ற வழிமுறைகள் இருக்கும் ஒரு யுகத்திலும்கூட கோட்பாடுகள் தவறாகப் புரிந்து கொள்ளப் படுவதற்கும், திரித்துக் கூறப்படுவதற்கும் எந்தவித வரம்புகளும் இல்லாமலிருப்பது வரலாற்றின் விசித்திரமான வேடிக்கைகளில் ஒன்றாகும். கடந்த சில பத்தாண்டுகளாக கார்ல் மார்க்சின் கோட்பாட்டிற்கு என்ன நேரிட்டது என்பதை விட இதற்கு மிகச் சிறந்த எடுத்துக்காட்டு எதுவுமில்லை. பத்திரிகைகள், அரசியல்வாதிகளின் சொற்பொழிவுகள், மதிப்பு மிக்க சமூக-அறிவியலாளர்கள், தத்துவவியலாளர்கள் போன்றவர்களால் எழுதப்படுவதென்பது தொடர்ச்சியாக நிகழ்ந்து கொண்டிருக்கிறது; எனினும், ஒரு சில விதிவிலக்குகளைத் தவிர, அரசியல் வாதிகளும், பத்திரிகையாளர்களும் மார்க்ஸால் எழுதப்பட்ட ஒரு வரியின் மீது கூட பார்வையை ஓட்டியிருக்க மார்ட்டார்கள் என்று தோன்றுவதுடன், மார்க்சைப் பற்றிய ஒரு குறைந்த பட்ச அறிவுடன் மட்டுமே சமூக-அறிவியலாளர்கள் மனநிறைவு கொண்டிருப்பதாகவும் தோன்றுகிறது. தங்களுடைய அறியாமை மிக்க அறிக்கைகள் குறித்து சமூக-ஆய்வு சாம்ராஜ்யத்தில் இருக்கும் அதிகாரமும், தகுதியும் வாய்ந்த எவரும் சவால் விடாமல் இருந்து விடுவதன் காரணமாக, இந்தத் துறையில் நிபுணர்களாக நடிப்பது பாதுகாப்பானது என்று அவர்கள் கருதிக் கொள்கிறார்கள் என்று தோன்றுகிறது.” எரிக் ஃபிரோம் (ERICH FROMM[1])

வரலாற்றில் மிகவும் செல்வாக்கு மிக்க சிந்தனையாளர்களில் கார்ல் மார்க்சும் ஒருவர் என்பது மறுக்க முடியாத உண்மையாகும். அவரில்லாமல் நவீன சமூக அறிவியலைப் பற்றிச் சிந்திப்பது இயலாத ஒன்று. எனினும், நடப்புக்காலச் சூழ்நிலைமைகளில் மார்க்சிய சிந்தனையைக் கற்க முயலும் எவரொருவரையும் உடனடியாக இரண்டு பிரச்சனைகள் எதிர்கொள்கின்றன. முதலாவது, மார்க்சின் படைப்புகள் கற்பதற்குச்

சுலபமானவையல்ல. அவருடைய ஆய்வுகள் பெரும்பாலும் சிக்கல் மிக்கவை, இந்த சமூகத்தின் மதிப்பீடுகள், சிந்தனைப் பகுப்பு முறை ஆகியவற்றால் ஆட்கொள்ளப்பட்டுள்ளவர்களுக்கு அவருடைய சிந்தனைப் போக்கு அந்நியமாக இருக்கும். மார்க்சின் பெரும்பாலான படைப்புகளில் சர்வ சாதாரணமாக எடுத்துக்கொள்ளப்படும் வரலாற்றியல் விவரங்களுடன் இன்றைய வாசகர்களில் பெரும்பாலானவர்களுக்கு அறிமுகமில்லாமலிருக்கும். இரண்டாவதாக, மார்க்சின் படைப்புகளைப் பற்றிய பொருள் விளங்கிக் கொள்வதற்காக வாசகர்கள் அது தொடர்பான விளக்கங்களின் உதவியை நாடக்கூடும், அவ்வாறாக நாடப்படுகின்ற விளக்கங்களில் பெரும்பாலானவை திட்டமிட்ட முறையில் திரிபு வாதத்திற்கு ஆட்படுத்தப்பட்டவையாக இருக்கக்கூடும். மற்ற சிந்தனையாளர் களைவிட மார்க்சுக்கு இப்படி இருக்கக்கூடிய சாத்தியம் தான் அதிகமாக இருக்கும்; இந்நூலில் பின்னால் வரவிருக்கும் பகுதியில் எர்ன்ஸ்ட் ஃபிஷர் கூறுவது போல, “அது எல்லா வகையான பிரசாரங்களும் கலந்த கலவையாக இருக்கும்.”

பனிப்போர் கால கட்டத்தில், இரு தரப்பினராலும் மார்க்சின் கருத்துகள் வேண்டுமென்றே திரிக்கப்பட்டன. அது பெரும்பாலும் ஒத்த தன்மையுடையதாக, ஒன்றுக்கொன்று ஊட்டி வளர்ப்பதாகவும் அமைந்திருந்தன. சோவியத் யூனியன் மற்றும் கிழக்கு ஐரோப்பிய கம்யூனிஸ அரசாங்கங்களுடைய கோட்பாடுகளில் ஒற்றைப் பரிமாணமே கொண்ட ஒரு வறட்டுச் சிந்தனையாளராக மார்க்ஸ் சுருக்கப்பட்டிருந்தார்-அதாவது, முதலாளித்துவத்தைத் தாக்குவதற்குப் பயன்படுத்திக் கொள்ளக்கூடிய, ஆனால் அதே சமயம், தங்களை சோஷலிஸ சமூகங்கள் என்று வகைப்படுத்திக் கொள்கின்ற சமூகங்களை நுணுகி ஆராய்வதற்குச் சாத்தியப்படுகின்ற ஒரு பரந்த விமர்சன நோக்கற்ற ஒருவராக மார்க்ஸ் குறுக்கப்பட்டிருந்தார். மறுபக்கம் பனிப்போரின் மறுமுனையில் இருந்த முதலாளித்துவ அல்லது சுதந்திரச் சந்தை உலகிலும் இதே போன்று மார்க்சின் எழுத்துகள் குறித்துத் தவறான திரிபுகள் முன்வைக்கப்பட்டன. அவை மேலும் கடுமையான இயல்பு கொண்டவையாக மார்க்சின் சிந்தனைகள் எழுப்பிய விமர்சனங்களின் கூர்மை மழுங்கடிக்கப்படும் விதத்திலும் அதே சமயம் அவருடைய கருத்துகளிலிருந்து உத்வேகம் பெற்ற எந்தவொரு சமூகம் அல்லது இயக்கத்தின் மீதும் சந்தேகத்தை ஏற்படுத்தும் முறையிலும் அவருடைய

சிந்தனைகளைச் சீர்குலைக்கும் நோக்கத்துடனும் அவை வழக்கமாக முன் வைக்கப்பட்டன.

வெற்றிகரமான சுதந்திரச் சந்தை யுக காலத்திலும் இந்தத் திரிபுகள் நீடித்தன. தோல்வி அடைந்துபோன முன்கணிப்புகளின் ஒரு தொகுப்பால் ஆனது தான் அவருடைய கருத்துகள் என்பது போல, "மார்க்ஸ் தவறு" என்பதுதான் இன்றைய பொதுவான அறிவு ஜீவி வட்டாரத்தின் பேச்சாக இருக்கிறது. ஒரு பழம் புராணத்தைக் குறித்து ஆர்வம் கொள்வது போல வாசிக்க வேண்டும். வேறு வகையிலல்ல என்று நம்பும் படி நமக்கு ஊக்கமளிக்கப்படுகிறது. அதாவது, பிளேட்டோவைப் பற்றி நாம் இன்று படிப்பதைப் போல மார்க்ஸையும் படிக்க வேண்டும்; அவர் கூற முன் வருபவற்றுக்கு எந்தச் சமகால முக்கியத்துவமும் அளிக்க வேண்டியதில்லை என்று நம்பும்படி நமக்கு ஊக்கமளிக்கப்படுகிறது. இங்கு மீண்டும் ஃபிஷரின் மேற்கோளின்படி, "மார்க்சைப் பற்றிப் பெரும்பாலும் முன்வைக்கப்படும் அவருடைய திரிக்கப்பட்ட சித்திரத்திற்கு பதிலாக உண்மையான மார்க்சை முன் நிறுத்துவது அவசியமாகும். "மார்க்ஸ் உண்மையில் கூறியது என்ன?" (Marx Wirlich Saggte) என்கிற தலைப்பின் கீழ் 1968-ல் முதலில் வியன்னாவில் வெளியிடப்பட்டதும் மார்க்சின் சிந்தனை பற்றிய ஃபிஷரின் சுருக்கமான, உயர்தரம் படைத்த விளக்கமுமான , "How to Read Marx?" கார்ல் மார்க்சை கற்றறிவது எவ்வாறு," என்கிற இந்த நூலின் முதன்மையான நோக்கம் அதுதான்.*

ஒரு ஆஸ்திரிய அறிவு ஜீவியும், பதிப்பாசிரியரும், இலக்கிய விமர்சகரும், கவிஞருமான எர்னஸ்ட் ஃபிஷர் (1889-1972) இது போன்ற ஒரு நூலை எழுதும் பணிக்கு மிகவும் தகுதி படைத்தவர் ஆவார். இரண்டாம் உலக யுத்தத்திற்குப் பிந்தைய இடைக்கால ஆஸ்திரிய அரசாங்கத்தில் அவர் கல்வி அமைச்சராகப் பணி புரிந்துள்ளார். ஆஸ்திரிய கம்யூனிஸ்ட் கட்சியில் ஒரு முன்னணித் தலைவராகவும் பல ஆண்டுகள் இருந்திருக்கிறார். இருந்த போதிலும், ஒரு சுதந்திரமான மார்க்சிஸ்ட் என்கிற

---

* ஆங்கிலத்தில் 'மார்க்சை கற்றறிவது எப்படி?'- 'How to Read Marx?' என்ற பெயரில் வெளியிடப்பட்டது. தமிழில் ஜெர்மன் மூலத்தில் பயன்படுத்தப்பட்ட தலைப்பு பயன்படுத்தப் பட்டுள்ளது.

மொ - பெ

முறையில்தான் எப்போதுமே ஃபிஷரின் அரசியல் இருந்து வந்தது; அவர் கட்சிக் கட்டுப்பாட்டை அடிக்கடி மீறி வந்தார். மார்க்சியத்தினுள் பொதிந்திருந்த மனித நேயப் பாரம்பரியத்தில் தாக்கத்திற்குள்ளாகியிருந்த அவர் "The Necessity of Art: A Marxist Approch (1961) - கலையின் தேவை: ஒரு மார்க்சிய அணுகுமுறை" என்கிற தலைப்பில் ஒரு பெரும் நூலைப் படைத்தார். 1968-ல் செகோஸ்லாவியாவிற்குள் சோவியத் படையெடுப்பை சமரசத்திற்கிடமின்றிக் கண்டனம் செய்ததன் விளைவாக 1962-ல் அவர் கட்சியிலிருந்து நீக்கப்பட்டார். மாஸ்கோவிலுள்ள சோவியத் தலைமையுடன் தங்களுடைய உறவுகளைத் தார்மீக நோக்கிலும் அரசியல் நோக்கிலும் ஐரோப்பியக் கம்யூனிஸ்ட்கள் துண்டித்துக் கொள்ள வேண்டிய கடமை இருக்கிறது என்று அவர் பகிரங்கமாக அறிவித்தார். எனவே, ஒரு சுதந்திரமான மார்க்சிய சிந்தனையாளர் என்கிற முறையில் பனிப்போரின் பிரதான தத்துவார்த்த நீரோட்டத்திற்கு வெளியில் தன்னை நிறுத்திக் கொண்டார். சிந்தனையின் இந்தச் சுதந்திர உணர்வு 'மார்க்சைக் கற்றிவது எவ்வாறு?" நூலில் பிரதிலிக்கிறது. மற்றொரு ஆஸ்திரிய கம்யூனிஸ்ட்டும், "உலகப் புரட்சியின் தத்துவம்" (1966) எனும் நூலின் ஆசிரியரும், ஃபிஷரின் கூட்டாளியுமான பிரான்ஸ் மாரெக்கும் அந்த உணர்வைப் பகிர்ந்து கொள்ளுகிறார்.[3]

ஒரு விரிவான பொருளில் கூறினால் மார்க்சைக் குறித்த ஃபிஷரின் நூலைப் போல வேறு நூல் வந்ததில்லை எனக் கூற இயலாது. அது உண்மை மற்றும் சுயேச்சையான தீவிர சமுதாயக்கோட்பாடுகள் ஆகியவற்றை தேடிச் செல்கின்ற பாரபட்சமற்ற மனிதர்கள் மார்க்ஸ் மற்றும் மார்க்சியத்தின் மீது படைத்த ஒரு பெரும் இலக்கியத் தொகுப்பிற்கு உரியதாகும்; மார்க்சின் சிந்தனை பற்றிய பனிப்போர் கால கோணங்களிலான, மிகப் பரந்து விரிந்த அளவில் கொண்டு செல்லப்பட்ட நூல்களை விட இது பொதுவான மக்கள் மத்தியில் மிகக் குறைந்த அளவில் அறியப்பட்ட நூலாகும். இருந்த போதிலும், மார்க்ஸ் குறித்த மிகவும் அறிவார்ந்த உயர் படைப்புகளின் மத்தியிலும் கூட, தன்னுடைய தெளிவு, துல்லியம், ரத்தினச் சுருக்கம், மற்றும் நேர்மறையான அறிவுத்திறம் ஆகியவற்றின் காரணமாக ஃபிஷரின் நூல் தனித்து நிற்கிறது. ஆசிரியரின் முன்னுரையில் விளக்கப்பட்டிருப்பது போல, "தனக்காக மார்க்சையே பேசிக் கொள்ளும்படி விட்டு விடுவதற்கு" மார்க்சை எவ்வாறு

கற்றிவது நூல் முயற்சிக்கிறது. ஆனால் இது சவால்களை எழ வைக்கிறது. “வாசகர்கள் ஆர்வம் வற்றிப்போகாத வகையில் அவர்களிடம் நாம் எவ்வளவு எதிர்பார்க்க இயலும்?” அதற்கும் மேலாக, “மார்க்சின் மகத்துவம், அசல் தன்மை ஆகியவற்றுக்கு ஊறு விளைவிக்காமல் மார்க்சை (மார்க்சியத்தை) நம்மால் எவ்வளவு தூரம் எளிமைப்படுத்த முடியும்?” ஏனென்றால் அவ்வாறு எளிமைப்படுத்துவதிலும் அதற்கே உரிய ஆபத்துகள் இருக்கின்றன என்பவையே இந்த சவால்கள்.

இப்போதைய பதிப்பு மார்க்ஸை கற்றறிவது எவ்வாறு என்பதை வாசகர் அறிந்து கொள்வதற்காகவே வடிவமைக்கப்பட்டுள்ளது, இதில் ஃபிஷரின் பதிப்பில் கொடுக்கப்பட்டுள்ளதற்கும் அப்பாற் பட்டு கூடுதல் துணை விஷயாதாரங்கள் சேர்க்கப்பட்டுள்ளன.

மார்க்ஸைப் பற்றிய புரிதலுக்கு ஏதாவது சிறப்பான தனித்துவம் கொண்ட பங்களிப்புகளை ஃபிஷரின் படைப்பு வழங்கியிருக்குமேயானால், மார்க்சின் கண்ணோட்டங்களைப் பற்றி சர்வ சாதாரணமாக தவறான கருத்துகளை எதிர் கொண்டிருக்கும் சூழலில் மார்க்ஸ் உண்மையிலேயே என்ன கூறியிருந்தாரோ, அவற்றை மறு உறுதிப் படுத்துவதற்கான அவருடைய முயற்சிகளில் அதைக் காண முடியும். ஆயினும் இந்தத் திரிபுகளை, மார்க்சின் கருத்துகளை உறுதிப்படுத்துவது என்கிற ஒரு மறைமுகமான வழியில் மட்டும் தான் அவர் எதிர்கொள்கிறார். மார்க்சுக்கு எதிரான காரசாரமான சச்சரவுகளின் தன்மையைக் கூடுதலான நுணுக்கத்துடன் வெளிப்படுத்துவதன் மூலமாகவும் வழக்கமான இந்த விமர்சனங்களுக்குப் பதிலளிக்கும் விதமாக, பொதுவாக மிக அதிகமான அளவில் திரிக்கப்படும் மார்க்சின் கருத்துகள் சிலவற்றை மிக விரிவாகவும் தெளிவாகவும் விளக்குவதன் மூலமாகவும் மேற்சொன்ன இடைவெளியை நிறைவு படுத்துவதுதான் இந்த அறிமுகத்தின் நோக்கம்.

மார்க்சைப் பற்றி முன்வைக்கப்படும் பிரதான திரிபுகள் பொதுவான அரசியல் கலாசாரத்தின் ஒரு பகுதியேயாகும்; தங்களுடைய தன்னுணர்வினால் அறியப்படாத ஒரு பகுதியாக அந்த (திரிபுவாத) மூட்டையை வாசகர்கள் சுமந்து கொண்டிருப்பதற்கான சாத்தியமும் இருக்கிறது. எங்கும் பரவலாக ஊடுருவியிருக்கும் இந்த மார்க்ஸ்-விரோதப் பிரசாரத்தின் இயல்பு கேள்விக்குள்ளாவது அரிதாகவே இருக்கிறது. மார்க்சின் கருத்துகளின் மீதான மொத்த விமர்சனத்தை முழுமையாகப்

பிரதிநிதித்துவப்படுத்துகின்ற ஒரே கருத்துக்கோர்வை என்பதாக எதுவுமில்லை. ஆனாலும், அது போன்ற எல்லா விமர்சனங்களுமே, ஒரு நூற்றாண்டு அல்லது அதற்கும் மேலான காலங்களில் தோன்றிவிட்ட, நன்றாக உருவாக்கப்பட்ட ஒரு வடிவத்தையே பின்பற்றுகின்றன. ழான்-பால் சார்தர் (தன்னுடைய "ஒரு வழிமுறையைத் தேடி" - Search for a Method, நியூயார்க், KNOP, 1963) என்கிற நூலில்) குறிப்பிட்டுள்ளது போல, வெளிப்படையாக மார்க்சுக்கு முந்தைய கருத்துகளுக்குப் புத்துயிர் ஊட்டுவதே மார்க்சுக்கு எதிரான வாதங்களின் பணியாக இருக்கின்றது."

எடுத்துக்காட்டாக, கம்யூனிஸ்ட் அறிக்கையின் சில குறிப்பிட்ட பதிப்புகளை எடுத்துக் கொள்வோம். அந்த 'அறிக்கை'ஒரு உலக செவ்வியல் நூலாகக் கருதப்படுகிறது, ஏராளமான பல்கலைக்கழகங்களில் அது பாடமாக வைக்கப்பட்டுள்ளது, மார்க்ஸ் (அல்லது ஏங்கெல்ஸ்)-ன் படைப்புகளில் மிக அதிகமாக வாசிக்கப்படுவதும் அதுதான் என்பதிலும் ஐயமில்லை. ஆகவே, அறிக்கையினுடைய மிகப் பரந்த அளவில் விநியோகிக்கப்படும் பதிப்புகளுக்கு அளிக்கப்பட்டுள்ள அறிவார்ந்த அறிமுகவுரைகள் உண்மையில் எதிர்மறையான அறிமுகங்களாக இருப்பதில் வியப்பேதுமில்லை. இலக்கியப் படைப்புகளுக்கு வழங்கப்படும் பெரும்பாலான அறிவார்ந்த அறிமுகங்களின் நோக்கத்திற்கு நேர் விரோதமாக-அந்தப் படைப்புக்குக் குழி பறிப்பதுதான் அவற்றின் நோக்கமாக இருக்கிறது. கம்யூனிஸ்ட் அறிக்கையின் "கிரோஃப்ட்ஸ் கிளாசிக்ஸ்" பதிப்பிற்கு வழங்கப்பட்ட சாமுவேல் பீர்-ன் (1955) அறிமுகமும், 'பென்குயின் புக்ஸ்' பதிப்பிற்கு ஏ.ஜே.பி. டெய்லர் (1967) வழங்கிய அறிமுகமும் (அவை இன்னும் அச்சில் இருக்கின்றன) இரண்டு முதன்மையான எடுத்துக் காட்டுகளாகும்.

ஹார்லன் டேவிட்சனால் பிரசுரிக்கப்பட்ட 'கிரோஃப்ட்ஸ் கிளாசிகல்' தொடரின் பொதுப் பதிப்பாளர் என்கிற முறையில், அறிக்கையின் அவர்களுடைய பதிப்பை ஹார்வார்டு அரசியல் அறிவியலாளர் சாமுவேல். ஹெச். பீர் தாமே சரி பார்த்து அறிமுகப்படுத்தத் தன்னைத்தானே தேர்ந்தெடுத்தார். இதற்கு முன்னதாக சாமுவேல் பீர் தன்னுடைய புத்தகமான The City of Reason (1949)-ல் மார்க்ஸ் மற்றும் மார்ச்சியத்தின் மீது பனிப்போர் பாணித் தாக்குதலைத் தொடுத்திருந்தார்; அதில்

அவர் அறிவிக்கிறார், "சமூக-நலன்களின் மோதல்களுக்கு ஆய்வு மற்றும் பேச்சு வார்த்தை மூலமல்ல-மாறாக, வன்முறையினால் மட்டும் தான் தீர்வு காண முடியுமென்று மார்க்சியத் தத்துவம் உறுதிபடக் கூறுகிறது;" (மேலும்) "யதார்த்தம் எதை முன்னால் வைக்கிறதோ அதை மட்டும் தான் மனம் பதிவு செய்கிறது." அதே போல, அறிக்கைக்கு தன்னுடைய அறிமுகவுரையை எழுதுவதற்கு முன்னதாக புகழ்பெற்ற ஆக்ஸ்போர்டு வரலாற்றியலாளரும், கட்டுரையாளரும், பொது விமர்சகருமான ஏ.ஜே.பி. டெய்லர் தன்னுடைய பனிப்போர் பாணி கம்யூனிஸ எதிர்ப்பையும், மார்க்ஸ் மற்றும் மார்க்சியத்திற்கு எதிரான பகையுணர்வையும் மறைக்கவில்லை. எடுத்துக்காட்டாக, ஜி.டி.ஹெச். கோல் அவர்களின் 'சோஷலிஸ சிந்தனையின் வரலாறு' (1956) எனும் நூலுக்கான தன்னுடைய மதிப்புரையில், "மார்க்சிய வேதங்கள்," "வன்முறைக்கு ஆதரவான மார்க்சின் வாதம்," "முதலாளித்துவத்தின் வீழ்ச்சி பற்றிய சமன்பாட்டை அளிக்க மார்க்ஸ் தவறுவது," போன்றவற்றை டெய்லர் குறிப்பிடுகிறார். எனவே, கம்யூனிஸ்ட் அறிக்கைக்குத் தங்களுடைய அறிமுக உரைகளை எழுதுவதற்கு முன்னதாகவே பீர், டெய்லர் இருவருமே, இவ்விஷயத்தில் விருப்பு வெறுப்பற்ற தோற்றத்தைக் காட்டுவதைக்கூட கைவிடுமளவிற்கு மார்க்சிய கருத்துகளைப் பற்றிய தம்முடைய கூர்மையான பகைமையை வெளிப்படுத்தியவர்கள்தாம்.[5]

மார்க்சியம் ஒரு 'மதம்' எனும் குற்றச்சாட்டுடன் தான் அவர்கள் இருவருமே தம்முடைய அறிமுக உரையைத் துவக்கினார்கள். பீர் தன்னுடைய துவக்க வாக்கியத்திலேயே நமக்குத் தெரிவிக்கிறார் "மார்க்சியம் ஒரு கடவுளற்ற மதம்.... அடிப்படையில் மதத்தைச் சார்ந்த மன உணர்ச்சிகள் போன்ற அதனுடைய சக்தி வாய்ந்த தாக்கத்தை நாம் கணக்கில் எடுத்துக் கொள்ளாவிட்டால் மார்க்சிய வழிமுறையின் ஆழமான ஈர்ப்பைப் புரிந்து சொள்வது சாத்தியமல்ல." அதே போல டெய்லரும் தன்னுடைய முதல் பத்தியின் முடிவில் தன் கருத்தை முன் வைக்கிறார், "மனித இனத்தின் எண்ணிலடங்காத பல மில்லியன் கணக்கானவர்களின் ஏற்றுக் கொள்ளப்பட்ட மதமாக அல்லது நம்பிக்கைக் கோட்பாடாக, மார்க்சியம் ஆகிவிட்டது; பைபிள் அல்லது குரான் ஆகியவற்றின் வரிசையில் கம்யூனிஸ்ட் அறிக்கையையும் ஒரு புனித நூலாகக் கணக்கில் கொண்டாக வேண்டும்."

இந்த ஒத்த கருத்துடன் கூடிய துவக்க நிலையிலிருந்து முக்கியமான எல்லா விவரங்களிலும் உடன்பட்டுக் கொள்ளும் அதே வேளையில் பீர், டெய்லர் இருவரும் மாறுபட்ட வழிகளில் தம் வாதங்களை வளர்த்தெடுக்கிறார்கள். பின்னர் எளிதாகத் தாக்கிவீழ்த்தக்கூடிய முறையில் மார்க்சின் வரலாற்றியல் பொருள்முதல் வாதத்தின் ஒரு அற்ப பொம்மை வடிவத்தை உருவாக்குவதற்கு இருவரும் முயற்சிக்கிறார்கள். இதில், மனித இன வரலாற்றை ஒரே ஒரு அம்சமாகச் சுருக்குகின்ற மிகச் சாதாரணச் சிந்தனையாளராகத் தோற்றம் பெறுகிற மார்க்ஸ் பின்னர் வரலாற்றின் நடப்புக் கட்டத்திலிருந்து விடுபடுவதற்கு நேர்த்தியற்று உருவாக்கிய தன்னுடைய இலக்குகளுக்கு முன்னெடுத்துச் செல்கின்ற நெறியற்ற வழிமுறைகளை முன் மொழிகிறார். மார்க்சின் கருத்துகள் இரண்டு முன்மொழிவுகளைச் சார்ந்திருப்பதாகத் தன்னுடைய வாசகர்களுக்கு பீர் துவக்கத்திலேயே தெரிவித்து விடுகிறார்: "*(1)* பொருளாதார வகையில் தீர்மான வாதம் அல்லது சமுதாயத்தின் பொருளாதாரக் கட்டமைப்பு மனித விருப்புக்கும், சிந்தனைக்கும் அப்பாற்பட்டு சுதந்திரமாக வளர்கிறது.... சமுதாய வாழ்வின் இதர தளங்களில் என்ன நடக்க வேண்டும் என்பதைத் தீர்மானிக்கிறது," *(2)* "வரலாற்றின் பாதையில் வன்முறையான புரட்சிகள் தவிர்க்கவியலாத மைல்கற்களாகும்." மார்க்சிய வரலாற்றியல் பொருள்முதல்வாத வழி முறை என்பதன் பொருள் பீர்-ன் கருத்துப்படி, அனைத்து விதமான சமூக இருத்தலும் "தவிர்க்கவே இயலாத விதிகளாகச் சுருக்கப் பட்டவையாகும். அவை குறிப்பிட்ட திட்ட வட்டமான கட்டங்களின் அல்லது உற்பத்தி வழிமுறைகளின் ஊடாகப் பயணித்தாக வேண்டியவைகளாகும்; வரலாற்றிலுள்ள உற்பத்தியின் ஒவ்வொரு வழிமுறையும் உற்பத்தியின் பொருளியல் சக்திகளின், அதாவது தொழில்நுட்ப மற்றும் பொருளாதார சக்திகளின் வளர்ச்சியினால் கறாராகத் தீர்மானிக்கப்படுகின்றன."

"வரலாற்றை வழிநடத்துவது சிந்தனை தான் என்கிற கண்ணோட்டத்தை பெரும் இகழ்ச்சியுடன் மார்க்ஸ் புறந்தள்ளினார்" என்று பீர் கருதுகிறார். பீர்-ன் கூற்றுப்படி எதார்த்தத்திற்கு உள்ளேயே ஒரு இயங்கியல் நிகழ்முறை இருக்கிறது என்கிற ஒரு அகவயப்பட்ட தத்துவார்த்தக் கருப்பொருளை மார்க்ஸ் முன் வைக்கிறார். இந்த நிகழ்முறை, எல்லாவிதமான சிந்தனைகள் மற்றும், (அல்லது) நிகழ்வுகளையும்

இயக்குகின்றன; நேர்மறை, எதிர்மறை சக்திகளின் இயக்கம் மற்றும் சேர்க்கை என்கிற யாந்திரீக இயக்கமாகப் பொருள்படுகிறது என்று பீர் நம்மிடம் கூறுகிறார். ஒரு 'நேர்மறை' (அது கருத்தோ அல்லது நிகழ்வோ) அதனுடைய எதிர்த்தரப்பான எதிர்மறையினால் எதிர்க்கப்படுகிறது, இது தவிர்க்க இயலாமல் இந்த இரண்டையும் தாண்டி ஒரு சேர்க்கையாக வளர்ச்சி பெறுவதற்கு இட்டுச் செல்கிறது. பீர்-ன் கூற்றுப்படி, தனி மனிதர்கள் மற்றும் மனித குலம் ஆகியோரின் சிந்தனைகளுக்கு அப்பாற்பட்டு சுதந்திரமாக இயங்குகின்றன. இது போன்ற ஒரு இயந்திர வகைப்பட்ட இயக்கத்தில் நம்பிக்கை கொள்வதென்பது "புரட்சி என்கிற வறட்டுச் சூத்திரத்தின் தூணாக" விளங்குகிறது. இதன் பொருள், தன்னால் பெரிதாக முன் வைக்கப்பட்ட பொருள் முதல்வாதத்தையும் தாண்டி, தான் நிராகரித்திருந்த அதே கருத்து முதல்வாதத் தத்துவத்தை அப்படியே பிரதிபலிக்கின்ற ஒரு மறைமுகமான, முழுமையான உறுதிப்பாட்டை மார்க்ஸ் பயன்படுத்துகிறார் என்றாகி விடுகிறது.

மார்க்சின் இயக்கவியல் வடிவ ஆய்வு முறையை ஏளனம் செய்வதற்கான பீர்-ன் முயற்சி இதையும் தாண்டிச் செல்கிறது. 'தத்துவத்தின் வறுமை' என்கிற மார்க்சின் நூலிலிருந்து, "ஒவ்வொரு சமூகத்தினுடைய உற்பத்தி உறவுகள் 'ஒருமுழுமையாக' அமைகின்றன" என்று மார்க்ஸ் கூறுவதை மேற்கோள் காட்டும் பீர் அப்பாவியாகக் கேள்வியெழுப்புகிறார், "பகுதிகள் முழுமை வடிவம் பெறுகின்றன, எனினும் முழுமையோடு மோதுகின்றன இது எவ்வாறு சாத்தியம்?" இதே போன்ற தவறான வாதத்தைக் கொண்ட, ஒரு குடும்பம் முழுமையாகவும் இருக்கிறது எனினும், பெரும்பாலும் நடப்பது போல, முரண்படும் பிரிவுகள் ஒன்றுக்கொன்றும் மோதிக் கொள்கின்றன, மொத்தக் குடும்பத்துடனும் மோதிக் கொள்கின்றன, இது எவ்வாறு சாத்தியம் என்று கூட ஒருவர் கேட்கலாம். சமூகத்தை (அல்லது உற்பத்தி உறவுகள்) ஒரு 'முழுமை' என்பதாகக் குறிப்பிடுவது, அதாவது, சமூக உறவுகளின் ஒரு திட்டவட்டமான கலவை என்கிற பொருளில் குறிப்பிடுவது என்பது, முழுவதுமாக இணைந்த மற்றும், ஒரு ஒருங்கிணைந்த திட்டவட்டமான ஒரு ஒற்றைப் பொருளின் இருப்பு என்கிற முற்றிலும் மாறுபட்ட உணர்விலான ஒரு 'முழுமை' என்கிற கருத்தை அதே சமயம் மறுத்துச் சிந்திப்பது தான் பீர்-ன்

தவறாகும். இந்த வகைப்பட்ட தர்க்க ரீதியான குழப்பத்தைத் தவிர்ப்பதற்காகவே வடிவமைக்கப்பட்டுள்ளது தான் இயக்கவியல் வாத முறையாகும்.

மார்க்சின் பொருளாதாரவியல் கருத்துக்களின் பக்கம் அவர் திரும்பும் பொழுது, மார்ச்சின் பொருளாதாரவியலுக்குத் "திருப்புமுனையாக அமைந்தது உழைப்பின் மதிப்பு பற்றிய கோட்பாடுகள்தான்" என்று வாசகர்களுக்குத் தெரிவிப்பதிலிருந்து பீர் ஆரம்பிக்கிறார். பிறகு, (ஏதோ பொருளாதாரவியல் ஆய்வின் முழுமையான விஷயமே இந்த ஒரே விஷயமாகக் குறுகி விடுவது போல) "விலைகளைப் பற்றி விளக்குவதில் இந்தக் கோட்பாடு தகுதியற்று இருப்பதாகவும், மார்க்சின் வாழ்நாட்களிலேயே அதனுடைய ஆதரவாளர்களை இழந்து விட்டதாகவும் நமக்குக் கூறுகிறார்" மார்க்சின் அரசியல் பொருளாதார விமர்சன ஆய்வுக்குப் பிரதான மையக்கருவாக இருந்த 'சுரண்டல்' என்கிற சொல்லையே, அது கனத்த தார்மீக கண்டனம் பொதிந்ததாகவும், 'கொள்ளையடிப்பு' என்கிற பொருளைத் தருவதாக இருப்பதாகவும்-ஏதோ அது போன்ற தார்மீகக் கண்டனம் செய்வது என்பதுதான் அந்தச் சொல்லைப் பயன்படுத்தும் பொழுது மார்க்சின் மனதில் இருந்தது போல-பீர் நிராகரிக்கிறார்.

இருந்த போதிலும், மார்க்சின் பொருளாதாரவியலைப் பற்றிய பீர்-ன் மிகக் கடுமையான விர்சனம் (மார்க்சின்-விமர்சகர்கள் மத்தியில் மிக நன்றாக-நிறுவப்பட்டிருந்த மரபை ஒட்டி) அவர் 'உயர்ந்து வரும் வறுமை' கோட்பாடு என்று பெயரிட்டழைத்த கோட்பாட்டைப் பற்றியதாக இருந்தது. மார்க்ஸ் கூறியதை பீர் அர்த்தப்படுத்திக் கூறுவதன்படி, (விளக்கிக் கூறுவதன்படி) "முதலாளித்துவத்தின் மையமான முரண்பாடென்பது-அது தவறு போலத் தோன்றினாலும் உண்மை அதுவன்று, செல்வம் குவிவது என்கிற நிகழ் காரணமாக மேலும் கூடுதல் ஏழைகளாக, மேலும் அதிக வறியவர்களாகி வருகிறார்கள். முதலாளித்துவத்தின் கீழ் நிலவுகின்ற செல்வக் குவிப்பு, மையமாதல் ஆகியவற்றின் தவிர்க்க இயலாத விதிகளைப் போலவே, அதிகரித்து வரும் வறுமையின் விதியும் இதுதான்." மார்க்சின் கண்ணோட்டங்களை உள்நோக்கத்துடன் பீர் இவ்வாறு விளக்கி எழுதுகின்றார். ஆகவே "தொழிலாளர்களால் அதிக ஊதியத்தையும் குறைந்த வேலை நேரங்களையும் வென்றெடுக்க

இயலவில்லை". பீர் ஆட்சேபிக்கின்றார். அதுபோன்ற பலன்களை முதலாளித்துவத்தில் கடந்த நூறு வருடங்களாகத் தொழிலாளர்கள் வென்றெடுத்து வருகிறார்கள்"; வேலை யற்றவர்களின் அணிவரிசைகள் தொடர்ச்சியாக அதிகரித்துவரும் என்கிற மதிப்பீட்டுக்குப் பொருளாதார நெருக்கடிகள் பற்றிய வளர்த்தெடுக்கப்படாத கோட்பாட்டின் காரணமாக மார்க்ஸ் தவறாக இட்டுச் செல்லப்பட்டிருக்கிறார். 1955-ல், இரண்டாம் உலக யுத்திற்குப் பிந்தைய பொருளாதார வளர்ச்சியின் பாய்ச்சல் வேகப் பெருக்கத்தின் உச்சக்கட்டத்தின் போது பீர் பெரும் நம்பிக்கையுடன் எழுதினார், "அதிகரித்து வரும் வறுமை என்கிற விதி உண்மைகளிலிருந்து எவ்வளவு தொலைவு விலகியிருக்கிறது என்பதை நிரூபிப்பதற்குப் பொருளாதாரவியல் வரலாற்றைப் பற்றிய ஒரு மேலெழுந்த வாரியான அறிவுக்கும் மேலாக எதுவும் தேவைப்படவில்லை." (இந்தக் கால கட்டத்திற்குப் பிந்தைய பல பத்தாண்டுகளில் உலகத்தில் முன் கண்டிராத அளவுக்கு வறுமை அதிகரிப்பு ஏற்பட்டிருந்ததன் சூழலில் நோக்குகையில் பீர்-ன் சொந்த உறுதியான கூற்றுக்களைக் காட்டிலும் மார்க்சின் கோட்பாடு பற்றிய பீர்-ன் கொச்சையான பதிவுகள் கூட யதார்த்த உண்மைக்குக் கூடுதலாகப் பொருந்தி வருவது போலத் தோன்றுகிறது.

மார்க்சைப் பற்றிய ஆளும் வர்க்கத்தைச் சார்ந்த பெரும்பாலான விமர்சனங்களைப் போலவே, 1859-ல் தன்னுடைய 'அரசியல் பொருளாதாரத்திற்கு ஒரு விமர்சனம்' நூலுக்கான முன்னுரையில் மார்க்ஸ் பயன்படுத்திய 'அடித்தளமும் மேல் கட்டுமானமும்' என்கிற படிமத்தின் மீது பீர் தன்னுடைய வழக்கை நிறுத்துகின்றார். இங்கு அரசு மற்றும் மதம் போன்ற மற்ற பகுதிகளைப் பாதிப்பதாகவும் வரம்பிடுகின்றதாகவும், சமூகப் பொருளாதார அடித்தளக் கட்டுமானத்தை உள்ளடக்கியதாகத் தான் கருதுகின்ற உற்பத்தியின் பொருளியல் நிலைமைகளுக்கு (முக்கியமாக உழைப்புப் பிரிவினை மற்றும் வர்க்க உறவுகள்) மார்க்ஸ் அழுத்தம் தருகிறார். இருந்த போதிலும், மார்க்சின் நிலைபாட்டை குறுக்கல் வாதத்தின் மூலம் குறைத்து மதிப்பிடுவது அல்லது மறுதலிப்பது என்கிற வழிமுறையை பீர் கையாள்வதைக் காணும் பொழுது இது ஒரு தத்துவார்த்த அழுத்தம் தரும் விஷயம் என்று மட்டும் எளிதாக எடுத்துக் கொள்ள இயலாது. மாறாக, மார்க்ஸைப் பொறுத்த வரையிலும் "வரலாற்றில் வினை-விளைவு எனும் சங்கிலித் தொடரை உருவாக்கும் ஒரேயொரு

காரணிதான் இருக்கிறது. அது பொருளாதாரம் தான்" என்று நம்மிடம் கூறப்படுகிறது. மார்க்சின் தத்துவத்தில், "வரலாற்றின் மீது தாக்கம் செலுத்தக்கூடியது என்கிற வகையில் ஆக்கப் பூர்வமான சிந்தனை" முற்றிலுமாகப் புறந்தள்ளப்பட்டிருக்கிறது என்று பீர் அறிவிக்கிறார்: "மனதின் அகவயப்பட்ட முழு உலகமும் பொருளாதாரத்தின் புற வயப்பட்ட உலகத்தால் தீர்மானிக்கப்படுகிறது". அவர் மேற்கொண்டும் விளக்குகிறார் "அந்தக் காலகட்டத்தின் சிந்தனை மீது பொருளாதார நிலைமைகள் தாக்கத்தை உண்டாக்குகின்றன என்பதையும், குறிப்பிட்ட காலகட்டங்களுக்குரிய சிந்தனை மற்றும் பொருளாதாரம் ஆகியவற்றுக்கும் இடையில் இருக்கும் உறவை ஆய்வுக்கு உட்படுத்துவது அறிவுலக வரலாற்றுக்கு மிகவும் ஆர்வமூட்டக்கூடிய பணிகளில் ஒன்றாக இருக்கும் என்பதையும் எவரொருவரும் ஒப்புக் கொள்வார்கள். இருந்த போதிலும், வரலாற்றியலாளர்களுக்கு ஆர்வமூட்டக்கூடிய பணிகளை உருவாக்குவதில் மார்க்ஸ் நாட்டம் செலுத்த வில்லை மாறாக, தன்னுடைய புரட்சிகர நம்பிக்கையின் ஒரு அடிப்படை வரட்டு வாதத்தை உருவாக்குவதில்தான் ஆர்வம் செலுத்தினார்."

மார்க்ஸைக் கண்டனம் செய்வதற்கு இதுவும் கூடப் போதாது என்பது போல் பீர் 'வன்முறையான புரட்சி' மீது அழுத்தம் தருகின்றார். 'புரட்சியின் மீதான மார்க்சியக் கண்ணோட்டம் என்கிற வகையில்' 'வன்முறை ஒன்றுதான் தீர்வுக்கான ஒரே வழி' என்றாகி விடுகிறது என்றும் பீர் கூறுகின்றார். உண்மையில், 'மார்க்சிய வழிமுறையிலிருக்கும் அனைத்து கூறுகளும் அந்த முடிவை நோக்கி இட்டுச் செல்வதற்குத்தான் சதி செய்கின்றன.' ஆகவே, மார்க்சியத் தத்துவம் 'ஒரு அபாயகரமான நோக்கத்தையும்' 'பொருளாதார அமைப்புகளிலிருந்துதான் தீமை உதித்தெழுந்து வருகிறது என்றும் கற்றுத் தருவது தவறானது' என்பது பீரின் முடிவு. வாசகரை இந்த முடிவுக்குக் கொண்டு வந்துவிட்டதுடன் பீர்-ன் அறிமுகம் தன்னுடைய நோக்கத்தை நிறைவு செய்து விடுகிறது; அதாவது, எதிர்மறை அறிமுகம் தன்னுடைய நோக்கத்தை நிறைவு செய்து விடுகிறது; அதாவது, வாசகரின் முன்னிருக்கும் விஷயத்தை (மார்க்சிய போதனையை) அது நிராகரித்து விடுகிறது, அதே போல-அதே அர்த்தத்தில் மார்க்சின் இதர போதனைகளையும் புறந்தள்ளி விடுகிறது.

கம்யூனிஸ்ட் அறிக்கைக்கு பீர் அறிமுகவுரை அளித்து பன்னிரண்டு ஆண்டுகளுக்குப் பிறகு பெங்குவின் பதிப்பின் அறிக்கைக்கு ஏ.ஜே.பி. டெய்லர் அளித்த அறிமுகவுரை விமர்சனங்கள் பீர்-ன் அறிமுக உரையைக் காட்டிலும் நிதானம் குறைந்ததாக உள்ளது. டெய்லரின் பார்வையில் மார்க்ஸ் ஒரு புகழ் வெறி பிடித்தவர்: "அறிவுலகின் தலைவர் ஆவதற்குத் தான் ஆசீர்வதிக்கப்பட்டுள்ளவர் என்பதை- தன்னுடைய சொந்தப் புகழ் மங்கி மறைந்துவிட்ட காலத்தில் கூட- மார்க்ஸ் கேள்விக்கு உட்படுத்தவில்லை". இந்த மிகப்பெரும் தன்னம்பிக்கைக்கான தோற்றுவாயை டெய்லர், மார்க்ஸ் தன் சொந்த இயக்கவியல் வழிமுறை மீது வைத்திருந்த நம்பிக்கையிலிருந்து, எடுத்துக் கொள்கிறார்; அதை, பீர் செய்தது போலவே நேர்மறை-எதிர்மறை-சேர்க்கை (THESIS-ANTI-THESIS -SYNTHESIS) என்கிற எளிய மூன்றெட்டு வழிமுறை என்பதாக விளக்குகிறார். டெய்லரின் கூற்றுப்படி வரலாற்றின் முடிவைக் குறிக்கின்ற ஒரு முழுமையான ஒன்று கலத்தலை, சேர்மானத்தை மார்க்சின் ஆராய்ச்சி சுட்டிக் காட்டுகிறது, அது டெய்லர் குறிப்பிடுவது போன்ற "என்றென்றைக்குமாக சச்சரவில்லாமல் ஒவ்வொருவரும் மகிழ்வுடன் வாழக்கூடிய ஒரு உயர்ந்த சமூகத்தை அல்லது கற்பனை உலகத்தைக் கொண்டு வந்து சேர்க்கும்."; ஆயினும், மார்க்சின் வழிமுறை ஆரம்பத்திலிருந்தே குறைபாடுடையதாக இருக்கிறது ஏனென்றால், சமூக-சக்திகள் தீர்மானிக்கின்ற வகையில் மனிதர்கள் நடந்து கொள்வார்கள் என்கிற அனுமானத்தைத் 'தன்னுடைய இயக்கவியலுக்குள் மார்க்ஸ் தந்திரமாக நுழைத்துவிட்டார்."

டெய்லரைப் பொறுத்த வரையிலும் அறிவியல் முறைபாடு களைக் கொண்ட ஆய்வுமுறையைப் பயன்படுத்தியதாகவும், வரலாற்றியல் ஆய்வுகளைச் சார்ந்திருந்ததாகவும் மார்க்ஸ் கூறிக் கொள்வது கேலிக்குரியது. மார்க்ஸ் அறிவியல் என்கிற வகையில் எப்போதுமே எந்தவொரு கண்டுபிடிப்பையும் நிகழ்த்திருயிருக்கவில்லை என்ற போதிலும் தன்னுடைய சர்வ பொதுவான வறட்டுக் கோட்பாடுகளை அறிவியல் பூர்வமானது என்று அழைத்துக் கொண்டார் என்பதாக டெய்லர் கூறுகிறார். வேறு வார்த்தைகளில் கூறுவதானால், மார்க்சிய வழிமுறை என்பது அறிவியல் ஆய்வுகள் என்பவற்றால் ஏமாற்று அலங்காரம் செய்யப்பட்ட "ஒரு பிரச்சாரப் புனை கதையாகும்" அதே போல ஒரு வரலாற்றியலாளர் என்கிற மார்க்சின் தகுதியை அவர்

நிராகரிக்கிறார் “மார்க்சின் வாழ்நாளில் தான் உண்மையான வரலாறு தொடங்கிக் கொண்டிருந்தது. அதில் (வரலாற்றியல் ஆவணத்தில்) அவர் (மார்க்ஸ்) ஆர்வம் செலுத்தவில்லை. டெய்லரின் மார்க்ஸ் (டெய்லர் உருவகப்படுத்தும் மார்க்ஸ்) உண்மையான அறிவியலையும் வரலாற்றையும் புறக்கணித்து விட்டு புரட்சியானது சுருக்கமானதாகவும் நறுக்குத் தெறித்தாற் போலவும் இருக்கும் என்கிற கண்ணோட்டத்தை ஏற்றுக் கொண்டு சமூகத்தின் பரிணாமத்தின் மீது மிகக் குறைந்த அழுத்தத்தையும் புரட்சியின் மீது அளவுக்கு மிஞ்சிய அழுத்தத்தையும் வைத்தார்”

டெய்லரின் கருத்துப்படி, மார்க்ஸ் வரலாற்றியலில் ஒரு மோசமான மாணவராக இருந்தாரென்றால் பொருளாதாரத்தின் வழிகாட்டி எனும் விதத்தில் அதைவிடவும் மோசமானவராக இருந்தார். முதலாளித்துவத்தின் கீழ் உற்பத்தி சாதனங்கள் புரட்சிகரமாக்கப்பட்டு வந்ததை-அதாவது, தொடர்ச்சியான தொழில்நுட்பப் புதுமைகள் புகுத்தப்பட்டு வந்ததைப் பற்றி கம்யூனிஸ்ட் அறிக்கை பேசுவதைக் கண்டு கொள்ளாமல் டெய்லர் ஓங்கிக் கூறுகிறார்: “முதலாளித்துவத்தைக் குறித்து மிகக் குறுகிய பொருளாதார வகையில் சிந்தித்த மார்க்ஸ், மனிதக் கண்டு பிடிப்பின் எல்லையற்ற தூண்டுதல் தாக்கத்தைக் கணக்கிலெடுத்துக் கொள்ளவில்லை.” அவர் மேலும் கூறுகிறார்: “(பொருளாதார) நெருக்கடிக்கான காரணத்தைத் (மிதமிஞ்சிய உற்பத்தியில்) தான் கண்டு பிடித்ததைத்தான் தன்னுடைய ஆகப் பெரும் தத்துவார்த்த சாதனையாக மார்க்ஸ் கருதினார். துரதிர்ஷ்டவசமாக, மதிப்பின் தோற்றுவாய் உழைப்பு தான் என்று எல்லாப் பொருளாதாரவியலாளர்களும் கருதிய அடிப்படை மீது அவருடைய கண்டுபிடிப்பு அமைந்துவிட்டது. அந்தக் கருத்துக்குக் கல்வி வளாக அறிஞர்கள் மத்தியில் தற்போது மதிப்பில்லை.”முதலாளித்துவ அமைப்பின் பொருளாதார முரண்பாடுகள் வளர்ந்து கொண்டே செல்லும் என்கிற மார்க்சின் ‘தீர்க்க தரிசனம்’ தவறு என்று நிரூபிக்கப்பட்டுவிட்டது என்று நமக்கு கூறப்படுகிறது: அனைத்துப் பகுதிகளிலும் முதலாளிகளுக்கு அதிகரித்து வரும் செல்வச் செழிப்பு பாட்டாளி வர்க்கத்திற்கு (தங்களுடைய உழைப்பு சக்தியை விற்பனை செய்து பிழைத்து வருகின்றவர்களுக்கு) அதிகரித்து வரும் செல்வச் செழிப்பைக் கொண்டு வருகிறது, இது மார்க்ஸ் முன்னதாகக் கூறிய அதிகரித்து வரும் வறுமை

என்பதற்கு மாறாக இருக்கிறது. எனவே, பீர்-ஐப் போலவே டெய்லரும் மார்க்சின் பங்களிப்பு என்று கூறிக் கொள்கின்ற உயர்ந்து வரும் வறுமை குறித்த விதி செல்லாததாகிவிட்டது. மார்க்ஸ்-ன் பொருளில் நவீனப் பொருளாதாரக் கட்டமைப்பு இனிமேல் முதலாளித்துவ வகைப்பட்டதல்ல, என்று நம்மிடம் கூறப்படுகிறது. உடைமைக்கும் நிர்வாகத்திற்கும் இடையில் ஒரு துண்டிப்பு ஏற்பட்டுவிட்டது, அது மார்க்ஸ் கூறி வந்த கட்டமைப்பு முறைக்கு அப்பாற்பட்டது." முதலாளித்துவத்திற்கு ஒரே ஒரு உந்துசக்தியாக அல்லது பிரதானமான ஒன்றாக இருந்து வந்த லாப நோக்கம் காலாவதியாகிவிட்டது, (அழுத்தம் சேர்க்கப்பட்டுள்ளது).

டெய்லரின் விளக்கத்தின்படி, மார்க்சியக் கோட்பாடு என்பது பாட்டாளி வர்க்கத்தின் பெயரில் இருக்கும் சர்வாதிகார சக்திகளின் தலைமையின் கீழ் விடுக்கப்படும் வன்முறைக்கு அழைப்பு அல்லாமல் வேறல்ல. "பிரிட்டன், அமெரிக்கா, ஒருவேளை ஹாலந்திலும் கூட அமைதி வழியில் சோஷலிஸப் புரட்சி நடப்பதற்கான வாய்ப்பிருப்பதாக மார்க்சே கூறியிருக்கிறார். பிற்பாடு, ஏங்கெல்ஸ் அதில் ஜெர்மனியையும் கூட சேர்த்துக் கொண்டார்" என்பதை டெய்லர் ஏற்றுக் கொள்கிறார். ஆனால் இவை எல்லாமே, "தான் அவ்வாறு செய்ததை ஏப்போதுமே ஒத்துக் கொள்ளாமல் தன்னுடைய ஒட்டுமொத்த புரட்சிகர அணுகுமுறையை மார்க்ஸ் படிப்படியாகக் கைவிட்டுவிட்டார் என்கிற உண்மையை சுட்டிக்காட்டுகின்றன என்பதே டெய்லரின் கருத்து. ஆகையால் சில குறிப்பிட்ட சாதகமான வரலாற்றியல் சூழ்நிலைமைகளின் கீழ் அமைதி வழிப்பட்ட புரட்சிகள் நடப்பதற்கான சாத்தியக்கூறை மார்க்ஸ் ஒத்துக் கொண்டார் எனும் வகையில், வன்முறையுடன் சமன் படுத்தப்படக்கூடிய தன்னுடைய சொந்தப் புரட்சிகர அணுகுமுறையை அவர் அப்படியே கைவிட்டுவிட்டார்", என்று டெய்லர் கூறிக் கொள்கிறார்.

உண்மையில் மார்க்சின் உண்மையான மனப்பாங்கு ஸ்டாலினுடைய திசையை மட்டுமல்ல முசோலினி, ஹிட்லர் ஆகியோருடைய திசையை நோக்கியே சுட்டிக்காட்டுகிறது என்பதே டெய்லரின் கருத்தாகும். டெய்லர் மேலும் கருத்துரைக்கிறார்: "பாட்டாளி வர்க்க இயக்கத்தைப் பற்றிய மார்க்சின் மனச்சித்திரம், மார்க்ஸ் என்ன அவர்களுக்குச் சொல்கிறாரோ

அதை மட்டுமே நிறைவேற்றக்கூடிய அடிமைத்தனம் உள்ளவர்களாக மட்டுமல்லாமல் அறிவீனமும் கொண்ட தொழிலாளர்களைக் கொண்டதாக இருந்தது. பாட்டாளி வர்க்கத்திற்கான தலைவர்கள் என்பதாக மார்க்ஸ் கருதிய தலைவர்கள் அனைவருமே அச்சு அசலாக பாசிஸ்ட் வகைப்பட்ட தலைவர்கள்தான்..... முசோலினி ஒரு கம்யூனிஸ்டாகவோ அல்லது ஒரு பாசிஸ்ட்டாகவோ ஆவாரா என்பதைத் தீர்மானிப்பதற்கு ஒரு நாணயத்தைச் சுண்டுவதே போதுமானது. மேலும், ஹிட்லர் எப்போதுமே மார்க்சின் சாய்மானம் கொண்டவராக இருந்ததில்லை என்கிற போதிலும் ஒரு நூற்றாண்டிற்கு முன் நாடு கடத்தப்பட்ட ஜெர்மானிய கல்வித்துறை ஊழியர்களின் கழகத்தைச் சேர்ந்த தையற்காரர்களுடன் சுகமாகப் பொருந்தியிருப்பார். (மார்க்சும் ஏங்கெல்சும் குறிப்பாக இணைய மறுத்துவிட்ட ஆனால் வேறுவகைகளில் தொடர்பு கொண்டிருந்த ஒரு ஸ்தாபனம்).

பகுத்தறிவுக் குறைபாடுடைய மதவெறி கொண்ட ஒரு படைப்புத்தான் ‘கம்யூனிஸ்ட் அறிக்கை’ என்பதாக டெய்லர் முடித்துக் கொள்கிறார்: “ஒவ்வொரு மத நூலையும் போலவே மனிதர்கள் தாம் எதைக் கண்டறிய விரும்புகிறார்களோ அதைக் கம்யூனிஸ்ட் அறிக்கையில் கண்டறிந்து கொள்ளலாம். மார்க்சைப் பொறுத்த வரையிலும் அவர் ஒரு வறட்டுப் பிடிவாதம் மிக்க நம்பிக்கைவாதி. உயர்வானவற்றின் வெற்றியை நோக்கித்தான் எப்பொழுதுமே நிகழ்வுகள் பயணிக்கின்றன என்று அவர் நம்பிக்கை கொண்டிருந்தார். தவிர்க்கவியலாத ஒரு முடிவின் மீது கொண்டிருந்த இந்த நம்பிக்கைதான் அவரை ஒரு மகத்தான மதவாதத் தலைவராக்கியது.”

பீர் மற்றும் டெய்லர் ஆகியோர் மார்க்சைப் பற்றிய தங்களுடைய ஓவியத்தை எந்த அளவுக்குப் பரிபூரணமான எதிர்மறை வண்ணம் தீட்டுகிறார்களென்றால், தங்களுடைய ஒட்டுமொத்த சிந்தனைச் சமன் நிலை மீது ஐயம் கொள்கின்றவர்களைக் கூட இதில் உண்மையின் துளிர்ப்பிற்கும் மேற்பட்ட ஏதோ ஒரு விஷயம் இருக்கிறது என்று சிந்திக்கத் தூண்டிவிடும் அளவுக்கு அது இருந்தது. மார்க்சின் வழிமுறை மற்றும் படைப்புகளின் மீதான வன்மையான கண்டனத்தை பொதுவாக இந்த அளவு ஏற்றுக் கொள்ளும்படி செய்வதற்கு இது தன் பங்களிப்பைச் செலுத்தியது.

அபத்தமான முரண்பாடாகத் தோன்றினாலும் மேலை நாடுகளின் கம்யூனிஸ விரோதத் தத்துவத்திற்குள் மிக ஆழமாக ஊடுருவிப் பதிந்திருந்த மார்க்சின் கருத்துகளைப் பற்றிய இந்த எதிர்-மறையான சித்திரமானது சோவியத் யூனியனின் அதிகாரப்பூர்வமான மார்க்சியத்தினுள் இருந்த சில குறிப்பிட்ட முக்கியமான கூறுகளில் நிலவிய புரிதலை ஒத்திருந்ததைக் காணமுடிந்தது. சோவியத் தத்துவவியலில் கூட ஒரு பொருளாதார மற்றும் தொழில்நுட்பவியல் தீர்மானவாதியாக மார்க்ஸ் முன்னிலைப் படுத்தப்பட்டிருந்தார். ஒரு இயந்தரவியல் வகை பொருள் முதல் வாதத்திற்குச் சாதகமாக இருக்கும் விதமாக மானுட முயற்சி கலாசாரம், வரலாறு ஆகியவையெல்லாம் கூட அடக்கி வாசிக்கப்பட்டன. மார்க்சியத்தை இவ்வாறு கொச்சைப் படுத்தியதற்கு ஒரு நோக்கமிருந்தது; ஸ்டாலின் ஆட்சியதிகாரத்திற்கு உயர்ந்த பின்னர், ஒரு ஒடுக்குமுறை சமூக ஒழுங்கமைவை நியாயப்படுத்துவதற்காக அதிகாரப்பூர்வ சோவியத் மார்க்ஸியம் மேலும் மேலும் அதிகளவுக்குப் பயன்படுத்தப்பட்டது.

ஸ்டாலின் யுகத்தில் உருவாகி வந்த சமச்சீரான ஒற்றை முகக் கருத்துகளுக்கு முதலில் ஊக்கமளிக்கப்பட்டது. பின்னர் அதிகாரத்துடன் கோரப்பட்டது. மார்க்சிய சிந்தனைகளிலிருந்து எல்லா விதமான விமர்சனவாத மற்றும் நிலை குலைக்கும் கூறுகளும் நீக்கப்பட்ட இயந்திரத்தனமான சூத்திரங்களின் ஒரு மலட்டுத் தொகுப்பாக மாற்றியமைத்த பிறகு தான் அவை பயன்படுத்தத் தக்கவை என்கிற நிலை ஏற்படுத்தப்பட்டது. அதிலிருந்து பொருளாதாரக் (தொழில்நுட்பக்) கூறுகள் அவை மட்டுமே தீர்மானமானவை எனக் காணும் விதத்தில் வாழ்வின் பிற கூறுகளிலிருந்து கறாராக நீக்கப்பட்டிருந்தன. மார்க்ஸ் பரிந்துரைத்த, ஏற்கெனவே இருந்து வருகின்ற ஒவ்வொன்றையும் கேள்விக்குள்ளாக்கி (ஆய்வு செய்து) மறு நிர்மாணப்படுத்த வேண்டும் என்கிற கருத்து திரிபுக்குள்ளாக்கப்பட்டு, சோவியத் யூனியனின் அரசியல் தலைமை வெளிநாட்டு மற்றும் உள்நாட்டு அரசியல் இரண்டிலும் உருவாக்கி முன் வைக்கின்ற எல்லா நிபந்தனைகளையும் நிலைபாடுகளையும் எந்தவொரு விமர்சனமுமின்றி ஏற்றுக் கொள்ள வேண்டியவையாக மாற்றப்பட்டது. எனினும், மார்க்சின் கோட்பாடுகள் நிறைவு செய்யப்பட்டதாகவும்,செழுமைப் படுத்தப்பட்டதாகவும் சோவியத் பாணி மார்க்சியத்தைப் பலரும் ஏற்றுக் கொண்டார்கள்.

ஸ்டாலினுடைய மறைவுக்கும், அவர் அதிகாரப் பூர்வமாகப் பழித்துரைக்கப்பட்டதற்கும் பிற்பாடு, கற்றறிந்த அறிஞர்கள் வட்டாரத்திலிருந்து-குறிப்பாக மேற்கு ஐரோப்பாவிலிருந்த மார்க்ஸிய வாதிகளால் அறிமுகம் செய்யப்பட்ட புதிய கோட்பாடுகள் பரவலான செல்வாக்கைப் பெறத் துவங்கின. மேற்கத்திய மார்க்சியத்திற்குள்ளிருந்து கொண்டு உண்மையான உலக வர்க்கப் போராட்டத்திலிருந்தும் வரலாற்றின் வளர்ச்சிப் போக்கிலிருந்தும் விடுபட்டுத் தனியே இயங்கி வந்த சில குறிப்பிட்ட மரபுகள், முழு மனதோடு ஸ்டாலினியவாதமாக இல்லாமல் இருந்தாலும் கூட, மனித நேயமற்ற வரலாற்று விரோதமான தன்மைகள் கொண்டதாக மார்க்சிய சிந்தனையைப் பகுத்து முன்னெடுத்துச் சென்றன. பிரெஞ்சு மனிதவியல் ஆய்வாளர் கிளாட்லெவி-ஸ்டிராஸ்-ன் கட்டமைப்புவாத அணுகுமுறையை இணைத்து மார்க்சியத்தை நீட்டிக்க பிரெஞ்சு தத்துவவாதி லூயிஸ் அல்தூசர் முயன்றார். பொருளாதாரம் மற்றும் அரசியல் ஆகியவற்றுக்கு இடையிலிருந்த உறவைக் குறிப்பதற்கு மார்க்ஸ் பயன்படுத்திய ஒரு படிமமான அடித்தளம், மற்றும் மேல் கட்டுமானம் என்கிற மார்க்சின் கருப்பொருளை எடுத்துக் கொண்ட அல்தூசர் மானுட முயற்சி மற்றும் வரலாறு இரண்டுமற்ற ஒரு அரூபமான முறைப்பாடாக மார்க்சியத்தை உருமாற்றி ஒரு உறைந்த நிலைக் கட்டுமானத்தை உருவாக்கினார். மிகச் சமீபத்தில் மார்க்சிய அறிவுஜீவி வட்டத்திலிருந்து ஒரு புதிய சிந்தனைமுறை தோன்றியது: ஒரு கருத்தாளர், ஜி.ஏ. கோஹென்,. பகுப்பாய்வுத் தத்துவத்தின் சாதனங்களைப் பயன்படுத்தி மார்க்சின் அடித்தளம்-மேல் கட்டுமானம் எனும் உருவகத்தைப் பகுப்பாய்வு செய்வதன் மூலமாக மார்க்சின் ஒட்டுமொத்தச் சிந்தனைத் தொகுப்பையும் விளக்கிவிட முடியும் என்று வாதிட்டார்.

கட்டமைப்பு ரீதியான, பகுப்பாய்வு வகைப்பட்ட மார்க்சியம் இரண்டிலும் பெறப்படுகின்ற அறிவு ஜீவி முடிவுகளுக்குக் கல்வியாளர் வட்டாரத்திற்கு வெளியே எந்தப் பயனும் கிடையாது. அல்தூசர் தன்னுடைய பெரும்பாலான வாதங்களை ‘மார்க்சுக்காக’ (For Marx) எனும் ஒரு படைப்பில் முன் வைக்கின்றார், அதேபோது கோஹென் தன்னுடைய வழக்கை ‘கார்ல் மார்க்சின் வரலாற்றுத் தத்துவம்’ எனும் நூலில் தொடுக்கிறார். ஆயினும் இருவருமே (அல்தூசர் இறுதி நிலையில் மட்டும்) மார்க்சை ஒரு கொச்சையான பொருளாதார-

தொழில்நுட்பவியல் தீர்மானவாதியாகக் குறுக்கி விடுகிறார்கள்: பீர், டெய்லர் இருவரும் மார்க்ஸைப் பற்றி என்ன கூறினார்கள். எதற்காகத் தாக்கினார்களோ அதே விஷயத்தை அல்தூசரும், கோஹெனும் கை கொட்டிப் பாராட்டுகிறார்கள், தழுவிக் கொள்கிறார்கள்."[6]

தங்களுடைய தத்துவார்த்தப் பங்களிப்புகள் மார்க்சியத்தை உள் வாங்கியதாகவும், மார்க்சியத்தையும் தாண்டிச் செல்பவையாகவும் இருக்கின்றன என்று கூறி தம்மைத்தாமே பின்-மார்க்சிய வாதிகள் என்று பாவித்துக் கொள்கின்ற விமர்சனங்களின் வரலாறு மார்க்சியத்தின் காலம் தொட்டே இருந்து வருகிறது. மார்க்ஸ் முன் அனுமானிக்கத் தவறிய ஏதாவது ஒரு முக்கிய நிகழ்வு நடைபெறும் ஒவ்வொரு முறையும் மழைக்காலத்திற்குப் பிந்தைய காளான்களைப் போல இவர்கள் உருவாகி எழ முற்படுகிறார்கள். மார்க்சியத்திற்கு, அப்பாற்பட்டு இருக்கும் சுதந்திரவாதிகள் நாங்கள் என்று இவர்கள் பிரகடனம் செய்து கொண்டதன் அடிப்படையில் நீடித்து நிற்கக்கூடிய ஒரு புதிய தளத்தை இந்தப் பங்களிப்புகளில் எந்த ஒருபங்களிப்பினாலும் உருவாக்க முடியவில்லை. ழான்-பால்-சார்தர் குறிப்பிட்டது போல, இது போன்ற எந்தவொரு தத்துவமும் மார்க்சுக்கு முந்திய தத்துவியலுக்குத் திரும்பிச் செல்வது போன்றதுதான்; தான் கடந்து சென்றுவிட்டதாக ஒருவர் நம்புகின்ற தத்துவத்தில் உள்ளடங்கியிருக்கின்ற ஒரு சிந்தனையை மீண்டும் கண்டுபிடித்து விட்டதாக வேண்டுமானால் கருதிக் கொள்ளலாம். (ஒரு வழிமுறைக்கான தேடல்- SCARCH FOR A METHOD)

தன்னுடைய தீர்மானவாத மற்றும் மனிதநேய விரோதக் கூறுகளுக்கு அழுத்தம் தருவதாக அனுமானிக்கப்படுகின்ற மார்க்சியப் பொருள்முதல்வாத வரலாற்று கோட்பாடு பற்றிய இது போன்ற வியாக்கியானங்களை முதல் உலகப்போருக்கு முந்தைய சமூக-ஜனநாயக இயக்கத்தின், (குறிப்பாக ஜெர்மனியில் நிலை கொண்டிருந்த இரண்டாம் அகிலம்) மார்க்சியத்திற்குச் சென்று காண முடியும். மார்க்ஸ் எழுதியிருந்த படைப்புகளில் பாதிக்கும் குறைவாகப் பிரசுரிக்கப்பட்டிருந்த காலகட்டத்தில் மார்க்சியத்தைப் பற்றிய இந்தக் கண்ணோட்டம் முன் வைக்கப்பட்டது. ஹெகலின் வலதுசாரித் தத்ததுவத்திற்கு விமர்சனம் (1843-ல் எழுதப்பட்டது), பொருளாதார தத்துவார்த்தக் கையெழுத்துப் பிரதிகள் (1844-ல் எழுதப்பட்டன, ஜெர்மன்

தத்துவம் (1846 எழுதப்பட்டது), கிரீண்ட்ரிஸ் அல்லது அரசியல்-பொருளாதாரத்திற்கு ஒரு விமர்சனத்திற்கான அடிப்படைகள் (1857-1858-ல் எழுதப்பட்டது) ஆகிய நூல்கள் உள்ளிட்டு அவருடைய மிக முக்கியமான நூல்கள் என்று பின்னாட்களில் கருதப்பட்ட ஏராளமான நூல்கள் பிரசுரிக்கப்படாமலிருந்த கையெழுத்துப் பிரதிகளில் உள்ளடங்கியிருந்தன. இந்த நூல்கள் 1927 அல்லது அதற்கும் பின்னர் கூட அச்சில் வெளிவரவில்லை. அத்துடன் 'கிரீண்ட்ரிஸ்' தன் முழு வடிவத்தில் 1939-க்கு முன்னர் வரையிலும் வெளிவரவில்லை அவை 1940-களின் பிற்பகுதி வரையிலும் பெரிதாக ஒன்றும் கவனத்தை ஈர்த்திருக்கவில்லை. ஆங்கிலத்தில் (பெரும்பாலும்) 1960-கள், 1970-கள் வரையிலும் வெளியாகவில்லை. எனினும் மார்க்சிய சிந்தனையின் அடித்தளத்திலிருந்து, எல்லா மனித உயிர்களிலும் (அல்லது மார்க்சிய யுகத்தில் புழங்கிவந்த பேச்சு வழக்கில் ஒரு பொதுவான உயிரினம் என்கிற 'மனிதன்') குடியிருந்த மனித நேயத்தின் மிக முழுமையான புரிதலை இந்த நூல்கள் தாம் வெளிப்படுத்தின.[7]

எஞ்சியிருந்த மார்க்சின் நூல்கள் படிப்படியாகப் பிரசுரிக்கப் பட்டு வந்ததானது, அவருடைய சிந்தனை குறித்த ஒரு மனித நேய மறு-புரிதலுக்கான ஒரு 'தீப் பொறி'-யை மூட்ட உதவியது, அது கிழக்கு, மேற்கு இரண்டிலும் ஒரு புரட்சிகர ஆண்டாக விளங்கிய 1968-ல் தன் உச்சத்தை எட்டியது. அதே வருடம் வெளியான ஃபிஷரின் சிறிய நூல் மார்க்சின் மனித நேயத்திலிருந்து துவங்குகிறது: மனித இனத்தின் தேவைகள், ஆற்றல்கள் ஆகியவற்றின் படைப்பாக்க வெளிப்பாடாக உழைப்பு குறித்த அவருடைய கோட்பாடு, வர்க்க சமுதாயத்தில் மனிதன் படைப்பாக்க ஆற்றல் அந்நியமாக்கப்படுவது பற்றிய அவருடைய பகுப்பாய்வு ஆகியவையே இந்த மனிதநேயத்தின் உள்ளடக்கம். மார்க்சைப் பொறுத்த வரையிலும், வளர்ச்சி என்பதன் இலக்காக "ஆக்கப்பூர்வமான மனித நேயம், மனிதனின் உண்மையான வாழ்நிலை", விளங்கியது என்று நம்மிடம் ஃபிஷர் கூறுகிறார். மதத்தைக் குறித்த மார்க்சின் புகழ்பெற்ற வாசகத்தில் இந்த மனித நேயக் கண்ணோட்டம் பிரபிலித்தது, அதில் அவர் "மதம்... மக்களின் அபினி" என்று மட்டுமே சாதாரணமாகக் கூறிவிடவில்லை, அதற்கும் மேலாக "மதம் ஒடுக்கப்பட்ட உயிர்களின் பெருமூச்சு, இதயமற்ற உலகின் இதயம், ஆன்மாவற்ற நிலைமைகளில் ஆன்மா அது

மக்களுக்கான அபினி.” மதத்தை ஒருதலைப்பட்சமாகப் புறந்தள்ளிவிடுவதற்கு மாறாக, தன்னுடைய அடிப்படையான அழுத்தத்தை மனிதகுலத்தின் பெரும்பான்மையானவர்களின் வளர்ச்சிக்கான தேவைகள் மீது வைத்திருந்த ஒரு வரலாற்றியல் பொருள்முதல்வாத நிலைபாட்டிலிருந்து மதத்தைப் பாராட்டுவது கண்டனம் செய்வது என இரண்டையும் மார்க்ஸ் செய்தார். (மதத்தை பற்றிய மார்க்சின் விமர்சனம், சில குறிப்பிட்ட விஷயங்களில் நடப்புக்கால ‘விடுதலை இறையியலின்’ நிலைபாடுகளுடன் படிந்து ஊடாடுகிறது. பார்க்க எடுத்துக்காட்டாக, குஸ்தாவோ குயிட்டியர்-ன் விடுதலைக்கான ஒரு இறையியல் - A Theology of Liberation 1973, Orbis Books, New York - ஃபிஷர் குறிப்பிடுவது போல, கடவுளை மறுத்து மனித குலத்தின் இருப்பை மேலோங்கிக் காட்டுகின்ற முயற்சியில் இறங்கிய வகையில் மார்க்ஸ் தன்னுடைய மதத்தின் மீதான விமர்சனத்தை நாத்திகத்தின் மீதான விமர்சனத்திற்கும் நீட்டித்தார். மார்க்சைப் பொறுத்த வரையிலும் அது போன்ற நாத்திகவாதம் “இனிமேல் பொருளற்றது,” ஏனெனில், மனித இனத்தின் உண்மையான உலக நிலைமைகளின் நேரடியான புலப்பாட்டில் சோசலிசம் பதிந்திருக்கிறது.)

ஜெர்மன் தத்துவ அறிஞர் ஜார்ஜ் வில்ஹெல்ம் பிரெட்ரிக் ஹெகல் (1770-1831)ன் முந்தைய படைப்புகளால் குறிப்பிட்ட அளவு உத்வேகம் பெற்றிருந்த இயக்கவியல் பகுப்பாய்வின் முக்கியத்துவம் குறித்து மார்க்ஸ் வலியுறுத்தியது அவருடைய சிந்தனை இந்த மனிதநேய உந்துதலுடன் பிரிக்கவியலாத தொடர்பு கொண்டிருந்ததால்தான். ஹெகலின் ஒரு பொதுவான கொச்சை அணுகுமுறையான நேர்மறை/எதிர்மறை/சேர்க்கை என்கிற ஒரு இயந்திர ரீதியான கோட்பாட்டிற்கு மாறாக, “தனிமையான நிலையில் எதையும் புரிந்து கொள்ள இயலாது அல்லது காரணம் மற்றும் காரியங்களின் நேர் கோட்டிலமைந்த தொடர் வரிசை விளைவு என்பதற்கு மாறாக, எல்லாக் காரணிகளுடைய பன்முக -பரஸ்பர வினையாற்றல்கள் மற்றும் உள்ளார்ந்த முரண்பாடு என்கிற புரிதல்; ஒவ்வொன்றுமே தான் உருவாகி இருத்தல் நிலையை எட்டியவுடன் தன்னுடைய சொந்த எதிர்மறையை (மறுப்பை) உருவாக்குகிறது, எதிர்மறையின் (மறுப்பின்) எதிர்மறையை (மறுப்பை) நோக்கி முன்னேற எத்தனிக்கிறது,” என்கிற முறையில் சிந்தனை மற்றும் இதர விஷயங்களுடைய இயல்பின் உள்ளார்ந்த முரண்பாடுகள்

மீது இயக்கவியல் கவனத்தைக் குவிக்கிறது என்பதாக ஃபிஷர் விளக்குகிறார்.

இயக்கவியல் சிந்தனையின் தோற்றுவாயைப் புராதன கிரேக்கர்களிடம் கண்டறியலாம். புராதன கிரேக்கத் தத்துவ அறிஞர் ஹெராக்லிட்டஸ் எதிர்மறைகளின் ஒற்றுமை மற்றும் நேர்மறையாக இருந்த எதிர்மறை ஆகியவை பற்றி எழுதியுள்ளார்: "எல்லாவற்றினுடைய தந்தையும் அரசனும் யுத்தமே.... எதிர்ப்பு என்பது நன்மைதான். எது பிரிந்துள்ளதோ அது தன்னுடனேயே முரணற்றிருக்கிறது. அது முரண்களின் ஒத்திசைவு என்பதை மனிதர்கள் புரிந்து கொள்வதில்லை, நியாயமான ஒத்திசைவு வேற்றுமையிலிருந்து பிறக்கிறது; ஒரே நதியில் நாம் இறங்குகிறோம், இறங்குவதுமில்லை, நாம் இருக்கிறோம் இல்லாமலுமிருக்கிறோம்."

ஆனால், ஹெகல், மார்க்ஸ் போன்ற 19-வது நூற்றாண்டின் சிந்தனையாளர்களால் முன் வைக்கப்பட்ட நவீன இயக்கவியல் சிந்தனையானது வரலாறு மற்றும் வளர்ச்சி குறித்த அறிவொளி இயக்கக் கோட்பாடுகளுடன் பிணைந்துள்ளது. ஹெகல் எழுதினார், "உண்மைதான் முழுமையானது; ஆனால் முழுமை என்பதன் சாராம்சம் வளர்ச்சியின் மூலமாகத் தன்னைத்தானே நிறைவு செய்து கொள்வது அல்லாமல் வேறல்ல. சமூக உறவுகள் எங்கே ஒன்றுக்குள் ஒன்று ஊடுருவிக் கொண்டிருந்தனவோ, எங்கே எல்லாமே இடைவிடாமல் இடங்கொண்டிருந்தனவோ, எங்கே வரலாற்றில் எந்த ஒன்றின் ஆற்றலும் அதனுடைய வளர்ச்சி நிகழ்வுப் போக்கில் மட்டுமே கண்டுபிடிக்கக்கூடியதாக இருந்ததோ அந்த ஒரு உலகில், ஏற்படும் மாற்றங்களின் சிக்கலை இனம் கண்டு கொள்கின்ற ஒரு வழிமுறைதான் இயக்கவியல் சிந்தனையாகும்." [9]

உண்மையைக் கண்டறிவதற்கான, தோல்வியே காண முடியாத சூத்திரத்தைக் கொண்டுள்ளதாக இயக்கவியல் பகுப்பு முறை இல்லாவிட்டாலும் கூட, அனைத்துச் சமூக உறவுகளின் நிலையற்ற தன்மையையும் நிரந்தரமற்ற தன்மையையும் பற்றிய விழிப்புணர்வை அதனால் கூர்மைப்படுத்த முடியும், இறுதியான பகுப்பாய்வில் ஒரு தரப்பானதாக, பகுதித்தன்மையுடையதாக, குறிப்பிட்டதாக, எல்லைக்குட்பட்டதாக அவை இருக்கும் முறைகளை அது வெளிக்காட்டுவதாக இருக்கும். ஹெகலின் சொற்களில்:

“எங்கெல்லாம் இயக்கம் இருக்கிறதோ, எங்கெல்லாம் வாழ்க்கை இருக்கிறதோ, எங்கெல்லாம் எதார்த்த உலகில் காரியார்த்தமாக ஏதாவது முன்னெடுத்துச் செல்லப்படுகிறதோ, அங்கெல்லாம் இயக்கவியல் செயலாற்றிக் கொண்டிருக்கும். உண்மையிலேயே அறிவியல் வகைப்பட்டதான அறிவின் ஆன்மாவும் அதுதான். விஷயங்களைப் பார்ப்பதன் வழக்குமுறையில் உண்டாகும் புரிதலைப் பற்றிய அகவயப்பட்ட மதிப்பீடுகள் பாகுபாடற்றவையாகத் தோன்றுகின்றன. ‘வாழு வாழவிடு’ எனும் பழமொழியைப் போல ஒவ்வொன்றும் தனக்குரிய வாய்ப்பைக் கோருகிறது; நாம் ஒன்றை ஏற்றுக் கொள்கிறோம்; ஆனால் மற்றொன்றையும் ஏற்றுக் கொள்கிறோம். ஆனால் நெருங்கிச் சென்று பார்க்கும் பொழுது வரம்பிற்குட்பட்ட ஒன்றின் வரம்புகள் புறவயத்திலிருந்து மட்டுமே வருவதில்லை; அதன் சொந்த இயல்பே அதன் அழிவிற்குக் காரணமாக இருக்கிறது, தன் சொந்தச் செயல்பாட்டாலேயே தன்னுடைய எதிர்தரப்பிற்கு மாறிச் சென்று விடுகிறது. எடுத்துக் காட்டாக, நாம் மனிதனுக்கு மரணமுண்டு என்கிறோம், அவனுடைய மரணத்திற்கான அடிப்படை புறவயச் சூழல்கள் தான் என்று நாம் நினைப்பதாகத் தோன்றுகிறது. இந்த வகையான பார்வை சரியானதென்றால் மனிதனுக்கு உயிர்ப்பும், மரணமும் என்ற இரண்டு சிறப்புக் குணாம்சங்களிருக்கும். ஆனால் விஷயத்தின் உண்மையான பொருள் என்பதானது வாழ்வு என்கிற வகையில் மரணத்தின் வித்தையும் உள்ளடக்கியதாக விளங்குகிறது. வரம்புக்குட்பட்டது என்பதானது, தீவிர சுய-முரண்பாடுடையதாக இருப்பதால் தன்னைத்தானே ஒடுக்கிக் கொள்வது என்பதுடன் சம்பந்தப்பட்டதாகவும் இருக்கிறது.” [10]

மார்க்ஸ் மூலதனத்தில், ஹெகலிய இயக்கவியலின் “மாயாவாதமான மேலோட்டிற்குள்ளேயே ஒரு பகுத்தறிவு வித்து இருந்தது”என்று எழுதினார், அதனுடைய பகுத்தறிவு வடிவத்தில்,

“இயக்கவியல் என்பது முதலாளி வர்க்கத்திற்கும், அதனுடைய கோட்பாட்டியல் பிரதிநிதிகளுக்கும் மிகவும் வெறுக்கத்தக்க ஒன்றாக விளங்குகிறது, ஏனெனில் என்ன இருந்து வருகின்றதோ அதைப் பற்றிய தன்னுடைய நேர்மறையான சிந்தனைக்குள் அதே நேர்மறையின் மறுப்பும் இருந்து வருகிறது என்கிற புரிதலையும் ஒரு சேரக் கொண்டிருக்கிறது; ஏனெனில், வரலாற்றியல் வழியாக

வளர்ச்சி பெற்ற ஒவ்வொர் வடிவமும் நிலையற்று மாறிக் கொண்டிருக்கின்ற ஒன்றாக, இயக்கத்தில் இருக்கக்கூடியக் ஒன்றாக கருதுகிறது. ஆகவே அதன் இடைநிலை அம்சத்தையும் இனம் கண்டு கொள்கிறது; ஏனென்றால் அது தன் உள்-சாராம்சத்திலேயே விமர்சனபூர்வமானதாகவும், புரட்சிகரமானதாகவும் இருக்கின்ற காரணத்தால் ஏதொன்றின் தாக்கமும் தன் மீது ஏற்படுத்துவதற்கு அது தன்னை அனுமதிப்பதில்லை." [11]

இயக்கவியல் பகுப்பாய்வின் மையமான கருப்பொருளாக இருப்பது 'முரண்பாடு' ஆகும். இயக்கவியலின் கண்ணோட்டத்தில் அனைத்துக் கூறுகளுமே உறவுகள் என்பதாகப் புரிந்து கொள்ளப்படுகின்றன. அவை மற்ற உறவுகளுடன் ஊடாடுகின்றன. அவை நிகழ்முறைகள் என்கிற பொருளில் புரிந்து கொள்ளப்படுகின்றன, அது வழக்கமாக, படிப்படியான பண்பு, வளர்ச்சிப் போக்கு என்பதாக இருக்கும். இந்த வகையில் நியூயார்க் பல்கலைக் கழகத்தின் அரசியல் தத்துவவியலாளர் பெர்டெல் ஓல்மேன்-ஐ மேற்கோள் காட்டுவதானால், "முரண்பாடு என்பதன் பொருள், ஒரே உறவுக்குள் மாறுபட்ட சக்திகளின் எதிரெதிர் வளர்ச்சிப் போக்குகள் என்பதல்லாமல் வேறில்லை, அதாவது ஒன்றையொன்று சார்ந்தும் இருக்கின்ற சக்திகளுக்கு இடையிலான வளர்ச்சிப்போக்குகளாகும்." உதாரணமாக, குடும்பம் என்பதனுடைய அகவயப்பட்ட கருத்தானது, ஒரு சிக்கலான உறவுகளின் திரட்சி (குடும்பத்திற்குள் ஒன்றாக வாழ்ந்து புழங்குகின்ற தம்பதிகள், பெற்றோர், குழந்தைகள், உடன்பிறப்புக்கள், வருவாய்-ஈட்டுபவர்கள், சார்ந்திருப்பவர்கள்) என்பதாகப் புரிந்து கொள்ளப்படும் பொழுது மேலும் கூடுதல் திட்டவட்டமான பொருள் கொண்டதாக அமைந்துவிடும். அது போன்ற உறவுகள் இடைவிடாமல் மாறிக் கொண்டும், வளர்ச்சியடைந்து கொண்டு இருக்கின்றன. குடும்பத்திற்குள்ளும், வரலாற்றின் ஒரு குறிப்பிட்ட கட்டத்தின் சமூகத் தொடர்புகளுடைய பரந்த உலகுடன் அதற்கேற்படும் பரஸ்பர வினையாற்றலின் விளைவாகவும் ஒன்றுடன் ஒன்று இணக்கமற்றதாக ஆக்கப்பட்டு விடுகின்றன.

இயக்கவியலின் கண்ணோட்டத்தின் படி நிரந்தரமின்மை மட்டுமல்ல, வளர்ச்சியில் தீவிரமான பண்பியல் மாற்றங்களும் எதிர்நோக்கப்படுகின்றன. முதலாளித்துவத்தைப் போன்ற ஒரு வரலாற்றியல் சமூக-பொருளாதாரக் கட்டமைப்பைக்கூட, அதனுடைய 'முக்கியமான குணாம்சத்தை' உருவாக்குகின்ற

"அதன் சமூக எதார்த்தம் தீர்மானிக்கின்ற அதன் முரண்பாடான கூறுகளின் அடிப்படையில் சிறப்பாகப் புரிந்து கொள்ள முடியும் என்று மார்க்ஸ் நம்பினார். தாராளவாத (அல்லது முதலாளி வர்க்க) சமூக அறிவியலின் மிகப் பிரதானமான நீரோட்டத்தின் தவறு என்னவென்றால், அந்தக் (முதலாளித்துவ) கட்டமைப்பினால் முரண்பாடு முன்னுக்குக் கொண்டு வரப்படும் ஒவ்வொரு முறையும், அந்தக் கட்டமைப்பின் சொந்த வளர்ச்சிப் போக்கினால் உற்பத்தி செய்யப்பட்ட ஒரு கூறு எனும் வகையில் அதைப் பகுத்தாய்வு செய்வதற்கு மாறாக அந்த 'முரண்-பாட்டை அது பேயோட்ட' முயல்வதுதான். அதன் விளைவாக, முதலாளித்துவத்தின் வரலாற்றியல் மற்றும் மாறுபடும் குணாம்சம் பெரும்பாலும் காணப்படாமல் முற்றிலும் தவற விடப்பட்டு விடுகிறது."[12]

சில கற்றுக்குட்டி மார்க்சிஸ்ட்டுகள் மற்றும் மார்க்சிய எதிர்ப்பாளர்கள் மார்க்சின் மீது சுமத்தும் மற்றுமொரு திரிபு ஒன்றுக்கொன்று பெரும் இடைவெளி கொண்ட வேறு வேறு வட்டங்கள் என்பதாக அரசியல் மற்றும் சித்தாந்தம் ஆகியவை கறாராக இன வகைப் படுத்தப்பட்டு விட்டன. இவையும் மற்ற எல்லா வட்டங்களும் இறுதியாகப் பொருளாதார (தொழில்நுட்ப) அடிப்படைக்குக் கீழ்ப்பட்டதாக அல்லது அதற்குக் கீழாகச் சுருக்கப்பட்டுவிட்டன என்பதாகும். மார்க்சின் 'அரசியல் பொருளாதாரத்திற்கு விமர்சனம்' என்பது உண்மையில், அரசியல் மற்றும் சமூக உறவுகள் என்கிற வகையில் பொருளாதாரத்தைப் புரிந்து கொள்வது எவ்வாறு என்பதை எடுத்துக் கூறுவதை நோக்கியதாகும். மேலும், முதலாளித்துவ சமூகத்தில் முரண்பட்ட வடிவத்தில் உருவாக்கப்பட்டதைத் தவிர்த்துப் பொருளாதாரம் மற்றும் அரசியலில் கறாராகப் பிரிவினை செய்கின்ற எந்த ஒரு அர்த்தத்தையும் அது உடைத்தெறிந்து விடுகிறது. டோரோண்டோவிலுள்ள யார்க் பல்கலைக்கழகத்தில் ஒரு அரசியல் அறிவியல் பேராசிரியராக இருந்த எலென் மெய்க்சின்ஸ் வுட் குறிப்பிட்டார்: "சமூகக் காரணிகள் என்கிற வகையில் உற்பத்தி வடிவம் மற்றும் பொருளாதார விதிகள் ஆகியவற்றை வரைமுறை செய்வது என்பதுதான் முதலாளித்துவ அரசியல் பொருளாதாரம் பற்றிய மார்க்சின் நவீனக் கொடை."[13]

பொருளாதார சக்திகளால் உருவாக்கப்பட்டு வழிநடத்தப் படுகின்ற முன்-நிர்ணயிக்கப்பட்ட உற்பத்தி முறைகளின் ஒரு

நேர்கோடாக மட்டும் வரலாற்றை மார்க்ஸ் காணவில்லை. அவருடைய காலத்திலேயே, உண்மையான வரலாற்றியல் ஆய்வின் இடத்தில் அதற்கு மாற்றாக அரூபமான பொதுவானதும் இயந்திர ரீதியான சூத்திரங்களும் கொண்ட ஒரு தொகுப்பாக அவருடைய பகுப்பாய்வுகளைத் தரம் தாழ்த்துவதற்கு மேற்கொள்ளப்பட்ட முயற்சிகளை அவர் வன்மையாக எதிர்த்தார். கம்யூனிஸ்ட் அறிக்கையிலேயே "வரலாற்றில் வர்க்கப் போராட்டம் என்பது பொதுவாக ஒவ்வொரு முறையும் சமூகம் ஒரு புரட்சிகர மறு-கட்டமைப்பிற்குள்ளாக்கப்படுவதில் சென்று முடிந்து அல்லது மோதிக் கொள்ளும் வர்க்கங்களின் பொதுவான அழிவில் முடிந்தது," என்று மார்க்சும் ஏங்கெல்சும் சுட்டிக் காட்டியிருக்கிறார்கள். ஆகவே, மார்க்சும் ஏங்கெல்சும் (பெரும்பாலும் மற்ற புரட்சியாளர்களைப் போலவே) நம்பிக்கைவாதிகளாக இருந்தார்கள்; எனவே உண்மையான மனிதகுல முன்னேற்றம் தவிர்க்கவியலாதது என்பது போல பெரும்பாலும் எழுதி வந்தார்கள் என்கிற போதிலும், பின்னடைவும் அதே போல முன்னேற்றமும் சாத்தியமே.[14]

தன்னுடைய ஆய்வுகளுக்கு "ஒரு வழிகாட்டி இழை" என்று தான் சித்திரித்த எடுகோள்கள் பற்றிக் கூறும்போது மனிதனுடைய உற்பத்தி சக்திகளின் வளர்ச்சி மனிதனுடைய உற்பத்திச் செயல்பாட்டின் இயல்பிற்குள்ளாகவே பதிந்துள்ள ஒரு சமூக-ஆற்றல்தான் என்று மார்க்ஸ் வாதிடுகிறார். எனினும், சமூகத்தின் உற்பத்தி சக்தி - அதாவது, மனித இனம், உழைப்புப் பிரிவினை ஆகிய- வளர்ச்சியின் ஒவ்வொரு கட்டத்திலும் உற்பத்தியின் சில குறிப்பிட்ட உறவுகளுடன், குறிப்பாக வர்க்க உறவுகளுடன் வரலாற்றியல் ரீதியாகப் பிணைக்கப்பட்டுள்ளது. வரலாற்று வளர்ச்சிப் போக்கின் இந்த சிக்கலான நிகழ்முறையின் விளைவாக ஒரு குறிப்பிட்ட வடிவத்தாலான வர்க்க ஆதிக்கம் ஒருமுறை உருப்பெற்றுவிட்டால் அந்த உறவுகளிலிருக்கும் ஆதிக்க சக்தி அந்த மேலாதிக்கத்தை ஊன்றி நிலைநிறுத்த முயல்கிறது. நடப்பிலிருந்து கொண்டிருக்கும் சமூகம் தன்னுடைய முற்போக்கான குணாம்சத்தை இழந்து விடுகிறது. உற்பத்தியின் பொருளியல் நிலைகளில் மாற்றங்கள் ஏற்பட்ட போதிலும் எந்தவொரு ஆளும் வர்க்கமும் என்ன விலை

கொடுத்தாகிலும் தன்னுடைய ஆட்சியைக் கட்டிக்காக்கவே முயலும். அவ்வாறாக மேற்கொண்டு நிகழக்கூடிய சமூக பொருளாதார வளர்ச்சிக்குத் தளையாகிவிடுகிறது. அரசு, சட்டம், மதம் மற்றும் கருத்துகளின் ஒட்டுமொத்த சாம்ராஜ்யம் ஆகிய அனைத்தும் சமூகத்தில் இருக்கும் மேலாதிக்க சக்திகளின் நலன்களைப் பிரதிநிதித்துவப் படுத்துகின்றன என்கிற அளவிலும், சமூகப் பொருளாதார உறவுகளின் கீழுள்ள சூழ்நிலைமைகளால் தகவமைக்கப்பட்டுள்ளவை என்கிற முறையிலும் நடப்பிலிருக்கும் நிலையை உள்ளது உள்ளவாறே தற்காத்துக் கொள்வதற்காகவும், சமூகத்தின் முரண்பாடுகளுக்கு ஒட்டுவேலை, மேல்பூச்சு செய்வதற்காகவும் துணைக்குச் சேர்த்துக் கொள்ளப்படும் - இறுதியாக இவை எல்லாமே வீண் போய்விடும் - என்று மார்க்ஸ் நம்பினார். உற்பத்திச் சக்திகள் மற்றும் உற்பத்தி உறவுகளுக்கிடையில் இவ்வாறு இணக்கமற்ற நிலைமை வளர்ச்சியடைவதன் விளைவாக சமூக மோதல் தீவிரமடைகிறது, ஒரு புரட்சிகர சூழ்நிலைமை தோன்றுகிறது. மார்க்சின் வார்த்தைகளில், "சமூகத்தின் பொருளியல் உற்பத்தி சக்திகளின் ஒரு குறிப்பிட்ட வளர்ச்சிக்கட்டத்தில் அவை நடப்பிலிருக்கும் உற்பத்தி உறவுகளுடன் மோதுகின்றன, அல்லது - அதே விஷயத்தின் ஒரு சட்ட வடிவான வெளிப்பாட்டில் - அவை இதுவரையிலும் உள்ளிருந்து செயலாற்றி வந்த சொத்துடைமை உறவுகளுடன் மோதுகின்றன. உற்பத்திச் சக்திகளின் வளர்ச்சி வடிவங்கள் என்பதிலிருந்து இந்த உறவுகள் தடைச் சங்கிலிகளாக மாற்றம் பெறுகின்றன. பிறகு, ஒரு சமூகப் புரட்சியின் யுகம் துவங்குகிறது."[15]

நிலப்பிரபுத்துவத்திற்கு எதிரான மகத்தான முதலாளித்துவப் புரட்சிகள்-குறிப்பாக ஆங்கிலேய, பிரெஞ்சுப் புரட்சிகள்-இந்தப் பொதுவான குணாம்சத்தைத்தான் எடுத்துக் கொண்டன. மேலும், முதலாளித்துவ சமூகத்தின் வளர்ச்சி புதிய முரண்பாடுகள் தோன்றுவதற்கான வழியைத் தயார் செய்தன. அது சமூக சக்திகளையும் உற்பத்தி உறவுகளையும் தனித்தனியாகப் பிரித்தது. பாட்டாளி வர்க்கம் பிரதான பாத்திரம் வகிக்கப் போகின்ற ஒரு புரட்சிகரப் போராட்ட யுகத்திற்கு அது இட்டுச் சென்றது. மிகப் பெரும்பான்மை மனித இனத்தின் புரட்சியை இது உள்ளடக்கி இருக்குமாதலால், தனக்கு முன்னர் நிகழ்ந்த எந்தவொரு புரட்சியை விடவும் ஒரு மாபெரும் ஜனநாயக ஆற்றலை

உள்ளடக்கியதாக இருக்கும். அது சமூகத்தை ஒரு உண்மையான தூய்மை படைத்த ஒரு ஜனநாயகத்தை - ஒரு வர்க்கமற்ற சமூகத்தை- நோக்கிய திசையில் வழி நடத்திச் செல்லும்.

முதலாளித்துவ சமூகம் எவ்வாறு செயலாற்றுகிறது என்பதை எடுத்துக் காட்டுவதற்கு மட்டுமல்ல, கூடுதலாக இந்த நிகழ்வுப் போக்கில் குறுக்கிடுவதற்கும், அதையும் கடந்து செல்வதற்கும் சமூக சக்திகளுக்கு வரலாற்றியல் நிலைமைகள் எவ்வாறு அனுமதிக்கும் என்பதையும் காட்டுவதற்குத்தான் மார்க்ஸ் விரும்பினார்.

சமூகத்தில் இருந்த வர்க்க உறவுகளின் சிக்கலான இயல்பை முழுமையாகப் புரிந்து கொண்டிருந்த அவர், மையமான உறவுகளை மேலும் தெளிவாக வரைவதற்கு ஏதுவாக சமூக-நிகழ் முறையின் குறைந்த முக்கியத்துவம் கொண்ட அம்சங்கள் என்று தாம் கருதியதை நீக்கிவிட்டார். பின்னர், மேலும் மேலும் துல்லியமான விடையை எட்டுவதற்கான ஒரு வரிசையான வழிமுறை மூலமாக மேலும், மேலும் திட்டவட்டமான, அனுபவ ரீதியான தகவல்களைக் கணக்கில் கொண்ட பகுப்பாய்வை நெருங்க முயன்றார். மார்க்சின் வழிமுறையைப் பற்றிக் குறிப்பிட்ட பால் ஸ்வீசி (மார்க்சின் வழிமுறை, பின்னிணைப்பைப் பார்க்க) "சமூக அறிவியலில் சாராம்ச ஆய்வின் நியாயப் பூர்வ நோக்கமானது யதார்த்த உலகிலிருந்து விலகிச் செல்வதற்கல்ல. மாறாக, தீவிரமான பரிசோதனைக்காக யதார்த்த உலகிலிருந்து சில குறிப்பிட்ட கூறுகளைத் தனியாகப் பிரித்தெடுப்பதுதான்," என்று விளக்குகிறார். 'மூலதனம்' நூலின் முகவுரையில் மார்க்சே எழுதியிருப்பது போல, "பொருளாதார வடிவங்களைப் பகுத்தாயும் பொழுது நுண்நோக்கிகளோ, வேதி வினையாக்கிகளோ எந்தப் பலனையும் தரமாட்டா. அவை இரண்டின் இடத்தையும் சாரமாக்கல் எடுத்துக் கொண்டாக வேண்டும்."[16]

'மூலதனம்' பாகம் Iல் முதலாளித்துவத்தை அதனுடைய மிகத் தூய்மையான வடிவத்தில் காட்சிப் படுத்துவதற்கு மார்க்ஸ் இந்த வழிமுறையைத்தான் பயன்படுத்தினார்: முதலாளித்துவ வர்க்கத்திற்குப் பாட்டாளி வர்க்கத்துடன் உள்ள உறவு என்பதை வந்தடைய மற்ற எல்லா வர்க்க (மற்றும் சமூக) உறவுகளிலிருந்தும் அவற்றைப் பிரித்தெடுத்துக் கொள்வது வர்க்க உறவுகள் மற்றும் தனி மனித ஊடுவினையாற்றல்களின் பரந்த வெளியையும்,

பன்முகத் தன்மையையும் புறந்தள்ளி விடுவதற்கு இந்த வழிமுறை இட்டுச் சென்றுவிட்டதாக மார்க்சின் மீது சில விமர்சகர்கள் குற்றம் சுமத்துவதற்கு இது வழியேற்படுத்தியது.*

இருந்த போதிலும், தன்னுடைய மேலும் ஸ்தூலமான வரலாற்றியல் படைப்புகளில் (பிரான்சில் வர்க்கப் போராட்டம், லூயி போனபார்ட்டின் 18-ம் புரூ மேர், பிரான்சில் உள்நாட்டுப் போர் போன்றவற்றில்) சமூக ஊடுவினையாற்றல்களின் பல வடிவங்களைக் கணக்கில் எடுத்துக் கொள்வதில் மார்க்ஸ் அதீத கவனமாக இருந்தார். ஃபிஷர் எழுதுவது போல, "ஒரு திட்டவட்டமான பகுப்பாய்வை மேற்கொள்ளும் பொழுது முதலாளி வர்க்கத்திற்கும் பாட்டாளி வர்க்கத்திற்கும் நடுவிலுள்ள மற்றும் இடைப்பட்ட பல அடுக்கு வர்க்கங்களையோ அல்லது வர்க்கப் போராட்டத்தில் அனைத்து விதமான கூட்டணிகளின் சாத்தியப் பாட்டையோ மார்க்ஸ் கண்டு கொள்ளாமல் விட மாட்டார்."

மூலதனத்தின் இயக்க விதிகள் மற்றும் முதலாளி வர்க்க-பாட்டாளி வர்க்க உறவு ஆகிய பகுப்பாய்வுகள் மீது கவனம் செலுத்துவதில், மேற்கொண்டு எந்த விதப் பகுப்பாய்வும் தேவைப்படாது என்பது போன்ற ஒரு மாறாத சூத்திரத்தை நிலை நாட்ட மார்க்ஸ் முயல மாட்டார். அவரது அணுகுமுறை அதற்கு நேர்மாறாக இருக்கும்: நடப்புக்கால வரலாற்றியல் வளர்ச்சிப்போக்கை முழுவதும் சிக்கலான அதன் காலகட்டத்தில் பகுப்பாய்வு செய்வதற்கான துவக்கப்புள்ளியாக (வரலாற்றியல்) நடப்புக் காலகட்டத்தை அடையாளப்படுத்துகின்ற பிரதான போக்குகளைக் கண்டுபிடிப்பதற்கு அவருடைய கோட்பாடு உதவுகிறது. உயிரற்ற பொருட்கள் மற்றும் ஆன்மாவற்ற கருத்துகள் ஆகியவற்றின் ஒரு உட்கூறாக, சரக்குகளின் மாய மயக்கத்தால் மூழ்கடிக்கப்பட்டு விட்ட உண்மையான மனிதர்கள் மற்றும் அவர்களின் உறவுகளின் மறைமுக உலகத்தை வெளிக்காட்டுவதற்கு அவர் முயன்றார்.

---

* 'மத்திய தர வர்க்கங்களின் படிப்படியான மறைவு' என்கிற ஒரு கோட் பாட்டை மார்க்ஸ் முன்வைத்தார் என்கிற புனை கதையை ஜெர்மன் சமூக-ஜனநாயக வாதி எட்வர்டு பெர்ன்ஸ்டைன் தொடங்கி, பல விமர்சகர்கள் இட்டுக் கட்டினார்கள். இந்தப் புனைவைப் பற்றிய ஒரு முழுமையான விமர்சனத்திற்கு, பார்க்க. ஹல் டிரேபர், 'கார்ல் மார்க்சின் புரட்சித் தத்துவம்', பாகம் -II, 'சமூக வர்க்கங்களின் அரசியல்' (நியூயார்க்: Monthly Review Press, 1978) பக்-613-27."

முதலாளித்துவத்தின் கீழ் அனைத்துமே சமத்துவத்தின் (சந்தையில் சம மதிப்புள்ளவை பரிவர்த்தனை செய்து கொள்ளப்படுவதின்-) அடிப்படையில் அமைந்துள்ளது போல மேல் மட்டத்தில் காட்சியளிக்கின்றன. தொழிலாளர்கள் முதலாளிகளுடன் ஒரு உழைப்பு ஒப்பந்தத்திற்குள் நுழைகிறார்கள், அதில் வரலாற்றியல் ரீதியாகத் தீர்மானிக்கப்பட்ட தங்களுடைய உழைப்பு சக்தியின் மதிப்பைப் (உயிர் வாழ்க்கைக்குத் தேவையான அளவு என்பதாக ஏற்றுக் கொள்ளப்பட்ட) பிரதிபலிக்கின்ற கூலி அல்லது ஊதியங்களுக்காகத் தங்களுடைய உழைப்புச் சக்தியை விற்பனை செய்கிறார்கள். "இயற்கையாக உள்ளார்ந்து அமைந்துள்ள மனித உரிமைகளின்" ஏடன் பூங்காவுடன் இந்தக் கட்டமைப்பு முறை மார்க்சால் ஒப்பிடப்பட்டது.

அது சுதந்திரம், சமத்துவம், உடைமை மற்றும் 'பென்தாம்' (ஒரு 18-ம் நூற்றாண்டின் பயன்பாட்டியல் தத்துவவாதி) ஆகியவற்றுக்கான தனிப்பட்ட புலமாகும். ஒரு சரக்கை (உழைப்புச் சக்தி என்று வைத்துக் கொள்வோம்) விற்பவர், வாங்குபவர் என்பதை அவர்கள் இருவருடைய சொந்த விருப்பம் தீர்மானிக்கிறது. ஆகையால் அது சுதந்திரம். சட்டத்தின் முன்னால் சமமான அவர்கள் சுதந்திர மனிதர்கள் எனும் முறையில் ஒப்பந்தம் செய்து கொள்கிறார்கள். அவர்களுடைய ஒப்பந்தம் என்பது இறுதி விளைவாகும், அதில் அவர்களுடைய கூட்டு ஒரு பொதுவான சட்ட வெளிப்பாட்டைக் காண்கிறது. சரக்குகளின் சாதாரண உடைமையாளர் என்கிற முறையில் ஒவ்வொருவரும் மற்றவருடன் ஒரு உறவுக்குள் நுழைகின்றார்கள். சமமானதற்குச் சமமானதை அவர்கள் பரிவர்த்தனை செய்து கொள்கிறார்கள், எனவே அது சமத்துவம், ஒவ்வொருவரும் தனக்குச் சொந்தமானதை மட்டுமே விற்பதால் அது உடைமை. தன்னுடைய சொந்த நலனையே ஒவ்வொருவரும் நாடுவதால், அதுதான் பென்தாம்.[17]

ஆனால், மேலும் ஆழமாக அகழ்ந்து கொண்டே சென்ற மார்க்ஸ், முதலாளித்துவத்தின் கீழ் செல்வமும், லாபங்களும் குவிக்கப்படுவதனுடைய உண்மையான அடிப்படையைக் கண்டு பிடிக்கிறார். அது ஏடன் பூங்காவின் பரிவர்த்தனைக்குள் அல்ல, மாறாக அதை, உற்பத்தி மட்டத்திலேயே-அதாவது உழைப்பின் மூலமாக மூலப்பொருட்களைச் சரக்குகளாக மாற்றுகின்ற மட்டத்திலேயே கண்டுபிடிக்கிறார். ஆகையால், மூலதனத்தின்

வாசகரையும் 'உற்பத்தி மறைவிடத்திற்குள்' தன்னையும் பணத்தின் உடைமையாளரையும் பின்தொடர்ந்து வருமாறு மார்க்ஸ் அழைக்கிறார், அவ்விடத்தின் நுழைவாயிலில் 'தொழில் நிமித்தம் தவிர வேறு எதற்கும் அனுமதியில்லை' என்கிற அறிவிப்பு தொங்கிக் கொண்டிருக்கிறது. [18]

19-ம் நூற்றாண்டின் பிற்பகுதியில் ஏற்கெனவே உருவாகிக் கொண்டிருந்த தொழிற்சாலை முறையின் மீது கவனம் குவிக்கப் பட்ட ஒரு விரிவான பகுப்பாய்வின் மூலமாக, உற்பத்தி நிகழ் முறையில் உழைப்பிலிருந்து பிழிந்தெடுக்கப்படுகின்ற லாபத்தின் அடிப்படை வழி முறையை மார்க்ஸ் பிரித்தறிகிறார்.*

ஒருநாள் வேலையின் போது படைக்கப்பட்ட கூடுதல்-மதிப்பை (நிகர வருவாய்) மாறும் மூலதனம் (அல்லது கூலி) மற்றும் உபரி மதிப்பு (அல்லது ஒட்டு மொத்த லாபம்) என்று பிரிக்கலாம். வேலைநாளின் முதல் பகுதியின் பொழுது தன்னுடைய உழைப்புச் சக்திக்கு (கூலிக்கு) ஈடான மதிப்பைத் தொழிலாளி படைக்கிறார்; எனினும் அந்தத் தருணத்திலேயே தொழிலாளி வீட்டுக்குச் சென்று விடுவதில்லை; மாறாக வேலைநாளின் எஞ்சிய பகுதியிலும் அவர் தொடர்ந்து வேலை செய்கிறார். எஞ்சியிருந்த இந்த வேலை நாள் பகுதியில் உற்பத்தி செய்யப்பட்ட உபரி மதிப்பு உற்பத்திச் சாதனங்களின் உடைமையாளருக்கு மொத்த லாபத்தைத் தருகிறது. வேலை நாளின் முதல் பகுதிக்கும் இரண்டாம் பகுதிக்குமுள்ள வீதம் தான் கூலிக்கும் மொத்த லாபத்திற்கும் உள்ள வீதமாகும். அல்லது மார்க்சின் வார்த்தைகளில், உபரி மதிப்பிற்கும் (S) மாறும் மூலதனத்திற்கும்(V) உள்ள வீதமாகும். (S/V). இதை மார்க்ஸ் சுரண்டலின் வீதம் என்று அழைத்தார். அது இயற்கை

* (மார்க்சின் பொருளாதாரத் தத்துவம் அனைத்திலும் பயன்படுத்தப்பட்ட செவ்வியல் பொருளாதாரவியலின் உழைப்பின் மதிப்பு தத்துவத்தின் நம்பகத் தன்மை குறித்து நவீன பொருளாதாரவியலாளர்கள் கருத்து வேறுபாடு கொண்டிருக்கிறார்கள். எதுவாகினும், உழைப்பின் மதிப்புக்கோட்டிற்கு (மற்றும் மிகப் பொதுவான மதிப்பு பற்றிய செவ்வியல் பகுப்பாய்வு) நவீன செவ்வியல் பொருளாதாரவியலின் மேலாதிக்கப் பாரம்பரியத்தின் வெளியில் முற்போக்கான பொருளாதாரவியலாளர்கள் மத்தியில் திறம் படைத்த பல பாதுகாவலர்கள் இன்னும் இருந்து கொண்டுதானிருக்கிறார்கள். காண்க ஸ்வீசி, முதலாளித்துவ வளர்ச்சியின் கோட்பாடு மற்றும் டன்கன் ஃபோலி-மூலதனத்தைப் புரிந்து கொள்ளல்: மார்க்சின் பொருளாதாரத் துத்துவம் (கேம்பிரிட்ஜ் மசாசுசெட்ஸ்: ஹார்வார்டு யுனிவர்சிட்டி பிரஸ், 1986).

மூலாதாரங்களின் சுரண்டலைப் பற்றி நவீன புவியியலாளர் ஒருவர் பேசுவது போல அவர் விருப்பு வெறுப்பின்றிப் பயன்படுத்திய ஒரு பதமாகும்.

உற்பத்தி நிகழ்முறைக்குள்ளிருக்கின்ற ஒவ்வொரு தனிப்பட்ட முதலாளித்துவத் தொழில் நிறுவனத்திற்கும் சுரண்டலின் வீதத்தை அதிகரிப்பதுதான் முதன்மையான நோக்கமாகும். அதாவது, தொழிலாளர்களின் கூலியை மறு உற்பத்தி செய்வதற்குத் தேவைப்படுகின்ற மொத்த நேரத்தின் பகுதியைக் குறைப்பது என்று பொருள். 19-ஆம் நூற்றாண்டின் கடைசிக்கட்டம் வரை வேலை நாளைக் கூட்டுவது-நீட்டிப்பது-என்பது வழக்கமான நடைமுறையாக இருந்தது. (அதாவது குறைக்கப்பட்ட வேலை நாளை, சட்ட பூர்வ நடைமுறையாக்குவதற்காக, உலகம் முழுவதும் தோன்றிவந்த தொழிற்துறை பாட்டாளிப் படைகள் அமைப்புரீதியாகத் திரண்டு-வேலை நிறுத்தங்கள், நாச வேலைகள், காவல் துறை, ராணுவம் ஆகியவற்றுடன் திரளாக மோதுவது உள்ளிட்ட உக்கிரமான போராட்டங்களை நடத்துகின்ற வரையிலும் நடைமுறையாக இருந்து வந்தது. அதற்கு முன்னதாக, எட்டு மணி நேர வேலைநாள் என்கிற கருத்தே அமெரிக்கச் சமூகத்தில் சகித்துக் கொள்ள இயலாத சீர்குலைவு வாதம் என்று கருதப்பட்டு வந்தது). இந்த (வேலை நேர நாள்) நீட்சியானது, கூலி அல்லது உற்பத்தித் திறனின் மட்டத்தை மாற்றியமைக்காமலேயே வேலைநாளின் உபரி-மதிப்புப் பகுதியையும், உற்பத்திச் சாதனங்களின் உடைமையாளருடைய லாபங்களையும் உயர்த்தியது.

இருந்தபோதிலும், இன்றைய நாட்களில் 'வேகப்படுத்துவதை,' அல்லது, தொழிலாளர்களின் கூலிக்கு நிகரான மதிப்பை உற்பத்தி செய்வதற்கு ஒதுக்கப்பட்டாக வேண்டிய வேலைநாள் பகுதியைக் குறைக்கின்ற முறையில் உழைப்பின் உற்பத்தித்திறனை அதிகரிப்பதன் மூலமாக உற்பத்திச் செலவினத்தைக் குறைப்பதைச் சார்ந்திருப்பதற்கு நிர்வாகம் முன்னுரிமையளிக்கிறது. இதற்கு, உழைப்பின் நிகழ் முறையையே மேலும் நுணுக்கமான நிர்வாகத்திற்குட்படுத்துவதும், உற்பத்தியின் நிகழ்முறையிலிருந்த தொழிலாளர்களைத் திட்டவட்டமான முறையில் மேன்மேலும் அதிகமாக அந்நியப்படுத்துதலுக்கு உள்ளாக்கப்படுவதும் அவசியமாகிறது. இந்த வழிமுறைகளின் மூலமாக மேலும், மேலும் அதிகமான தொழிலாளர்கள் இயந்திரங்களின்

வெறும் இணைப்புகளாக மாற்றப்பட்டு வருகிறார்கள்; அதே நேரத்தில் மற்றவர்கள் தேவையற்ற பகுதியாக்கப்படுகிறார்கள், வேலையிலிருந்து நீக்கப்பட்டு விடுகிறார்கள். இவ்விதமாக வெளியேற்றப்பட்ட தொழிலாளர்கள் தொழிற்துறையின் வேலையற்றவர்களின் சேமப் பட்டாளத்தில் (Reserve Army) இணைகிறார்கள்; வேலையற்ற தொழிலாளர்களின் கிடைப்பு (Supply) மிகப் பெருமளவிலிருக்கும் பொழுது, வரம்பிற்குட்பட்ட வேலைகளுக்கான போட்டி மிகப்பெரிய அளவினதாக இருக்கும்; கூலி மிகக் குறைந்த அளவினதாக இருக்கும். உழைப்பின் உற்பத்தி அதிகரிப்பதன் விளைவாகத் தொழிலாளர்கள் அடையும் பலன் அற்பமானதாகவோ அல்லது ஒன்றுமில்லாமல் போவதையோ இது உறுதிப்படுத்துகிறது; சில சமயங்களில் அவர்களுடைய உண்மையான கூலி (பணவீக்கத்திற்கு ஏற்ப சமன்படுத்தப்பட்ட கூலி) வீழ்ச்சியுறுவதையும் எதிர்கொள்ள நேர்கிறது. முதலாளிகளுக்கும் தொழிலாளர்களுக்கும் இடையிலான யுத்தம் என்பது "உழைப்புப் பட்டாளத்தை வேலைக்கு எடுத்துக் கொள்வதைவிடவும் வேலையிலிருந்து நீக்குவதன் மூலமாக வெல்லப்படுகிறது என்பது ஒரு தனித்த இயல்புடையது" என்று மார்க்ஸ் கூறுகிறார்.[19]

உற்பத்திச் சாதனங்களின் உடைமையாளரால் (அது தனி மனிதனாகவோ, குடும்பமாகவோ அல்லது ஒரு கூட்டுநிறுவனமாகவோ இருக்கலாம் பறித்துக் கொள்ளப் படுகின்ற உபரி மதிப்பு - எப்போதும் விரிவடைந்து கொண்டே செல்கின்ற மூலதனத் திரட்சிக்கும் (தனியார் செல்வத்திற்கு) அது மேலும் மேலும் குறைவான கைகளுக்குள் சென்று குவிவதற்கும் அடிப்படையாக அமைகிறது. முதலாளியைப் பொறுத்தவரை (மூலதனத்தின் உருவகமாகக் கருதப்படுகின்றவர்- மனிதன் அல்லாத மூலதனத்திற்கு மனித முகமாக இருப்பவர்) (செல்வம்)"குவியட்டும், குவியட்டும்! அதுதான் மோசஸ்களும், இறைத்தூதர்களும் கூறுவது என்று மார்க்ஸ் எழுதினார். ஆனால் மிகச் சிலரிடம் பெரும் செல்வம் சேர்ந்து கொண்டே போவதென்பது சமூகத்தில் ஏதுமற்றவர்களின் பிரிவுகளின் வளர்ச்சியுடன் சேர்ந்தே வருகிறது. ஒரு பக்கம் திரண்டுள்ள செல்வத்தை என்றாவது ஏதுமற்ற பெரும்பான்மைக்குக் கசிந்து செல்லப்போகின்ற செழுமையின் தொடக்கம் என்று கருதுகின்ற பழைமை வாதிகளைப் போலல்லாமல், அல்லது வழக்கம் போல், தொழில் என்கிற வகையில் அரசாங்கத்தின் கட்டுப்பாடுகள்

மற்றும் மேம்பாட்டுத் திட்டங்களை முன் மொழிகின்ற தாராள வாதிகளைப் போலல்லாமல், முதலாளித்துவ சமுகத்தினுடைய முரண்பாட்டின் இயல்பின் ஒரு பிரதிபலிப்புத்தான் அக்கம் பக்கமாக நிகழ்கின்ற ஒப்பீட்டளவிலான செல்வம் மற்றும் ஒப்பீட்டளவிலான வறுமை ஆகியவற்றின் வளர்ச்சி என்பதை மார்க்ஸ் வெளிக்காட்டுகிறார். அவர் அழைத்தபடி அது, "முதலாளித்துவ செல்வக் குவிப்பின் அறுதிப் பொது விதியாகும்.":

"மூலதனம் குவிகின்ற வீதத்திற்கேற்ப தொழிலாளியின் நிலைமை - அவருடைய ஊதியம் உயர்ந்ததோ, தாழ்ந்ததோ - மோசமடைந்துதானாக வேண்டும்..... ஒப்பீட்டளவு உபரி மக்கள் தொகை அல்லது தொழிற்துறை சேமப்பட்டாளத்தின் தொகையானது செல்வக் குவிப்பின் பரப்பு மற்றும் ஆற்றல் ஆகியவற்றுடன் எப்போதுமே சமநிலையில்தான் இருக்கும் என்று கூறுகின்ற விதியானது - பாறை மீது புரொமீதியஸை இறுகப் பிணைத்திருந்த ஹிபேஸ்தஸின் ஆப்புகளை விடவும் உறுதியாகத் தொழிலாளியை மூலதனத்துடன் பிணைத்து வைக்கிறது. செல்வம் குவிவதற்கு ஏற்ற விதத்தில் வறுமை குவிக்கப்படுவதை ஒரு அவசிய நிபந்தனையாக்குகிறது. ஆகையால் ஒரு முனையில் செல்வம் குவிவது என்பது அதே நேரத்தில் வறுமை, கடும் உழைப்பின் கொடுமை, அடிமைத்தனம், அறியாமை, சித்திரவதை, அறச்சீரழிவு ஆகிய அனைத்தும் மறுமுனையில் - அதாவது மூலதனத்தைத் தம்முடைய உற்பத்திப் பொருளாக உற்பத்தி செய்கின்ற வர்க்கத்தின் தரப்பில் குவிவது என்றாகி விடுகிறது." [20]

இந்த வாதமானது மார்க்சின் 'வறுமைக்குள்தள்ளப்படுதல் கோட்பாடு' (Emiseration Thesis) என்று அடிக்கடி குறிப்பிடப்படுகிறது. இருந்தபோதிலும், மார்க்ஸ் இந்த பதத்தை என்றுமே பயன்படுத்தியதில்லை. கூலிப்பிரச்சனை பற்றிய தன்னுடைய ஆரம்பகால ஆய்வுகளில் - பொருளாதார அறிஞர் எர்னெஸ்ட் மேன்டெல்-ன் வார்த்தைகளில் "கூலியைப் பொறுத்தவரையிலும் பிழைத்திருப்பதற்கான உடலியல் ரீதியாக அவசியப்படுகின்ற குறைந்தபட்ச மட்டத்திற்கு வீழ்ந்து நிலை கொண்டுவிடுவதை நோக்கிய ஒரு போக்கைக் கொண்டிருப்பதாக" மார்க்ஸ் பார்த்தார். எனினும், தன்னுடைய முதிர்ச்சி பெற்ற அரசியல் பொருளாதாரவியல் எழுத்துகளில், மிகக் குறிப்பாக

மூலதனத்தில் ஒரு மேம்பட்ட இயக்கவியல் கண்ணோட்டத்தை மேற்கொண்டார். அங்கு, செல்வக்குவிப்புடன் சேர்ந்து தொழிலாளர்களின் உண்மை ஊதியம் உயரக்கூடும் என்றாலும்கூட முதலாளிக்கும் தொழிலாளிக்கும் இடையில் வளர்ந்து கொண்டிருக்கும் ஒரு ஒப்பீட்டளவிலான ஏற்றத்தாழ்வும் அவசியமாக இணைந்தேதான் வந்து கொண்டிருக்கும்-தொழிலாளர்களின் ஊதியங்கள் உயர்ந்தாலும் அல்லது வீழ்ந்தாலும் கூட அந்த ஏற்றத்தாழ்வு பெரிதாகிக் கொண்டேதான் செல்லும். [21]

வளர்ச்சியடைந்து கொண்டிருந்த மானுட வறுமை மற்றும் சமூகம் இருமுனைப்படுவது ஆகியவற்றை மார்க்ஸ் மிக நன்றாக உணர்ந்திருந்தார். ஆனால், வழக்கமாக மார்க்ஸைப் பற்றிய விளக்கங்களில் காணப்படுவது போன்ற தன்மையில்லாமல் மிக மிகச் சிக்கலான வகைகளில் இது நடைபெறுகிறது என்பதாக உணர்வு அமைந்திருந்தது. “நம் விருப்பங்களும், இன்பங்களும் சமூகத்திலிருந்து முளைத்தெழுகின்றன; ஆகையால், அவற்றை நிறைவுபடுத்துகின்ற பொருட்களினால் அல்லாமல் சமூகத்தின் மூலம் நாம் அவற்றை அளவிடுகிறோம். ஏனென்றால் அவை சமூகத் தன்மை கொண்டவை, அவை ஒப்பீட்டு இயல்பினாலானவை.” மனித சமூகத்தில் இறுதியாகக் கணக்கிலெடுத்துக் கொள்ளப்படுபவை எவையென்றால் ஒப்பீட்டளவில் இருக்கும் மிகப் பெரும் ஏற்றத்தாழ்வுகள் தாம். மேலும், முதலாளித்துவத்திலிருந்து பிரதானமாக உருவாகும் உலகளாவிய சமத்துவமின்மையின் மிகத் தீவிரமான நிலைமைகளை மார்க்ஸ் அடிக்கடி சுட்டிக்காட்டினார்.

இந்த வாதத்தின் வலிமை இன்று இன்னும் கூட மிகத் தெளிவாக இருக்க வேண்டும். வருடத்திற்கு (1985-ன் விலைகள் நிலவரத்தின்படி) 370 டாலர்கள் ஒரு தனிநபர் வீட்டு வருமானம் என்கிற அடிப்படையில் உலக வங்கியால் நிர்ணயிக்கப்பட்ட வறுமைக் கோட்டிற்குக் கீழே 1 பில்லியன் (100 கோடி) மக்கள் இருக்கிறார்கள். ஊட்டச் சத்துப் பற்றாக்குறையும், பட்டினியும் சர்வ சாதாரணம். உயிர் பிழைத்திருக்க அவசியமான கூலி மற்றும் அதற்கும் கீழான கூலி ஆகியவற்றுடன் 50%-ம் மற்றும் அதற்கும் கூடுதலான வேலையின்மை என்பதெல்லாம் உலகப் பொருளாதாரத்தின் ஓரஞ்சாரம் இருக்கக்கூடிய நாடுகளில் சர்வ சாதாரணமாக நிலவுகிறது.

அதே வேளையில், முன்னேறிய பொருளாதாரங்களில் - அவை பற்றிய மார்க்சின் கண்ணோட்டத்தைக் குறித்து 1968-ல் எழுதிய ஃபிஷர் மாற்றுக் கருத்துக் கொண்டிருந்த, அதே நாடுகளில் - சமத்துவமான நிலைமைகள் குறித்த எதிர்பார்ப்பு காற்றில் கரைந்து போயிருந்தது. அமெரிக்காவில் 1989-ன் மக்கள் தொகையில் வெறும் 1% பேர் மொத்த நிதிச் செல்வத்தின் (இதை உற்பத்திச் சாதனங்களின் உடைமையுடன் சமன் படுத்திக் கொள்ளலாம்) 48%-ஐ உடைமையாகக் கொண்டிருக்கிறார்கள், அதே சமயத்தில் கீழ்மட்டத்தின் 80% பேர், அதுபோன்ற செல்வத்தின் வெறும் 6%-ஐ உடைமையாகக் கொண்டிருக்கிறார்கள்- இந்த ஏற்றத்தாழ்வு சமீபத்திய பல பத்தாண்டுகளின் கால கட்டங்களில் குறைவதற்கு மாறாக அதிகரித்துக் கொண்டு வருகிறது. ஆகவே, இருப்பவர்களுக்கும், இல்லாதவர்களுக்கும் இடையில் அகன்று கொண்டே செல்லும் இடைவெளி உலகளாவிய அளவில் உருவாகிக் கொண்டிருக்கிறது.[22]

முதலாளித்துவ சமூகத்தின் முரண்பாடுகள் காலப்போக்கில் அதை நிலை நிறுத்த இயலாததாக்கி விடும் என்பதில் மார்க்ஸ் உறுதியடைந்திருந்தார். தொழிலாளிகள் கிளர்ந்து எழுவார்கள். கொள்ளையடித்தவர்கள் கொள்ளையடிக்கப்படுவார்கள். இது வெறும் கனவையும் தாண்டிய ஒன்று. பாட்டாளி வர்க்கங்களால் வழி நடத்தப்பட்ட புரட்சிகள் நடைபெறவும் செய்தன. இவற்றில் மார்க்சின் வாழ்நாட்களிலேயே மிகப் புகழ் வாய்ந்தது 1871-ல் நிகழ்ந்த பாரிஸ் கம்யூன் ஆகும். ஏதோ விதிகளுக்கு உட்பட்டது போல அதுபோன்ற கிளர்ச்சிகளெல்லாம் ராணுவ வலிமையால் நசுக்கப்பட்டன. பதிவாகியுள்ள வரலாற்றில், மிக மோசமான அரசு பயங்கரவாதத்தின் ரத்தக்களரி கொண்ட நிகழ்வுகளில் ஒன்றாக 1871-மே மாதம் பிரெஞ்சு அரசு ராணுவ சக்திகளால் அரங்கேற்றப்பட்ட கொடூரத்தால் கம்யூன் வாதிகள் நசுக்கப்பட்டார்கள்.

வன்முறைவழி புரட்சிப் பாதையைப் பற்றிய மார்க்சின் நிலைப்பாட்டைப் புரிந்து கொள்வதற்கு ஒரு திறவுகோலாக இந்த வரலாற்றியல் நிகழ்வு அமைந்துள்ளது. வன்முறையை வன்முறைக்காகவே முன் நிறுத்தவது என்பதற்கு மாறாக மார்க்ஸ் சமூகப்புரட்சிக்கான ஒரு ஆதரவாளராகத் திகழ்ந்தார், அது அமைதியான அல்லது வன்முறை வடிவங்களை எடுக்கக்கூடும்

என்று அவர் நம்பினார்: நாம் அரசாங்கத்திடம் பிரகடனம் செய்தாக வேண்டும்: நீங்கள் பாட்டாளி வர்க்கத்திற்கு எதிராக ஆயுதமேந்திய சக்திதான் என்பதை நாங்கள் அறிவோம்; எங்கு சாத்தியமோ அங்கே அமைதியான வழிகளில் உங்களுக்கெதிராக முன்னேறுவோம், தேவைப்பட்டால் ஆயுத சக்தியுடனும் முன்னேறுவோம் - அரசாங்கத்தின் ராணுவப் படைகளின் நடவடிக்கைகளிலிருந்துதான் ஆயுதமேந்த வேண்டிய தேவை தோன்றுகிறது.

'வன்முறைப் புரட்சி' என்கின்ற சர்ச்சைக்கும் அதற்கு ஈடான 'பாட்டாளி வர்க்க சர்வாதிகாரம்' என்கிற பதத்தை மார்க்ஸ் பயன்படுத்தியது பற்றிய சர்ச்சைக்கும் இடையில் ஒரு நேரடித் தொடர்பிருக்கிறது. அந்தப் பதத்தை மார்க்ஸ் உருவாக்கவில்லை, ஆனால் அவர், அவருடைய காலத்தைச் சேர்ந்த பிரெஞ்சு சோஷலிஸ்ட்டுகள் பலரையும் போலவே, ஒரு வெற்றிகரமான பாட்டாளி வர்க்கப் புரட்சியைத் தொடர்ந்து உடனடியாக உருவாகும் என்று தாம் எதிர்பார்த்த ஒரு இடைக்கால அரசாங்கத்தைப் பற்றி விவரிப்பதற்காகப் பயன்படுத்திக் கொண்ட வாக்கியமாகும்.

மார்க்ஸ் சர்வாதிகார ஆட்சியை விரும்பியதற்குச் சான்றாக இந்தச் 'சர்வாதிகாரம்' என்பதாகக் குறிப்பிடப்பட்ட சொல்லை 20-ம் நூற்றாண்டு விமர்சகர்கள் பயன்படுத்தினார்கள். டேவிட் காவ்ட் பின்வருமாறு கருத்துக் கூறுகிறார்: "வெறும் பாட்டாளி-வர்க்க ஆட்சி என்பதை விடவும் ஒரு கடுமையான, புரட்சிக்குப் பிந்தைய அதிகாரக் குவிப்பைப் 'பாட்டாளி வர்க்க சர்வாதிகாரம்' குறிப்பதாக இருக்கக்கூடும்." இது போன்ற பொருளாக்கங்கள், 19-ம் நூற்றாண்டில் அதனுடைய பழைமையான லத்தீன் புலப்பாட்டில் பயன்படுத்தப்பட்டு வந்த 'சர்வாதிகாரம்' என்கிற சொல்லின் பொருளில் ஏற்பட்டுள்ள மாற்றத்தை வழக்கம் போல புறக்கணித்துவிடுகின்றன. 'சமூக-அறிவியலின் பொருட்களஞ்சியம்' (1931)-என்னும் நூலில் ஹென்றி ஆர். ஸ்பென்சர் எழுதுகிறார்: 'சர்வாதிகாரம் என்கிற சொல் குறிப்பிடத்தக்க பொருள் மாற்றத்தைக்கடந்து வந்துள்ளது. ஸ்பென்சர் கருத்துக் கூறுகிறார், "சமீப காலம் வரையிலும் சர்வாதிகாரம் என்கிற சொல் (வரம்பற்ற அதிகார ஆட்சி, எதேச்சதிகார ஆட்சி, கொடுஞ்கோலாட்சி போன்ற) மற்ற சொற்களிலிருந்து தனித்து வைக்கப்பட்டு வந்திருக்கிறது,

அவசர காலத்தில் அதிகாரத்தை எடுத்துக் கொள்வதை அடையாளப்படுத்திக் காட்டுவதற்கு வரலாறு அதைப் பயன்படுத்தி வந்திருக்கிறது.............. இருந்த போதிலும், முதல் உலகப்போருக்குப் பிந்தைய பத்தாண்டுகளில் எல்லையற்ற அதிகார ஆட்சி, அல்லது கொடுங்கோல் ஆட்சி என்பனவற்றில் அதே பொருளில் சர்வாதிகாரம் என்கிற சொல்லைப் பயன்படுத்துகின்ற ஒரு போக்கு பரவலாக இருந்தது. புராதன ரோம்-ல் அரசியல் சாசனத்தின் ஒரு பகுதியாக DICTATURA என்கிற அமைப்பு இருந்து வந்தது, அது சட்டப்படியானதும் கூட. நாடு ஆபத்திற்குள்ளாகும் அவசர காலக் கட்டத்தில் ஒரு தனிமனித ஆட்சியாளரால் தற்காலிகமாக அதிகாரம் எடுத்துக் கொள்ளப்படுவதை அது அனுமதித்தது. அது போன்ற அரசியல் சாசன ஏற்பாடுகளெல்லாம் நவீன காலத்தின் ஒரு பகுதியாக இருக்கும் ராணுவச் சட்டம் அல்லது முற்றுகைக் கால சட்டம் போன்றவற்றை ஒத்தவைதாம்.[23]

மார்க்சைப் பொறுத்தவரையிலும் பாட்டாளி வர்க்கத்தின் சர்வாதிகாரம் என்பது-“ஒவ்வொருவரிடமிருந்தும் அவரவர் திறனுக்கு ஏற்ற பங்களிப்பு, ஒவ்வொருவருக்கும் அவரவர் தேவைக் கேற்ப வழங்கல்” என்கிற கோட்பாட்டால் வழிநடத்தப்படப் போகின்ற- கம்யூனிஸ சமூகத்தை நோக்கிய இயங்கு திசை வழியின் போது ஏற்படுகின்ற ஒரு போராட்டங்கள் நிறைந்த இடைக்கால மாறுதல் கட்டத்தில் பிரதிநிதித்துவம் வகிக்கின்ற ஒரு ஏற்பாடாகும். மார்க்சினால் வகுக்கப்பட்ட ஒரு உண்மை ஜனநாயகம் அல்லது கம்யூனிஸத்திற்கு முதலாளித்துவ வர்க்கத்தின் மீது பாட்டாளி வர்க்கம் செலுத்துகின்ற ஆட்சி ஒன்றும் தேவைப்படவில்லை. மாறாக வர்க்கங்கள் ஒட்டுமொத்தமாகவே இல்லாமல் செய்யப்படுவதுதான் தேவையாகும். கம்யூனிஸத்திற்கு, மாறிச் செல்வதன் துவக்கக் கட்டத்தைப் பற்றிச் சிந்தித்த மார்க்ஸ், “தான் தோன்றி வெளிவந்த கருவறையான பழைய சமூகத்தின் பிரசவ வடுக்களை இன்னும் ஏந்தியவாறு தான் புதிய சமுகமும் இருக்கும்,” என்று குறிப்பிட்டார்.

பெரும்பான்மை வர்க்கத்தின் ஆட்சி என்கிற பொருளில் முந்தைய சமூக வடிவங்களை விடவும் கூடுதலான ஜனநாயகத்தைக் கொண்டதாக இருந்தாலும் கூட, மார்க்சின் பாட்டாளி வர்க்க சர்வாதிகாரம் - கடும் போராட்டங்கள் சூழ்ந்த, மாற்றமடைந்து கொண்டிருக்கின்ற, ஆனால் இன்னும்

முழுமையாக ஜனநாயகமாக இல்லாமல் இருக்கின்ற, எனும் மூன்று வகைப்பட்ட பொருளில்-ஒரு சர்வாதிகாரமாகவே இருக்கும். ஆனால் புரட்சிகர மாற்றமடைதலின் துவக்கக் காலக்கட்டம் முழுமையடைந்த பிறகு மேற்கொண்டும் பரந்த ஜனநாயகமாக வளர்ச்சியடைவதற்குச் சுதந்தரமானதாக இருக்கும்.

அனைவருக்குமான வாக்குரிமை, தேர்ந்தெடுக்கப்படும் பிரதிநிதிகளை எந்தச் சமயத்திலும் உடனடியாகத் திரும்பப் பெற்றுக்கொள்ளும் உரிமை, சாதாரணமான தொழிலாளர்களின் ஊதிய மட்டத்திற்கிணையாக அதிகாரிகளின் ஊதிய மட்டங்களுக்கு வரம்பு ஆகியவற்றை நடைமுறைப்படுத்திய 'பாரிஸ் கம்யூன்'தான் அதுபோன்ற வடிவிலான முதல் தொழிலாளர்களின் அரசு என்று மார்க்ஸ் கருதினார். அந்தக் கம்யூனை மனதில் கொண்ட மார்க்ஸ், 'கோதா செயல்திட்டத்திற்கு விமர்சனம்', என்கிற தன்னுடைய நூலில் பிரகடனம் செய்தார், "தனக்கு முற்றிலும் அடங்கியிருக்கின்ற சமூகத்தின் மீது மேலாதிக்கத்தைத் திணிக்கின்ற அரசாங்க இயந்தரத்தை மாற்றியமைப்பதில்தான் சுதந்தரம் அடங்கியிருக்கிறது.... 'அரசாங்கத்தின் சுதந்தரத்திற்கு' வரம்பிடுகின்ற அளவில் அரசாங்கத்தின் வடிவங்கள் கூடுதலான அல்லது குறைவான சுதந்திரம் கொண்டவையாக இருக்கும்." அரசிடம் ஒரு அடிமைத்தனமான நம்பிக்கையை, அதாவது, மக்கள் ஆட்சியினிடத்தில் சமூகத்தின் எஞ்சியுள்ள பகுதியிலிருந்து 'அரசு இயந்தரத்தில்' ஒரு மாற்று ஏற்பாட்டை முன் வைக்கின்ற சில சோஷலிஸ்ட்டுகளின் மனப்பாங்கைக் குறை கூறுவதற்காக அவர் மேலே செல்கிறார். 'பிரான்சில் உள்நாட்டுப் போர்' எனும் தன்னுடைய நூலில் பாரிஸ் கம்யூனின் புரட்சிகர அரசியல் முக்கியத்துவத்தை மார்க்ஸ் வலியுறுத்துகிறார், அது:

தேசத்தின் உருவகமாக, அதன் ஒருமையிலிருந்து சுதந்தரமாக, தேசத்தை விடவும் மேலானதாகத் தன்னைக் காட்டிக் கொள்கின்ற அரச அதிகாரத்தை அழிப்பதில் அது பொதிந்திருக்கிறது. .... பழைய அரசாங்க ஆட்சியதிகாரத்தின் வெறும் ஒடுக்குமுறைக் கருவிகளாக இருந்தவற்றை (கம்யூனின் அரசியல் சாசனத்தில்) முடமாக்க வேண்டியிருந்த பொழுது சமூகத்தின் மீதே மேன்மையைக் கொண்டாடுகின்ற ஒரு அதிகாரத்திடமிருந்து தன்னுடைய சட்டப்பூர்வமான பணிகளைப் பறிமுதல் செய்து

சமூகத்தின் பொறுப்பு மிக்க முகவர்களிடம் மீண்டும் ஒப்படைக்க வேண்டியிருந்தது.

மார்க்ஸ் எழுதுகிறார், *"உண்மையாகவே, மக்களால், மக்களுக்கான ஒரு அரசாங்கத்தின் மனப்பாங்கிற்குச் சற்றும் குறைவில்லாததை பாரிஸ் கம்யூன் பிரநிதித்துவப்படுத்தியது - உழைப்பாளரின் பொருளாதார விடுதலையை வகுத்தளிக்கத் தக்க ஒரு அரசியல் வடிவம் இறுதியாகக் கண்டு பிடிக்கப்பட்டு விட்டது."*[24]

பரவலான மற்றுமொரு புனைவு சிறு குழுக்களால் அதிகாரம் கைப்பற்றப்படுவதை மார்க்சியத்துடன் ஒப்பிடுகிறது. உண்மையில் அகஸ்டி பிளாங்கி போன்ற பிரெஞ்சுப் புரட்சியாளர்களுடன் தொடர்புடைய சதிகார ஆட்சிக் கவிழ்ப்பிற்கு மார்க்ஸ் எப்போதுமே எதிராக இருந்தார். 24 மணி நேரத்தில் ஒரு புரட்சியை நடத்தி முடிக்க முடியும் என்கிற பிளாங்கி வாத சிந்தனையைவிட மார்க்சுக்கு அந்நியமானவை எதுவுமிருக்க முடியாது - மார்க்சும்கூட இந்தக் கருத்தைக் கொண்டிருந்தார் என்று பொருள்படும் விதமாக பிளாங்கி கூறிய அந்தக் கருத்தை கம்யூனிஸ்ட் அறிக்கைக்கான தன்னுடைய அறிமுக உரையில் டெய்லர் மேற்கோள் காட்டுகிறார். புரட்சிக்கான அதுபோன்ற சதிகார அணுகுமுறையை வன்மையாகக் கண்டனம் செய்து மார்க்ஸ் எழுதினார்:

புரட்சிகரமான வளர்ச்சி நிகழ்முறையை முடக்குகின்ற, அதைச் செயற்கையாக ஒரு நெருக்கடிக்குள் தள்ளுகின்ற, ஒரு புரட்சியை முன் தயாரிப்பற்றதாக்குகின்ற ஒரு புரட்சிக்கான முன் நிபந்தனைகளற்றதாக்குகின்ற அனைத்தையும் உள்ளடக்கியதுதான். அவர்களுடைய செயல்பாடு அவர்களைப் பொறுத்தவரையில் புரட்சிக்கான ஒரே தயாரிப்புப் பணி, தங்களது சதிச் செயலை நேர்த்தியாகத் திட்டமிடுவதும் ஒருங்கிணைப்பதும் மட்டுமே. அவர்கள் புரட்சியின் ரசவாதிகளாவார்கள், முந்தைய கால ரசவாதிகளின் கருத்துச் சிதைவுகளையும் நிரந்தரமான நெகிழ்வற்ற கோட்பாடுகளின் குறுகிய மனப்பாங்கையும் முழுவதுமாகப் பகிர்ந்து கொள்கிறவர்களுமாவார்கள். [25]

மார்க்சைப் பொறுத்தவரையிலும் புரட்சிகள் என்பது சரியான முன் நிபந்தனைகளையும் பெருந்திரள் இயக்கத்தையும் கோருகின்ற நீண்ட நெடிய நிகழ்முறைகளாகும். சதிகார அமைப்புகளில் இடம் பெற்றிருக்கும் வெற்று எழுச்சி வாதத்துடன் இவற்றுக்குப் பொதுவானது என்று எதுவுமில்லை.

உண்மையில், தத்துவத்திலோ அல்லது நடைமுறையிலோ உலகத்தை நோக்கிய மார்க்சின் அணுகுமுறையில் இறுகியது அல்லது குறுகியது என்று எதுவுமில்லை. தத்துவத்தில் எல்லாவிதமான வறட்டுச் சூத்திரங்களையும் அவர் எதிர்த்தார். மார்க்சுக்கு மிகவும் பிடித்தமான குறிக்கோள் சொற்றொடர் DE OMNIBUS DUBITANDUM- "எல்லாவற்றையும் சந்தேகி". அவருக்கு மிகவும் பிடித்த சொல் வழக்கு "மனிதம் என்பதில் எதுவும் எனக்கு அந்நியமானதில்லை" "இருக்கும் ஒவ்வொன்றையும் ஈவிரக்கமின்றி விமர்சனத்திற்குள்ளாக்க வேண்டும்" என்று அவர் வாதிடுவார்: இரக்கமின்மை என்பது இரு பொருள்படும்; தான் வந்தடைகின்ற சொந்த முடிவுகள் குறித்தோ, ஆட்சி அதிகாரத்தில் இருப்பவற்றுடன் மோதுவது குறித்தோ 'விமர்சனம்' செய்ய அஞ்சக்கூடாது. தன்னுடைய வாழ்நாட்களிலேயே தன்னுடைய சீடர்கள் என்று கூறிக் கொள்கின்ற சிலருடைய குறுகிய கோட்பாடுகளுக்கு எதிர் வினையாற்றும் விதமாக ஒரு முறை பாதி வேடிக்கையாக மார்க்ஸ், "நான் ஒன்றும் மார்க்சிஸ்ட் அல்ல" என்று துடுக்காகப் பதிலளித்தார். கறாரான முடிவுகளை இறுக்கமாகப் பிடித்துக் கொண்டு அனுபவ ரீதியான கேள்விகளைத் தவிர்த்து விடுவதற்கு மாறாக, மேலும் கூடுதலான வரலாற்றுத் தகவல்கள் கிடைக்கப்பெற்ற பொழுதும், மாறிவிட்ட நிலைமைகள் ஒரு மாறுபட்ட பகுப்பாய்வைக் கோரிய பொழுதும் மார்க்ஸ் பலமுறை தன் கருத்துகளை மாற்றியமைத்துக் கொண்டார். அரசியல் நடைமுறை என்பது மேலிருந்து குறுகிய தத்துவார்த்த முடிவுகள் திணிக்கப்படுகின்ற வெற்றுக்களமல்ல; மாறாக, ஒருவருடைய அறிவின் நம்பகத் தன்மையைக் கண்டுபிடிப்பதற்கேற்ற வழியாகும். அதே சமயம் நடைமுறைக்குப் புதிய வழிகாட்டுவிதிகளை அளிக்கக்கூடிய புதிய கோட்பாட்டுக் கண்டுபிடிப்புகளுக்கான திறவு கோலுமாகும்.

இந்த நிலைபாட்டிற்கு ஒப்ப மண்ணோடு பிணைந்த புரட்சிகர இயக்கங்களின் வாய்மொழிகளிலிருந்து தன்னால் கற்றுக் கொள்ள முடியும், அதற்கேற்ப தன் சொந்த தத்துவத்தையும் நடைமுறையையும் மாற்றிக் கொள்ள (அல்லது விரிவாக்கம் செய்து கொள்ள) முடியும் என்பதை மார்க்ஸ் மீண்டும் மீண்டும் வெளிக்காட்டினார்.[26]

ஒவ்வொரு மனித ஜீவனும் எல்லா மனித இனத்துடனும் இயற்கையுடனும் ஆக்கப்பூர்வமான தொடர்பு கொண்டதாக

விளங்கும் ஒன்றுதான் மார்க்சின் லட்சிய உலகமாகும்; எளிய மனிதர்கள் ஒரு பன்முகத்தன்மை கொண்ட வாழ்க்கையை வாழ்கின்ற தங்களிடம் ஏராளமானவை இருக்கிறது என்பதனால் அல்லாமல் தாங்கள் ஏராளமானவர்களாக இருப்பதன் காரணமாகத் தொடர்புகளில் வளத்தைக் கொண்டிருப்பவர்களாக இருக்கும் உலக மாகவும் சமூகத்தின் முழுமையான வளர்ச்சி அடிப்படையாகவும் அமைந்துள்ள உலகமாகவும் அது விளங்கும்.

மனித குல வரலாற்றின் நிலைமைகளை மறு-ஆக்கம் செய்வதற்கான நேரடி உற்பத்தியாளர்களின் இடைவிடாத போராட்டத்தின் விளைவாக அந்த லட்சியத்திற்குப் பெரிதும் ஒத்திருக்கக்கூடிய ஒரு உலகம் காலத்தின் நிகழ்வுப் போக்கின் ஒரு குறிப்பிட்ட கட்டத்தில் உருவாகிவிடும் என்று ஒரு புரட்சிகரமான நம்பிக்கையாளரான மார்க்ஸ் நம்பினார். மிகச் சிலருடைய நலன்களுக்காக எண்ணற்ற தனிமனிதர்களின் வாழ்க்கைகள் இனிமேலும் முடமாக்கப்பட முடியாது. மனித இனத்தின் மேலும் பரந்துபட்ட பொது நன்மைகளுக்காக, மனித ஜீவன்களால் வரலாறு படைக்கப்படுவது, மறு ஆக்கம் செய்யப்படுவது ஆகியவை மீது செலுத்தப்பட்ட இந்த அழுத்தம் தான் உலகத்திற்கு மார்க்ஸ் அளித்த மகத்தான கொடையாகும், அது என்றென்றைக்குமாக நீடித்து நிலைத்திருக்கக் கூடிய ஒரு தன்னிகரற்ற புரட்சிகர மனிதநேயத் தத்துவம் என்கின்ற - ஒரு பண்பினை மார்க்சியத்திற்கு அளிக்கிறது.[27]

வாழ்க்கை வரலாற்றுக் குறிப்புக்கள்

1818 மே மாதம் 5-ம் நாளில் கார்ல் ஹென்ரிக் மார்க்ஸ் ட்ரையர் நகரில் பிறந்தார். தந்தையார் ஹென்ரிக் மார்க்ஸ், ஒரு வழக்கறிஞர். யூத மத குருமார்களின் பண்டைய குடும்பத்தில் தோன்றிய ஹென்ரிக் மார்க்ஸ் ஒரு வருடத்திற்கு முன்னதாக கிறிஸ்துவ மதத்தைத் தழுவியிருந்தார்.

1830-33 செழிப்பும் பண்பாடும் மிக்க சூழ்நிலைமையில் குழந்தைப் பருவத்தைக் கழித்த பின்னர் கார்ல் மார்க்ஸ் ஒரு ஐந்து வருட காலம் ட்ரையர் நகரின் பிரெடெரிக்-வில் ஹெல்ம்-ஜிம்னாசியம் (ஒரு கிறிஸ்துவ உயர்நிலைப்பள்ளி) சென்றார். தத்துவத்தில் ஒரு உயிரோட்டமான ஆர்வம் கொண்டிருந்ததன் காரணமாக தந்தையாலும், கிரேக்கக் கவிஞர்களையும், ஷேக்ஸ்பியரையும் தன்னுடன் சேர்ந்து வாசித்து வந்த அரசாங்கக் கவுன்சிலர் லுத்விக் வான் வெஸ்ட்ஃபாலன் என்பவராலும் தன் அறிவாற்றல் வளர்ச்சியில் ஊக்குவிக்கப்பட்டார்.

1835-41 பான் பல்கலைக்கழகத்தில் சேர்கிறார். அங்கு இரண்டு கல்விக் காலகட்டங்களுக்குப் பிறகு பெர்லின் பல்கலைக் கழகம் செல்கிறார், அங்கு சட்டம், தத்துவம், வரலாறு பயில்கிறார். அரிஸ்டாட்டில், ஸ்பினோஸா, லீப்னிஸ், ஹியூம், காண்ட் ஆகியவர்களின் நூல்களிருந்து குறிப்புகள் எடுக்கிறார். சில காதல், வீர ரசக் கவிதைகளையும் ஒரு சிறிய துன்பியல் கதை மற்றும் லாரென்ஸ் ஸ்டெல்னியின் பாணியில் ஒரு நாவலின் சில அத்தியாயங்களையும் எழுதுகிறார். 1936-ல் தன்னுடைய மூத்த நண்பரின் மகள் ஜென்னி வான் வெஸ்ட்ஸ் ஃபாலனுடன் மண ஒப்பந்தம் செய்து கொள்கிறார். ஹெகலின் தத்துவத்தின் தாக்கம் அதிகரித்ததால் பல்கலைக்கழகத்தில் இருந்த இடதுசாரிப் போக்குடைய இளம் ஹெகலியர்கள் மாணவர் வட்டத்துடன் தொடர்பு கொள்கிறார். இளம் மார்க்சின் உணர்ச்சி வேக இயல்பினாலும், அடக்கக் குறைவாலும், பண விஷயத்தில் அலட்சியப்போக்கினாலும் அச்சமுற்ற தந்தையுடன் சச்சரவிடுகிறார்.

1838 மே, பத்தாம் நாள் தந்தை மறைகிறார்.

1841 'இயற்கை குறித்த டெமாகிரடியன் மற்றும் எபிகூரியன் தத்துவங்களுக்கு இடையிலான வேறுபாடு' குறித்த தன்னுடைய ஆய்வுக் கோட்பாட்டிற்காக டாக்டர் பட்டம் பெறுகிறார். பல்கலைக்கழகத்தில் ஆசிரியர் பணியைப் பெறும் எதிர்பார்ப்புடன் பான் நகருக்குச் செல்கிறார்.

1842 பான் பல்கலைக்கழகத்திலிருந்து தன்னுடைய நண்பரும், ஆசிரியருமான புரூனோ பாயர் அரசியல் ரீதியாக இடைநீக்கம் செய்யப்பட்டதால் ஆசிரியர் பணி ஆசையைத் துறக்கிறார். கோலன்-ன் 'ரைனிஷ் ஜைடுங்' பத்திரிகையில் அக்15 அன்று தலைமைப் பதிப்பாசிரியராக உயர்ந்து கோலன் (COLOGNE) நகருக்குச் செல்கிறார். பார்மென் நகரின் உற்பத்தியாளர் (முதலாளி) ஒருவரின் மகனும், மார்க்ஸைவிட இரண்டு வயது இளையவரும், ரைனிஷ் ஜெடுங் (ஜெர்மன் செய்தி) ஏட்டிற்குக் கட்டுரைகள் எழுதியவருமான பிரெடரிக் ஏங்கெல்ஸ் வியாபாரத் தொழில் பயிற்சிக்காக இங்கிலாந்து செல்லும் வழியில் ரைனிஷ் ஜெடுங் அலுவலகம் வர, நவம்பர் 16 அன்று மார்க்ஸ் அவரைச் சந்தித்தார்.

1843 மார்ச் 18- தணிக்கை அலுவலகத்துடன் பிரச்சனைகள் காரணமாக செய்தி ஏட்டில் இருந்து விலகுகிறார். ஜூன் 19 அன்று ஜென்னி வான் வெஸ்ட் ஃபாலனை மணம் புரிந்து கொள்கிறார். பிரெஞ்சுப் புரட்சி வரலாற்றை ஆழ்ந்து கற்கிறார். அக்டோபர் இறுதியில் பாரிஸ் செல்கிறார்; ஆர்னால்டு ரூஜ் உடன் இணைந்து DEUTSCH-FRANSZOSISCHE JAHR BUCHER-(ஜெர்மன் - பிரெஞ்சு மலர்)-ஐ பதிப்பிக்கிறார். 'ஹெகலின் வலதுசாரி தத்துவத்திற்கான விமர்சனம்'; 'யூதர்கள் பிரச்சனை குறித்து', ஆகிய நூல்களைப் படைக்கிறார்.

1844 ஏங்கெல்ஸ் உடன் நெருக்கமாகப் பணிபுரிவது தொடங்குகிறது. JAHR BUCHER ஏட்டில் ஏங்கெல்சின் 'அரசியல் பொருளாதாரத்திற்கு ஒரு விமர்சனக் கோட்டுச்சித்திரம்' நூலைப் பதிப்பிக்கிறார். ஹென்ரிக் ஹெய்ன், பிரெஞ்சு சோஷலிஸ்ட்டுகள் மற்றும் பாட்டாளி வர்க்கத்துடன் தொடர்பு கொள்கிறார். அரசியல்

பொருளாதார இலக்கியங்களை முறையாகக் கற்கத் துவங்குகிறார். பொருளாதாரம் மற்றும் தத்துவவியல் கையெழுத்துப் பிரதிகள் எழுதப்படுகின்றன.

1845 பிரஷ்ய அரசின் கோரிக்கையின் காரணமாக பிரான்சிலிருந்து வெளியேற்றப்படுகிறார். பிரஸ்ஸல்சுக்குச் செல்கிறார், விரைவிலேயே ஏங்கெல்ஸ் அவருடன் இணைந்து கொள்கிறார். ஃபாயர்பாக் மீது ஆய்வு. ஏங்கெல்சுடன் லண்டன், மான்செஸ்டர் செல்கிறார். புனிதக் குடும்பம், பிரஷ்ய அரசால் பிரஸ்ஸெல்சில் தொல்லைக்குள்ளாவதால் பிரஷ்யக் குடியுரிமையைத் துறக்கிறார். பணப் பிரச்சனைகள், வாழ்வின் இறுதி வரையிலும் அது அவரை வாட்டவிருந்தது.

1846 'ஜெர்மன் தத்துவம்' முழுமையடைந்தது-அதற்காக மார்க்சும், ஏங்கெல்சும் 1845-லிருந்து பணிபுரிந்து வந்தார்கள். ஆங்கிலேய சாசன வாதிகளுடனும், நீதிக் கழகத்துடனும் தொடர்பு.

1847 தத்துவத்தின் வறுமை. புரூதோனுடன் விவாதம். கம்யூனிஸ்ட் லீகுடன் ஒத்துழைப்பு. லண்டனில், லீகின் இரண்டாவது மாநாட்டில் பங்கேற்பு. பிரஸ்ஸல்ஸில் ஜெர்மன் தொழிலாளர் கழகத்திற்கு வரிசையாக உரையாற்றல், அவை இரண்டு வருடங்களுக்குப் பிறகு 'கூலியுழைப்பும், மூலதனமும்' நூலாகப் பதிப்பு.

1848 பிப்ரவரி: கம்யூனிஸ்ட் அறிக்கை (Manefesto) பிரான்சில் புரட்சி. மார்ச் மாதத் துவக்கத்தில் பிரஸ்ஸல்ஸிலிருந்து வெளியேற்றப்படுதல். ஜெர்மனி, ஹங்கேரி, ஆஸ்திரியாவில் புரட்சி. கோலன்-ல் மார்க்சும், ஏங்கெல்சும், மே.31-ல் மார்க்சை தலைமைப் பதிப்பாசிரியராகக் கொண்ட புதிய ரைனிஷ் ஜெடுங்கின் முதல் இதழ் வெளியீடு. கம்யூனிஸ்ட் லீக் கலைப்பு.

1849 ஆயுதக் கலகத்தைத் தூண்டியதாக மார்க்ஸ் குற்றம் சாட்டப்படுகிறார். ஆனால் கோலன் ஜுரிகளால் விடுவிப்பு. எதிர்ப்புரட்சியின் வெற்றிக்குப் பிறகு, மே 16 அன்று ஒரு நாடற்ற மனிதராக நாடு கடத்தப்படுதல். புதிய ரைனிஷ் ஜெடுங்கின் கடைசி இதழ் மே -18-ல் வெளிவருதல். பாரீஸ் வருகை, ஜுன் 3;

ஆகஸ்ட் 24-ல், லண்டனில் நாடு கடத்தப்பட்ட வாழ்க்கையின் துவக்கம்.

1850 பிரான்சில் வர்க்கப் போராட்டம். கம்யூனிஸ்ட் லீகின் மீள்-உருவாக்கம். புதிய ரைனிஷ் ஜெடுங், அரசியல் - பொருளாதார ரிவியூ துவக்கம், ஐந்து இதழ்களுக்குப் பிறகு நிறுத்தம். லீகில் பிளவு. மார்க்சின் பணிகளையும் தன்னையும் காப்பாற்றிக் கொள்வதற்காகத் தன்னுடைய குடும்ப வியாபாரத்திற்கு மான்செஸ்டர் திரும்புகிறார் ஏங்கெல்ஸ்.

1851 நியூயார்க் டெய்லி டிரிபியூன்' பத்திரிகைக்கான பங்களிப்பு துவக்கம், பின்னாட்களில் 'ஜெர்மனியில் புரட்சியும், எதிர்ப்புரட்சியும்' என்றறியப்பட்ட தன் முதல் கட்டுரைத் தொடர் - இது மார்க்சின் பெயரில் ஏங்கெல்ஸால் எழுதப்பட்டது.

1852 லூயி போனபார்ட்டின் 18-ம் புரூமேர். அக்டோபர், நவம்பர்: கோலன்-ல் கம்யூனிஸ்ட்டுகள் விசாரணை. குற்றம் சாட்டப்பட்டவர்களில் ஏழு பேருக்கு மூன்றிலிருந்து ஆறு ஆண்டுகள் சிறை, நான்கு பேர் விடுவிப்பு. லீக் இறுதியாகக் கலைப்பு.

1853 கோலன் கம்யூனிஸ்ட் வழக்கு பற்றிய உண்மைகள் வெளியாதல்.

1855-62 நியூயார்க் டெய்லி டிரிபியூன், நியூ ஆர்டர் ஜெடுங் (NEU ODER ZEITUNG), யுர்ஹொார்ட்டஸ்-ன் ஷெஃபீல்டு ஃபிரீ பிரஸ், ஜோன்ஸ்-ன் பீப்பிள்ஸ் பேப்பர், வெய்னர் பிரஸ் மற்றும் தாஸ்ஃபோல்க் ஆகிய பத்திரிகைகளுக்காக நூற்றுக் கணக்கான கட்டுரைகள்; இடைவிடாத வறுமையும், பிணியும்; உள உடைவு (Nervous break down) நோயால் ஜென்னி அவதி; ஏங்கெல்சின் தொடர்ச்சியான உதவி.

1859 அரசியல்-பொருளாதார விமர்சனத்திற்கு ஒரு பங்களிப்பு. 1848-லிருந்து தொடர்பிலிருந்த ஃபெர்டினான்ட் லாசால்-உடன் அரசியல் வேறுபாடு. பிரஷ்யாவின் ராணுவ ஆளும் வர்க்கமான 'ஜங்கர்ஸ்'-ஐ விட தாராளவாத முதலாளிகள் தான் ஜெர்மனியில் பிரதான எதிரிகள் எனும் லாசால்-ன் கருத்து, வேறுபாட்டுக்கான பிரதான விஷயமாக வளர்ச்சி பெறுகிறது.

1861 மார்க்சும், லாசாலும் பெர்லினில் சந்திப்பு. அமெரிக்க உள்-நாட்டுப் போரின் துவக்கம்

1863 உபரி மதிப்பின் கோட்பாடுகள். லாசாலின் கிளர்ச்சி மற்றும் ஸ்தாபன நடவடிக்கைகள் ஜெர்மனியில் உச்சமாதல்.

1864 ஆகஸ்ட் 31: ஒரு 'இருவர்' (DUEL) (துப்பாக்கி அல்லது வாள்) சண்டையில் லாசால் மரணம் - செப்டம்பர் 28: லண்டனில் முதல் அகிலத்தின் தோற்றம் - தொழிற்சங்கவாதிகள், கம்யூனிஸ்ட்கள், சோஷலிஸ்டுகள், அராஜக வாதிகள், என எல்லாவிதப் போக்குகளும் கொண்ட சங்கங்கள் இந்தத் தொழிலாளர் இயக்கத்திற்குள் - பொதுக்குழுவின் 32 உறுப்பினர்களில் ஒருவராக மார்க்ஸ் தேர்வு. அவருடைய துவக்க விழா உரையில் விவரிக்கப்பட்ட செயல்திட்டம் ஒருமுகமாகத் தேர்வு.

1865 லாசால் உருவாக்கிய ஜெர்மன் பொதுத் தொழிலாளர்கள் கழகத்திலிருந்து துண்டிப்பு. லண்டனில் அகிலத்தின் மாநாடு. 'கூலி-விலை-லாபம்'.

1866 ஜெனீவாவில் அகிலத்தின் முதல் மாநாடு.

1867 'மூலதனம்' பாகம் I. லாசேன்-ல் அகிலத்தின் இரண்டாவது மாநாடு.

1868 பிரஸ்ஸல்ஸில் அகிலத்தின் மூன்றாவது மாநாடு.

1869 (BASEL) பேசெல்-ல் அகிலத்தின் நான்காவது மாநாடு. அராஜக வாதத்தின் தத்துவகர்த்தாவும், சமூக-ஜனநாயக வாதிகளின் சர்வதேசக் கூட்டணியின் தலைவருமான மைக்கேல் பகூனின், மார்க்ஸ் ஆகியோரிடையில் வெளிப்படையான மோதல். எந்த முடிவும் எட்டப்படவில்லை. ஈசெனாக்-ல் ஜெர்மன் சமூக-ஜனநாயகத் தொழிலாளர்கள் கட்சியின் மாநாடு.

1870 ஃபிராங்கோ-பிரஷ்ய யுத்தம். அதன் மீது அகிலத்தின் பொதுக்குழுவின் விவாதங்கள் ஏங்கெல்ஸ் லண்டன் குடியேற்றம்.

1871 பாரிஸ்-கம்யூன் பிரான்சில் உள்நாட்டுப் போர். லண்டனில் அகிலத்தின் கூட்டம்.

1872 ஹேக்-ல் அகிலத்தின் இறுதி மாநாடு. பக்கூனின் வெளியேற்றம்.

1875 கோதாவில் ஜெர்மன் தொழிலாளர் கட்சிகளின் இணைப்பு மாநாடு. ஜெர்மன் சமூக-ஜனநாயகக் கட்சியின் தோற்றம். கோதா செயல் திட்டத்திற்கு விமர்சனம்.

1878 ஜெர்மனியில் சமூக - ஜனநாயகக் கட்சிக்குத் தடை

1881 டிசம்பர். 2 அன்று ஜென்னி மார்க்சின் மறைவு

1883 மார்ச், 14 அன்று கார்ல் மார்க்சின் மறைவு.

1885 ‘மூலதனம்’ பாகம் II, பதிப்பு ஏங்கெல்ஸ்.

1894 ‘மூலதனம்’ பாகம் III, பதிப்பு ஏங்கெல்ஸ்.

நூலாசிரியரின் முகவுரை

தத்துவம், அரசியல் பொருளாதாரம், மானுடவியல் ஆய்வு, சமூக விமர்சனம், வரலாறு, புரட்சிகர நடைமுறைக் கோட்பாடு எதிர்காலம் பற்றிய கனவுகள்-போன்ற பரந்த அளவிலான மார்க்சின் படைப்புகளிலிருந்து அடிப்படையானவை எவை என்று தேர்வு செய்து, அவற்றின் மீது இருநூறு பக்கங்கள் கூட எட்டாத வெளிகளில் WAS MARX WIRKLICH SAGTE (மார்க்ஸ் உண்மையில் கூறியது என்ன?) என்கிற பேரார்வமூட்டும் தலைப்பின்கீழ்- கருத்துகளைப் பதிவு செய்வது என்பது உண்மையிலேயே துணிச்சலான காரியம்தான். கூட்டாகப் பணிபுரியும் எனது நண்பர் பிரான்ஸ் மாரெக்கும் நானும் அதைச் செயல்படுத்த முயன்றுள்ளோம். நாங்கள் மேற்கோள் காட்டுகின்ற எழுத்துரையில் உள்ள ஒவ்வொரு சொல்லையும் மார்க்ஸ் உண்மையிலேயே சொல்லியிருக்கிறார்; ஆனால் அதற்கும் மேற்பட்டு ஏராளமானவற்றை அவர் கூறியிருக்கிறார் என்று யாரேனும் சுட்டிக் காட்டினால், அதை முதலில் ஒப்புக் கொள்கின்றவர்கள் நாங்களாகத் தான் இருப்போம். அவர் மேற்கொண்டும் ஏராளமாகக் கூறியிருக்கிறார், தன்னுடைய வாசகர்களிடமிருந்து அவர் பெரிதும் எதிர்பார்த்தார் (கோரினார்). ஒருசில விதிவிலக்கான நூல்களைத் தவிர அவர் வாசிப்பதற்கு எளிதான நூலாசிரியர் அல்ல. எனது கூட்டாளியும், நானும் ஒரு கேள்வியை மீண்டும், மீண்டும் கேட்டுக் கொண்டோம்: வாசகர்கள் தங்களுடைய துணிவை (விருப்பத்தை) இழந்துவிடாமல் அவர்களிடமிருந்து நம்மால் எவ்வளவு எதிர்பார்க்க முடியும்? மார்க்சின் மகத்துவத்தையும், அசல் தன்மையையும் ஊனப்படுத்தாமல் நம்மால் எந்த அளவுக்கு எளிமைப்படுத்த இயலும்? ஒரு அறிவார்ந்த வாசகரை-உங்களை - நாங்கள் முன் அனுமானித்துள்ளோம், பெரும்பாலும் திரிபுக்குட்படுத்தப்பட்டு முன்னிறுத்தப்பட்டிருக்கும் அவருடைய பிம்பத்திற்கு எதிராக உண்மையான மார்க்சை முன்னிறுத்துவதற்கு நாங்கள் முயன்றிருக்கிறோம் என்பதை உங்களுக்குத் தெரியப்படுத்திக் கொள்கிறோம்.

எதோவொரு மடாலயத்தின் மாசற்ற சமய குரு, ஒரு உணர்ச்சியற்ற பகுப்பாய்வாளர் அல்லது வன்முறை ஆதரவாளர் போன்ற அனைத்திற்கும் வெகு தொலைவிற்கு அப்பாற்பட்ட மனிதர், புரட்சிகர சிந்தனையாளர் மார்க்ஸ்.

'கொள்கை எனும் மகத்துவம்' விளிம்பு தளும்ப நிறைந்திருந்த அவர், கனவை அறிவியலுடனும், தத்துவத்தை நடைமுறையுடனும், கோட்பாட்டைச் செயலுடனும் உணர்ச்சி பொங்க, தீவிரமாக, சமரசமற்று இணைத்தவர்; உலகைப் புரிந்து கொள்வதற்கு மட்டுமே அல்லாமல் அதை மாற்றியமைக்கப் புறப்பட்டு வந்த ஒரு மனிதர். பல கோடி மனித உயிர்களை அவருடைய சிந்தனைகள் கவ்விப்பிடித்துள்ளன, உலகை அவை இன்னும் உலுக்கிக் கொண்டிருக்கின்றன.

மார்க்ஸ் தனக்காகத் தானே பேசிக் கொள்ளட்டும் என்றுதான் நாங்கள் தீர்மானித்துக் கொண்டோம். கால நிலைமைகளுக்கேற்பத் தகவமைத்து மற்றும் வரலாற்று வளர்ச்சிப்போக்கினால் பின்னால் விட்டுச் செல்லப்பட்டவை ஆகியவற்றிலிருந்து எது நிரந்தரமானதோ அதைத் தனியாகப் பிரித்தெடுத்துப் புரிதலை எளிதாக்குகின்ற சில குறிப்பிட்ட தொடர்களைச் சுட்டிக்காட்டுவதுடன் வரம்பிட்டுக் கொள்ளப் பட்டவை தான் எங்களுடைய கருத்து மதிப்பீடுகள்.அதாவது, மார்க்சியத்தின் விமர்சனப் பகுப்பாய்வு வழிமுறையை மார்ச்சியத்திற்கே பயன்படுத்துவதுதான் என்று சொல்ல வருகிறோம்.

வாசகருக்கு ஒரு திறந்த மனது இருக்கும் என்பதாக மனக்கண்ணில் நாங்கள் காட்சிப் படுத்திக் கொள்கிறோம். அவருக்கு எல்லாவிதமான பிரசாரமும் போதும், போது மென்றாகிவிட்டது, தனக்குச் சரியான தகவலளிக்கப்படுவதை மட்டுமே அவர் விரும்புகிறார் என்றும் நம்புகின்றோம்.

- எர்ன்ஸ்ட் ஃபிஷர்

அத்தியாயம் 1

ஒரு முழுமையான மனிதனுக்கான கனவு

ஒவ்வொரு தனி மனிதனுக்குள்ளும் வாழ்ந்து கொண்டிருக்கின்ற மனித நேயம் செயலுருவம் பெறுகின்ற, ஒரு ஒருங்கிணைந்த மனித நேயத்திற்கான அடிப்படையாக, ஒரு ஒருங்கிணைந்த மனித ஜீவன் என்பதான 'ஒரு முழுமையான மனிதனுக்கான கனவினால்' மார்க்சினுடைய ஒட்டுமொத்த வாழ்க்கைப் பணியும் லட்சிய வயப்பட்டிருந்தது. மனித உயிர்களின் இந்த உள்ளார்ந்த ஆற்றல் செயலுருவம் பெறுவதென்பதும் மனித சுதந்திரத்தின் வளர்ச்சி என்பதும் மார்க்சைப் பொறுத்தவரையிலும் ஒன்றேதான் - அதற்கு மானிட உயிர்கள் ஒன்றுக்கொன்றும், தம்மிடமிருந்து தாமேயும் அந்நியப்பட்டிருப்பதைக் கடந்து செல்வது தேவையாகும். குறுகிய பொருளாதார நோக்கங்களைப் பின் தொடர்ந்து ஓடுவதிலிருந்து மனித குலத்தை விடுதலை செய்து ஆக்கப்பூர்வமான பரந்த வெளியைத் திறந்துவிடுவது அதற்கு அவசியமாகிறது. மார்க்சின் கனவுலகத்தினுடைய இந்த மனிதநேயம், மதம் மற்றும் தன்னுடைய இயக்கவியல் வழிமுறை ஆகிய இரண்டையும் மார்க்ஸ் கையாண்ட விதத்தில் தெளிவாகக் காட்சியளிக்கிறது, என ஃபிஷர் காட்டுகிறார்.

- ஜான் பெலாமி ஃபோஸ்டர் (JBF)

மார்க்சின் சிந்தனை அவருடைய வாழ்நாளின் பாதையில் பல மாறுபாடுகளுக்குள்ளாகியிருந்தது; ஆனால் அவருக்குத் துவக்கப் புள்ளியாக எது அமைந்திருந்ததோ, அது குலையாமல் நிலைத்திருந்தது: முழுமையின் சாத்தியப்பாடு-முழுமையான மனிதன். 18-ம் நூற்றாண்டின் முடிவில் தொழில் புரட்சியும், முதலாளித்துவ உற்பத்தி முறையும் வெற்றியடைந்ததிலிருந்து உழைப்புப் பிரிவினை, இயந்திர மயமாக்கல், சுரண்டல்,

வர்த்தகம் ஆகியவற்றின் மூலமாக மனிதன் கூறுபோடப்பட்டது ஐரோப்பிய அனுபவத்தின் அடிப்படையாகிப் போனது. அந்நியமாக்கப்பட்டுவிட்ட தன்னுடனும் தன் இனத்துடனும், இயற்கையுடனும் மனிதன் ஒருமைப்பாடு காண வேண்டும் எனும் ஏக்கம் மனிதாபிமான உணர்வும் கருத்துகளும் உள்ள அனைவருக்கும் பொதுவாக இருந்தது.

எல்லாவற்றையும் சரக்காக மாற்றி, ஒரு பண்டத்தின் நிலைக்கு மனிதனைத் தரந்தாழ்த்தி விட்ட ஒரு உலகத்திற்கு எதிரான தங்களுடைய கனவுலகப் புரட்சியில் இரும்புக் காலகட்ட கவிஞர்களும், தத்துவஞானிகளும் மனிதன் தன்னில் தானேயான ஒரு பிண்டமாக மாறிவிட்டதாகவும் தன்னுடைய சொந்த வேலைகளினாலேயே மேலாதிக்கம் செலுத்தப்படுகின்றவனாகவும், தன்னிடமிருந்து தானே வீழ்ந்து விட்டவனாகவும் மாறிவிட்டதாகக் குறை கூறினார்கள்.

உழைப்பிலிருந்து மகிழ்ச்சியும், விளைவிலிருந்து வழிமுறையும், பலனிலிருந்து முயற்சியும் பிரிக்கப்பட்டுவிட்டன. முழுமையின் ஒரே ஒரு சிறிய பின்னத்துடன் என்றென்றைக்குமாகத் தளையிடப்பட்டுவிட்ட மனிதன் தன்னை ஒரு பின்னமாக அல்லாமல் வேறு எதுவாகவும் வளர்த்துக் கொள்வதில்லை; தான் சுழற்றுகின்ற சக்கரத்தின் ஒரேவிதமான ஓசை அவன் காதில் எப்போதும் ஒலித்துக் கொண்டிருக்கையில் தன்னுயிருணர்வின் சேர்ந்திசையை அவர் என்றுமே வளர்த்தெடுப்பதில்லை, தன்னுடைய சொந்த இயல்பின் மீது மனிதத்தின் முத்திரையைப் பதித்துக் கொள்வதற்குப் பதிலாக தன்னுடைய வேலையின் அல்லது தன்னுடைய தனிச்சிறப்பு பெற்ற அறிவின் தடயத்திற்கும் மேலான ஒன்றாக அவன் ஆவதில்லை. (மனிதனுக்கான கலாரசனைக் கல்வி குறித்து, ஒரு கடிதங்களின் தொடரில்- பிரெடரிக் ஸ்கில்லர்; மொழியாக்கம் எலிஸபெத். எம். வில்கின்கள் மற்றும் எல்.ஏ. வில்லஃபி (ஆக்ஸ்போர்டு, 1967: கிளாரெண்டன்பிரஸ்), 6வது காதம், ப.35)

தொழில்நுட்பவியல் மற்றும் தொழிற்துறை வளர்ச்சியும் பேராசையும், வணிக உத்வேகமும், மூலதனமும், பாட்டாளி வர்க்கத் துயரமும், புரட்சிகர எதிர்பார்ப்புகளும் புரட்சிக்குப் பிந்தைய யதார்த்தத்தால் அவற்றின் ஏமாற்றமும் கொண்ட குழப்படியான காலகட்டம் அலட்டிக் கொள்ளாத முதலாளி வர்க்கத்திற்கு எதிரான கற்பனாவாத ஆட்சேபத்தின் காலகட்டமாகியது,

முதலாளித்துவ உலகத்திற்கு எதிரான பிரபு குலத்தவர், சாமானியர் இருவரும் அந்த ஆட்சேபத்தில் இணைந்து கொண்டார்கள்; அதிகரித்துக் கொண்டே செல்லும் உழைப்புப் பிரிவினையின் வளர்ச்சிப்போக்கினால் மனிதன் மனிதத் தன்மையற்றவனாக்கப் படுவதை இருவரும் கண்டனம் செய்தார்கள்; அதனுடைய தீவிரப் பின்விளைவுகளாகச் சமூகத்தின் ஒருமுனையில் செல்வம் அதிகரித்துக் கொண்டே போனது, மறுமுனையில் பொருளியல் மற்றும் ஆன்மிகச் சீர்கேடு அதிகரித்துக் கொண்டே போனது. ஆனால் காலம் செல்லச் செல்ல கற்பனாவாத இயக்கத்திற்குள் சில குறிப்பிட்ட வேறுபாடுகள் தோன்றின; விமோசனம் பெறுவதற்கான பிரதான ஊற்றுக் கண்ணாகவும், மனிதனின் ஒருமைப்பாடு, கண்ணியம் ஆகியவற்றின் காலமாகவும் கடந்த காலத்தைச் சிலர் கண்டார்கள்; சுதந்திரம், செழிப்பு மற்றும் மனித நேயம் ஆகியவை வரப்போகின்ற ஒரு உலகில் ஒரு முழுமையான மனிதன் புத்துயிர் பெற்று எழுகின்ற கனவு கண்டு கொண்டு மற்றவர்கள் எதிர்காலத்தை நோக்கினார்கள். அமெரிக்காவிலும் பிரான்சிலும் நடந்த அரசியல் புரட்சி சுதந்திரத்திற்கான மனிதனின் உரிமையை- 'சுதந்திர ஆளுமையை' - பிரகடனப்படுத்தியது. அது போன்ற பிரகடனங்களுக்கும் அதைத் தொடர்ந்து வந்த உண்மை நிலவரத்திற்கும் இடையிலிருக்கும் முரண்பாடு பெரும்பான்மையானவர்களுக்கு வேதனையளிக்கக் கூடியதாக இருந்தது. முதலாளித்துவ சமூகத்தில் இருக்கும் மனிதன் மற்றவர்களுடன் ஒன்று கலக்காமல், ஆனால் அவர்களுக்கு எதிராகக் கடுமையாகப் போட்டியிடுகின்றவனாக உண்மையிலேயே தனிமனிதனாக மாறிவிட்டான். "மனிதனுக்கான ஒரு உரிமை எனும் வகையில் சுதந்திரம் என்பது மனிதனுக்கும் மனிதனுக்கும் இடையில் இருக்கும் உறவுகளின் அடிப்படையில் அமைந்ததல்ல, மாறாக மனிதனை மனிதனிடமிருந்து பிரிப்பதன் மீது அமைந்துள்ளது," என்று இளம் மார்க்ஸ் எழுதினார்.[1]

ஆகையால், மனித உரிமைகள் என்பதாகக் கூறப்படுபவற்றில் எதுவுமே, குடிமைச் சமூகத்தின் ஒரு உறுப்பினர் என்கிற வகையில் மனிதன் தான் எனும் தன் நலனைத் தாண்டிச் செல்வதில்லை; அதாவது, தன் இனத்திலிருந்து பிரிக்கப்பட்டுவிட்ட ஒரு தனிமனிதன், தனக்குள்ளேயே சுருங்கிக் கொண்டவன், தன் நலத்தைப் பற்றிச் சிந்திப்பதிலேயே முழுமையாக மூழ்கியிருப்பவன், தன் மனம் போல நடந்து கொள்பவன். [2]

எனவே பிரச்சனை, ஒரு உள்ளீடற்ற தனித்துவமாகச் சுருங்கிப் போன மனிதனை முழுமையாக சுயநலம் அதற்கான அக்கப்போர்கள் என ஆகிப்போன மனிதனைத் திருப்புவது, ஒரு சீலரின் ஆதிக்கம் எனும் நிலைக்கு மாறாக அனைத்து மானுடத்தின் விடுதலை கொண்ட சமூகம் படைக்கத் திருப்புவதாகும்.

தன்னுடைய 21-வது வயதில் பெர்லின் பல்கலைக்கழகத்தில் தன்னுடைய டாக்டர் பட்டத்திற்கான ஆய்வுக்கு மார்க்ஸ் தயாரித்த இந்தக் குறிப்புகளில் - வர்க்கப் போராட்டம், பாட்டாளி வர்க்கம், புரட்சி மற்றும் ஆட்சியாளர்களற்ற, வர்க்கமற்ற ஒரு சமூகத்தில் 'உண்மையான சுதந்திரம்' என்பனவற்றைப் பற்றியெல்லாம் இன்னும் எதையும் குறிப்பிட்டிருக்கவில்லை. ஆயினும், 6-வது குறிப்புப் புத்தகத்தில் அடிமைத்தனம் மற்றும் எபிக் கூரியவாத மற்றும் இன்ப, துன்பங்களைச் சமமாக ஏற்றுக் கொள்கின்ற தத்துவங்களுடைய அடிப்படைத் தன்னலவாதம் ஆகியவை குறித்த கீழ்க்கண்ட சொற்றொடர்களை நாங்கள் கண்டோம்: "இவ்விதமாக, அனைவருக்கும் பொதுவான சூரியன் மறைந்துவிட்ட பொழுது, தனிமை என்கிற அகல் விளக்கின் சுடரை விட்டில் பூச்சி நாடுகிறது!" இதற்கும் கூட முன்னதாக, மூன்றாவது குறிப்புப் புத்தகத்தில் "தன் தோலுக்குள்ளேயே என்றென்றைக்குமாக உழன்று கொண்டிருப்பதற்குப் பதிலாக, ஒரு உலகை சிருஷ்டிப்பவனாக இருப்பதில் தன் சொந்த ஆற்றல்களால் மொத்த உலகையும் கட்டுவதில் மேற்கொண்டும் இன்பம் பெற இயலாதவன் மீது 'மெய்ப்பொருள்' (பரிசுத்த ஆவி) தன் சாபத்தை இட்டுவிட்டது" பின்னர், கடைசியான ஏழாவது குறிப்புப் புத்தகத்தில்: "தனியுரிமை மற்றும் நன்னம்பிக்கை ஆகியவற்றின் அடிப்படையில், அந்தத் தனியுரிமை ஒரு முழு தேசத்தினுடையதாகவும், அந்த நம்பிக்கைப் பல நூற்றாண்டுகளினுடையதாகவும் இருந்தாலும் கூட ஒரு தத்துவம் என்பது வெறும் ஒரு தத்துவம்தான் என்று கொள்வதற்கு நமக்குக் குறைந்த அளவிலாவது உரிமையுண்டு."[3]

மார்க்சைப் பொறுத்தவரையிலும், 'அனைவருக்கும் பொதுவான (உலக) சூரியன்' என்பது ஒரு பொதுவான இலக்கை நோக்கிய தனிமனிதனின் ஈடுபாடு என்றும், பொதுநலனில் அவனுடைய பங்கேற்பு என்றும், குறுகிய தனிமனித நலனை அவனுடைய செயல்பாடுகளும், கருத்துகளும் தாண்டிச் செல்லும்

என்றும் பொருள் - வேறு வார்த்தைகளில் கூறுவதானால் சீஸரின் சர்வாதிகாரத்திற்கு முந்தைய ஏதெனியன் ஜனநாயகம் அல்லது ரோமன் குடியரசு என்று பொருள். 'தனக்குள்ளேயே என்றென்றும் உழன்று கொண்டிருக்க' மார்க்ஸ் மறுத்தார்:

தன் சொந்த அறிவார்ந்த ஒன்றாக உலகை மாற்றி இறுதியாக அதனுடைய பொருளியல் மாறுதலுக்குப் பங்காற்றும் ஒரு 'உலக சிருஷ்டிகர்த்தாவாக' அவர் விரும்பினார். ஒப்பீட்டளவில் தனிமை வாதத்தின் விளக்கொளியை மங்கலாகக் காட்சியளிக்கச் செய்கின்ற ஒரு பிரபஞ்ச சூரியனை, ஒரு புதிய சமூக விடியலை நாடிய ஆசை அது என்பதில் ஐயமேதுமில்லை. ஆனால் அதே பொழுது, எந்தவொரு தத்துவம், கோட்பாடு அல்லது கட்டமைப்பு ஆகியவற்றினுடைய உண்மைத் தன்மைக்கான சான்றாகத் தனியுரிமை அதிகாரத்தையும் நம்பிக்கையையும் ஏற்றுக் கொள்ளத் தயாராக இல்லாத கிளர்ச்சி பொங்கும் ஒரு விமர்சனப் பகுப்பாய்வு மனமும் சமமாக அங்கு குடி கொண்டிருந்தது. இருபத்தியொரு வயது கொண்ட மார்க்ஸ், ஏற்கெனவே இருந்து வருகிற, வரவிருக்கிற ஒவ்வொன்றையும் விமர்சன மறு-ஆய்வுக்குக் உட்படுத்துவதற்கு இருக்கும் உரிமையை விட்டுக் கொடுக்காமலேயே ஒருபுதிய உலகின் சிருஷ்டி கர்த்தாவாக மாறுவதற்கானக ஒரு புதிய பிரபஞ்சவியலை நோக்கி முட்டிமோதி முன் செல்ல ஏற்கெனவே துடித்துக் கொண்டிருந்தார்.

மார்க்ஸ் சட்டம், தத்துவம், வரலாறு ஆகியவற்றைக் கற்றுக் கொண்டிருந்த பெர்லினில் இளம் அறிஞர்கள், சிந்தனையாளர்கள் மீது மிகப் பெரும் ஈர்ப்பைச் செலுத்தி வந்த மேலாதிக்க உத்வேகம் ஹெகலுடையதாகும். உச்சக்கட்டத்தையும், கற்பனா வாத மறுப்பையும் ஒருங்கே கொண்ட தன்னுடைய மாபெரும் தத்துவார்த்த பெரும் படைப்பில், அந்நியமாதலின்-சுயத்திலிருந்து விலகிச்செல்வது, இனக்காதலின்-சுயத்தை நோக்கி மீண்டும் திரும்பி வருவது ஆகியவை ஒரு சேர நிகழ்வதும், இவ்வாறாக சுயத்துடன் தன்னுணர்வின்றி ஒன்றிணைவதிலிருந்து தன்னுணர்வுடன் இணைவதை நோக்கி முன்னேறிச் செல்வது என்பதனுடைய அடுத்தடுத்து வரும் ஒவ்வொரு வடிவத்தையும் உலக சரித்திரத்தில் உலக ஆன்மா கடந்து செல்வதை ஹெகல் கண்டார். வளர்ச்சி என்கிற சிந்தனை, அதாவது தன்னைத்தானே உணர்ந்து கொள்கின்ற ஒன்றாக மாறிவிட்ட, ஒரு உண்மையான

சுதந்திரமும், பொருளியல் செழிப்பும் படைத்த ஒரு உலகம் என்பதற்கான கனவு. அவருடைய காலகட்டத்தின் முரண்பட்ட இயக்க விதியாக இருப்பதன் வெளிப்பாடுதான் ஹெகலுடைய கடினமான தத்துமாகும்.

ஒரு இளைஞரான மார்க்ஸ் துவக்கத்தில் ஹெகலை நிராகரித்தார், ஆனால் அந்த மகத்தான தத்துவ ஞானியாலும், அவருடைய இயக்கவியல் கோட்பாட்டினாலும் வெகுவிரைவிலேயே கவர்ந்து கொள்ளப்பட்டார். அந்த இயக்கவியலுக்கு அவர் விசுவாசமாக இருக்க வேண்டிய நிலைமை உருவாகியிருந்தது - சிந்தனை மற்றும் இதர அனைத்துப் பொருட்களின் இயல்பிற்குள்ளேயே இருக்கும் உள் முரண்பாடுகள் - தனியாகவோ அல்லது காரண-காரியத்தின் நேர்கோட்டு வரிசையின்படியோ எதையும் புரிந்து கொள்ள இயலாது - மாறாக எல்லாக் கூறுகளுடைய பன்முக ஊடாடல் மற்றும் தன்னுடனேயே முரண்பட்டுக் கொள்கிறது என்கிற அடிப்படையில் தான் விளங்கி கொள்ள முடியும் என்கிற புரிதலும் எதுவொன்றும் உருவாகி இருத்தல் நிலைமையை எய்துகிறதோ அது தன்னுடைய சொந்த மறுப்பை உருவாக்கிக் கொள்கிறது அந்த மறுப்பின் மறுப்பை நோக்கி இயங்க முற்படுகிறது - என்கிற இயக்கவியலுக்கு அவர் விசுவாசமாகவே இருந்தார். ஆனால் அதிலிருந்து பின் தொடர்ச்சியாக அவர் உருவாக்கிய விஷயத்தில் ஹெகலை விட வெகுதூரம் தாண்டிச் சென்றுவிட்டார்.

1842-லிருந்து 1843 வரை தாராளவாதப் பத்திரிகையான ரைனிஷ் ஜெடுங்-ன் பதிப்பாசிரியர் என்கிற முறையில் தன்னுடைய தீவிரமான ஜனநாயகக் கண்ணோட்டங்களால் 1840-களின் ஜெர்மனியின் தசையில் ஒரு முள்ளாகிப்போனார். அதனால் பாரிசுக்கு இடம்பெயர நேர்ந்தது. 1844-ல் DEUTSCH-FRANZOSISCHE - JAHRBUCHER (*ஜெர்மன்-பிரெஞ்சு மலர்*) பத்திரிகையில் எழுதிய அவர் தான் தப்பித்து வந்த ஜெர்மனியிலிருந்த நிலைமைகளை விளக்கியதுடன் கடுமையாக விமர்சனமும் செய்தார் - அது பின்வருமாறு:

ஜெர்மன் வரலாறு, உண்மையில், இதற்கு முன்னர் வேறெந்த நாடும் சாதிக்காத ஒரு வளர்ச்சியை அல்லது வரலாற்றுத் தளத்தில் என்றைக்குமே பிரதியெடுக்க முடியாத வளர்ச்சியைப் பற்றித் தன் மீதே பெருமிதம் கொள்கிறது. நவீன தேசங்களின்

புரட்சிகளில் என்றுமே பங்கேற்காமல் அவற்றின் மறு-கட்டமைப்புகளில் நாம் பங்கேற்றிருக்கின்றோம். நாம் மீள்-கட்டமைக்கப்பட்டுவிட்டோம்; ஏனெனில், முதலாவதாக மற்ற நாடுகள் புரட்சியை உருவாக்கத் துணிந்தன, இரண்டாவதாக, மற்ற நாடுகள் எதிர்-புரட்சிகளால் துன்பமுற்றன; முந்தைய முதலாவது நிகழ்வில் நம் எஜமானர்கள் அச்சமடைந்திருந்தனர், இரண்டாவதில் அவர்கள் அச்சமடையாதது காரணமாகவிருந்தது. நமது மேய்ப்பனர்களால் வழிநடத்தப்பட்ட நாம் 'விடுதலையுடன்' ஒரே ஒரு முறை உடனிருந்தோம், அது சவக்குழியில் இறக்கப்பட்ட நாளில் அது நிகழ்ந்தது.[4]

ரைன் லாந்தின் தொழிலதிபர் ஒருவருடைய மகனாகப் பிறந்து, லண்டனில் வேலை பார்த்து வந்த-இளம் பிரெடரிக் ஏங்கெல்ஸை மார்க்ஸ் பாரிசில் சந்தித்தார். அவர் மூலமாக, அந்தக் காலகட்டத்தில், மிகவும் முன்னேறியிருந்த தொழில்வள நாட்டில் நிலவிய சமூக நிலைமைகள் குறித்த ஒரு ஆழ்ந்த அறிவை மார்க்ஸ் பெற்றார். அது மட்டுமல்லாமல், வரலாற்றில் ஒப்புவமை அற்ற ஓர் நட்பை ஏங்கெல்ஸிடம் பெற்றார். தொடர்ந்து உருவான நெருக்கத்திலும், நீடித்திருந்த கால அளவிலும் ஈடிணையற்ற நட்பின் காலகட்டத்தில் சில நேரங்களில் கடினமான தன் நண்பனின் ஒப்புயர்வற்ற மேதைமையை - இம்மியளவு கூடப் பொறாமையில்லாமல், ஏங்கெல்ஸ் கண்டு கொண்டார்; அத்துடன் அறிவுடைமை, அறிவியல், அரசியல் ஆகிய விஷயங்களில் மட்டுமல்லாமல் தனிப்பட்ட வாழ்க்கையிலும் கூட மீண்டும், மீண்டும் ஒரு அர்ப்பணிப்பு மிக்க அவருடைய உதவியாளராகிவிட்டார். மார்க்சியத்திற்கு ஏங்கெல்ஸின் தத்துவார்த்தவியல் பங்களிப்பைப் பற்றிக்கூட கேள்வி எழுப்பப்படக் கூடும். ஆனால் மார்க்சையும் ஏங்கெல்ஸையும் பிணைத்திருந்த செயலூக்கம் மிக்க நீடித்த நட்பு அனைத்து விமர்சனங்களுக்கும் மேல் உயர்ந்து நிற்கிறது.

மார்க்ஸ் பாரிசில் அறிந்து கொள்ள நேர்ந்தது என்னவென்றால் - 'பாட்டாளி வர்க்கம்'. மனிதனின் இயல்பை மறுப்பதாகவும் இழிவுபடுத்துவதாகவும் கற்பனா வாதிகள் எதைக் கருதி வந்தார்களோ அவற்றின் உச்ச எல்லைக்கே சென்று விட்ட மனிதத்தன்மையற்ற நிலைமையின் மொத்த உருவமாகப் பாட்டாளி வர்க்கத்தின் பரிதாபகரமான தோற்றத்தை மார்க்ஸ் கண்டார். ஆனால் இதே உச்சக்கட்ட மறுப்பில்

அதை வெற்றிப்கொள்வதற்கான நம்பிக்கையையும் கண்டார். தங்களுடைய அடித்தளத்தில் இருக்கும் இதே நிலைமைகளைத் தலைகீழாகப் புரட்டிவிடுவதன் மூலமாக அந்த மனிதத் தன்மையற்ற நிலைமைகளிலிருந்து தன்னைத்தானே விடுதலை செய்து கொள்ளும்படி அதன் வறுமையாலேயே பாட்டாளி வர்க்கம் நிர்பந்திக்கப்படும் என்றும், தன்னைத்தானே விடுதலை செய்து கொள்வதன் மூலமாக மனித குலத்தின் விடுதலையாளராகவும் அது மாறும் என்றும் அவர் நம்பினார்.

தன்னுடைய காலத்தின் பாட்டாளி வர்க்கத்தில் காணக் கிடைத்த மனிதம் மறுக்கப்பட்ட நிலைமையை மார்க்ஸ் விவரித்த விதத்தில் ஒரு அசாதாரணமான சோகம் இதயத்தைக் கவ்வுகிறது.

உழைப்பு நிச்சயமாகப் பணக்காரர்களுக்கு அற்புதங்களைப் படைக்கிறது, ஆனால் அது உழைப்பாளிக்கு வறுமையைப் படைக்கிறது. அது மாளிகைகளைப் படைக்கிறது ஆனால் தொழிலாளிக்கு அது இழிந்த குடிசையைப் படைக்கிறது. அது அழகைப் படைக்கிறது, தொழிலாளிக்குக் கோரத்தைப் படைக்கிறது. உழைப்பினிடத்தில் இயந்திரத்தை வைக்கிறது, ஆனால் சில உழைப்பாளிகளைக் கொடூரமான பணிக்குப் பின்னால் தள்ளிவிடுகிறது, மற்றவர்களை இயந்திரமாக்கிவிடுகிறது. அது அறிவைப் படைக்கிறது, ஆனால் தொழிலாளர்களுக்கு மடமையையும், மனச் சிதைவையும் தருகிறது. [5]

அவருடைய படைப்பிலிருக்கும் பாட்டாளி வர்க்கத்தவன் தனக்கு நிறைவு ஏற்படுத்திக் கொள்வதில்லை, ஆனால் தன்னயே மறுத்துக் கொள்கிறான்;

நலம் உணர்வதில்லை மாறாகத் துயரம் கொள்கிறான், தன் மன உடல் ஆற்றல்களை தாராளமாகத் வளர்த்துக் கொள்வதில்லை, ஆனால் உடலால் களைத்தும் உள்ளத்தால் தாழ்ந்தும் போகிறான். ஆகவே, தொழிலாளி தன் ஓய்வு வேளையில்தான் மகிழ்ச்சியாக உணர்கிறான், வேலையின்போது மகிழ்ச்சியற்றவனாக உணர்கிறான். [6]

ஊசிமுனை போன்று கூர்மையாகக் கருத்துரைப்பதில் மார்க்ஸ் வல்லவர் என்பது நன்கறியப்பட்ட ஒன்று. எனினும் பாட்டாளி வர்க்கத்தின் இரங்கத்தக்க நிலைமையைப் பற்றி அவர்

பேசிய பொழுது எதையும் மிகைப்படுத்தவில்லை என்பதை அந்தக் காலத்தின் ஏராளமான பதிவுகள் நிருபிக்கின்றன. மகத்தான தத்துவஞானியின் தீவிர சீடர்களான இளம் ஹெகலியர்கள் மனிதனின் ஆன்மாவை விண்ணுலகிலிருந்து யதார்த்த உலகத்திற்கு மீண்டும் கொண்டு வந்து சேர்ப்பதன் வாயிலாக அவனை நாத்திகம் விடுதலை செய்யும் என்று எதிர்பார்த்தார்கள். மார்க்சின் கண்ணோட்டம் ஆழ்ந்து பரந்தது; அவரைப் பொறுத்த வரையிலும் மதம் பற்றிய விமர்சனம் என்பது 'எல்லா விமர்சனங்களுக்குமான அடித்தளமாகும்', ஆனாலும், பொருளியலைப் போலவே ஆன்மிகத் தளையிலிருந்தும் விடுவிக்கப்படுவதன் தேவையை அவர் மிக நன்றாக உணர்ந்திருந்தார், மதத்தை "உண்மையான துயரத்தின் வெளிப்பாடு" என்றும் "உண்மையான துயரத்திற்கான எதிர்ப்பு" என்றும் அவர் ஒருசேரப் பார்த்தார். "ஒடுக்கப்பட்ட உயிரின் பெருமூச்சு, "இதயமற்ற உலகத்தின் இதயக் கிளர்ச்சி," "ஆன்மாவற்ற நிலைமைகளின் ஆன்மா" "மக்களின் அபினி" என்று கூறினார்[7]. பெரும்பாலான விஷயங்களில் நடப்பதைப் போலவே மார்க்ஸ் உண்மையிலேயே இந்த விஷயத்தில் என்ன சொன்னார் என்பது பெரும்பான்மையான மக்களுக்குத் தெரிந்திருப்பதில்லை: இந்த மேற்கோள் பெரும்பாலும், மதம் மக்களுக்கான அபினி என்று, அதாவது வெளிப்புற சக்திகளால் மக்களுக்கு ஒரு போதைப் பொருளாகத் தரப்படுவது என்பதாகத் திரிக்கப்படுகிறது, அதே சமயம் அந்த வாக்கியத்திற்கு முன்னால் வருகின்ற வாக்கியம் மறைக்கப்பட்டு (கண்டு கொள்ளாமல்) விடப்படுகின்றது.

இந்த மாயையை (மனிதன், இயற்கை எனப்படும் மாயை) மறுப்பது எனும் முறையில் நாத்திகத்திற்கு இப்பொழுது பொருளேதுமில்லை, ஏனென்றால் நாத்திகம் என்பது கடவுள் மறுப்பாகும் என்பதுடன் இந்த மறுப்பின் மூலமாக மனிதனின் இருப்பை நிலை நிறுத்த முற்படுகிறது. சோஷலிசத்திற்கு இது போன்ற சுற்றி வளைத்து வரும் வழிமுறை இனிமேலும் தேவையில்லை; அடிப்படையானவை என்கிற வகையில் மனிதன், இயற்கை ஆகியவற்றின் தத்துவார்த்த மற்றும் செயல்முறை உணர்விலான புலப்பாட்டிலிருந்து அது துவங்குகிறது. அது ஓர் நேர்மறையான மனிதத் தன்-உணர்வாகும், மதத்தை மறுப்பதன் வாயிலாக வந்தடைந்த தன்னுணர்வாக அது இனிமேலும் இருக்காது; கம்யூனிஸம் மூலமாகத் தனியுடைமை

மறுக்கப்பட்டுப் பெறப்படும் உணர்வாக அது இனிமேல் இருக்காது, மனிதனின் "உண்மையான வாழ்க்கையில்" எவ்வாறு ஆக்கப்பூர்வமான ஒரு உணர்வாக இருக்குமோ அதைப் போன்றது..... உடனடி எதிர்காலத்திற்குத் தேவையான வடிவம், செயல்முறைக் கோட்பாடு ஆகியவற்றை உள்ளடக்கியது தான் கம்யூனிஸமே, ஆனால் அதே வேளையில், கம்யூனிஸம் என்பது தன்னளவிலேயே மனித வளர்ச்சியின் இலக்கோ, மனித சமூகத்தின் வடிவமோ கிடையாது.[8]

மார்க்சைப் பொறுத்தவரையிலும், மதம், நாத்திகம், கம்யூனிஸம் என்பவையெல்லாம் வளர்ச்சியின் கட்டங்கள் அல்லது கூறுகள் தானேயல்லாமல் வளர்ச்சியின் இலக்கு அல்ல என்பதை நம்மால் காண முடிகிறது. இலக்கானது ஆக்கப்பூர்வமான மனிதம், மனிதனின் உண்மையான வாழ்க்கைதான். அத்தகையதொரு வாழ்க்கையின் அதிர்ச்சியூட்டும் முரண்பாடுதான் பாட்டாளி வர்க்கம் இருப்பது; ஆனால் பாட்டாளி வர்க்கத்தில் மட்டுமே 'தொழிற் துறையின் சிதைவடைந்துள்ள உண்மை நிலை' தன்னை வெளிப்படுத்திக் கொள்வதில்லை. முதலாளித்துவத் தொழில்துறை மீதான அறிவியல்பூர்வமான பகுப்பாய்வு ஸ்கில்லர் அஞ்ச மட்டுமே செய்ததை நூறு மடங்கு உறுதிப்படுத்தியது:

உழைப்பிலிருந்து மகிழ்ச்சியும், செயலிலிருந்து நோக்கமும், பயனிலிருந்து முயற்சியும் பிரித்து வைக்கப்பட்டுள்ளது; இயந்திரங்கள், லாபம், வறுமை ஆகியவற்றுடைய உலகின் துண்டுதுண்டான, தொடர்புகளற்ற, பிளவுண்ட இயல்பின் மிக உச்சமான வெளிப்பாடு தான் பாட்டாளி வர்க்கம். மறுப்பு மேலும் தெளிவாக முனைப்படையும் பொழுது, அதனால் மறுக்கப்படுவதும் அதிகம் தெளிவாகிறது: இதுவரை ஆக்கம் பெறாத லட்சிய மனித பிம்பம் தானது.

மதத்திற்குத் துவக்கப்புள்ளி கடவுள். ஹெகலுடைய துவக்கப்புள்ளி அரசு. மார்க்சினுடையது மனிதன்.

'ஹெகலின் அரசு பற்றிய விதி' குறித்த விமர்சனத்தில் மார்க்ஸ் எழுதினார்:

ஹெகல் அரசிலிருந்து துவங்குகிறார், மனிதனை அரசுக்குக் கீழ்ப்பட்டவனாக்குகிறார்; ஜனநாயகம் மனிதனிலிருந்து துவங்குகிறது, அரசுக்கு மனிதனை இலக்குப் பொருளாக்குகிறது.....

சட்டத்திற்காக மனிதன் இல்லை, மனிதனுக்காகச் சட்டம் இருக்கிறது; அது மனித இருப்பின் நீட்சி, மற்றவர்களைப் பொறுத்த வரையிலும் மனிதன் சட்டத்தின் நீட்சி. அதுதான் ஜனநாயகத்தின் அடிப்படை வேறுபாடு."[5]

மார்க்சுக்குத் தீர்மானகரமான ஒன்றாக இருப்பது 'சர்வப்பொதுவான', தன்னளவிலேயே முடிவான அமைப்பு முறையல்ல, மாறாக அது மனிதன் - திட்டவட்டமான, உண்மையான தனிப்பட்ட மனிதன் என்பவன்தான் அவருடைய சிந்தனையின் இலக்கு, அவருடைய முயற்சிகள் அனைத்துமே முழுமை பெற்ற மனிதன், மனிதன் என்கிற எதார்த்தம், ஆக்கப்பூர்வமான மனிதம் என்பதை நோக்கியதுதான்.

ஒரு சுதந்திரமான தனி மனிதனாக உருவெடுப்பதற்குச் சமூகம் மனிதனுக்குத் தேவைப்படுகிறது. சமூகத்திற்குப் பதிலிகளாக முன்னர் இருந்த அரசு.... போன்றவற்றில், இந்த ஆளும் வர்க்கத்தின் உறவுகளுக்குள், அந்த வர்க்கத்தின் தனி மனிதர்கள் என்கிற அளவில் இருந்து கொண்டு வளர்ச்சி பெற்ற தனி மனிதர்களுக்கு மட்டும் தான் தனிப்பட்ட சுதந்திரம் இருந்து வந்தது. தாம் சுதந்திரமானவர்கள் என்பது போல நடந்து கொள்ளும் தனி நபர்களெல்லாம் நடைமுறை உண்மையில் மொழி, மரபு, வளர்ப்பு போன்ற சமூக வளர்ச்சிப்போக்கின் முழுமையால் மட்டுமல்ல, அவர்களுடைய வர்க்கம், அந்தஸ்து (சொத்து, பதவி) அல்லது தொழில் ஆகியவற்றாலும் தகவமைக்கப்படுகிறார்கள். அவர்களுடைய ஆளுமை திட்டவட்டமான வர்க்க உறவுகளால் உருவாக்கம் பெறுகிறது, தீர்மானிக்கப்படுகிறது. அவர்களுக்கிடையிலான பரஸ்பர உறவு நபர்களுக்கிடையிலானதுதான் என்கிற போதிலும், அது எல்லாவற்றுக்கும் மேலாக-ஒரு குறிப்பிட்ட வகைப்பட்டத் தனி மனிதர்கள் என்பதாக அல்லாமல், தர நிர்ணயம் செய்யப்பட்ட 'சராசரி நபர்கள்' என்கிற வகையில் 'சமூக குணாம்ச முக மூடிகளுக்கு' இடையிலிருக்கும் உறவாக இருக்கிறது. 'புரட்சிகர பாட்டாளி வர்க்கத்தவரின் சமூகத்தைப் பொருத்தவரையிலும்' இது நேர் எதிராக இருக்கும் என்று மார்க்ஸ் எதிர்பார்த்தார், நம்பினார். அதில் தனி மனிதர்கள் தனி நபர்கள், எனும் முறையிலேயே பங்கேற்பார்கள்: முந்தைய காலத்தில் நிலைமைகள் சந்தர்ப்ப வசத்தின் பால் விட்டு வைத்ததன் காரணமாகவே அந்தத் தனி மனிதர்களையும் தாண்டித் தம்மைத் தக்க வைத்துக் கொள்வதில் வெற்றி பெற்றுவிட்ட அந்த நிலைமைகளின்மீது

கம்யூனிஸ்ட் எனும் அமைப்பாக அல்லாமல்-ஆனால் தனி மனிதர்களின் சுதந்திரமான கூட்டுறவாக அமைந்த பொதுவான கட்டுப்பாட்டை வகிக்கும் என்பதாக மார்க்ஸ் பார்த்தார்.[10]

தனி மனிதனுக்கும், சமுதாயத்திற்கும் இடையில் ஒன்றுக்குள் ஒன்று தொடர்புடைய ஒரு வினையாற்றல் இருக்கிறது:

மனிதனை மனிதனாகச் சமூகமே படைப்பது போல, அது அவனால் படைக்கப்பட்டதாகும்... இயற்கையின் மனித முக்கியத்துவம் சமூக மனிதனுக்காகவே இருந்து வருகிறது; ஏனென்றால் இந்த விஷயத்தில்தான் இதர மனிதர்களுடன் இயற்கை ஒரு பிணைப்பாக இருக்கிறது - மற்றவர்களுக்காக அவனிருப்பது, அவனுக்காக மற்றவர்கள் இருப்பது என்பதற்கான அடிப்படையாக இருக்கிறது. அப்பொழுதுதான் அவனுடைய சொந்த மனித அனுபவத்திற்கு இயற்கை ஒரு அடிப்படையாகவும் மனித யதார்த்தத்திற்கு ஒரு உயிர்க் கூறாகவும் இருக்க முடியும்." [11]

அறிவியல் மற்றும் தொழில்நுட்பப் புரட்சி நமது காலத்தில் என்றும் அதிகரித்துக் கொண்டே செல்கின்ற குழு-உழைப்பின் தேவையைக் கோரினாலும்கூட, ஒரு அறிஞனின், எழுத்தாளனின் அல்லது கலைஞனின் பணி என்பது மற்ற மனிதர்களுடன் நேரடியாகப் பிணைக்கப்படாமலிருக்கிறது, நேரடியான சமூகக் குறுக்கீடு அதற்கு உண்மையில் தீமை பயக்கவும் கூடும். எனினும், அதுபோன்ற பணி மற்றவர்களுடன் ஒரு கூட்டுறவை முன் அனுமானிக்கின்றது; அது மற்றவர்களின் அனுபவங்களிலிருந்து கிரகித்துக் கொள்கிறது, அது எவ்வளவுதான் தன்வயமானதாக இருந்தாலும் அடிப்படையில் அது ஒரு சமூகச் செயல்பாடுதான்.

ஒரு சமூக உற்பத்திப் பொருளாக எனக்களிக்கப்பட்ட-சிந்தனையாளர்கள் பயன்படுத்துகின்ற மொழி போன்றவை மட்டுமே என்னுடைய செயல்பாட்டிற்கான விஷயமல்ல - எனது சொந்த வாழ்க்கையே ஒரு சமூகச் செயல்பாடுதான். இந்தக் காரணத்தினால்தான் நான் நானாக உருவாக்குவதை சமூகத்திற்காக, ஒரு சமூக ஜீவனாகச் செயல்படுகிறேன் என்கிற உணர்வுடன் உருவாக்குகிறேன்.[12]

இது ஒன்றும் வெற்றான பயன்பாட்டுவாதமல்ல, ஒருவருடைய செயல்பாடு சமூகத்திற்கு நேரடியான பயனை அளிக்கின்ற விஷயம்

என்பதுமல்ல. இங்கு விஷயம் என்னவென்றால் தனிமனிதன் சமூக இயல்பு-தனி மனித ஆளுமை சமூகத்தின் வினைபலனாகவும், அதை நியாயப்படுத்துவதாகவும் இருப்பதுதான்.

மனிதன் ஒரு தனிச்சிறப்பான நபராக இருந்தாலும் கூட - அவனுடைய தனித்தன்மைதான் அவனைத் தனிமனிதனாக, ஒரு உண்மையான தனி மனித சமூகவியல் ஜீவனாக்குகிறது - அதே போல ஒரு முழுமையாக, ஒரு லட்சிய முழுமையாக, சிந்தனை மற்றும் அனுபவம் ஆகியவற்றின் சமூக அகவயமான இருத்தலாகவும் அவன் விளங்குகிறான். சமூக வாழ்க்கையின் உண்மையான மனமாகவும் பிரதிநிதியாகவும், மனித வாழ்க்கையின் வெளிப்பாடுகளுடைய தொகையாகவும் யதார்த்தத்தில் அவன் இருக்கின்றான். [13]

மார்க்ஸ் பிரகடனப்படுத்திய இந்த மனிதனின் முழுநிறை என்பது,ஸ்கில்லர் அழைத்தது போல மனிதனின் இயல்பிலிருக்கும் இந்த மனிதநேயம், முதலில் ஒரு எண்ணமாக மட்டும்தான், இதுவரைக்கும் எட்டப்படாத ஒரு சாத்தியக்கூறாக (ஆனால், ஒரு சில விதிவிலக்குகளைத் தவிர்த்து) இருந்து வருகிறது. துண்டு துண்டான முழுமை பெறாத, உருக்குலைந்த மனிதன் தன்னைத் தானே ஒரு முழு மனிதனாக மாற்றிக் கொள்ளும் திறனற்றவன்; அவ்வாறு அவன் முழுமையடைவதென்பது சமூகம் வளர்ச்சி பெற்று முன்னேறிச் செல்லச் செல்லத்தான் நிகழும். தன்னுடைய புலன்கள், மனம், அறிவாற்றல் ஆகியவற்றின் மூலமாகப் புற உலகை எந்த அளவுக்கு அதிகமாக ஒரு மனிதன் தன் வயப்படுத்திக் கொள்கிறானோ, இந்தத் தன் வயமாதல் எவ்வளவு அதிகமாக ஒருங்கிணைந்ததாகவும், பன்முகத் தன்மை கொண்டதாகவும் இருக்கின்றதோ, அந்த அளவுக்கு அவன் ஒரு முழுமை பெற்ற மனிதனாக மாற்றம் பெறுவதற்கான வாய்ப்பு அமையும்.

மனிதன் தன்னுடைய பன்முக வாழ்முறையை அனைத்தையும் உள்ளடக்கிய விதமாகத் தன் வயப்படுத்திக் கொள்கிறான்; அதன் வாயிலாக ஒரு முழு மனிதனாகிறான். பார்த்தல், கேட்டல், சுவைத்தல், நுகர்தல், தொடுதல், உணர்தல், கவனித்தல், விரும்புதல் செயல்படல், காதலித்தல் போன்ற, உலகத்துடன் அவனுக்குள்ள மனித நுகர்தல் உறவுகளெல்லாம் - சுருக்கமாகக் கவனித்தல் நேரடியான சமூக வடிவத்தில் இருக்கக்கூடிய உறுப்புக்கள் போன்று அவனுடைய தனிமனிதத்தின் அங்கங்கள்

அனைத்துமே அவற்றின் நோக்கத்திற்கான நடவடிக்கையாக (நோக்கத்தோடு தொடர்புடைய அவற்றின் செயல்பாடு), அந்த நோக்கத்தைத் தன்வயப்படுத்துவதாக, மனித யதார்த்தத்தைத் தன்வயப்படுத்துவதாக இருக்கின்றன. அந்த நோக்கம் குறித்த அவற்றின் எதிர்வினையாற்றல் மனித யதார்த்தத்தின் நிரூபணமாக இருக்கிறது. அது மனித நடைமுறையாகவும் மனிதத் துன்பமாகவும் இருக்கிறது, ஏனெனில் மனிதத்தன்மையுடன் துன்பத்தை அனுபவித்துக் கொள்வது என்பது மனிதனுக்கு சுய-மகிழ்வு உணர்வாகவும் இருக்கிறது.[14]

தன்னுடைய உணர்வுகளால், அறிவாற்றலால், கற்பனையால் மனிதன் தனக்குரியதாக்கிக் கொள்கின்ற குறிக்கோள்கள் அவனையே குறிக்கோளின் இலக்காக்கி விடுகின்றன; அவற்றுடன் அவன் ஐக்கிய மாகிவிடுகிறான். அவற்றை உள்வாங்கிக் கொள்வதன் வாயிலாக அவற்றைத் தன் சொந்த சிருஷ்டி ஆக்கிவிடுகிறான், தனது அங்கமாக்கிக் கொள்கிறான். மனித இனத்தின் உணர்வுகள் மனித உணர்வுகளாக மாற்றப்படுவதற்காக அவர்களின் உணர்வுகள் மனித இயல்பு பெறும் விதமாக, மனித இனத்தை ஒரு 'ஒட்டு மொத்த முழுமை' பெற்றதாக வளர்த்தெடுப்பது தேவைப்படுகிறது.

இந்த 'அனைத்தையும் உள்ளடக்கிய' தன்வயப்படுத்தல், "அனைத்து உணர்வுகளையும் வரமாகப் பெற்றுள்ள மனிதன்" என்று மார்க்ஸ் பேசும்பொழுது அவர் ஒரு படைப்பாக்கச் செயலை, அந்தச் சொல்லின் பரந்த பொருளில் அமைந்த ஒரு கலாபூர்வமான செயல்பாட்டைக் குறிப்பிடுகிறார் என்கிற உண்மையை பெரும்பாலான விளக்க உரையாளர்கள் காணத் தவறிவிட்டார்கள்; மார்க்ஸைப் பொறுத்தவரையிலும் அன்பு என்பது இத்தகைய தன் வயமாக்கலின் ஒரு அடிப்படையான வடிவம்தான். உடைமை,வர்த்தகம், லாபம் ஆகியவற்றின் ஒரு உலகில் இந்த மனிதப்பண்பு வெறும் நுகர்வாக (அனுபவிப்பாகி) சுருங்கிப் போய்விட்டது. "வாழ்க்கை மற்றும் வாழ்ந்து கொண்டிருப்பதற்கான தனிச்சிறப்பான நோக்கமே" உடனடியாக, உடலியல் சார்ந்த உடைமைப்படுத்துதல் என்பதாகப் பார்க்கின்ற இந்த "அனுபவிக்கும்" மனப்பாங்கை மார்க்ஸ் உணர்வு பொங்க எதிர்த்துப் பேசுகிறார்.[15] இந்த மனப்பாங்கு, காதலையே தொற்றிக் கொண்டுள்ளது, ஆணுக்கும் பெண்ணுக்கும் இடையிலிருக்கும் உறவை, உடைமை மற்றும் ஆதிக்க உணர்வு ஓங்கும் உறவாக வக்கிரப்படுத்திவிட்டது; தற்போதைய

வடிவத்திலிருக்கும் திருமணம் - 'தனிப்பட்ட தனியுடைமை வகைவடிவம்' மற்றும் பெண்களைப் பொதுவுடைமையாக்க வேண்டுமென்கின்ற 'கொச்சையான சிந்தனையற்ற கம்யூனிஸம்' வேண்டும் என்கிற ஒரு கோரிக்கை ஆகிய இரண்டுமே அனுபவித்தல் மூலமாகப் பெறப்படும் தன் வயமாக்கலுடன் தொடர்புடையதாகும், ஆகையால் அது மனிதனின் இழிநிலை மற்றும் 'பண்டமாக' வீழ்ந்து விட்ட நிலை ஆகியவற்றைக் குறிக்கிறது.

சமூக-இச்சையின் ஒரு இரையாக, ஒரு வேலைக்காரியாகப் பெண்ணுடன் கொள்ளப்படும் உறவு மனிதன் தனக்காக மட்டும் வாழ்கின்ற ஒரு வரம்பற்ற இழிநிலையில் வெளிப்படுத்தப்படுகிறது.... இந்த உறவிலிருந்து மனிதனின் ஒட்டுமொத்த வளர்ச்சி மட்டத்தையும் அளவிட முடியும். இந்த உறவின் குணாம்சத்திலிருந்து ஒரு இனம், ஒருமனித இன ஜீவன் என்கிற முறையில் எவ்வளவு தொலைவுக்கு மனிதன் சென்றிருக்கிறான், தன்னைத்தானே புரிந்து கொண்டிருக்கிறான் என்பது வெளிப்படுகிறது. ஆணுக்கும் பெண்ணுக்கும் இடையிலான உறவென்பது, ஒரு மனித உயிருக்கும் இன்னொரு மனித உயிருக்கும் இடையிலான மிகவும் இயற்கையான உறவாகும். ஆகவே, எவ்வளவு தூரம் மனிதனின் நடத்தை மனிதத்தன்மையை அடைந்திருக்கிறது, அவனுடைய மனித சாரம் எந்த அளவுக்கு அவனுக்கு ஒரு இயற்கைச் சாரமாக அமைந்திருக்கிறது, அவனுடைய மனித இயல்பு எந்த அளவுக்கு அவனுக்கு இயல்பாக, அமைந்திருக்கிறது என்பதை அது அடையாளம் காட்டுகிறது. அத்துடன், அவனுடைய தேவைகள் எந்த அளவிற்கு மானிடத் தேவையாக மாறியிருக்கிறது, அதைத் தொடர்ந்து ஒரு நபர் என்கிற முறையில் அவனுடைய தேவைகளின் ஒன்றாக மற்ற நபர் எந்த அளவுக்கு மாறியிருக்கிறார் என்பதையும், அவன் தன் தனிமனித வாழ்விலும் அதே வேளையில் ஒரு சமூக ஜீவனாகவும் எந்த அளவுக்கு இருந்து வருகிறான் என்பதையும் அது காட்டுகிறது.[16]

இவ்விதமாக மிகவும் இயற்கையான உறவு என்பது மனிதப் பண்பிற்கு ஒரு அளவுகோலாகிறது: முகமற்ற பாலியல் தன்மையிலிருந்து ஒரு உயரிய பாலியல் இணைப்பிற்கு (இதை கோதே (GOETHE) இவ்வாறுதான் அழைத்தார்) உணர்வுகள், ஆன்மா, மனம் ஆகியவற்றின் ஒரு ஐக்கியமும், மற்றவரை ஒரு சக உயிர் என்று அங்கீகரிப்பதும் இயற்கையை அழிக்காது, மாறாக அது உண்மையான மானிட இயல்பாக மாறும் வரையிலும்

அதை உயர்வடைய வைக்கிறது. மார்க்ஸ் 1843-ல் ஜென்னி வோன் வெஸ்ஃபாலன் என்ற அழகான மணப்பெண்ணை, மணம் புரிந்து கொண்டார். 1856, ஜூன் 21 அன்று லண்டனிலிருந்து அவர் தன் மனைவிக்கு ஒரு கடிதம் எழுதினார், அதில் அவர் கூறுகிறார்:

“சிறு பிரிவு கூட நல்லதுதான், ஏனெனில் நம் கூடவே முன்னால் இருக்கும் விஷயங்கள் நாம் பிரித்தறிந்து கொள்ளவியலாதபடி ஒன்று போலத் தோன்றுகின்றன. கோபுரங்கள் கூட அருகாமையில் குட்டையாகத் தோற்றமளிக்கின்றன. அதே சமயம், அன்றாடம் சின்னச்சின்ன விஷயங்கள் நெருக்கத்தில் பூதாகரமாகக் காட்சியளிக்கின்றன. சிறிய பழக்க வழக்கங்கள் நமக்கு நெருக்கமாக இருக்கும்பொழுது உணர்வு பொங்க வைக்கின்றன, அவற்றுக்கான இலக்குகள் பார்வையிலிருந்து அகன்றவுடன், அவையும் மறைந்துவிடுகின்றன, தம்முடைய இலக்குகளின் அருகாமை காரணமாகப் பெரும் உணர்ச்சிப் பிரவாகங்கள் சிறு பழக்க வழக்கங்களின் வடிவம் பெற்று விடுகின்றன, தொலைவு விளைவிக்கும் மந்திர ஜாலத்தால் தம்முடைய இயல்பான பரிமாணங்களை வளர்த்துக் கொள்கின்றன, மறு-பரிமாணங்களை மேற்கொள்கின்றன. என்னுடைய காதலும் அவ்வாறுதானிருக்கிறது, என்னிடமிருந்து உன்னை விலக வைத்தால் போதும்-அது கனவுகளில் தான் என்றாலும்கூட, ஒரு செடிக்குச் சூரியனும், மழையும் என்ன விளைவை ஏற்படுத்துகிறதோ, உனக்கான என் காதலின் மீது காலம் அதே விளைவை ஏற்படுத்துகிறது என்பதை நான் உடனே புரிந்து கொள்கிறேன்-அது வளரச் செய்கிறது. நீ என்னை விட்டு விலகி தொலைவுக்குச் சென்ற உடனேயே, அது எதுவாக இருக்கிறதோ அதுவாக - என் மனதின் ஆற்றல் அனைத்தும், என் இதயத்தின் பண்பனைத்தும் உட்புகுந்து குவிந்திருக்கும் ஒரு பெரும் ராட்சசனாகக் காட்சியளிக்கிறது. நான் உடனடியாக என்னை மீண்டும் மனிதனாக உணர்கிறேன், ஏனெனில், எனக்குள் பெரும் உணர்ச்சி கொப்பளிப்பதை நான் உணர்கிறேன். படிப்பும், நவீனக் கல்வியும் நம்மை ஆட்படுத்துகின்ற சிக்கல்கள் - அகவயமானதும், புற வயமானவைகளானதுமான புலப்பாடுகள் தவிர்க்கவியலாமல் நமக்குள் ஏற்படுத்துகின்ற எதையும் சந்தேகிக்கின்ற நம்பிக்கையின்மையானது நம்மையெல்லாம், அற்பமானவர்களாக, வலுவற்றவர்களாக, எளிதில் எரிச்சலுக்கு உள்ளாகின்றவர்களாக, தீர்மானகரமற்றவர்களாக ஆக்கும் நேர்த்தி கொண்டதாக இருக்கிறது.

ஆனால், காதல்-அது ஃபாயர் பாக்கின் மனிதனுடையதல்ல, மோல்ஸ்காட்-ன் உயிர்த் தத்துவப் பரிணாமமும் அல்ல, இன்னும் கூட, பாட்டாளி வர்க்கத்தின் காதலுமல்ல... மாறாக, காதலிக்கப்படுபவளின் காதல், அதிலும் குறிப்பாக உன்னால் காதலிக்கப்படுவது ஒரு மனிதனை மீண்டும் மனிதனாக்கிவிடுகிறது.....

ஆரத்தழுவும் அவளது கரங்களில் புதைந்து, அவளுடைய முத்தங்களால் புத்துயிர் பெற்று.... ஆம்! உன்னுடைய கரங்களால் .....உன்னுடைய முத்தங்களால்.....

உயர்குலத்தாரும், பிதாகோரசும் தங்களுடைய மறு-அவதாரக் கோட்பாடுகளையெல்லாம் தாமே வைத்துக் கொள்ளட்டும், கிறிஸ்துவம் உயிர்த்தெழுவதன் தனது கற்பிதத்தைத் தானே வைத்துக் கொள்ளட்டும்.... அவை பொருட்டல்ல எனக்கு.!" [17]

இவ்வாறாக, அன்பினூடாகத் தன் வயமாக்கப்படும் இயல்பு, மனித இயல்பாகிவிடுகிறது.

மனிதன் தான் ஒரு மனிதனாக இருக்கும் பொருட்டுத் தன் இயல்பை மனிதப்பண்புள்ளதாக ஆக்குவதன் மூலமாகத் தனக்குத்தானே கல்வி புகட்டிக் கொள்கிறான்; மற்ற மனிதர்களைப் பண்டங்களாகத் தரம் தாழ்த்த மறுத்துவிட்டு அதற்கு மாறாக, இயற்கையின் நோக்கங்களைத் தன் சொந்தமாக்கிக் கொள்வதன் மூலமாக-அதாவது, மனித நேயத்துடன் புரிந்து கொள்ளப்பட்ட, அறிந்து கொள்ளப்பட்ட, உருவாக்கப்பட்ட நோக்கங்களே மனித சொந்தமாக்கிக் கொண்ட அவன் தன்னுடைய திறன்கள் மற்றும் சொந்த, பன்முக ஆளுமைகள் ஆகிய செல்வத்தை வளர்த்தெடுக்கிறான். ஆக்கிரமித்துச் சொந்தமாக்கிக் கொள்வதென்பது பன்முக ஆற்றலை ஒரு தனியுடைமை என்கிற ஒட்டுவேலையாகக் கூறு போடுவதாகும், அது மனிதனை மூடனாகவும், முழுமையற்ற பிண்டமாகவும் மாற்றிவிடுகிறது. ஆனால் அனுபவ உரிமை மூலம் தன் வயப்படுத்திக் கொள்வதென்பது ஒரு முழுமையான ஆக்கப் பூர்வமான சமூகத்தை நோக்கிய ஒரு தவிர்க்க இயலாத அடி வைத்தலாகும்,

அதில் திறனாற்றல்களுக்கு ஏற்ப கோரிக்கைகள் வளர்ச்சியடைவதுடன், மனிதன் பண்டத்தின் நிலைக்குத் தரம் தாழ்த்தப்படுவதில்லை, வேறு சொற்களில் கூறுவதானால், அது ஒரு உண்மையான மானிட சமூகமாக வளர்ச்சி பெறும்.

மார்க்ஸ் ஒரு புலம்பல் நல்லொழுக்கப் போதகராக இருக்கவில்லை. பலவந்தமாக செல்வம் குவிக்கப்படுவதன் கொடூரத் தன்மையையும், முதலாளித்துவ உற்பத்தி முறையின் மூலமாகத் தனியுடைமையின் ஆட்சியையும் மனிதன் மனிதத் தன்மையற்றவனாக்கப்படுவதையும் வெளிக்காட்டிய அதே நேரத்தில் அது வரலாற்று வளர்ச்சிப் பாதையின் ஒரு இயல்பான கட்டம் என்பதையும் புரிந்து கொண்ட அவர் அதனுள் ஒரு புதிய யதார்த்தம் கனிந்து வருவதையும் கண்டார்.

ஒரு பொருள், அது நம்மிடம் இருக்கும்பொழுது, அது நமக்கான மூலதனமாக இருக்கும் பொழுது அல்லது அது நம்மால் உண்ணப்படுகிற, அருந்தப்படுகிற, உடுத்தப்படுகிற, வசிக்கப்படுகிற... சுருக்கமாக ஏதாவது ஒரு வகையில் பயன்படுத்தப்படுகிற ஒன்றாக இருக்கும் பொழுது நம்முடையது மட்டுமே என்று எடுத்துக் கொள்கின்ற அளவுக்கு தனியுடைமை நம்மை, முட்டாள்களாக, அரைகுறையான பிண்டங்களாக்கி வைத்திருக்கிறது.....

இவ்வாறாக எல்லாவிதமான பொருளியல் மற்றும் அறிவு வகைப்பட்ட உணர்வுகளும் இல்லாமல் சூன்யமயமாக்கப்பட்டு, அவற்றினிடத்தில் பலவந்தமான உடைமை உணர்வு திணிக்கப்பட்டுள்ளது. தன் அகத்தில் நிறைந்திருக்கும் எல்லா வளத்தையும் பிரசவிப்பதற்கான இந்த முழு நிறையான ஏழ்மை நிலைக்கு இந்த மனித ஜீவன் தரம் தாழ்த்தப்பட வேண்டியதாயிற்று.[18]

பண்பற்ற நடைமுறை அவசியத்தால் முடுக்கப்பட்ட உணர்வு தவிர்க்கவியலாமல் ஒரு வரம்பிற்குட்பட்டதாகவே இருக்கும் என்பது ஒரு சோகமே. பட்டினியால் வாடும் ஒரு மனிதனுக்கு மனிதன் நுகர்வதற்கேற்ற தரத்தில் உணவு அளிக்கப்படுகிறதா இல்லையா என்பதெல்லாம் ஒரு பொருட்டில்லை; அங்கே உ ணவு இருக்கிறதா என்பதைப் பற்றித்தான் அவன் அக்கறை காட்டுகிறான். “அது எவ்வளவு இழிவான வடிவத்தில் இருந்தாலும் கவலை ஏதுமில்லை; இது போன்று உண்ணும் செயல் எந்த அளவிற்கு விலங்குகளிடமிருந்து மாறுபட்டதாக இருக்கும் என்பதைக் கூறுவது முடியாத காரியம்”.[19]

இதன் பொருள் என்ன? இனிமேலும் பட்டினி கிடக்கும் மக்கள் இருக்கக்கூடாது. மிக மிகச் சிறிய அடிப்படைத் தேவைகளைக் கூட நிறைவு செய்யக்கூடியதாகச் சமூகம்

திறன் படைத்ததாக இருக்க வேண்டும் என்பது மட்டுல்ல; மேலும் உயர்ந்த, பன்முகப்பட்ட தேவைகளை, இனிமேலும் விலங்குகளுக்கானதல்லாமல் மனிதத் தேவைகளை நிறைவு செய்யக்கூடியதாக இருக்க வேண்டும் என்று பொருள். அது போன்றதொரு வருங்காலத்திற்கான பொருள்வகைகள் தனியுடைமைச் சமூகத்தில் குவிக்கப்பட்டு வருகிறது.

சமூகம் தன்னுடைய துவக்க காலத்தில், தனிச் சொத்துரிமையின் ஊடாகத் தன்னுடைய செல்வம், ஏழ்மை (அறிவார்ந்த மற்றும் பொருளியல் வகைப்பட்ட) ஆகியவற்றைக் கொண்டதாக, இந்தக் கலாசார வளர்ச்சிக்கு அவசியமான பொருட்களைக் கொண்டதாக இருந்ததோ, அதே போன்ற முழு நிறைவாக அமைந்துள்ள சமூகம், மனிதனை, அவனுடைய வாழ்வின் எல்லாவிதமான வளங்களையும் கொண்டவனாக, அனைத்துவிதமான உணர்வுகளும் தன் அகத்தில் பொதிக்கப்பட்டவனாகப் படைக்கும், அது நீடித்து நிலைத்து நிற்கும் ஒருபுற யதார்த்தமாக இருக்கும்.[20]

தன்னுடைய எல்லா முரண்பாடுகளுடனும் உருவாகிக் கொண்டிருந்த முதலாளித்துவ சமூகத்தை வேறொன்றாக மாறும் நிகழ்வுப் போக்கில் இருக்கும் சமூகமாக மார்க்ஸ் கண்டார். இந்த நிகழ்வுப் போக்கு கம்யூனிஸ சமூகமாக முழுமை பெறுவதை அவர் கனவு கண்டார். தனியார் சொத்துடைமையின் நிலை மறுப்பாக மட்டும் கம்யூனிஸத்தை அவர் பார்க்கவில்லை, மாறாக பற்றாக் குறை இல்லாத செழுமையானதும், மனிதப்பண்பு மிக்கதும், அத்தோடு ஒருங்கிணைந்த அறிவாற்றலும் படைத்ததுமான ஒரு உலகத்தில் தனித் சொத்துரிமையை முற்றிலுமாக அழித்தொழிக்கின்ற ஒரு சக்தியாகக் கண்டார்: அது, மனிதன் மூலமாக, மனிதனுக்காக மனித நேய இயல்பை உண்மையாகவே வசப்படுத்துவதாக விளங்கும்.[21]

'மனிதனுக்கும், இயற்கைக்கும் இடையிலும், மனிதனுக்கும் மனிதனுக்கும் இடையிலும் இருக்கும் பகைமைக்கான ஒரு முழுமையான தீர்வாக' கம்யூனிஸத்தை மார்க்ஸ் முன் அனுமானித்தார். கம்யூனிஸம் என்றால் இயற்கையியலை (அதாவது, இயற்கை வழங்கும் வளங்களை) மனித நாகரிகமாக (அதாவது, முழுமையான, தன்னுணர்வு மிக்க, பிளவு படுத்தப்படாத மனிதனின் மலர்ச்சியாக) மாற்றுவதாக

கம்யூனிஸம் விளங்கும் என்று நம்பிக்கை கொண்டிருந்தார். தன்னுடைய இளம் பருவத்திலும் தன் வாழ்வின் இறுதியிலும் மார்க்சின் குறிக்கோளாக இருந்தது மனிதர்களின் உணர்வைக் குன்றச் செய்வதாக இல்லாமல் மனிதப்பண்புடையதாக ஆக்குவதாக இருந்தது; உடலின் இடத்தில் மனதையோ அல்லது நேர்மாறாகவோ மாற்றி வைப்பதல்ல அவருடைய நோக்கம்; மாறாக, உற்பத்தி அல்லது இன்பம் ஆகியவற்றுக்கான அனைத்துத் திறனாற்றல்களையும் வளர்த்தெடுப்பதாக இருந்தது; பொருளியல் அல்லது மனவளம் மேம்பாடு மட்டுமல்ல; உலகம், அதனுடைய வாய்ப்புகள் ஆகியவற்றின் முழுமையான தன் வயமாக்கலுக்கானதாக இருந்தது; ஒரு சீரான தரமயப்படுத்துவதோ அல்லது தனி மனித ஆளுமையற்றதாக்குவதோ அல்லது மாறாக, ஒரு சுதந்திரமான சமுதாயத்தில் மற்றவர்களுடன் தனிமனிதப் பன்முக இயல்புகளுடன் வாழ்வதற்கான உலகமாக இருந்தது.

அவ்வாறானால், ஒரு இறுதி நிலையாக, ஒரு மேலுலகமாக, சொர்க்கமாக கம்யூனிஸத்தை மார்க்ஸ் கருதினாரா?

அதற்கு மாறாக, உண்மையான மனித வளர்ச்சியின் வெறும் தொடக்கமாக அது அவருக்குப் பொருள்பட்டது. எப்போதுமே யதார்த்தத்திற்கு முன்னதாகக் கனவு தோன்றுகிறது. செயலுக்கு முன்னர் சிந்தனை பிறக்கிறது.

தனியுடைமை என்கிற கருத்தைத் தாண்டிச் செல்வதற்குக் கம்யூனிஸக் கருத்துகள் போதுமானவை, ஆனால் உண்மையான தனிச் சொத்துரிமையைக் கடந்து செல்வதற்குக் கம்யூனிஸச் செயல்பாடுகள் தேவைப்படுகின்றன. வரலாறு அதைப் படைக்கும், தன் நிலை கடந்து மாறிச் செல்வதென்பது ஒரு மிகக் கடுமையான, நீண்ட நிகழ் வோட்டத்தைக் கொண்டதாக இருக்கும் என்பதை வரலாற்று வளர்ச்சிப் போக்கைப் பற்றிய சிந்தனையில் நாம் ஏற்கெனவே கண்டுவருகிறோம். இருந்த போதிலும், வரலாற்று வளர்ச்சிப் போக்கு மற்றும் அதன் இலக்கு ஆகியவற்றின் வரம்பின் தன்மையைப் பற்றிய ஒரு புரிதலை நாம் முன்னதாகவே பெற்றிருக்கின்றோம். என்பதை நாம் முன் கூட்டியே கருத்தில் கொள்ள வேண்டும்; அதையும் தாண்டி நம்மால் பார்க்க முடிய வேண்டும். [22]

அவ்வாறானால், காத்திர உணர்வு, உடனடி இலக்கையும் தாண்டி, வரலாற்று ரீதியான முன்னேற்றத்தின் வரம்புகளையும்

தாண்டிச் செல்கிறது; அது கம்யூனிஸத்தை ஒரு இறுதி நிலையாகக் காண்பதில்லை; ஆனால் ஒரு கட்டமாக மட்டும், கொள்கையளவில் ஒரு முடிவில்லாத ஒன்றாகக் காண்கிறது; ஆனால், ஒரு கற்பனை உலகில் நம்பிக்கை கொள்கின்ற துணிவைப் பெற்றிருக்கின்றது.

மார்க்ஸ் பிந்தைய ஆண்டுகளில் அந்தக் கற்பனை உலகின் ஒளி வீசும் தொலைதூரக் காட்சியை அந்த அளவு பளீரென்ற வண்ண நிறங்கொண்டதாகக் காணவில்லை. ஆனால் அதற்காக அதை எப்போதும் கைவிட்டு விடவில்லை. தன் வாழ்வின் இறுதி வரையிலும், உற்பத்தி சாதனங்களின் தனியுடைமை ஒழிக்கப்பட்டுவிடும் என்பதில் தனக்கிருந்த உறுதியிலும், உழைப்பின் அறிவியல்பூர்வ இயல்பிலும், மனிதர்களுக்குப் பதிலியாக இயந்திரங்களின் பயன்பாடு 'முழுமையான மனிதனை' உயிர்த்தெழச் செய்யும், தன்னுடைய முழு ஆற்றல் கொண்ட திறன்களின் முழு வீச்சையும் கட்டவிழ்த்து விட அவனுக்கு உதவும் என்பதிலும் நம்பிக்கை கொண்டிருந்தார்.

மார்க்ஸ் (அவரைவிட அதிகமாக ஏங்கெல்ஸ்) இயந்திரங்களின் மீதான தனது மேலாண்மையாலும், தன்னுடைய செயல்பாட்டின் தன்மையை இடைவிடாமல் மாற்றிக் கொள்வதினாலும், சமூக ரீதியாகத் தேவைப்படுகின்ற பயனுடைய உற்பத்தியின் தளத்திற்குள்ளாகவே 'முழுமை பெற்ற மனிதன்' உருவாகி விடுவான் என்று முதலில் நம்பினார்(கள்). இந்த எண்ணப்போக்கை மார்க்ஸ் பின்னர் கைவிட்டார். 1857-1858 என்கிற முந்தைய காலக்கட்டத்திலேயே 'அரசியல் பொருளாதார விமர்சனத்திற்கான அடித்தளங்கள்' என்கிற தலைப்பிலான வரைவு ஆவணத்தில், ஒவ்வொருவருக்கும் நேரம் சுதந்திரமாகக் கிடைக்கும் நிலையின் விளைவாக 'தனி மனிதர்களுக்கான கலைத்திறன் வழிப்பட்ட அறிவியல்கல்வி' என்பதன் மீது அவர் அழுத்தம் செலுத்தியிருந்தார், எனினும் 'உற்பத்தியின் உடனடியான பொருளியல் நிகழ்முறையில்' இந்த வடிவத்தின் 'தேவை' என்பதை நீக்கிவிடலாம் என்றும் கருதினார்.[23]

தன்னுடைய கடைசி நூலான 'மூலதனம்' மூன்றாம் பாகத்தில் இந்தக் கருத்தைத் திருத்தியமைத்துக் கொண்டார்.

ஆகவே, சமூகத்தின் உண்மையான செல்வ வளமும், அதன் மறு உற்பத்தி நிகழ்முறையின் இடைவிடாத விரிவாக்கத்திற்கான சாத்தியமும் உபரி உழைப்பின் கால

அளவின் மீது சார்ந்திருக்காது, மாறாக, அதன் உற்பத்தித் திறனையும் பெருமளவு அது நிகழ்த்தப்படுகின்ற உற்பத்தி நிலைமைகளையும் சார்ந்திருக்கும். உண்மையில், தேவை மற்றும் பொருளியல் சிந்தனைகளும் அகன்றுவிடும் நிலையில் எப்போது உழைப்பு தீர்மானிக்கப்படுகிறதோ அங்கிருந்து தான் உண்மையான சுதந்தரம் துவங்குகிறது; இவ்வாறாக விஷயங்களின் தன்னியல்பான நிலைமைகளில் உண்மையான பொருளியல் உற்பத்தியின் வட்டத்திற்கு அப்பால் அது இருக்கிறது. தன்னுடைய தேவைகளை நிறைவு செய்து கொள்வதற்கும் உயிரை மறு உற்பத்தி செய்து நிலை நிறுத்திக் கொள்வதற்கும் ஆதி மனிதன் எவ்வாறு இயற்கையுடன் போராடி நின்றானோ, நாகரிக மடைந்த மனிதனும் அதே போல செய்தாக வேண்டும். அதை அனைத்து விதமான சங்க அமைப்புகளிலும், சாத்தியமான எல்லா உற்பத்தி வடிவங்களிலும் அவன் அவ்வாறு செய்தாக வேண்டும். அவனுடைய வளர்ச்சியுடனும் அவனுடைய விருப்பங்களின் விளைவாகவும் பொருளியல் தேவைகளின் களம் விரிவடைகிறது. ஆனால் அதே வேளையில், இந்த விருப்பங்களை நிறைவு செய்கின்ற உற்பத்தி சக்திகளும் அதிகரிக்கின்றன. ஒரு சமூக மயமாக்கப்பட்ட மனிதனிடம் மட்டும் தான் இந்தக் களத்தில் சுதந்திரம் இருக்க முடியும். அதாவது, கூட்டுறவான உற்பத்தியாளர்கள், இயற்கையுடன் தங்களுடைய பரிமாற்றத்தைப் பகுத்தறிவுடன் பராமரித்துக் கொண்டு, இயற்கையின் குருட்டுத்தனமான சக்திகளால் ஆளப்படுவதற்கு மாறாக, அதைத் தங்களுடைய பொது ஆளுகைக்குள் கொண்டு வருவதன் மூலமாகத் தங்களுடைய மனித இயல்பிற்கு மிகவும் சாதகமானதும், தகுதியானதுமான நிலைமைகளில் மிகக் குறைவான சக்தியின் செலவில் இதைச் சாதிப்பதன் மூலமாக இந்தச் சுதந்திரம் எட்டப்பட வேண்டும்.

ஆனாலும் கூட, அது தேவையின் ஒரு பகுதியாகவே நீடிக்கிறது. இதைக் கடந்துதான் தனக்குத்தானே ஒரு குறிக்கோளாக இருக்கின்ற மனித சக்தியின் வளர்ச்சி துவங்குகிறது, சுதந்திரத்தின் உண்மை உலகமாக இருக்கும் அது இந்தத் தேவையின் உலகத்தை அடித்தளமாகக் கொண்டுதான் மலர முடியும். வேலைநாள் நேரத்தைக் குறைப்பதுதான் அதற்குரிய அடிப்படை முன் தேவையாகும்.[24]

மனிதனின் உண்மை உலகமாக, பொருளியல் உற்பத்தியின் குறுகிய வட்டத்தைத் தாண்டிய இந்தச் ‘சுதந்தர உலகம்’,

அறிவியல், கலை, அன்பு, சாந்தம், கூட்டுறவு, தனி மனித சுதந்திரம் ஆகியவற்றின் மத்தியில் மனிதனின் மலர்ச்சி என்பதான சுதந்திரமான, உண்மையான உலகம், எல்லாவிதமான கற்பனை உலகங்களிலும் மகத்தானதாக, இளம் மார்க்சின் படைப்பில் விவரிக்கப்பட்டிருந்த இந்த உலகம், அவர் முதிர்ச்சியுற்று, மூப்படைந்திருந்த காலங்களின் படைப்புகளிலும் கட்டிக் காட்டப்பட்டுள்ளது. மார்க்சைப் பொறுத்த வரையிலும் ஆக்க பூர்வமான மனித நாகரிகமென்பது 'கற்பனையானதல்ல', மனிதனை அவனுடைய சுயத்தின் ஒரு பிண்டமாகத் தாழ்த்திவிடுகின்ற சலிப்பூட்டுகின்ற ஒரே மாதிரியான உழைப்புமல்ல; மாறாக அது படைப்பாக்கப் பணியாகும்; தனது சொந்தக் குறிக்கோளான மானிட ஆற்றலின் வளர்ச்சியாகும்.

அத்தியாயம் 2

படைக்கும் உழைப்பு:

படைக்கும் உயிரினம் என்கிற வகையில் மானுடர் தாங்கள் இயற்கையோடும் சக மானுடரோடும் கொண்டுள்ள உறவை மாற்றியமைக்கும் திறன் கொண்டவர்கள். மனித இனத்தின் படைப்பு மற்றும் உற்பத்தி ஆகியவற்றின் உலகம் என்கிற முறையில் அதன் பரந்த பொருளில் புரிந்து கொள்ளப்படுகிற உழைப்பு என்பதுதான் மற்ற உயிரினங்களிலிருந்து மனித இனத்தை வேறுபடுத்திக் காட்டுகிறது. தன்னுணர்வுடன் செயல்பட்டுச் சுயமான படைப்புகளை உருவாக்கும் திறன் மனித இனத்திற்கு மட்டுமே இருக்கிறது. படைப்பாளி (HOMO FABER-THE MAKER) என்கின்ற மனித இனத்தைப் பற்றிய இந்தக் கண்ணோட்டம்தான் வரலாற்றியல் வளர்ச்சிப் போக்கு குறித்த மார்க்சின் ஒட்டுமொத்த ஆய்விலும் இழையோடுகிறது - JBF

ஹெகல், “மனிதன் சுயமாகப் படைப்புகளை உருவாக்கிக் கொண்டதை ஒரு நிகழ்வு முறை என்று கண்டு கொண்டதும்.... ஆகவே உழைப்பின் இயல்பையும் கண்டு கொண்டு, ஒரு திட்டவட்டமான மனிதனை, (உண்மையான, ஏனெனில் மெய்யாகவே மனிதனாக இருப்பதால்) தன்னுடைய சொந்த உழைப்பின் விளைபலனான மனிதனை அவர் மனக்கண்ணால் கண்டார்” என்பதுதான், மார்க்சைப் பொறுத்தவரையிலும், ஹெகலுடைய தத்துவத்தின் தன்னிகரற்ற சாதனைகள் அனைத்திலும் மிக உயர்ந்த சாதனையாக இருந்தது. [25]

சுருங்கக் கூறுவதானால், தன்னைத்தானே உருவாக்கிக் கொள்கின்ற (உருவகமான பொருளில்) மனிதனின் செயல்தான் உழைப்பு என்பதையும், அது அவன் தனித்தன்மை வாய்ந்த இணையற்ற ஒரு உயிரினம் என்பதன் வெளிப்பாடாகும் என்றும் ஹெகல் கருதினார்.

விலங்கினம் தன்னுடைய வாழ்வியல் செயலுடன் ஒருமைப்பட்டதாகும். தன்னுடைய நோக்கம் என்னவென்பதை

அதனால் பிரித்தறிந்து கொள்ள இயலாது. அதுவாக இருப்பது அதன் செயல்பாடுதான். ஆனால், மனிதன் தான் வாழ்க்கைச் செயல்பாட்டையே தன்னுடைய விருப்பம் மற்றும் உணர்வு ஆகியவற்றின் குறிக்கோளாக்கிக் கொள்கிறான். தன்னுணர்வுகொண்ட வாழ்க்கைச் செயல்பாட்டை அவன் பெற்றிருக்கிறான்......

ஒரு புறவயமான உலகை நடைமுறையில் கட்டமைப்பதும், இயற்கையின் உயிரற்ற பொருட்களைக் கையாண்டு பயன்படுத்துவதும் மனிதன் தன்னுணர்வுள்ள ஒரு உயிரினம் என்பதன் சான்றாக விளங்குகிறது. அதாவது, இன மக்களைத் தன் சொந்த உயிரினமாக நடத்தும் ஒரு உயிரினம் அல்லது தன்னையே ஒரு இன மக்களின் அங்கமான உயிரினமாகக் கருதிக் கொள்பவனாக நடந்து கொள்வது. விலங்கினமும் படைக்கிறது என்பதும் உண்மையே. தேனி, பீவர் (நீர்நாய்), எறும்பு போன்றவை கூடுகள், இருப்பிடங்கள் போன்றவற்றைக் கட்டுகின்றன. ஆனால் தமக்கோ அல்லது தமது குஞ்சு, குட்டிகளுக்கோ என்ன அவசியமோ அதை மட்டுமே உருவாக்குகின்றன. அவை ஒரே வகைப்பட்ட முறையில் உருவாக்குகின்றன, அதே சமயம் மனிதன் அனைத்து வகைப்பட்டவற்றையும் உருவாக்குகிறான். விலங்குகள் நேரடிப் பொருளியல் தேவையின் கட்டாயத்தின் கீழ் உருவாக்குகின்றன, அதே வேளையில் மனிதன் தன்னுடைய பொருளியல் தேவையிலிருந்து விடுபட்டிருக்கும் நிலையிலும் உருவாக்குகின்றான், அது போன்ற தேவைகளிலிருந்து விடுபட்ட சுதந்திரத்தில் அவன் உண்மையாகப் படைக்கிறான். விலங்குகள் தம்மை மட்டுமே படைக்கின்றன, மனிதனே முழு இயற்கையையும் மறு-உற்பத்தி செய்கிறான். விலங்கியல் உற்பத்தியின் உற்பத்திப் பொருட்கள் அவற்றின் பொருளியல் உடல்களுக்கு நேரடியாகச் சொந்தமாக இருக்கின்றன, ஆனால் தன் உற்பத்திப் பொருளிலிருந்து மனிதன் சுதந்திரமாகயிருக்கிறான்.....

புறவயப்பட்ட உலகின் மீதான தன்னுடைய செயல்பாட்டில் தான் ஒரு தனி வகைப்பட்ட உயிரினம் என்பதாக மனிதன் தன்னைத்தானே உண்மையாகவே நிரூபித்துக் கொள்கிறான். இந்த உற்பத்திதான் அவனுடைய செயலூக்கம் படைத்த இன வாழ்க்கையாகும். அதன் மூலமாக, இயற்கை அவனுடைய படைப்பாக, அவனுடைய யதார்த்தமாகக் காட்சியளிக்கிறது. ஆகவே, உழைப்பின் குறிக்கோளென்பது மனிதனுடைய

இன-வகை வாழ்க்கையின் குறிக்கோள் மயமாகும்; ஏனென்றால், உணர்வுப்பூர்வமாக நிகழ்வது போல, தன்னை அறிவுப் பூர்வமாக மட்டும் மறு-உற்பத்தி செய்து கொள்வதில்லை. மாறாக செயல்வடிவிலும், ஒரு உண்மை உணர்விலும் மறு-உற்பத்தி செய்து கொள்கிறான், தான் கட்டியமைத்த உலகில் தன் பிரதிபலிப்பை அவன் காண்கிறான்.[27]

தன் சொந்த உழைப்பில் -வளர்ச்சி மற்றும் மாற்றத்திற்கான திறன் கொண்ட ஒரு விளைபொருளாகத் தன்னைத்தானே படைத்துக் கொண்ட, தன்னுடைய பணியில் தன்னைத்தானே மையமாக்கிக் கொள்கின்ற ஒரு வாழ்வுயிர், தான் படைத்த யதார்த்தமாகத் தன்னைத்தானே எதிர்கொள்கிற ஒரு உயிர்- மனிதன். தான் வளர்ந்து கொண்டிருந்த பொழுது ஏற்கெனவே இருந்து வந்தவற்றில் மார்க்ஸ் கண்ட ஒரு தோராயமான தத்துவத்தின் மையக் கருப்பொருள் இவைதாம். ஆழமான நுண்ணறிவாற்றலால் அதைத் செழுமைப்படுத்தி அவை உணர்த்துகின்ற விளைபலன்களை-(வருங்காலத்தில்) அவர் உய்த்துணர இருந்தார். பொருளாதாரவியல் மற்றும் தத்துவவியல் மீதான கையெழுத்துபிரதி பற்றிய-அது வரைவு ஆவணமாகத்தானிருந்தது என்றாலும் கூட - ஒரு வியப்பூட்டும் விஷயம் என்னவென்றால், உழைப்பின் தத்துவார்த்தவியல் கோட்பாடானது உழைப்பின் வரலாற்று வெளிப்பாடுகளுடன் ஒருங்கிணைந்து அமைந்திருந்த நேர்த்திதான். பொருளியல் தேவையிலிருந்து விடுபட்ட சுதந்திரமான நிலையில் மட்டும் தான் மனிதன் உண்மையாகவே படைக்கின்றான் என்கிற உண்மையானது வரலாற்றில் இதுவரை உருவாகாமல், இனிமேல் உருவாக இருக்கின்ற ‘ஒரு நிலையின்’ எதிர்பார்ப்பாக இருந்தது. ஆனால், அதன் தோற்றுவாயிலேயே உழைப்பின் இந்த படைப்பியல்வை கண்டுணர்ந்து கொள்வதென்பது ஒரு உழைக்கும் உயிரினம் என்கிற வகையில் மனிதனுக்குள் மறைந்து கிடக்கும் வற்றாத சாத்தியங்களைக் கண்டறிவதாக இருந்தது.

காலத்தின் பேரிருளில் இயற்கையிலிருந்து இந்த உயிரினம் தோன்றிவிட்டது, ஒரே நேரத்தில் இயற்கை, இயற்கைக்கு மாறானது ஆகியவற்றைப் பிரதிநிதித்துவப்படுத்தியது. அது, தனது உணர்வுப் பூர்வமான செயல்பாட்டினால் மற்றெல்லா உயிரின வகைகளிலிருந்தும் மாறுபட்டதாக இருந்தது. இவ்விதமான தோன்றுதலைச் சாத்தியமாக்குவதற்கு ஏராளமான

நிலைமைகள் ஒன்று சேர்ந்திருக்க வேண்டுமென்பதை மார்க்ஸ் முழுமையாக உணர்ந்திருந்தார், ஆனால், அறிவியல் அல்லாத எந்தவொரு மாயை மீதும் அமைந்த உயிரியல் அல்லது மற்ற எந்த ஊகத்துடனும் சம்பந்தப்படுத்திக் கொள்ள அவர் மறுத்துவிட்டார். அதை உருவாக்கியது எந்த நிகழ்வுப் போக்கு என்பதைப் பற்றியெல்லாம் பொருட்படுத்தாத அவருக்கு வேண்டியதாக இருந்ததெல்லாம் அதனுடைய புதிய குணாம்சம் தான் - புதிய உயிரினத்தின் சாராம்சம்: உழைப்பு.

விலங்கினங்களின் இயல்பு எப்போதும் செய்வதையே திரும்பத் திரும்பச் செய்வதுதான்; அது மனிதனுக்கு ஒன்றிலிருந்து மற்றொன்றுக்கு மாறிச் செல்வது, வளர்ச்சி மற்றும் மாற்றம் என்பதாக இருக்கிறது. ஒரு விலங்கினம் என்பதன் இறந்த காலம் நிகழ்காலத்தில் மறுபிறப்பாக இருக்கிறது, மானுடம் கடந்த காலமும், நிகழ்காலமும் மட்டுமல்லாமல் எதிர்காலமாகவும் இருக்கிறது. இயற்கை என்ன அளிக்கின்றதோ அதை விலங்கு ஏற்றுக் கொள்கிறது, மனிதன் அவனும் மேலும் கூடுதலாக அளிக்கும் படி இயற்கையைக் கட்டாயப்படுத்துகிறான். இயற்கையின் மீது அவன் கை வைக்கிறான், அதனுடன் மோதலில் இறங்குகிறான், அதிலிருந்து தன்னை அந்நியப்படுத்திக் கொள்கிறான், எது அந்நியமாகிவிடுகிறதோ அதைத் தன்னுடைய காரியத்திற்காக - அதை இயங்க வைப்பதன் மூலம் தனக்குச் சொந்தமாக்கிக் கொள்கிறான்.

மனிதன் தன்னைத்தானே இயற்கையிலிருந்து வெளியேற்றிக் கொள்கிறான், தன்னுடைய மனித இயல்பைத் தன் கைகளாலும் தன்னுடைய உணர்வாலும், மற்ற மனிதர்களுடனான ஊடாடலில் தன் கற்பனையாலும் வடிவமைத்துக் கொள்கிறான்.

அவ்வாறானால், வரையறை செய்வதற்கு மிக எளிமையானது போலத் தோன்றுகின்ற, ஆனால் யதார்த்தத்தில் ஏராளமான வரையறைகளுக்குத் திறந்திருக்கின்ற, அதன் விளைவுகள் எல்லையற்றதாக இருக்கின்ற-உழைப்பு என்பது என்ன?

முதலாவதாக உழைப்பு என்பது மனிதனும்,இயற்கையும் பங்கேற்கின்ற ஒரு நிகழ்முறை. அதில் மனிதன் தானாகவே தனக்கும் இயற்கைக்கும் இடையிலான பொருளியல் வினையாற்றல்களைத் தொடங்குகிறான்; முறைப்படுத்துகிறான்; கட்டுப்படுத்துகிறான். இயற்கையின் சொந்த சக்திகளில் ஒன்றாகத் தன்னை இயற்கை முன் நிறுத்திக் கொள்கிறான். தன்னுடைய சொந்த விருப்பங்களுக்குத்

தகவமைந்த ஒரு வடிவத்தில் இயற்கையின் உற்பத்திப் பொருள்களைத் தன் வசமாக்கிக் கொள்வதற்காகக் கைகள், கால்கள், தலை மற்றும் கரங்களை, தன்னுடலின் இயற்கைச் சக்திகளை இயக்கத்தில் ஈடுபடுத்துகிறான். இவ்வாறாகப் புற உலகின் மீது வினையாற்றி அதை மாற்றுகிறான். அதே நேரத்தில் தன் சொந்த இயல்பையும் மாற்றிக் கொள்கிறான். தன்னுள் உறங்கிக் கிடக்கும் ஆற்றல்களை வளர்த்தெடுக்கின்றான். தன் மனம் போல கீழ்ப்படிந்து செயலாற்றும்படி அவற்றை நிர்பந்திக்கிறான். நமக்கு வெறும் விலங்கினத்தை நினைவூட்டுகின்ற அந்தப் புராதன கால உள்ளுணர்வு வடிவிலான உழைப்பைப் பற்றி நாம் இங்கு விவாதிக்கவில்லை. அனிச்சையான கட்டத்தில் மனிதனின் உழைப்பின் நிலை இருந்ததிலிருந்து, தன்னுடைய உழைப்புச் சக்தியை சந்தைக்கு ஒரு பண்டமாகக் கொண்டு வருகின்ற நிலைமைகளை ஒரு அளவிட முடியாத கால இடைவெளி பிரிக்கின்றது. மனிதனுக்கு மட்டுமே உரியதாக முத்திரையிடுகின்ற ஒரு வடிவத்தில் உழைப்பை நாம் முன் அனுமானிக்கின்றோம். ஒரு சிலந்தி ஒரு நெசவாளியை ஒத்த செயலைப் புரிகிறது, தன்னுடைய அறைகளை நிர்மாணிப்பதில் ஒரு கட்டடக் கலை நிபுணரை ஒருதேனீ வெட்கமடைய வைக்கிறது. ஆனால், மிகச் சிறந்த தேனீக்களிடமிருந்து ஒரு மிக மோசமான கட்டட நிபுணரை எது தனித்துக் காட்டுகிறதென்றால், தன்னுடைய கட்டுமானத்தை யதார்த்தத்தில் எழுப்புவதற்கு முன்னதாகக் கட்டட நிபுணர் தன் கற்பனையில் அதைக் கட்டி எழுப்புகிறார் என்பதுதான். ஒவ்வொரு உழைப்பு நிகழ்வுமுறையிலும், அதன் துவக்கத்திற்கு முன்னதாகவே உழைப்பாளரின் கற்பனையில் இருந்து வந்ததன் விளைபலனை நாம் பெறுகிறோம். [28]

உழைப்பின் இயல்பைத் தீர்மானிப்பதற்காக, ஏற்கெனவே வளர்ச்சி பெற்றிருக்கும் வடிவத்தில் மார்க்ஸ் அதை முன் அனுமானிக்கின்றார், அதற்கு ஒரு நெடிய வரலாறு இருக்கும் உண்மையைக் கருத்திலெடுத்துக் கொள்கிறார். இயற்கையில் எப்போதாவது கிடைக்கும் ஒரு கருவியின் பயன்பாட்டிலிருந்து உழைப்பு துவங்குகிறது, அது போன்ற கருவிகளை மறு-உற்பத்தி செய்ய அது இட்டுச் செல்கிறது. வேறு சொற்களில் கூறுவதானால், உழைப்பாளியின் நோக்கமாக இருக்கின்ற, தன்னுடைய கற்பனையில் எதிர்பார்க்கப்பட்ட சரியான வினைபலனுக்கு முன்னதாவே நோக்கத்தை எட்டுவதற்கான சாதனம் காலத்தால் முந்தியதாக இருக்கும்.

உழைப்பு வெறும் முயற்சியாக மட்டும் இருக்கக்கூடாது, தன்னுடைய நெற்றி வியர்வை சிந்தும் உழைப்பிற்குத் தண்டிக்கப்பட்ட, மனித குலத்தின் மீது விதிக்கப்பட்ட ஒரு சாபமாக மட்டுமே அது இருக்கக்கூடாது; மாறாக உழைப்பாளியின் சொந்த உடலியல் மற்றும் மனவியல் சக்திகளின் ஒரு 'வெளிப்பாடாக' அவரை ஏந்திச் செல்வதாக அது இருக்க வேண்டும். இவ்விதமாகச் செயல்திறன் கோட்பாட்டுடன் மகிழ்ச்சிக் கோட்பாட்டையும் இணைப்பதாக இருக்க வேண்டுமென்பதை மார்க்ஸ் உணர்த்துகிறார். ஆடம் ஸ்மித்திற்கு எதிரான ஒரு கடும் விமர்சனத்தில், உழைப்பில் உள்ளார்ந்திருக்கும் படைப்பாக்கக் கோட்பாட்டை, அடிமை அல்லது கூலி-உழைப்பின் வரலாற்று வடிவங்களுக்கு எதிர் நிறுத்தினார். இத்தகைய வரலாற்று வடிவங்களில் உழைப்பு வெளியிலிருந்து பலவந்தப் படுத்தப்படுகிற ஒன்றாக இருக்கிறது, அது தன்னறிவடைவது, எடுத்துக் கொண்ட பணியை நிறைவேற்றுவது போன்ற தன்னுடைய குறிக்கோளை இழந்து விடுகிறது. "எனவே, அதனுடைய செயல்பாட்டின் உள்ளடக்கமான உண்மையான சுதந்திரத்தையும் அது இழந்து விடுகிறது."[29]

துவக்க கால உழைப்பின் உள்ளுணர்வு வடிவம் மாறுதலுக்குள்ளாகிறது, அதனிடத்தை உழைப்புக் கருவிகள் எடுத்துக் கொள்கின்றன.

சில குறிப்பிட்ட வகை உயரினங்களின் மத்தியில், ஏற்கெனவே உழைப்புக்கருவிகளின் பயன்பாடும், தயாரிப்பும் இருந்து வந்தாலும்கூட மானிட உழைப்பு நிகழ்முறையின் சிறப்புக் குணாம்சமாக அவை திகழ்கின்றன - ஆகவே மனிதன் கருவியை உருவாக்கும் ஒரு விலங்கினம் என்பதாக பிராங்க்ளின்' வரைமுறை செய்கிறார். மறைந்து போன விலங்கினங்களை உறுதிப்படுத்திக் கொள்வதற்குப் புதைபடிவ எலும்புகள் எவ்வளவு முக்கியத்துவம் வாய்ந்தனவோ அதேபோல சமூகத்தின் வழக்கொழிந்து மறைந்துவிட்ட பொருளாதார வடிவங்களை ஆராய்வதற்கு உழைப்பின் கடந்த காலக் கருவிகளின் மிச்சம் மீதிகளும் முக்கியமானவையாகும். கைவினைப் பொருட்கள் உருவாக்கப்பட்டிருந்தன என்பதை விடவும் அவை எவ்வாறு செய்யப்பட்டன, எந்தக் கருவிகளைக் கொண்டு செய்யப்பட்டன என்பதுதான் மாறுபட்ட பொருளாதார யுகங்களைப் பிரித்து அடையாளம் காண நமக்கு உதவுகிறது. உழைப்புக் கருவிகள், மனித உழைப்பு பெற்றிருந்த வளர்ச்சி மட்டத்தைப் பற்றிய அளவு

கோலை நமக்கு அளிப்பது மட்டுமல்லாமல் அந்த உழைப்பு நிகழ்த்தப்பட்ட சமூக நிலைமைகள் பற்றிய குறியீடுகளையும் அளிக்கிறது.....

ஆகவே, உழைப்புக் கருவிகளின் துணை கொண்டு நிகழ்த்தப்பட்ட மனிதனின் உழைப்புச் செயல்பாடு அந்த உழைப்பு எந்தப் பொருளின் மீது செலுத்தப்பட்டதோ அந்தப் பொருளில் எந்தவித மாற்றம் எதிர்பார்க்கப்பட்டதோ அந்த மாற்றத்தை ஏற்படுத்தும் விதமாக அந்த உழைப்பின் நிகழ்முறையின் தொடக்கத்திலேயே திட்டமிடப்பட்டிருந்தது; உற்பத்திப் பொருளில் அந்த உழைப்பு நிகழ்முறை மறைந்துவிடுகிறது, அந்தப் பொருள் ஒரு பயன்மதிப்பாகிவிடுகிறது. மனிதனின் விருப்புகளுக்கேற்ப இயற்கையின் பருப்பொருளில் ஒரு வடிவ மாற்றம் புகுத்தப்பட்டுவிட்டது. உழைப்பு, செய்யப்படும் பொருளுக்குள் தன்னைத்தானே புகுத்திக் கொள்கிறது. முன்னது (உழைப்பு) பொருண்மை பெற்றுவிட்டது; பின்னது (பொருள்) மாற்றியமைக்கப்பட்டுவிட்டது. ஒரு இயக்கமாகப் புலப்பட்ட உழைப்பாளி இப்பொழுது உற்பத்திப் பொருளினுள் ஒரு இயக்கமற்ற பண்பாகக் காட்சியளிக்கிறார். [30]

மனிதனுக்கும் இயற்கையின் பருப்பொருளுக்கும் இடையில் ஒன்றுடன் ஒன்றான வினையாற்றலை நிறுவிய உழைப்பு, உற்பத்தி, பயன்பாடு என்கிற உழைப்பின் இரட்டைத்தன்மையில் தன்னை வெளிப்படுத்திக் கொள்கிறது:

உழைப்பானது, தன்னுடைய செயப்படுபொருட்கள், கருவிகள் ஆகிய பொருளியல் காரணிகளை நுகர்ந்து கொள்கிறது, ஆகவே அது ஒரு நுகர்வு - நிகழ் முறையாகும். அத்தகைய உற்பத்தி நுகர்வு முறையென்பது தனிமனித - நுகர்வு முறையிலிருந்து பிரித்தறியப்படுகிறது - அதாவது, வாழ்கின்ற தனி மனிதனுக்கான வாழ்க்கைச் சாதனமாக உற்பத்திப் பொருட்களை பின்னது (தனிமனித நுகர்வு) பயன்படுத்திக் கொள்கிறது; அதன் காரணமாகவே ஒரு சாதனமாக இருக்கும் முன்னது, உழைப்பு-வாழும் தனி மனிதனின் உழைப்புச் சக்தி செயல்பட வழி ஏற்படுகிறது.[31]

ஆனால் இயற்கை மூலப்பொருளை உழைப்பு நுகர்ந்து கொள்கின்றது என்கிற ஒரு பிரச்சனை மட்டுமல்ல; அந்த மூலப்பொருளும் உழைப்பாளியின் சக்தியை நுகர்ந்து கொள்கிறது. உழைப்பு படைப்புச் செயலாக இருக்கும் பொழுது,

இந்த சக்தி உழைப்பாளிக்குத் திருப்பி அளிக்கப்பட்டுவிடுகிறது- அது உழைப்பின் உற்பத்திப் பொருளாக-மனி தமயமாக்கப்பட்ட இயற்கையின் சாரம்-என்பதாக மட்டுமல்ல, மாறாக, அவனுடைய தனி மனித இயல்பையும், அவனது உள்ளார்ந்த ஆற்றலையும் உறுதிப்படுத்துவதாகவும் இருக்கிறது.

எளிமையான அடிப்படைக் காரணிகளாக மேலே வரையறை செய்யப்பட்டுள்ள உழைப்பின் நிகழ்முறையானது, பயன் மதிப்புகளை உற்பத்தி செய்யும் ஒரு நோக்கத்துடன் மனிதத் தேவைகளுக்காக இயற்கையின் மூலப்பொருட்களை வசமாக்கி கொள்கின்ற மனித நடவடிகையாகும்; மனிதனுக்கும் இயற்கைக்கும் இடையில் பருப்பொருள் பரிவர்த்தனையை செயல்படுத்துவதற்குத் தேவையான நிபந்தனையும் அது தான்; மனித வாழ்விற்கு இயற்கை விதித்துள்ள என்றென்றைக்குமான நிபந்தனையும் அதுவே; ஆகையால் அந்த வாழ்வின் ஒவ்வொரு சமூகக் கட்டத்திலிருந்தும் அது சுயமாக இருக்கிறது. அல்லது அத்தகைய ஒவ்வொரு கட்டத்திற்கும் அது பொதுவானது என்றும் கொள்ளலாம்.[32]

அதிகரித்து வரும் உழைப்புப் பிரிவினைகள், சந்தைக்கான பணியிடங்களின் உற்பத்தி, பலவந்தம் மற்றும் ஆளப்படுதல் ஆகியவற்றால் தீர்மானிக்கப்பட்டிருக்கும் உழைப்பின் வரலாற்று வடிவங்களின் பால் நாம் கவனத்தைத் திருப்புவதற்கு முன்னதாக, 'மனித உயிரினத்தின் இயல்பு' என்பதான 'உழைப்புக் கோட்பாட்டிற்கு' மார்க்ஸ் எப்போதுமே எந்த அளவுக்கு முக்கியத்துவம் அளித்து வந்தார் என்பதை நாம் மீண்டும் ஒரு முறை வலியுறுத்துவோம். உழைப்பு என்பதை ஒரு முழுமையடைந்த (உழைப்பின்) பொருளாக முன்னதாக முடிவு செய்து கொண்டு பார்ப்பது என்பதானது, எதிர்காலத்தை முன்னிறுத்துகின்ற, அதற்காகத் திட்டமிடுகின்ற, - அதைக் கட்டமைக்கின்ற ஒரு உயிரினமாக மனிதனைப் பார்ப்பதாகும். தன்னுணர்வுடன் செயலாற்றுவதன் மூலமாக உலகத்தை அமைக்க முடியும் எனும் உண்மை முதன் முதலில் புரிந்து கொள்ளப்படுவதில், இது வரையிலும் அறியப்படாமலிருக்கின்ற ஆனால் தவிர்க்கவியலாமல் மாறிச் செல்லக்கூடிய எதிர்காலம் என்கிற கருப்பொருள் உள்ளடங்கியிருக்கிறது. தன்னுடைய கைகளின் செயலால், தன் அறிவால், தன் கற்பனையால் இயற்கையைத் தனக்கு உரியதாக்க ஒருமுறை தொடங்கிவிட்ட ஒரு உயிரினம் என்றுமே அதை நிறுத்திக் கொள்ளப் போவதில்லை.

ஒவ்வொரு சாதனையும் இன்னும் வென்றெடுக்கப்படாமலிருக்கும் தளத்திற்கான வாசலைத் திறந்து விடுகிறது.

ஆனால் படைப்பியல்பு அற்றதாக, அழிவியல்புடையதாக உழைப்பு இருக்கும் பொழுதும், ஆற்றல்களின் தடையற்ற இயக்கத்தால் அல்லாமல், பலவந்தத்தின் கீழ் அது மேற்கொள்ளப்படும் பொழுதும், மனிதனின் உடலியல், அறிவியல் ஆற்றல் வதங்கிக் கொண்டிருக்கிறது, மலர்ந்து கொண்டிருக்கவில்லை என்று பொருள் கொள்ளும் பொழுதும், அந்த உழைப்பு தன்னுடைய சொந்தக் கோட்பாட்டின் நிலை மறுப்பாகிவிடுகிறது, ஆகவே மனிதனுடைய கோட்பாட்டின் நிலை மறுப்பாகவும் ஆகிவிடுகிறது.

அத்தியாயம் 3

உழைப்புப் பிரிவினையும், அந்நியமாதலும்

மார்க்ஸ் குறித்து வியாக்கியானம் செய்யும் சிலர், அவர் தன்னளவில் ஒரு முதிர்ச்சி பெற்ற சிந்தனையாளராக மலர்வதற்கு (1845-ல் ஃபாயர்பாக் மீதான ஆய்வுரை படைக்கப்பட்டதில் தொடங்கி; பின் இணைப்பைக் காணவும்) முன்னர், ஒரு ஹெகலிய தத்துவவியல் மாணவர் என்கிற தன்னுடைய ஆரம்பக்கட்டத்தில் உருவாக்கிய ஒரு படைப்புத்தான் அவருடைய அந்நியமாதல் கோட்பாடு என்று வாதிடுகிறார்கள். இந்த அத்தியாயத்தில், மார்க்சின் படைப்புக்களில் துவக்கம் முதல் இறுதிவரையிலும் அந்நியமாதல் பற்றிய ஆய்வு உண்மையில் எவ்வளவு தூரம் பரந்த அளவு ஊடுபாவியிருக்கிறது என்பதை ஃபிஷர் விளக்குகிறார். வர்க்க சமுதாயத்தின் கீழ் சிதைவுற்றுக் கிடக்கின்ற மானிட உழைப்பின் படைப்பாற்றல் பற்றிய மார்க்சின் அந்நியமாதல் கோட்பாடு, முதலாளித்துவத்தின் கீழ் உழைப்பின் நுணுக்கமான பிரிவினையின் முடமாக்கும் தாக்கத்தைப் பற்றிய அவருடைய புரிதல் வளர்ச்சியடைந்து கொண்டு வந்த ஆண்டுகளின் ஊடாக, உண்மையில் மேலும் ஆழமடைந்து வந்தது. தனிச் சொத்துரிமையால் திணிக்கப்பட்டு வந்த அந்நியமாதல் நிலைமைகள் பற்றிய அவருடைய விமர்சனம், நடப்புக்கால சமூக நிலைமைகளில் ஒரு மாற்றத்திற்கான தேவை பற்றிய அவருடைய கோட்பாட்டின் மையக்கருவாக இருந்தது. ஃபிஷர் எடுத்துக் கூறுவது போல, "பொருளியல் வாழ்க்கைதான் அடிப்படை, ஆனால் மனித இன வாழ்வின் நோக்கம் அதுவல்ல," என்கிற தன்னுடைய கண்ணோட்டத்தை மார்க்ஸ் தன் வாழ்நாள் முழுவதும் உறுதியாகப் பற்றி நின்றார். - JBF

கொள்கையளவில் உழைப்பு என்பது - ஒரு முழுநிறையாக, மனிதனின் இனப்பண்பாக, மனித இனத்தின் கூட்டுப் படைப்பாக்கச் செயலாகக் கருதப்படுகிறது. ஆனால் அதனுடைய சாத்தியக்கூறுகள் முறையாகப் பயன்படுத்தப்பட்டால், மனித

இனத்தினுள் மறைந்திருக்கும் முழு ஆற்றலும் தூண்டிவிடப் பட்டால், ஏராளமான தனிப்பிரிவுகளாகப் பிரிக்கப்பட்ட ஒரு பன்முகச் செயலாற்றலாக உழைப்பு உருவெடுத்துவிடும்; ஒட்டுமொத்த மனிதகுலமும் செய்யக்கூடிய, செய்ய முடிகின்ற ஒரு விஷயத்தைக் காலத்தாலும், இடத்தாலும் வரம்பிடப்பட்டுள்ள எந்தவொரு தனிமனிதனும், ஒரு சமூகமும் செய்வது இயலாத ஒன்று. எனவே, அனைத்து வகைச் செயல்பாடுகளையும் தழுவியதாக இருக்க வேண்டுமென்பதற்காக உழைப்பானது எண்ணற்ற, ஒவ்வொரு விதமான செயல்பாடுகளின் தொகையாகப் பரிணமித்தது; உற்பத்தியை விரிவுபடுத்துவதற்காகத் தனி மனித வேலை நடைமுறைகளைச் சுருக்க வேண்டிய தேவை ஏற்பட்டது, செழிப்பான பொருளியல் மற்றும் ஆன்மீகப் பண்டங்களின் ஒரு பொதுச் செல்வத்தைப் பெறுவதைச் சாத்தியமாக்குவதற்காக ஒரு சிறுபான்மையினரின் செழிப்பும், பெரும்பான்மையினரின் வறுமையும் பல ஆயிரம் ஆண்டுகளுக்குத் தவிர்க்க இயலாததாக இருந்தது.

உழைப்புப் பிரிவினை ஒருமைப்பாட்டை மட்டும் சீர் குலைக்கவில்லை; பல்வேறு வேலைகளின் மத்தியில் சமனின்மையைப் புகுத்தியதன் மூலமாக அது சமூக சமத்துவ மின்மையை உருவாக்கியது, திடப்படுத்தியது. உழைப்பானது சமமான பகுதிகளாக முன்னர் பிரிக்கப்பட்டிருக்கவில்லை; இப்போதும் பிரிக்கப்படவில்லை, ஆனால் வலுத்தவர்களின் லாபத்திற்கும் வலுவற்றவர்களின் இழப்பிற்குமாகப் பிரிக்கப்பட்டிருக்கிறது.

உழைப்பின் சமூக வகைப் பிரிவினை, பட்டறை வகைப் பிரிவினை இரண்டையும் மார்க்ஸ் வெவ்வேறாக வேறுபடுத்திக் காட்டுகிறார், அதாவது சமூகத்திற்குள் மற்றும் பட்டறை வேலை முறைக்குள் உழைப்புப்பிரிவினை என்று பொருள். இந்த இரண்டு வகைகளும் ஒன்றின் மீது ஒன்று தோய்வதாகவும் ஒன்றுடன் ஒன்று உறவு கொள்வதுமாக இடைவிடாமல் வினைபுரிகின்றன.

நாம் உழைப்பைத் தனியாகப் பார்ப்போமேயானால், சமூக உற்பத்தியை அதனுடைய முக்கிய பிரிவுகளாக அல்லது பொது வகைகளாக - விவசாயம், தொழிற்துறை.... போன்றவைகளாக- பொதுவான உழைப்புப் பிரிவினையாக தனித்தனியாக வகைப்படுத்தலாம். இந்தக் குடும்பங்களை (வகைகளை)

உழைப்பின் குறிப்பிட்ட வகைகளாக-இனங்கள், கிளை இனங்கள் என்பதாகவும், பட்டறைக்குள் உழைப்புப் பிரிவினையைத் தனிமனித அல்லது குழு உழைப்பாகவும் தனித்தனியாக வகைப்படுத்தலாம். [33]

சமூக உற்பத்தியை அதனுடைய பெரும் வகைகளாகப் பிரிக்கும் பொழுது அது தனியுடைமைக்கு இட்டுச் செல்வதுடன் சமூகத்தை, இருப்பவர்கள்-இல்லாதவர்கள், ஆள்பவர்கள்-ஆளப்படுபவர்கள், சுரண்டுவோர்-சுரண்டப்படுவோர் என்று பிரிக்கிறது:

*ஒரு சமூகத்தில் உழைப்புப் பிரிவினை ஏற்படும்பொழுது, அதற்கு ஏற்ப ஒரு குறிப்பிட்ட வேலையுடன் தனி மனிதன் தளையிடப்பட்டு விடுகிறான். அது பட்டறையில் செய்யப்படும் வேலைப்பிரிவினை செயல்படுவதைப் போலவே, இரண்டு எதிரெதிர் முனைகளிலிருந்து தானே வளர்ச்சி பெறுகிறது. ஒரு குடும்பத்திற்குள்ளும், பின்னர் மேற்கொண்டு இடம்பெறும் குறிப்பிட்ட வளர்ச்சிக்குப் பிறகு ஒரு இனக்குழுவிற்குள்ளும் பாலினம், வயது ஆகிய வேறுபாடுகளால் இயற்கையாக ஒரு உழைப்புப் பிரிவினை நிகழ்கிறது.**

அதைத் தொடர்ந்து முழுவதும் உடலியல் வகை அடிப்படையில் ஒரு பிரிவினை உருவானது, மக்கள்தொகை அதிகரிப்பால் சமூகத்தை விரிவுபடுத்துவதன் மூலமான அந்தப் பிரிவினை தன்னுடைய பொருண்மைகளை விரிவாக்கம் செய்து கொள்கிறது, அதிலும் குறிப்பாக வெவ்வேறு இனக்குழுக்களுக்கு இடையில் நடக்கும் மோதல்களால், ஒரு இனக்குழுவை மற்றொன்று அடிமைப்படுத்துவன் மூலமாக இந்த விரிவாக்கம் நடைபெறுகிறது. [34]

சமூக உழைப்புப் பிரிவினை தனியுடைமை ஆகியவை தோன்றும் விதமாக நிலப்பரப்பு வென்றெடுக்கப்பட்டு, ஆக்கிரமிக்கப்படுவதின் முக்கியத்துவத்தின் மீது மார்க்ஸ் அடிக்கடி கவனத்தை ஈர்த்தார்: அது போன்ற ஒரு பத்தியை நாங்கள் மேற்கோள் காட்டுகிறோம்:

---

* மார்க்சின் 'மூலதனம்' நூலுக்கான முன்தயாரிப்பான 'க்ருண்ட்ரிஸ்' (GRUNDRISSE) நூலில் குடும்பம் என்பதைவிட 'இனக்குழு' தான் சமூகத்தின் அசலான (ஆரம்ப வடிவ) அலகாக இருந்திருக்க வேண்டும் என்று அவர் அனுமானித்திருந்தார். அதைத் தொடர்ந்து நிகழ்ந்த அறிவியல் கண்டுபிடிப்புகள் இந்த அனுமானத்தைச் சரியானது என்று உறுதிப்படுத்தின.

சொத்தைப் பாதுகாத்துக் கொள்வது, அடைவது ஆகிய இரண்டிற்கும் இந்தப் புராதன சமூகங்கள் ஒவ்வொன்றும் நிகழ்த்திய ஆரம்பகால உழைப்புகளில் 'போரும்' ஒன்றாக இருந்தது..... தன்னுடன் ஒன்று கலந்திருக்கும் ஒரு உயிரியல் சாதனமான நிலத்துடன் சேர்த்து மனிதன் வெற்றி கொள்ளப்பட்டால், உற்பத்திக்கான நிபந்தனைகளில் ஒன்றாக அவன் வெற்றி கொள்ளப்பட்டிருக்கின்றான்; இது அடிமைத்தனம் மற்றும் பண்ணையடிமை முறைக்கு வழிவகுக்கிறது, அது விரைவிலேயே எந்த ஒரு சமூகத்தையும் மறுதலித்துவிட்டு அதனுடைய அசல் வடிவத்தை மாற்றிவிடுகிறது. ஒரு புதிய வடிவத்திற்கு அது அடிப்படையாகிவிடுகிறது. [35]

மறுபக்கம், பல்வேறு இனக்குழுக்கள், குடும்பங்கள், சமூகங்கள் சந்திக்க நேர்கின்ற இடங்களில் பண்டங்களின் பரிவர்த்தனை உருவாகி விடுகிறது. ஏனென்றால் நாகரிகம் தோன்றிக் கொண்டிருந்த பொழுது ஒரு சுதந்திரமான அடிப்படையில் சந்தித்துக் கொள்வது தனிப்பட்ட மனிதர்கள் என்பதாக இருக்கவில்லை. மாறாக குடும்பங்கள், இனக்குழுக்கள் என்பதாக இருந்தது. தங்களுடைய இயற்கைச் சுற்றுச் சூழல்களில் வெவ்வேறு சமூகங்கள் மாறுபட்ட உற்பத்திச் சாதனங்களையும், வேறுபட்ட வாழ்வாதாரச் சாதனங்களையும் கொண்டிருந்தன. ஆகவே அவர்களுடைய உற்பத்தி மற்றும் வாழ்க்கை வடிவங்களும், உற்பத்திப் பொருட்களும் வேறுபட்டிருந்தன. இவ்விதமாகத் தாமாகவே தன்னியல்பாகவே வளர்ச்சி பெற்று வந்த வேறுபாடுகள் தான் வெவ்வேறு சமூகங்கள் சந்தித்துக் கொள்ளும் வேளையில் ஒன்றுக்கொன்று உற்பத்திப் பொருட்களைப் பரிவர்த்தனை செய்து கொள்ள வைத்தது, அதனைத் தொடர்ந்து இந்த உற்பத்திப் பொருட்கள் படிப்படியாகச் சரக்குகளாக மாற்றமடைந்தன. உண்மையிலேயே மாறுபட்டதாகவும், ஒன்றிலிருந்து ஒன்று சுதந்திரமாகவும் இருந்த உற்பத்தி வட்டங்களுக்கு இடையில் ஏற்பட்ட பரிவர்த்தனையிலிருந்து தான் உழைப்புப் பிரிவினை என்றழைக்கப்படுவது தோன்றுகிறது. [36]

ஆகையால், மக்கள் தொகையும்-உற்பத்தியும், அதிகாரமும்-வர்த்தகமும் அதிகரிப்பது தான் உழைப்புப் பிரிவினைக்கு அவசியமான முன் நிபந்தனைகளாகும்.

பொருளியல் மற்றும் கருத்தியல் உழைப்பு வகைகளில் ஏற்பட்ட மாபெரும் பிரிவினையாக இருப்பது நகரமும்,

கிராமமும் தனித் தனியாகப் பிரிக்கப்பட்டதுதான். நகரத்திற்கும் கிராமப்புறத்திற்கும் இடையிலான ஏற்றத்தாழ்வு-காட்டுமிராண்டித்தனத்திலிருந்து நாகரிகத்திற்கு மாற்றமடைந்த போதும், இனக்குழுவிலிருந்து அரசாக மாற்றம் பெற்ற போதும் உள்ளூரிலிருந்து தேசமாக மாற்றமடைந்த போதும்-துவங்கியது, இன்றைய நாள் வரையிலுமான நாகரிக வளர்ச்சியின் வரலாறு முழுவதின் ஊடாக அது பயணிக்கிறது.... அதே நேரத்தில் நகரம் இருக்கிறது என்பதன் பொருள், நிர்வாகம், போலீஸ், வரிகள்...... போன்றவற்றின், சுருக்கமாக-நகராட்சி மற்றும் பொதுவான அரசியல் ஆகியவற்றின் தேவை என்பதைக் குறிக்கிறது. இங்கு, இரு பெரும் வர்க்கங்களாக மக்கள் பிரிந்து கிடப்பது முதலில் வெளிப்படுகிறது, அது உழைப்புப் பிரிவினை மற்றும் உற்பத்திக் கருவிகள் எனும் நேரடி அடிப்படையில் அமைந்திருக்கிறது. மக்கள் தொகை, உற்பத்திச் சாதனங்கள், மூலதனம் உல்லாசக் கேளிக்கைகள், தேவைகள் ஆகியவை குவிந்திருக்கும் இடமாக நகரம் உண்மையில் ஏற்கெனவே மாறியிருந்தது, அதே நேரத்தில் கிராமப்புறம் இதற்கு நேரெதிராகத் தம்முடைய தனிமையையும், அந்நியமாக்கலையும் வெளிப்படுத்துகிறது. தனியுடைமையின் ஒரு விளைவாகத்தான் நகர்ப்புறத்திற்கும் கிராமப்புறத்திற்கும் இடையிலான முரண்பாடு இருந்து வருகிறது. இது உழைப்புப் பிரிவினையின் கீழ் வரையறுக்கப்பட்ட ஒரு செயல் தன் மீது திணிக்கப்பட்டுள்ள நிலைமையின் கீழ் தனி மனிதன் அடிமைப்படுத்தப்பட்டிருப்பதன் மிக இழிவான வெளிப்பாடாகும், நகர்ப்புறத்தின் ஒரு ஒடுக்கப்பட்ட விலங்கினமாக மனிதனை ஆக்கும் அடிமைத்தனமாகும், அது அவர்களுடைய நலன்களுக்கிடையில் நாள்தோறும் ஒரு புதிய மோதலை உருவாக்கிக் கொண்டேயிருக்கிறது. [37]

சமூகம், பட்டறைத் தொழில் ஆகிய இரண்டிலும் உழைப்புப் பிரிவினை மனிதஇனத்திற்குள் பொதிந்திருக்கும் ஆற்றல் கொடுப்பினைகளை வளர்த்தெடுப்பதற்கும், நிறைவு படுத்துவதற்கும் இடமளிக்கிறது. ஆனால் அத்துடன் ‘ஒரு வகையில்.... மனம் மற்றும் உடலியல் ஊனத்தையும்’ ஏற்படுத்துகிறது.[38]

கைவினைத் தொழிலாளி அவருக்கு இருந்த எல்லா வரம்பு களுக்கும் உட்பட்டு, செய்து முடிக்கப்பட்ட முழுமையடைந்த ஏதாவது ஒரு பொருளை உற்பத்தி செய்து கொண்டு தனக்குத்தானே மன நிறைவுடன் தான் இருந்து வந்தார்.

நகர்ப்புறங்களில் தனிப்பட்ட கைவினைத் தொழிற்சாலைகளுக்கு இடையிலிருந்த வேலைப் பிரிவினை மிகவும் இயல்பாகவே இருந்தது, தொழிற்சாலைகளிலும் கூட தனிப்பட்ட தொழிலாளிகளுக்கிடையில் பிரிவினை எதுவும் உருவாகவுமில்லை. ஒவ்வொரு தொழிலாளியும் ஒட்டு மொத்தப் பணிகள் ஒவ்வொன்றிலும் தேர்ச்சியடைந்தவராக இருக்கவேண்டியயிருந்தது, தன்னுடைய கருவிகளைக் கொண்டு உருவாக்கப்பட வேண்டிய அனைத்தையும் உருவாக்கக் கூடிய திறன் படைத்தவராக இருப்பது அவசியமாக இருந்தது. வரம்பிற்குட்பட்ட வர்த்தகமும், தனித்தனி நகரங்களுக்கிடையில் அரிதாக இருந்த தகவல் தொடர்பும், குறைந்த மக்கள்தொகையும், குறுகிய தேவைகளும் உயர்ந்த மட்ட வேலைப்பிரிவினையை அனுமதிக்கவில்லை, ஆகையால் ஒரு எஜமானராக (மாஸ்டராக) விரும்பிய ஒவ்வொரு மனிதனும் தன்னுடைய தொழிலின் அனைத்துப் பிரிவுகளிலும் தேர்ச்சி பெற்றவராக வேண்டியிருந்தது. இவ்வாறாக, மத்திய கால கைவினைஞர்கள் மத்தியில் தங்களுடைய தனித்திறன் வேலையில் ஆர்வம் கொண்டவர்களாகவும், அதில் திறன் படைத்தவர்களாகவும் இருந்ததைக் காண முடிந்தது, ஒரு குறுகிய அளவிலாவது கலையுணர்வு மட்டத்திற்கு எழக்கூடியதாகவும் அது இருந்ததைக் காண முடிந்தது, இதே காரணத்திற்காகத்தான், மத்திய காலத்தின் ஒவ்வொரு கைவினைஞரும் தன்னுடைய பணியில் முழுமையாக ஆழ்ந்திருந்தார். அதனுடன் அவருக்கு ஒரு மனநிறைவான, அடிமைத்தனமான உறவிருந்தது, தனக்கு எந்த ஆர்வத்தையும் அளிக்காத வேலையில் ஈடுபட்டுக் கொண்டிருக்கும் நவீன காலத் தொழிலாளியைக் காட்டிலும் மிகப் பெருமளவுக்கு அவர் அதில் அடிமையாகிக் கிடந்தார்.[39]

கைவினைஞருக்குத் தன்னுடைய உற்பத்திப் பொருள் மீதிருந்த தனிமனித உறவு பட்டறைத் தொழிற்சாலை முறைகளில் முதலாவதாக மாறத் தொடங்கியது. அங்கு உழைப்புப்பிரிவனை மேலாதிக்கம் வகிக்கத் துவங்கியது. பிற்பாடு இயந்திரம் புகுத்தப்பட்டதானது தொழிலாளி தனிமனிதத் தன்மையற்றவராவதைத் தீவிரப்படுத்தியது.

முதலாவதாக, இயற்திரங்களின் வடிவத்தில் உழைப்புக் கருவிகள் தானியங்கிகளாக்கப்பட்டன; தொழிலாளியிடமிருந்து சுதந்திரமாகப் பொருட்கள் இயங்கின; வேலை செய்தன. அப்போதிருந்து அவை தொழிற்துறையியலில் இடைவிடாமல்

இயங்குபவைகளாகிவிட்டன, தன்னுடைய மனித உதவியாளர் களின் வலுவற்ற உடல்களிலும், வலிமையான மனத்திண்மையிலும் இயற்கையான குறுக்கீடுகள் ஏதும் ஏற்படாத வரைக்கும் அவை இயங்கிக் கொண்டே சென்றன.[40]

கருவியுடன் அதைக் கையாளும் தொழிலாளியின் திறமையும் இயந்திரத்திற்கு மாறிச் சென்று விடுகிறது. கருவிகளின் முழுத்திறன்களுக்கு மனித உழைப்புச் சக்தி தவிர்க்க இயலாமல் ஏற்படுத்துகின்ற வரம்புகளிலிருந்து கருவிகள் விடுதலை பெற்று விடுகின்றன. அதன் மூலமாகப் பட்டறைத் தொழிலில் உழைப்புப் பிரிவினை மீதமைந்திருந்த தொழில்நுட்ப அடித்தளம் தகர்த்தெறியப்படுகிறது. பட்டறைத் தொழிலின் குணாம்சங்களாக அமைந்திருந்த தனித்திறன் பெற்ற தொழிலாளர்கள் எனும் படிவரிசை அடுக்குகளிடத்தில் தானியங்கித் தொழிற்சாலை அதையெடுத்து வைக்கிறது. இயந்திரங்களைக் கவனித்துக் கொள்கிறவர்களால் செய்யப்பட வேண்டிய எல்லா வேலையையும் ஒரே அளவிலான மட்டத்திற்குச் சமப்படுத்தி, கீழிறக்குகின்ற ஒரு போக்கு நுழைந்து விடுகிறது. தொழிலாளர்களின் குழுவை செயற்கையாகத் தரவரிசைப்படுத்தியிருந்த இடத்தில் வயது, பாலினம் என்கிற இயற்கையான வேறுபாடுகள் அடியெடுத்து வைக்கின்றன. [41]

கைத்தொழிலிலும், பட்டறைத் தொழிலிலும் தொழிலாளி கருவியைப் பயன்படுத்துகிறார், நவீன தொழிற்சாலையில் இயந்திரம் அவரைப் பயன்படுத்துகிறது. அங்கே அவரிடமிருந்து உழைப்புக்கருவியின் இயக்கங்கள் புறப்பட்டன. இங்கே இயந்திரத்தின் இயக்கங்களை அவர் பின் தொடர நேர்கிறது. பட்டறைத் தொழிலில் ஒரு உயிரோட்டமான இயந்திரவியலின் பகுதிகளாகத் தொழிலாளர்கள் இருந்தார்கள். நவீன தொழிற்சாலையால் தொழிலாளியிடமிருந்து சுதந்திரமாக இருக்கும் ஒரு உயிரற்ற இயந்திரப் பொறியமைப்பை நாம் பெறுகிறோம். அந்த இயந்திரப் பொறியமைப்பிற்குத் தொழிலாளி உயிருள்ள ஒரு உதிரி இணைப்பாக மாறிவிடுகிறார்.....

அதே நேரத்தில், தொழிற்சாலை வேலை நரம்பு மண்டலத்தை அதனுடைய எல்லை வரைக்கும் பிழிந்தெடுத்து விடுகிறது, தசைகளின் பன்முகச் செயல்பாட்டைப் பறித்துக் கொள்கிறது, உடலியல், அறிவியல் செயல்பாடு இரண்டிலுமிருக்கும் ஒவ்வொரு அணுவின் சுதந்திரத்தையும் பறிமுதல் செய்து விடுகிறது. உழைப்பு

லகுவாக்கப்படுவதும் கூட ஒரு வகைச் சித்திரவதையாகிவிடுகிறது, ஏனென்றால், இயந்திரம் உழைப்பாளியை வேலையிலிருந்து விடுவிப்பதில்லை, ஆனால் வேலையில் எந்த ஆர்வமும் இல்லாமல் செய்துவிடுகிறது. முக்கியத்துவமற்ற நவீன தொழிற்சாலை வேலையாட்களில் ஒவ்வொரு தனி மனிதனுடைய சிறப்புத் திறமையும் அறிவியலுக்கும், பிரம்மாண்டமான பௌதிக சக்திகளுக்கும் முன்னால் மிக மிக ஒரு அற்பமான அளவாக மறைந்து போய்விட்டது. தொழிற்சாலையின், இயந்திரவியல் கட்டமைப்பிற்குள் உள்ளடங்கிடும் உழைப்புத் திரட்சியும், அந்த இயந்திரவியல் கட்டமைப்பும் சேர்ந்து எஜமானரின்' அதிகாரத்தை உள்ளடக்கியதாக உருவாகிவிடுகிறது.....

உழைப்புக் கருவிகளின் ஒரே சீரான இயக்கத்திற்குத் தொழிலாளி தொழில்நுட்ப ரீதியாக அடிமைப்பட்டுப் போவதும், இரு பாலரையும், எல்லா வயதினரையும் உள்ளடக்கிய வேலையாட்களின் அசாதாரணமான தொகுப்பும், ஒரு ராணுவக் கட்டுப்பாட்டிற்கு இடமளிக்கிறது. அது நவீன தொழிற்சாலையில் மேலும் ஒழுங்கமைக்கப்பட்டு ஒரு முழுமையடைந்த கட்டமைப்பாக்கப்பட்டுவிடுகிறது. அது முன்னர் குறிப்பிடப்பட்ட மேற்பார்வையிடலை முழுமையாக வளரச் செய்கிறது. அதன் மூலம் வேலையாட்களை ஏவலாட்களாகவும், மேற்பார்வையாளர்களாகவும் - ஒரு தொழிற்துறை ராணுவத்தின் சிப்பாய்களாகவும் சார்ஜண்ட்டுகளாகவும் பிரித்து விடுகிறது. [42]

இவ்விதமாக, உழைப்பானது தன்னுடைய வரலாற்றியல் வளர்ச்சிப் பாதையில் எதனூடாக மனிதன் தன்னைத்தானே உருவாக்கிக் கொள்கிறானோ அந்தப் படைப்பாக்கச் செயல்பாடு என்கிற தன்னுடைய சொந்தக் கோட்பாட்டின் நிலை மறுப்பாக மாறிவிடுகிறது. அதற்கு மாறாக மனிதன் தன் மீது ஆதிக்கம் செலுத்துகின்ற உழைப்புக்கருவிகளின் இயந்திரவியல் பணியின் ஒரு பகுதியாக, இயந்திரத்தின் ஒரு உதிரிப் பகுதியாக ஆகிவிடுகிறான். ஆனால் மார்க்ஸ் என்கிற முரணியக்கவியலாளர் இதில் நிலைமறுப்பை மட்டும் பார்க்கவில்லை, அதே சமயத்தில் அதற்குள்ளாகவே, அதனுடைய வளர்ச்சியின் காரணத்தாலேயே, எதிர்-மறைப் போக்கு வளர்ந்து வருவதையும் கண்டார்.

நடப்பிலிருக்கும் ஒரு செயல் முறையின் வடிவத்தை இறுதியானது என்று நவீன தொழில்துறை காண்பதுமில்லை, நடத்துவதுமில்லை. ஆகையால் முந்தையகால உற்பத்தி

வடிவங்களெல்லாம் அடிப்படையில் பழைமைவாதத் தன்மை கொண்டவைகளாக இருந்தபொழுது நவீனத் தொழில் துறையின் தொழில்நுட்ப அடிப்படை புரட்சிகரமானது ஆகும். இயந்திரங்கள், வேதியியல் நிகழ்முறைகள் மற்றும் பல செயல் முறைகளின் மூலமாக உற்பத்தியின் தொழில்நுட்ப அடிப்படையில் மட்டுமே இடைவிடாத மாற்றங்கள் ஏற்படுத்தப்பட்டன, ஆனால் அது மட்டுமல்ல, மாறாக உழைப்பாளர்களின் வேலைகளிலும், உழைப்பு நிகழ்முறையின் சமூகச் சேர்க்கைகளிலும் மாறுதல்கள் ஏற்படுத்தப்பட்டு வருகிறது. அதே சமயம் இதன் மூலமாகவே அது சமூகத்திற்குள் உழைப்புப் பிரிவினையையும் புரட்சிகரமயமாக்குகிறது. ஒரு உற்பத்திக் கிளையிலிருந்து மற்றொன்றுக்கு மூலதனத்தின் திரட்சியையும், உழைக்கும் மக்களையும் இடைவிடாமல் கொண்டு வந்து குவிக்கிறது. ஆனாலும், நவீன தொழில்துறை தன் சொந்த இயல்பாலேயே உழைப்பின் மாறுபட்ட வடிவங்களையும், வேலையில் சரளத்தன்மையையும் தொழிலாளர்களின் பொதுவான இடப்பெயர்ச்சியையும் அவசியமாக்குகிறது.

மறுபக்கம் அதனுடைய முதலாளித்துவ வடிவத்தில், தன்னுடைய கடினமாக இறுகிப்போன, தனித்தனி வகையாக்கப்பட்ட, உழைப்பின் முந்தைய காலப் பிரிவினைகளை மறு-உற்பத்தி செய்கிறது.... இதுதான் எதிர்மறையான பக்கமாகும். ஆனாலும் ஒரு பக்கம் ஒரு அடக்கியாள்கின்ற, எல்லா முனைகளிலிருந்தும் எதிர்ப்பைச் சந்திக்கின்ற ஒரு குருட்டுத்தனமான அழிவுச் செயலுடன் கூடிய ஒரு இயற்கை விதியைப் போல வேலை மாறுபாடுகள் தம்மைத்தாமே தற்போது திணித்துக் கொண்டிருக்கின்றன. மறுபக்கம் நவீன தொழில்துறை வேலை மாறுபாடுகளை உற்பத்தியின் ஒரு அடிப்படையான விதியாக அங்கீகரிக்கப்பட வேண்டிய தேவையைத் தன்னுடைய கொடூரமான இயல்பின் மூலமாக திணித்துக் கொண்டிருக்கிறது, அதைத் தொடர்ந்து வேலை மாறுபாடுகளுக்கேற்ப தம்மைத் தகுதிப்படுத்திக் கொள்ளப்படப் வேண்டிய அவசியத்தையும், தன்னுடைய பன்முகத் திறமைகளின் வளர்ச்சிக்கு சாத்தியமான அளவு உயர்ந்த மட்டத்திற்கான அவசியத்தையும் தொழிலாளிக்கு ஏற்படுத்துகிறது. இந்த விதி வழமையாகச் செயல்படுத்துவதற்கேற்ப உற்பத்தி வடிவத்தைத் தகவமைத்தாக வேண்டியது சமூகத்திற்கு வாழ்வா சாவா பிரச்சனையாகிவிடுகிறது. உண்மையில், நவீனத்

தொழில்துறையானது அதே அற்ப வேலையைத் (அசைவுகளை) திரும்பத் திரும்ப சலிக்கச் செய்து கொண்டிருந்ததனால் மூளியாகிப்போய்விட்ட, இன்றைய ஏவல் வகை குழுத் தொழிலாளியின் இடத்தில், பல தரப்பட்ட வேலைகளுக்கான தகுதியைக் கொண்டுள்ள, உற்பத்தி நிகழ்முறையில் ஏற்படும் எந்தவொரு மாற்றத்தையும் எதிர்கொள்ளத் தயாரான ஒரு முழுநிறை வளர்ச்சி பெற்ற நபரை மாற்றியிருத்தும்படி சமூகத்தை மரண அச்சத்தின் கீழ் நிர்ப்பந்திக்கிறது. அத்தகைய நபருக்கு தான் நிகழ்த்துகின்ற பல்வேறு சமூகப் பணிகளனைத்தும் அவருடைய சொந்தத் திறன்களுக்கும் அவர் கற்றுத் தேர்கின்ற திறன்களுக்கும் கட்டற்ற சுதந்திரத்தை வழங்குகின்ற பல வடிவங்கள் என்பதல்லாமல் வேறல்ல.[43]

உழைப்புப் பிரிவினைக்கு இட்டுச் செல்கின்ற தவிர்க்க இயலாத முன் நிபந்தனைகளையும், பொதுச் சொத்தைப் பிரிப்பதற்கும், அது தனிச்சொத்துரிமைக்கு மாறிச் செல்வதற்கும் உழைப்புப் பிரிவினை இட்டுச் செல்கின்ற அதே அளவு தவிர்க்கவியலாமையையும் மார்க்ஸ் விளக்கினார். *உழைப்பின் பிரிவினை என்பது அதன் துவக்கத்திலிருந்தே உழைப்பு, கருவிகள், மூலப் பொருட்கள் ஆகியவற்றின் நிலைமைகளைப் பிரிப்பது என்பதைக் குறிக்கிறது. அவ்விதமாகக் குவிக்கப்பட்ட மூலதனம் பல்வேறு உடைமையாளர்கள் மத்தியில் பங்கிட்டுக் கொள்ளப்படுவது என்பதையும், அதே போல மூலதனம், உழைப்பு ஆகியவற்றுக்கிடையிலும், சொத்தின் பல்வேறு வடிவங்களுக்கிடையிலும் பிரிவினை என்பதையும் குறிக்கிறது.*

உழைப்புப் பிரிவினை மேலும் அதிகரித்துக் கொண்டு போவதும், மூலதனத் திரட்சி வளர்ச்சி பெறுவதும் நிகழும் பொழுது இத்தகைய வேறுபாடுகளடங்கிய நிகழ்முறையின் வடிவங்களும் தீவிரமடைகின்றன. இந்தச் சிதறுண்ட களத்தின் மீதுதான் உழைப்பும் வாழ்ந்தாக வேண்டும்.

இவ்வாறாக, இரண்டு உண்மைகள் வெளிப்படுகின்றன. முதலில், தனி மனிதர்களிடமிருந்து சுதந்திரமாகவும், அவர்களிடமிருந்து பிரிக்கப்பட்டும், அந்தத் தனி மனிதர்களுக்கு அக்கம் பக்கமாகவும், தாமே ஒரு தனி உலகம் போல உற்பத்தி சக்திகள் காட்சியளிக்கின்றன. இதற்குக் காரணம் எதுவென்றால், இந்த(தனி) உலகின் சக்திகளான தனி மனிதர்கள் பிரிந்தும், ஒருவருக்கொருவர் எதிராகவும் இருந்து வருகிறார்கள்,

அதே சமயம், மறுபக்கம், இந்தத் தனிமனிதர்களின் பரஸ்பர வினையாற்றலிலும், ஒட்டுறவிலும் இருக்கும் உண்மையான சக்திகளும் இந்தச் சக்திகள் தான்.

இவ்வாறாக, ஒரு பக்கம், உற்பத்திச் சக்திகளின் ஒட்டுமொத்தமும் ஒரு பொருளியல் வடிவத்தை எடுத்துள்ளது, ஆகவே அது தனி மனிதர்களுக்கு, தனி மனிதர்களின் சக்திகளாக இனிமேலும் இருக்க முடியாது. மாறாகத் தனிச் சொத்துரிமையின் சக்திகளாக இருக்கிறது. எனவே தனி மனிதர்களுக்கு அவர்கள் தனிச் சொத்தின் உரிமையாளர்களாக இருக்கின்றன வரைக்கும் தான் அது அவ்வாறு இருக்க முடியும்......

மறுபக்கம், இந்த உற்பத்திச் சக்திகளுக்கு எதிராக, யாரிடமிருந்து இந்த (உற்பத்தி) சக்திகளெல்லாம் பறித்துக் கொள்ளப்பட்டதோ அந்தத் தனி மனிதர்களின் பெரும்பான்மை நின்று கொண்டிருப்பதை நாம் காண்கிறோம். இவ்விதமாக, உண்மையான உயிர்ச்சாரம் பறிக்கப்பட்டுவிட்ட இவர்கள் புகலற்ற தனி மனிதர்களாகிவிட்டார்கள். இருந்தபோதிலும் இது இவர்கள் தனி மனிதர்கள் என்கிற வகையில் ஒருவருடன் மற்றவர் உறவு கொள்வதற்கு ஏற்ற ஒரு நிலையில் வைக்கிறது.

உற்பத்திச் சக்திகளுடனும், தங்களுடைய சொந்த வாழ்க்கையுடனும் இவர்களுக்கு இருக்கின்ற ஒரே ஒரு தொடர்பான உழைப்பு-தன்னியல்பான செயல்பாடு என்பதன் எல்லா அடையாளங்களையும் இழந்துவிட்டது. அவர்களுடைய வாழ்வை மலராது முடக்குவதன் மூலம் அவர்களைக் காலம் தள்ள வைக்கிறது. முந்தைய காலங்களின் தற்சார்பான செயல்பாடு மற்றும் வாழ்க்கைக்கான பொருளுற்பத்தி ஆகியவை தனித்தனியானவைகளாக இருந்த பொழுது அவர்கள் வெவ்வேறானவர்களுடன் பரிமாற்றம் செய்து கொண்டார்கள். அந்தத் தனி மனிதர்களின் குறுகிய தன்மையின் காரணமாக, வாழ்க்கைக்கான பொருள் உற்பத்தியானது தற்சார்பான செயல்பாட்டின் கீழ்நிலை வடிவமாகக் கருதப்பட்டு வந்தது. தற்போது அவர்கள் எந்த அளவுக்கு திசைமாறிப் போனார்கள் என்றால், இறுதியாகப் பொருளியல் வாழ்வு நோக்கமாகவும், அந்த வாழ்க்கையை உருவாக்குகின்ற சாதனமாக உழைப்பும் ஆகிப்போனது (அது ஒன்றேதான் சாத்தியமானது என்பது மட்டுமல்ல, மாறாக, நாம் பார்ப்பது போல சுயச்சார்பான செயலின் எதிர்மறை வடிவமாகவும் இருக்கிறது.)[44]

மார்க்சுக்குள் மீண்டும், மீண்டும் இந்தச் சிந்தனை தோன்று கிறது: மனித வாழ்க்கையின் அடிப்படை பொருளியல் வாழ்வு தான்; ஆனால் அதுவே நோக்கமல்ல. மனிதன் தன்னைத்தானே உருவாக்கிக் கொள்கின்ற, வார்ப்படம் செய்து கொள்கின்ற ஒரு படைப்பாக்கச் செயலாக இல்லாமல், பிழைத்திருத்தத்திற்கான ஒரு சாதனமாக உழைப்பு காட்சியளிக்கிறது என்கிற உண்மையானது மார்க்ஸுக்கு மனித இயற்கையின் ஒரு முரண்பாடாக இருக்கிறது: ஆகவே, தனி மனிதனை விடவும் பொருளாதார நிலைமைகள் அதிக சக்தி வாய்ந்தவை என்று மார்க்ஸ் கூறும் பொழுது அவருக்கு அது ஒரு நிரந்தரமான விதியாக இருக்கவில்லை. மாறாக, வரலாற்று வளர்ச்சிப் பாதையின் ஒரு கட்டமாகவும், அதை மாற்றியமைப்பதுதான் மனித குலத்தின் மகத்தான கடமையாகவும் இருந்தது. பொருளாதாரம் மனிதனை ஆதிக்கம் செலுத்துவது கூடாது; ஒட்டுறவான தனி மனிதர்களைக் கொண்ட ஒரு மானிட இனத்தின் கட்டுப்பாட்டின் கீழ் அது கொண்டு வரப்பட்டாக வேண்டும்.

உழைப்புப் பிரிவினை எடுத்துக்காட்டுவதானது:

இயற்கையான சமுதாயத்தில் மனிதன் இருக்கின்ற வரைக்கும், அதாவது தனிப்பட்ட மற்றும் பொது நலனுக்கு இடையில் ஒரு பிளவு இருக்கின்ற வரைக்கும், செயல்பாடு என்பது விருப்பத்தின்படியாக அல்லாமல் இயற்கையாகவே பிளவுண்டதாக இருக்கும். மனிதனின் சொந்தச் செய்கையே அவனுக்கெதிரான ஒரு அந்நிய சக்தியாக மாறிவிடுகிறது. அது அவனால் கட்டுப்படுத்தப்படுவதற்குப் பதிலாக அவனை அடிமைப்படுத்திவிடுகிறது. சமூகத்தின் செயல்பாடு இவ்வாறு ஒரு திட்டமான உருவம் பெறும் பொழுது, நாம் என்ன உற்பத்தி செய்கிறோமோ அதுவே நமக்கு மேலான ஒரு திட்டவட்டமான சக்தியாக உருப்பெற்று, நம்முடைய கட்டுப்பாட்டை மீறிச் சென்று, நம்முடைய எதிர்பார்ப்புகளை முடக்கி நம்முடைய கணிப்புகளை ஒன்றுமில்லாமலாக்கியிருப்பதானது, இது வரைக்குமான வரலாற்றியல் வளர்ச்சிப்போக்கின் பிரதான காரணிகளில் ஒன்றாகும். தனிமனிதன், சமுதாயம் ஆகியோருடைய நலன்களுக்கிடையிலான இந்த முரண்பாட்டிலிருந்து தான் பிந்தையது (சமுதாயம்), "அரசு" என்கிற, தனிமனிதன், சமுதாயம் ஆகியோரின் உண்மையான நலனிலிருந்து விட்டுவிலகிய ஒரு சுயேச்சையான வடிவத்தைப் பிற்பாடு மேற்கொண்டது.....

சமூக சக்தி, அதாவது, உழைப்பின் பிரிவினைக்குள் தீர்மானிக்கப்பட்ட மாறுபட்ட தனி மனிதர்களின் கூட்டுறவின் மூலமாகத் தோன்றுகின்ற பன்மடங்காகப் பெருகிய உற்பத்தி சக்தி, அந்தத் தனி மனிதர்களின் கூட்டுறவு விருப்பத்தின்படியானதாக அல்லாமல் இயற்கையாக அமைந்திருந்த காரணத்தால் அவர்களுக்கு அது தம்முடைய சொந்த ஒன்றுபட்ட சக்தியாகக் காட்சியளிக்கவில்லை. மாறாக, தங்களுக்குப் புறம்பாக இருந்து விடுகின்ற ஒரு அயல் சக்தியாகக் காட்சியளிக்கிறது. அதனுடைய ஆதியும், அந்தமும் பற்றி அவர்கள் அறியாமையிலிருந்தார்கள். இவ்வாறாக, அதை அவர்களால் கட்டுப்படுத்த இயலவில்லை, அதற்கு மாறாக, மனிதரின் விருப்பத்திலிருந்தும் செயலிலிருந்தும் சுயேச்சையான ஒரு விநோதமான நிலைகள், கட்டங்கள் தொடர்களினூடாகக் கடந்து செல்கிறது, மனிதன் தான் அதனுடைய பிரதான சூத்ரதாரி என்பதையும் தாண்டி இது நிகழ்கிறது. இந்த விலகலை இரண்டு நடைமுறைக் காரணிகளின் சூழலில்தான் ஒழிக்க முடியும்.

அந்த இரண்டு நடைமுறைச் சூழல்கள் என்பதாக மார்க்ஸ் சிந்தித்தது: முதலில் சொத்துடைமையற்ற மானிட சமுதாயத்தின் மாபெரும் திரட்சிக்கும், செல்வமும், கலாச்சாரமும் படைத்த நடப்பு உலகத்திற்கும் இடையிலிருக்கும் முரண்பாடு இனிமேலும் சகித்துக் கொள்ள முடியாததாக மாற்றம் பெற்றாக வேண்டும். இரண்டாவதாக, ஒருசில நாடுகளில் மட்டுமேயல்லாமல் உலகம் முழுவதும் சீராக உற்பத்தி சக்திகள் வளர்ச்சி பெற்றாக வேண்டும். காரணம் என்னவென்றால் இது அல்லாமல், வறுமை மட்டுமே பொதுப்படையாக்கப்பட்டுவிடுகிறது, அப்போது வறுமையுடன் அத்தியாவசியங்களுக்கான போராட்டமும் மறு-உற்பத்திச் செய்யப்பட்டு விடுகிறது.[45]

இவ்வாறாக, உற்பத்திச் சாதனங்களும், உற்பத்திப் பொருட்களும் தனியுடைமையாக்கப்படுவது; உற்பத்தி செய்பவன் மீது உற்பத்திப் பொருள் ஆதிக்கம் செலுத்துவது; அரசு, மதம், நீதிமன்றம் போன்ற உற்பத்தி சக்திகள் மற்றும் அதன் நிறுவனங்களின் கொடுங்கோன்மை போன்ற உழைப்புப்பிரிவினையின் பின்தொடர்ச்சியான விளைவுகள், ஒரு அந்நிய சக்தியாகத் தனி மனிதனை எதிர்கொள்வதைத் தான் மார்க்ஸ் ‘அந்நியப்படுத்தல்’ என்று அழைத்தார். படைக்கும் செயல்பாட்டில் ஈடுபட்டிருக்கும் ஒரு சிறுபான்மையைத் தவிர்த்து, மனிதர்களால் தங்கள் சொந்தப் படைப்புகளில் தங்களை

இனம் கண்டுகொள்ள முடிவதில்லை; 'தமக்குப் புறம்பான தவிர்க்கவியலாத துயராக'[46] சமூக-உற்பத்தி இருந்து வருகிறது. படைப்பாளிக்கு மேலானதாகப் படைப்பு இருந்துவருகிறது. அசலிலிருந்து மனிதன் போராடிப் பெற்ற இந்த இரண்டாம் இயற்கை, எளிய இயற்கை அதைவிடவும் அதிக சக்தி படைத்ததாகத் தோன்றுகிறது. பஞ்சங்கள், நில நடுக்கங்கள், எரிமலை வெடிப்புகள் ஆகியவற்றைக் கொண்டு முதலாவதை விடவும் கட்டுப்படுத்த முடியாததாகத் தோன்றுகிறது. அனைத்து விதமான தனி மனித விஷயங்களுக்கும் அப்பால் பொருளியல் உறவு வளர்ந்துவிட்டது, ஒரு தன்னாட்சியதிகாரமாக மாறிவிட்டது.

உழைப்புப் பிரிவினையில் முன்னேறிவிட்ட, மூலப்பொருட்கள், கருவிகள், உழைப்பின் உற்பத்திப் பொருட்கள், நிறுவனங்கள், சித்தாந்தங்கள் ஆகியவையெல்லாம் தனியுடைமையாகிவிட்ட, நிர்பந்தமாக ஆட்சி செலுத்தப்படுகின்ற ஒரு உலகில் 'அந்நியமாக்கல்' பொதுமைப்படுத்தப்பட்டிருக்கிறது. தன்னுடைய உழைப்பை விற்பனை செய்கின்ற தொழிலாளி மட்டுமல்லாமல், மற்றொரு மனிதனின் உற்பத்திப் பொருளைத் தன் வசப்படுத்திக் கொள்கின்ற ஒரு முதலாளியும், சரக்கைச் சந்தைக்கு எடுத்துச் செல்கின்ற வியாபாரியும், 'இருப்பவர்களும், இல்லாதவர்களும்', ஆள்வோரும் ஆளப்படுவோரும், இத்தகையதொரு உலகில், தங்களுடைய வேலையிலிருந்தும், மற்றவர்களிடமிருந்தும், தம்மிடம் இருந்தும்கூட அந்நியப்படுத்தப்பட்டு விட்டார்கள். பல வழிகளில் இது ஒரு தலைகீழ் உலகமாகும். அதில் மனிதனால் வசப்படுத்திக் கொள்ளப்பட்ட பொருட்கள், மனிதர்களையே சொந்தமாக்கிக் கொள்ளும் பைத்தியக்காரத்தனமான சக்தியைப் பெறுகின்றன.

ஏற்கெனவே, நிலப்பிரபுத்துவ நிலவுடைமையில் மண்ணின் மீதான உரிமை மனிதர்கள் மீது ஆட்சி செலுத்துகின்ற ஒரு அயல் சக்தி போலக் காட்சியளிக்கிறது. பண்ணையடிமை, நிலத்தின் உற்பத்திப் பொருளாவார். அதேபோல வாரிசும் முதன் முதலாகப் பிறக்கின்ற மகன் - மண்ணுக்குச் சொந்தம். அது அவனை வாரிசாகப் பெறுகிறது.[47]

தொழிலாளியின் அந்நியமாதல் தான் மிகவும் உச்சமட்ட வடிவமாகும், ஏனென்றால் உழைப்பாளி அல்லாத-எஜமானர், முதலாளி, மற்றும் சோம்பேறிக்கு அந்நியமாதல் ஒரு செயல்பாடு அல்ல, மாறாக அது ஒரு நிலைப்பாடாகும்.

முதலாவதாக கவனிக்கப்பட வேண்டியதானது, தொழிலாளிக்கு ஒரு அந்நியமாக்கும் செயல்பாடாகத் தோன்றுவது எல்லாமே உழைப்பாளி - அல்லாதவனுக்கு அந்நியமாக்கலின் விளைவாகத் தோன்றுகிறது.[48]

வரலாற்றின் துவக்க காலத்தில் முன்பாகவே முடிவு செய்யப்பட்ட ஒரு இடத்தில் இரண்டு பழங்குடி இனக்குழுக்கள் சந்தித்துக் கொண்டு பரிசுகளைப் பரிவர்த்தனை செய்து கொள்ளும் பொழுது அது ஒரு அந்நியப்படுத்தும் செயல்பாடாக இருக்கவில்லை. அது ஒரு எதிர்கொள்ளலாக, ஒரு மானுட அணுகுமுறையாக இருந்தது. ஒரு பரிசு ஒரு பண்டமாக, சரக்காக மாற்றமடைந்த உடனேயே நம்பிக்கை அவநம்பிகைக்கும், ஒரு பெருந்தன்மையான பரிவர்த்தனை (தன்னலமான) கணக்கு பார்த்தலுக்கும் வழி விடுகிறது. இப்பொழுது கையிலிருந்து கைக்கு மாறிச் சென்றது என்கிற செயலானது இனிமேலும் ஒரு மக்கள் குழுவின் மன வெளிப்பாடாக இல்லாமல், அந்த உற்பத்திப் பொருளிலிருந்து அந்த மக்கள் குழு அந்நியமாக்கப்படுவதாகிறது. ஒரு குழுவால் அளிக்கப்படுகின்ற பொருளின் நோக்கத்தையும் சிறப்பு குணாம்சத்தையும் மற்ற குழு கொண்டாடுவதில்லை, ஆனால், அதனுடைய பொதுவான தன்மையை, மற்றொரு பொருளின் பரிவர்த்தனைக்கு அதற்குள்ள பரிவர்த்தனை மதிப்பில் தான் அது ஆர்வம் காட்டுகிறது.

ஆரம்பத்தில் உற்பத்தி நிகழ்முறைக்குள்ளேயே மனிதச் செயல்பாடு மற்றும் ஒரு மனித உற்பத்திப் பொருளுக்கு மாற்றாக மற்றொன்று என்பதாக அந்த இரண்டின் பரிவர்த்தனை(....)= இனங்களின் செயல்பாடு மற்றும் இனங்களின் உணர்ச்சி ஆகியவற்றின் உண்மையான, மனப்பூர்வமான, மெய்யான இருத்தலாக சமூகச் செயல்பாடு, சமூகக் கொண்டாட்டம் ஆகியவை இருந்தன.[49] இந்த ஆரம்பகால, அசலான பரிவர்த்தனை பண்டப் பரிவர்த்தனையாக மாறுகின்ற பொழுதும், பொதுவுடைமை, தனியுடைமையாக மாறுகின்ற பொழுதும் மனிதர்களின் உண்மையான சமூகம் தன்னைத்தானே ஒரு கேலிச் சித்திரமாக உருமாற்றிக் கொள்கிறது. பண்டப் பரிவர்த்தனை சமூகக் கலந்துறவாடலை இணக்கமானதாக்குகிறது: ஒரு மனிதனை மற்றொரு மனிதனோடு இணைக்கும் அடிப்படையான இயல்பின் பிணைப்பு ஒரு அடிப்படையற்ற பிணைப்பாகக் காட்சியளிக்கிறது. அதற்குப் பதிலாக, மற்ற மனிதர்களிடமிருந்து மனிதன் தனியாகப் பிரிக்கப்படும்பொழுது அது அவனுடைய

உண்மையான இருத்தலாகத் தோன்றுகிறது; பொருள் மீதான அவனுடைய ஆதிக்கம், அந்தப் பொருள் அவன் மீது ஆதிக்கம் செலுத்துவதாகத் தோன்றுகிறது. படைப்பாளி படைப்பின் அடிமையாகக் காட்சியளிக்கின்றான்.[50]

முதலாளித்துவ சமூகத்தின் அரசியல் பொருளாதாரம்:

அந்த அரசியல் மனித சமூகத்தை அல்லது அவர்களுடைய செயலாற்றும் மானிட இயல்பை, தங்களுடைய இனவாழ்க்கையை உருவாக்குகின்ற விதமாக அவர்கள் ஒருவருக்கொருவர் முழுமைப் படுத்திக் கொள்வதை, அவர்களுடைய உண்மையான மானிட வாழ்க்கையைப் பரிவர்த்தனை மற்றும் வர்த்தகம் என்கிற வடிவத்தின்கீழ் வைத்து அர்த்தப்படுத்திக் கொள்கிறது.... ஆடம்ஸ்மித் கூறுகிறார், "சமூகம் என்பது ஒரு வர்த்தக சமூகமாகும். அதன் உறுப்பினர்கள் ஒவ்வொருவரும் ஒரு வர்த்தகர்தான்."[51]

பண்டப்பரிவர்த்தனையில், வர்த்தகத்தில் மனிதர்கள் மீது பொருட்கள் அதிகாரம் பெறுகின்றன; மற்றொருவருக்குத் தரப்படுகின்ற பொருள் அதை வழங்குகின்ற சமூகத்தை மேற்கொண்டும் பிரதிநிதித்துவப் படுத்துவதில்லை; தான் விற்பனை செய்ய முன் வரும் பொருளை வர்த்தகர் பிரதிநிதித்துவப்படுத்துகிறார். வர்த்தகரின் சமூக குணாம்ச முகமூடிக்குப் பின்னால் மனிதனின் முகம் மறைந்து கொள்கிறது. போட்டியிடும் சமூகம், வர்த்தக சமூகம் தன்னைத்தானே விலக்கி வைக்கப்பட்டுள்ளதாக-'அந்நியப்படுத்தப்பட்டதாக' வெளிப்படுத்திக் கொள்கிறது.

மனிதன் சந்தைக்கு தன்னுடைய பண்டங்களை எடுத்துச் சென்ற உடனேயே, அந்தப்பண்டம் தோற்றுவாயாகிவிடுகிறது, மனிதனோ வெறும் 'செயல்' ஆக மாறிவிடுகிறான், சமூக நிறுவனங்களில் தனிமனிதர்கள் செயலாளிகள் - அலுவலர்கள் ஆக மாறி விடுகிறார்கள். அவர்களை சம உரிமைகள் உள்ள சக மனிதர்களாக மற்ற மனிதர்கள் பார்ப்பதில்லை, மாறாக மேல்மட்டத்தவர்களாக அல்லது கீழ்மட்டத்தவர்களாக-ஒரு பெரிய அல்லது சிறிய அலகு கொண்ட அதிகாரமுடைய பதவி வகிப்பவர்களாகப் பார்க்கிறார்கள். ஒவ்வொரு அலுவலரும் மற்ற எல்லா அலுவலர்களிடமிருந்தும் அந்நியமாக்கப் பட்டுவிடுகிறார்கள், அவர்கள் அனைவருமே சாமானியக் குடிமகனிடமிருந்து அந்நியப்பட்டு விடுகிறார்கள். அதேபோல முதலாளியும், தன் உழைப்பை விற்பனை செய்யும் மனிதனும்

ஒருவர் மற்றவரிடமிருந்து அந்நியமாக்கப்பட்டு விடுகிறார்கள்; அதே சமயம் சிறு-அளவு விவசாயத்திலும், கைத்தொழிலிலும் உள்ள இது போன்ற அந்நியமாக்கல் நெருக்கமான பழக்கம் மற்றும் நம்பிக்கை போன்ற சில அடையாளங்களை (இது பெரும்பாலும் போலியானதாக இருக்கும்) தக்கவைத்துக் கொண்டிருக்கிறது. ஆனால் பெருந்தொழில் துறையில் இதற்கு ஒளிவு மறைவு ஏதுமில்லை. வேறு சொற்களில் கூறுவதானால், பரிவர்த்தனை மதிப்புகளை அடிப்படையாகக் கொண்ட உற்பத்தியின் உலகப்பொதுவான குணாம்சமாக அந்நியமாக்கல் இருக்கும் பொழுது, இதுபோன்ற உற்பத்தி முறை உழைப்புப் பிரிவினைக்கு வழிவகுக்கிறது. தன்னுடைய உழைப்பை ஒரு பண்டமாக விற்பனை செய்கின்ற மனிதனான கூலித்தொழிலாளியின் விஷயத்தில், அவனுடைய உற்பத்திப் பொருள், வேலை நிகழ்முறை மற்றும் தனக்குத்தானேயான அவனுடைய உறவில்- மிகத் தீவிரமான வடிவத்தை எடுக்கிறது.

லாப நோக்கம் கொண்ட உழைப்பில் கீழ்க்கண்டவை உள்ளார்ந்திருக்கும்:

1. வேலைக்குட்படுத்தப்படும் விஷயத்திலிருந்து வேலை அந்நியமாக்கப்படுவதும், அதனுடைய தன்னிச்சைப் போக்கும்; 2. தன்னுடைய குறிக்கோளிலிருந்து வேலை தன்னிச்சையாகச் செல்லும் தன்மையும், அந்நியமாதலும்; 3. சமூகத்தின் விருப்பங்களால் தீர்மானிக்கப்படும் தொழிலாளி-எனினும் இந்த விருப்பங்கள் அவனுக்கு அவசியமற்றதாகவும், செயற்கையாகத் திணிக்கப்பட்டதாகவும் இருக்கும், அவைகளுக்கு அவன் சுயநல விருப்பத்தால், தேவையால் உட்படுகிறான்; சமூகத்தின் தேவைகளுக்கு அந்த சமூகத்திற்கான ஒரு அடிமையாக அவன் இருப்பது போல அவனுடைய தேவைகளை நிறைவு செய்கின்ற ஒரு மூலாதாரமாக மட்டுமே அவை அவற்றுக்குப் பொருள்படும்; 4. தொழிலாளிக்கு, தன்னுடைய தனி மனித வாழ்வைப் பராமரிப்பதுதான் தன்னுடைய செயல்பாட்டின் நோக்கம் என்பது போலவும், அதற்கான ஒரு சாதனமாக மட்டும் தன் உண்மையான செயலாற்றல் இருப்பது போலவும் அவனுக்குத் தோன்றுகிறது, அதாவது தன்னுடைய வாழ்வை நடத்திக் கொள்வதற்கு அவசியமான வாழ்வாதாரங்களைப் பெறுவதற்காகத் தன்னுடைய வாழ்வை அவன் செயல்படுத்துகிறான் - என்கிற உண்மை.

எனவே, தனிச் சொத்துரிமை உறவுக்குள் சமூகத்தின் சக்தி மேலும் மேலும் வலுவாக உருவாகியிருப்பதாகத் தோன்றும் பொழுது மனிதன் தன்னுடைய சொந்த இயல்பிலிருந்து அந்நியமாக்கப்பட்டு மேலும் மேலும் சுயநலம் கொண்டவனாக, சமூக விரோதியாக மாறிவிடுகிறான். [52]

தன்னுடைய இயல்பிலிருந்து மனிதன் அந்நியமாக்கப் பட்டிருக்கும் ஒரு யுகத்தில், இந்தச் சமூக-விரோதத் தன்னகங்காரம், வெறும் கூலி சம்பாதிக்கும் ஒன்றுக்கு -'ஒரு வேலைக்கு'-தாழ்த்தப்பட்டுள்ள உழைப்பு என்பதெல்லாம் எந்தக் கேள்வியுமில்லாமல் ஏற்றுக் கொள்ளப்படுகிற நிலை ஏற்பட்டுள்ளது. இந்தச் சூழலில், அந்நியமாக்கல், தன்னலம், உழைப்பின் சிதைப்பு ஆகியவற்றுக்கு எதிராகவும், ஒரு கொள்கையின் அந்தஸ்திற்கு உயர்த்தி வைக்கப்பட்டுள்ள மிருகத்தனமான பொருளியல் வாதத்திற்கு எதிராகவும் மார்க்ஸ் வெளிப்படுத்திய எதிர்ப்பை நாம் நினைவுபடுத்திக் கொள்வது இரட்டிப்பு முக்கியத்துவம் வாய்ந்ததாகும்.

பெரும்பாலான தொழில்மயமான முன்னேற்றமடைந்துள்ள நாடுகளிலுள்ள தொழிலாளர்கள், மார்க்ஸ் காலத்திய தொழிலாளர்களைப் போல சபிக்கப்பட்ட அடிமைகளாக இருக்கவில்லை என்றாலும்கூட கீழ்வருவது போல கடினமான, திட்டவட்டமான நிதர்சனங்களின் அடிப்படை உண்மையை இப்போதும்கூட நம்மால் கண்டுகொள்ள முடியும்:

இரண்டு விஷயங்களிலிருந்து மனித இனத்தின் நடைமுறைச் செயல்பாட்டை, உழைப்பை அந்நியமாக்கல் படுத்தும் நிகழ்வை நாம் இப்பொழுது கருத்தில் கொண்டிருக்கிறோம்: 1) தன் மீது மேலாதிக்கம் செலுத்துகின்ற உழைப்பின் உற்பத்திப் பொருளுடன் தொழிலாளிக்கு உள்ள உறவு. இந்த உறவு அதே நேரத்தில் புலன் உணர்வு சார்ந்த புற உலகுடன், இயற்கையான எண்ணங்களுக்கு அந்நியமான மற்றும் பகைமையான உலகுடன் உள்ள உறவாகவும் இருக்கிறது; 2) உழைப்பிற்குள்ளிருக்கும் உற்பத்திச் செயலுடன் தொழிலாளிக்கு உள்ள உறவு. தன் சொந்தச் செயல்பாட்டுடன் உழைப்பாளிக்கு இருக்கும் உறவு இதுதான்: அதாவது, அது ஏதோ ஒரு அந்நியமான ஒன்றாக, அவனுக்குச் சொந்தமற்ற ஒன்றாக இருக்கிறது; செயல்பாடு (கேள்வியில்லாமல் அமைதியாக) அனுபவிக்கின்ற துன்பமாக இருக்கிறது; வலிமை - வலுவின்மையாக, சிருஷ்டி-மலடாக

இருக்கிறது; அவனுடைய சொந்த வாழ்க்கை (வாழ்க்கை என்பது செயல்படுவது என்பதல்லாமல் வேறு எது?) அவனுக்கு எதிராகத் திருப்பி விடப்பட்டுள்ள ஒரு வினையாற்றலாக, அவனிடமிருந்து சுயமாக, அவனுக்குச் சொந்தமல்லாததாக இருக்கிறது.

மேலே, பொருள் அந்நியமாவது என்று குறிப்பிட்டுள்ளதுடன் ஒப்பிட்டால் இது தன்னிடமிருந்தே - அந்நியமாதலாகும். [53]

ஏனென்றால், படைக்கும் செயலில் புற உலகைத் தன்னுணர்வுடன் மாற்றியமைத்து அதன் விளைவாகத் தன்னுடைய முழு நிறைவான தன் - மெய்யுணர்வை அடைந்துவிட்டதில் 'மனிதனின் இன-இயல்பை' மார்க்ஸ் கண்டார். உழைப்பின் படைக்கும் பண்பை இழப்பது என்பது தன்னுடைய இன-இயல்பிலிருந்து மனிதனின் அந்நியமாதலாகவும் அதன் காரணமாக அவன் தன்னிடமிருந்தே அந்நியமாதலாகவும் மார்க்ஸுக்குப் பொருள்பட்டது.

மனிதன் தன்னுடன் தானே கொண்டுள்ள உறவு, தன்னைத்தானே தக்க வைத்துக் கொள்வதற்காக உழைக்க வேண்டிய கட்டாயத்திற்குட்பட்ட ஒரு வாழும் உயிரினத்துடன் உள்ள வெறும் உறவாக இருக்குமானால், அவனுடைய செயல்பாட்டுச் சக்திகளின் முழு நிறைவான சுதந்திரமான வெளிப்பாடாக இல்லாமல், வருமானம் ஈட்டுவது என்பதாக மட்டுமே இருக்குமானால், அவனுடைய உழைப்பு ஒரு பண்டமாகிவிட்டால், அவன் அவனுக்குள்ளேயேயான ஒரு பொருளாகிவிட்டால் - அவன் தனி மனிதன் என்கிற வகையில் மனித இனத்தைப் பிரதிநிதித்துவப் படுத்த முடியாது.

.... தன்னுடைய உழைப்பின் உற்பத்திப் பொருளிலிருந்தும், தன்னுடைய வாழ்க்கைச் செயல்பாட்டிலிருந்தும், தன்னுடைய இன வகை வாழ்க்கையிலிருந்தும் மனிதன் அந்நியமாக்கப்படுவதன் நேரடி விளைவாக இருப்பது, மற்ற மனிதர்களிடமிருந்து மனிதன் அந்நியமாக்கப்பட்டுவிடுவதுதான். மனிதன் தன்னை எதிர் கொள்ளும் பொழுது அவன் மற்ற மனிதர்களையும் எதிர்கொள்கிறான். அவனுடைய உழைப்பிற்கும், உழைப்பின் உற்பத்திப் பொருளுக்கும், தன்னுடனும் உள்ள மனிதனின் உறவுக்கு எது பொருந்துகிறதோ, அது மற்ற மனிதர்கள், அவர்களின் உழைப்பு, அவர்களுடைய உழைப்பின் உற்பத்திப் பொருள் ஆகிவற்றுக்குப் பொருந்தும்.

பொதுவாக, தன்னுடைய இன வாழ்க்கையிலிருந்து தனி மனிதன் அந்நியமாக்கப்பட்டிருக்கிறான் என்கிற

கூற்றானது, ஒவ்வொரு மனிதனும் இதர மனிதர்களிடமிருந்து அந்நியமாக்கப்பட்டிருக்கிறான் என்றும், அதேபோல மற்ற ஒவ்வொரு மனிதனும் மானுட வாழ்க்கையிலிருந்து அந்நியமாக்கப்பட்டிருக்கிறான் என்றும் பொருளாகிறது.

மானுட அந்நியமாதலும், அனைத்திற்கும் மேலாக தன்னுடனேயே அவன் கொண்டிருக்கும் உறவும், ஒவ்வொரு மனிதனுக்கும், இதர மனிதர்களுக்கும் இடையிலான உறவில் முதலில் உருவாகிறது, வெளிப்படுகிறது. இவ்வாறாக அந்நியமாக்கப்பட்டுவிட்ட உழைப்பின் உறவு முறையில் ஒரு தொழிலாளி என்கிற வகையில்தான் இருத்தப்பட்டிருக்கும் இடத்தின் தகுதிகள், உறவுகள் ஆகியவற்றிற்கு ஏற்ப ஒவ்வொரு மனிதனும் இதர மனிதர்களைப் பார்க்கிறான்.[54]

ஒரு அந்நிய மயமாக்கப்பட்ட சமூகத்தில், மற்ற மனிதர்களுடன் ஒரு மனிதனுக்கு இருக்கக்கூடிய உறவுமுறை ஒரு மானுட உயிரினம் சக மானுட உயிரினத்திடம் கொண்டுள்ள உறவுமுறையாக இருப்பதில்லை, மாறாக, வேலைக்காரன் எஜமானனுக்கும், ஒரு சுரண்டப்படும் மனிதனுக்கும் அவனைச் சுரண்டுபவனுக்கும், ஒரு அடிமைக்கும் அவனுடைய ஆண்டானுக்கும், ஒரு விண்ணப்பதாரருக்கும், அதிகாரம் கொண்டவருக்கும், இத்யாதி, இத்யாதி என்பதாக, ஒவ்வொருவருக்கும் ஒதுக்கப்பட்ட சமூக-தகுதியின் எல்லா விதமான படிவரிசைகள் மற்றும் அளவுகள் ஆகியவற்றை உள்ளடக்கிய உறவுமுறையாக இருக்கிறது.

மூலப்பொருட்கள், உழைப்புக்கருவிகள், உற்பத்திப் பொருட்கள் ஆகியவற்றின் உடைமையாளனாக ஒரு மனிதனையும், தன் உழைப்பை சந்தைக்குக் கொண்டு சென்று, தீர்மானிப்பதில் தான் பங்கு வகிக்காத ஒரு உற்பத்திச் செயலில் ஈடுபட மட்டுமே முடிகின்ற ஒரு உடைமையிழந்தவனையும் உருவாக்குகின்ற சமூக உழைப்புப் பிரிவினை - ஒவ்வொரு திறமைக்கும் ஒரு சம வாய்ப்புக் கிடைக்கின்ற, லாபத்தின் மீதான ஆர்வத்தால் அல்லாமல், மனிதனின் முழு நிறைவான வளர்ச்சியின் மீதுள்ள பொதுவான பொருளியல் மற்றும் அறிவார்ந்த ஆர்வத்தினால் உற்பத்தி தீர்மானிக்கப்படுகின்ற, எந்தவொரு ஆக்கப்பூர்வமான சமுதாயமும் உருவாவதை சாத்தியமற்றதாக்கிவிடுகிறது.

உற்பத்தி சமூக மயமாக்கப்படுதல் மற்றும் பெரும் எண்ணிக்கையிலான தனியார் மத்தியில் சொத்து துண்டு

துண்டாகக் கிடப்பது என்கிற யதார்த்தங்களுக்கிடையில் உள்ள முரண்பாடு தங்களுடைய உற்பத்திப் பொருட்களின் இயக்கத்தின் மீது உற்பத்தியாளருக்கு எந்தவிதக் கட்டுப்பாடும் இல்லாமல் செய்து விடுகிறது. உற்பத்திப் பொருட்களின் சுதந்திரமான சக்தியின் கீழ் அவர்களை வைக்கிறது; பொருட்களால் ஆளப்படும் ஒரு சமூகமாக மானிட சமுதாயத்தைத் திரித்து விடுகிறது; அங்கே மனிதனின் உழைப்பானது அவனுக்கே ஏதோ ஒரு அந்நியப் பொருள் போல வரலாற்றியல் 'இயற்கைவிதிகளை'க் கொண்ட ஒரு அயல் உலகம்போல விதியின் மர்மமான சக்திகள், சக்தி வாய்ந்த அமைப்புகள், பிரம்மாண்டமான மாய ஆவிகள் போல - அவனை எதிர்த்து நிற்கிறது.

மனிதனின் இயல்பின் இந்தக் குழப்பமும், தலைகீழ் நிலையும், வரலாற்று ரீதியாகத் தகவமைக்கப்பட்டவை என்றும், அதே காரணத்தினால் அவை மாற்றியமைக்கப்படக்கூடியவை என்றும் மார்க்ஸ் நம்பினார். உழைப்பு, தொழில்நுட்பம் மற்றும் நிர்வாக இயந்திரம் ஆகியவற்றின் யதார்த்த நிலைமைகள், வாழ்ந்து கொண்டிருக்கும் உழைப்புடன் ஒப்பிடும் பொழுது இன்னும் அதிக பிரம்மாண்டமான சுயேச்சையான வடிவத்தை எடுத்துக் கொள்கின்றன. 'ஒரு அந்நியமான ஆதிக்க சக்தி எனும் வடிவில் உயர்ந்து கொண்டே செல்லும் மாபெரும் வீதத்தில்' சமூகத்தின் சொத்து உழைப்பை எதிர்த்து நிற்கிறது.

ஆனால், இவ்வாறாகத் தலைகீழான நிலைமாற்றமென்பது வரலாற்று ரீதியான அவசியம் மட்டும்தான்; ஒரு குறிப்பிட்ட வரலாற்று கட்டத்தில் அல்லது அடிப்படையிலிருந்த உற்பத்தி சக்திகளின் வளர்ச்சிக்கான ஒரு தேவை மட்டும்தான்; அதுவே உற்பத்தியின் ஒரு பரிபூரணத் தேவை என்பதல்ல; மாறாக மறைந்து கொண்டிருக்கக்கூடிய விதிமுறையுமாகும். இந்த நிகழ்முறையின் உள்ளியல்பாக விளைவு மற்றும் இலக்காகவிருப்பது இந்த அடிப்படையையும் நிகழ்முறையின் இந்த வடிவத்தையும் ஒழித்துக் கட்டுவதுதான்.[55]

மார்க்ஸுக்கு இந்த அந்நியமாக்கல் பிரச்சனை ஒரு மையமான பிரச்சனையாக இருந்தது, தற்போதைய காலத்தில் அடிக்கடி கூறிக்கொள்ளப்படுவது போல - தன்னுடைய 'மார்க்சியத்திற்கு எதிரான' மற்றும் 'மார்க்சியத்திற்கு-முந்தைய' கால கட்டத்தின் இளம் மார்க்சினுடைய ஒரு கனவுலக மானுடவாஞ்சை எண்ணப்போக்கல்ல. ஒரு இளம் மார்க்சும் முதிர்ந்த மார்க்சும்

இருந்ததென்னவோ உண்மைதான் ஆனால் 'மார்க்சியத்திற்கு எதிரான' மற்றும் 'மார்க்சிய வாத' மார்க்ஸ் என்பதாக எந்த ஒரு விஷயமும் இருக்கவில்லை. 'கிரண்ட்ரிஸ்' (GRINDRISSE) *1857-1858*-ல் எழுதப்பட்டது, அப்போது மார்க்சுக்கு வயது நாற்பது; இதற்கு முந்தைய எந்தவொரு நூலையும் போலவே, இந்த நூலிலும் அந்நியமாக்கல் கருப்பொருள் உயிருடன் தானிருந்தது. உற்பத்தியின் திட்டவட்டமான தருணங்களில் இருந்து 'அந்நியமாக்கலை' அகற்றி விட முடியும் என்கிற நம்பிக்கையின் இடத்தில் மார்க்சின் கடைசி நூலான 'மூலதனம்' நூலின் கடைசி பாகத்தில், மனிதன் ஒரு முழு நிறைவான மனிதனாகத்தான் ஆக முடியும். அதாவது தன்னிடமிருந்தும், தன் சக மனிதர்களிடமிருந்தும் அந்நியமாக்கப்படாமல் தேவைக்காக உற்பத்தி செய்வது என்கிற வட்டத்தையும் தாண்டி முன்னேறிச் செல்லும் பொழுதுதான் முழு நிறைவான மனிதனாகப் பரிணமிக்க முடியும் என்கிற சிந்தனை இடம் பெற்றது என்பதும் உண்மையே.

அத்தியாயம் 4

சரக்கின் (பண்டத்தின்) மாய்மாலப் பண்பு

கீழ் வருகின்ற விவரிப்பில், பண்ட உற்பத்தியை மையமாகக் கொண்டுள்ள முதலாளித்துவ சமூகத்தால் - தயாரிக்கப் பட்டு, விற்பனை செய்யப்பட்டு நம் அன்றாட வாழ்விற்குள் கொண்டு வரப்படுகின்ற உற்பத்திப் பொருட்களுக்கு மந்திர ஜாலத்தோற்றங்களைத் தருகின்ற சூழ்நிலையின் இதயப் பகுதிக்குள் ஃபிஷர் சென்றடைகிறார். ஒவ்வொரு வர்த்தக அடையாளத்திலும் (BRAND NAME) *விளம்பர வாசகத்திலும் நேரடியாக வெளிப்படுத்தப்படுகின்ற இந்த மாயத்தோற்றம் மக்களுக்கிடையிலிருக்கும் உறவுகளை பொருட்களுக்கிடையிலிருக்கும் உறவுகளாக உருமாற்றுகின்றன. உழைப்புச் சக்தியே விற்பனைக்கு வைக்கப்பட்டுள்ள சூழலில், பண்டங்களை உற்பத்தி செய்கின்ற மானிட உழைப்பின் நிகழ்முறைகள், நம்முடைய உணர்வுள்ள மனங்களிலிருந்து பிய்த்தெறியப்பட்டு இந்தப் பொருட்களின் மதிப்பையும், நம்முடைய வாழ்க்கையின் தரங்களைத் தீர்மானிக்கின்ற சந்தையின் வகைகள் மட்டும் விட்டு வைக்கப்பட்டுள்ளன. இதனால் உருவாகின்ற சமூக அந்நியமாக்கல் ஒரு உலகப் பொதுவான 'மறதியின்' வடிவமாக இருக்கிறது, அதைப் பின்னாட்களின் மார்க்சியத் தத்துவவியலாளர்கள் (மிக குறிப்பாக ஜார்ஜ் லூக்காஸ்)* (Reification) *'மனித ஆளுமைப் பண்பற்ற சடப்பொருளாக்கல்' என்று அழைத்தனர்.*

- JBF

'மறுக்கவியலாத' மானிட உரிமைகள் பிரகடனங்கள் அனைத்துமே அந்நியமாக்கப்பட்டுவிட்ட ஒரு உலகத்தை முன் அனுமானிக்கின்றது; குறைந்த பட்சம் மனித உரிமைகளாவது இந்த மோசடி விளையாட்டிற்கு வெளியே விட்டு

வைக்கப்படட்டும். ஒவ்வொன்றுமே ஒரு சரக்காகிவிட்டது; மாமிசச் சந்தையை ஒட்டியவாறு கலைகளுக்கான சந்தை (Art Market) வாகனச் சந்தையை ஒட்டி வாசிக்கும் புத்தகங்களுக்கான சந்தை, உழைப்புச் சந்தை, பாலியல் சந்தை, தகவல்கள், உளவுச்சேவைகள் ஆகியவற்றுக்கான சந்தைகள், ஏன் பொதுக் கருத்துக்கான சந்தையும் கூட இருக்கின்றது. அனைத்துக்கும் மேலாக சரக்காக மாறும் மனிதனும் இருக்கிறான்.

உற்பத்தியானது, மனிதனை ஒரு சரக்காக, மானிடச் சரக்காக, சரக்கின் வடிவிலான மனிதனாக மட்டுமே உற்பத்தி செய்வதில்லை; இந்தச் சூழ்நிலைக்குப் பொருந்துகின்ற முறையில் மனரீதியாகவும், உடல்ரீதியாகவும் மனிதத் தன்மையற்றதாக மாற்றப்பட்டுவிட்ட ஒரு உயிரினமாக அவனை உற்பத்தி செய்கிறது......[56]

தான் எவ்வளவு அதிகமாகப் பொருள்களை உருவாக்குகிறானோ அவ்வளவுக்குத் தொழிலாளி மலிவான சரக்காக்கப்பட்டு விடுகிறான். பொருட்களுக்கான உலகியல் மதிப்புக்கூடக்கூட அதற்கு நேரடி ஈடாக மானிட உலகம் மனிதத் தன்மையற்றதாக்கப்படுவது கூடிக் கொண்டே செல்கிறது.[57]

தொழிலாளி மிக 'மலிவானவராகியே' தீர வேண்டும், அதாவது உற்பத்தியின் வளர்ச்சியோடு அவருடைய இரங்கத்தக்க நிலைமையும் அதிகரித்துச் செல்லும் என்று அனுமானித்ததில் இளம் மார்க்ஸ் தவறாகிப் போனார். ஆனாலும், பொருளியல் உலகின் மதிப்பு உயரும்போது கூடவே மானிட உலகின் மதிப்பு குறைக்கப்படுவதும் அதிகரிக்கும் என்கிற அவருடைய மதிப்பீடு இன்னமும் செல்லத்தக்கதாக இருக்கிறது. ஒரு சுற்றுலாத் தலத்திற்கான ஒரு விளம்பரச் சுவரொட்டியாக இயற்கையும், ஒரு புதிய உற்பத்திப் பொருளுக்கு மனிதன் ஒரு விளம்பரமாக மட்டும் இருக்கக்கூடிய ஒரு சரக்குகளின் உலகத்தில் வாழ்வதற்கு நாம் எவ்வளவு தூரம் பழகிவிட்டோம்? விற்பனைக்காக மிக மலிவான முறையில் முன் வைக்கப்படும் அந்நியமாக்கப்பட்டுள்ள பொருட்களின் குழப்படிகளுக்குள் நாம் எவ்வாறு இருந்து வருகிறோம் என்று பார்த்தால், தேவைப் பொருட்களை (அல்லது அழகுப் பொருட்களை) மாயாஜாலம் போல சரக்குகளாக மாற்றி அமைத்தது எது? நம்முடைய அன்றாட வாழ்க்கையில் ஒரு யதார்த்த உண்மையாகிப் போன நியான் நிலவுகளும் செயற்கை விண்மீன் கூட்டங்களும் ஜொலிக்கின்ற சூனியக்காரியின் புனிதக்

கேளிக்கை ஸ்தலத்தின் உண்மையான தன்மை என்ன என்பதை யெல்லாம் இப்போது நம்மை நாமே கேட்டுக் கொள்வதில்லை என்பதாக இருக்கிறது.

அப்படியானால் சரக்கு என்பதுதான் என்ன?

ஒரு சரக்கு என்பது முதலாவதாக, நமக்குப் புறம்பாக இருக்கின்ற, தன்னுடைய குணங்களால் மனிதனின் தேவைகளை ஏதோவொரு வகையில் நிறைவு செய்கின்ற ஒரு பொருள். அது போன்ற தேவைகள், உதாரணமாக, அது வயிற்றிலிருந்து எழுகின்றனவா அல்லது கற்பனையிலிருந்து எழுகின்றனவா என்பது ஒரு பொருட்டல்ல. இந்தத் தேவைகளை நேரடியாக வாழ்க்கைக்கான சாதனங்களாகவோ அல்லது மறைமுகமாக ஒரு உற்பத்திச் சாதனமாகவோ அந்தப் பொருள் நிறைவு செய்கின்றதா இல்லையா என்பதைப் பற்றியும், இங்கே நாம் கருத்தில் கொண்டிருக்கவில்லை....

ஒரு பொருளின் பயன்பாடு அதை ஒரு பயன்-மதிப்பாக்குகிறது..... ஒரு சரக்கின் இந்தப் பண்பானது, அதன் பயன்பாட்டுக் குணங்களை உருவாக்குவதற்குத் தேவைப்பட்ட உழைப்பின் அளவிலிருந்து சுதந்திரமாக இருக்கிறது. பயன் மதிப்புகள் பயன்படுத்தப்படும் பொழுது அல்லது நுகரப்படும்பொழுதுதான் ஒரு உண்மையாகிறது; எல்லாச் செல்வங்களுடைய (அந்தச் செல்வத்தின் சமூக வடிவம் எதுவாக இருந்த போதிலும்), சாராம்சத்தையும் அவை உள்ளடக்கியதாக இருக்கின்றன. நாம் இப்பொழுது கருத்தில் எடுத்துக் கொள்ள இருக்கின்ற சமூ கத்தின் வடிவத்தில், அவை, கூடுதலாக, பரிவர்த்தனை மதிப்பின் பொருளியல் சேமிப்புக் களஞ்சியங்களாகவும் இருக்கின்றன.[58]

பொருட்களின் பயன்-மதிப்புகள் - உணவோ அல்லது மருந்தோ, வீடுகளோ அல்லது ஆயுதங்களோ-எதுவும் ஒப்பிடத்தக்கதாக இல்லை; அவர்களுக்குப் பொதுவானதாக இருக்கக்கூடிய ஒரே விஷயம், அவை நுகர்வுக்கும், உற்பத்திக்கும் அல்லது அழிவுக்கோ பயன்படுத்தப்படுகின்றன என்பதுதான். ஆனால், பரிவர்த்தனை மதிப்புகள்-சரக்குகள்-என்கிற முறையில் ஒப்பிடக்கூடிய, அளவிடக்கூடிய, அனைத்திற்கும் பொதுவான ஏதோ ஒன்றாகச் சுருக்கப்பட்டு விடுகின்றன.

அந்தப் பொதுவான ஏதோ ஒன்று, பொருட்களின் நிலவியல், வேதியியல் அல்லது ஏதாவது ஒரு இயற்கைப் பண்பாக இருக்க முடியாது. அது போன்ற பண்பு இந்தச் சரக்குகளின்

பயன்பாட்டின் மீது தாக்கம் செலுத்தி அவற்றைப் பயன்-மதிப்புகளாக மாற்றுகின்ற வரையிலும் தான் நமது கவனத்தைப் பெறுகின்றன. ஆனால் சரக்குகளின் பரிவர்த்தனை என்பது பயன்-மதிப்பிலிருந்து முற்றிலும் சாரமாக்கப்பட்டுள்ள ஒரு வினையாற்றல் என்பது தெளிவு.....

அனைத்திற்கும் மேலாக, பயன்-மதிப்புகள் எனும் முறையில் சரக்குகள் மாறுபட்டப் பண்புகளைக் கொண்டவை; ஆனால் பரிவர்த்தனை எனும் வகையில் அவை வெறும் வெவ்வேறு அளவைகளாக இருக்கின்றன; அதன் காரணமாகப் பயன்-மதிப்பு என்பதன் ஒரு அணுவளவையும்கூட அவை கொண்டிருப்பதில்லை.

இவ்வாறாக, சரக்குகளின் பயன்-மதிப்பை நாம் கருத்தில் கொள்ளாமல் விட்டு விட்டோமேயானால், அவற்றில் பொதுவான ஒரே ஒரு பண்பு மட்டுமே விட்டு வைக்கப்படுகிறது. அதாவது, அவை உழைப்பின் உற்பத்திப் பொருட்களாக இருக்கின்றன. ஆனாலும், உழைப்பின் உற்பத்திப் பொருட்கள் கூட நமது கைகளில் ஒரு மாற்றத்திற்குள்ளாகியிருக்கிறது.....

ஒரு மேஜை, ஒரு வீடு அல்லது ஒரு பஞ்சுப்பொதி, ஒரு குறிப்பிட்ட, ஆனால் மனம்போன வழியில் அல்லாமல், பரஸ்பரம் உடன்பாடான ஒரு விகிதத்தில் பரிவர்த்தனை செய்து கொள்ளப்படும்பொழுது, இந்தச் செயலின் மூலமாக அவற்றின் அனைத்துவிதமான புலன் சார்ந்த பண்புகளும் நீக்கப்பட்டுவிடுகின்றன (அவற்றிடம் இந்தப் புலன்சார்ந்த தன்மைகள், அதாவது, உதாரணமாக ஒரு ஆப்பிள் சொத்தையல்ல அல்லது மேசை மோசமாக செய்யப்பட்டிருக்கவில்லை போன்ற தன்மைகள் முன்னதாகவே உறுதிசெய்யப்பட்டிருக்கும்). இந்தப் பரிவர்த்தனைச் செயல்பாட்டில் உழைப்பின் உற்பத்திப் பொருளினுடைய இந்தப் பயன்மிக்க பண்பு மறைந்துவிடவில்லை, அவற்றின் உற்பத்திக்குத் தேவைப்பட்ட உழைப்பின் திட்டமான வடிவங்களும் மறைந்துவிடவில்லை, மாறாக, அவைகளனைத்தும் ஒன்றாக. ஒரே வகையான உழைப்பின் சாரமான வடிவமாகக் குறுக்கப்பட்டுவிட்டன.

இப்பொழுது, இந்த உற்பத்திப் பொருளில் எஞ்சியிருப்பதை நாம் எடுத்துக் கொள்ளலாம்: ஒவ்வொன்றிலும் ஒரேவிதமான குறிப்பிட்டுக் காட்டவியலாத ஒரு எதார்த்தம் உள்ளடங்கியிருக்கிறது. இப்பொழுது இந்த விஷயங்களெல்லாம்

நம்மிடம் கூறுவது யாதெனில், அவற்றுடைய உற்பத்தியில் மனித உழைப்பு செலவிடப்பட்டுள்ளது, அதில் மனித உழைப்பு பொதிந்து கிடக்கிறது என்பதுதான். இந்தச் சமூக சாரத்தின் வடிவங்களாகப் பார்க்கப்படும் பொழுது, அவையனைத்திற்கும் பொதுவாக இருப்பது - மதிப்புகளாகும். [59]

(மார்க்சின் மிகவும் சிக்கலான கோட்பாடான பரிவர்த்தனை மதிப்பு, அதன்மீது எழுந்த எதிர்ப்புகள், அதை நிராகரிக்க மேற்கொள்ளப்பட்ட முயற்சிகள் ஆகியவற்றின் மீது மேலெழுந்த வாரியாகக்கூட, விளக்கமளிக்க முற்பட்டால் அது ஏராளமான இடத்தை எடுத்துக் கொண்டு விடும். பண்டங்களின், சரக்குகளின் உற்பத்தியை அடிப்படையாகக் கொண்டமைந்துள்ள ஒரு சமூகத்தின் வினைப்பலனாகவும், முன் நிபந்தனையாகவும் இருக்கக்கூடிய பொதுவான அந்நியமாக்கலின் திட்டவட்டமான வெளிப்பாடுகளில் ஒன்றாக, சரக்கின் புதிரான மாய்மாலப் பண்பு என்கிற அளவோடு மட்டும் நாங்கள் அறிந்தே எங்களை வரம்பிட்டுக் கொள்கிறோம்.)

முதல் பார்வைக்கு, மிகச் சாதாரணமான ஒரு விஷயமாக, எளிதில் புரிந்து கொள்ளத்தக்கதாக, ஒரு சரக்கு காட்சியளிகின்றது. எதார்த்தத்தில், அதைப் பற்றிய ஆய்வு அது ஒரு விசித்திரமான பொருள்,மாயாவாத நுணுக்கங்களும்,தத்துவார்த்த நுட்பநயங்களும் ததும்பிவழிகின்ற ஒரு விஷயமாகக் காட்டுகிறது. அது பயன் மதிப்பாக இருக்கும் வரையிலும் அதில் எந்தவொரு மர்மமும் தோன்றாது... எடுத்துக்காட்டாக, மரத்தின் வடிவம், அதிலிருந்து ஒரு மேசை உருவாகும்படி மாற்றியமைக்கப்படுகிறது. எனினும், இது வெல்லாம் இருந்தும் கூட, அந்த மேஜை ஒரு சாதாரணமான, அன்றாடப் பொருளாக, மரமாகவே இருக்கிறது. ஆனால், அதுவே ஒரு சரக்காக அடியெடுத்து வைத்தவுடன் அது வேற்றுலகைச் சேர்ந்தது போன்ற ஒன்றாக மாறிவிடுகிறது. அது தரையில் தன் கால்களில்நிற்பது மட்டுமல்லாமல் மற்ற எல்லாப் பண்டங்களுடனும் ஒப்பிடுகையில் தன் தலைமீது நிற்கிறது, தன்னுடைய மர மூளையிலிருந்து விநோதமான கருத்துக்களை உருவாக்குகிறது. [60]

ஒரு பயன்மதிப்பு எனும் முறையில் ஒரு கார் தன்னைப்பற்றிய எந்த மர்மத்தையும் கொண்டிருப்பதில்லை. ஆனால் ஒரு சரக்கு என்கிற வகையில் நிலையற்ற ஒன்றாக, கணிக்கப்பட முடியாத ஒன்றாகிவிடுகிறது, அது வாங்குபவருக்கு மட்டுமல்ல உற்பத்தியாளருக்கும் ஒவ்வொரு அடியிலும் ஒரு புதிய புதிராக

எதிர்கொள்ள நேரிடுகிறது. ஒரு பெரிய, ஆடம்பரமான லூமூசீன் காருக்கு நேற்றுவரையிலும் ஒரு அந்தஸ்தின் அடையாளமாக சந்தை மதிப்புருந்தது; இன்று, திடீரென்று, அவை விற்க முடியாதவைகளாகிவிட்டன; சாதாரணமாகக் கண்டறியப்படுகிற, ஒரு கட்டுறுதியான குடும்பக் கார் இப்பொழுது கவர்ச்சிகரமாகிவிடுகிறது; பிறகு, திடீரென இதுவும் தடுமாறத் தொடங்குகிறது, சந்தையில் ஆதிக்கம் செலுத்தி வந்த நிறுவனங்கள் வீழ்ச்சியை எதிர்கொள்கின்றன. சந்தை ஆய்வு, உளவியல் மற்றும் விளம்பர முயற்சிகள் சரக்கை ஒரு விதமான கட்டுப்பாட்டின் கீழ்க் கொண்டுவருகின்றன, சற்றும் எதிர்பாராத விதமாக "மாயா விநோதத்தைவிடவும் அருமையாக அது நடந்து கொள்ளத் துவங்குகிறது"

சரக்கின் இந்த மனம் போன போக்கு, உற்பத்தியின் சமூக இயல்புக்கும் மற்றும் 'சுதந்தரமானவர்' போலத் தோற்றமளிக்கின்ற உற்பத்தியாளருக்கும் இடையிலிருக்கும் முரண்பாட்டின் ஒரு வெளிப்பாடாகும். சுதந்திரமான உற்பத்தியாளர் என்றழைக்கப்படுபவர், அவர் விரும்பினாலும் விரும்பாவிட்டாலும் சமூகத்தின் ஒட்டுமொத்தம், மூலப்பொருட்கள் மற்றும் உழைப்பு ஆகியவற்றின் விலை, உழைப்பின் உற்பத்தித்திறன், கேட்பும் கிடைப்பும் (Demand And Supply) நுகர்வோரின் தேவைகளும் வாங்கும் சக்தியும் ஆகிய அனைத்தையும் சார்ந்திருப்பவர் ஆவார். இவ்வாறாக சரக்கு, அனைத்தையும் தழுவிய சமூக உற்பத்தியின் ஒரு உலகில் தனியார் பொருளாதாரத்தின் உள்ளார்ந்த முரண்பாட்டின் உருவமாக மாறிவிடுகிறது.

மனிதர்களுக்கிடையில் ஒரு திட்டவட்டமான சமூக உறவு இருக்கிறது, அது அவர்களுடைய கண்களில் பொருட்களின் இடையிலான ஒரு அதிபுனைவு வடிவமாக உருவம் கொள்கிறது. ஆகவே, அதற்கு ஒரு உவமையைக் கண்டுபிடிப்பதற்கு மதரீதியான உலகின் மூடுபனிப் படலம் சூழ்ந்த பிரதேசத்திற்குள் நாம் பயணிக்க வேண்டியிருக்கிறது. அந்த உலகில் மனித மூளையின் படைப்புகள் உயிர் படைத்த சுதந்திர ஜீவன்களாகக் காட்சியளிக்கின்றன; அவை தமக்குள்ளும், மானிட இனத்துடனும் ஒன்றுடன் ஒன்றான உறவுக்குள் நுழைகின்றன. உலகத்தில் மனிதக் கரங்களின் உற்பத்திப் பொருட்களாலான சரக்குகளில் உள்ள உறவும் இதே போன்றதுதான். உழைப்பின் உற்பத்திப் பொருட்களுடன் - அவை சரக்குகள் என்கிற வகையில் உற்பத்தி

செய்யப்பட்ட உடன்-ஒட்டிக் கொள்கின்ற ஒன்றைத்தான் நான் மாய்மாலம் (Fetishism) என்று அழைக்கின்றேன். ஆகவே சரக்குகளின் உற்பத்தியிலிருந்து அது பிரிக்கவியலாததாக இருக்கிறது......

பயன்படுகின்ற பொருட்கள் சரக்குகளாகிவிடுகின்றன, மற்றவர்களிடமிருந்து தனித்து தம் வேலையில் ஈடுபடுகின்ற தனிப்பட்ட நபர்கள் அல்லது நபர்களாலான குழுக்களுடைய உழைப்பின் உற்பத்திப் பொருட்கள் எனும் காரணத்தினால் தான் அவை சரக்குகளாகின்றன. இந்தத் தனி மனிதர்களுடைய உழைப்பின் கூட்டுத் தொகைதான் சமூக உழைப்பின் முழுமையாக வடிவமெடுக்கிறது. தங்களுடைய உற்பத்திப் பொருட்களைப் பரிவர்த்தனை செய்து கொள்ளும் வரையிலும் உற்பத்தியாளர்கள் ஒருவருடன் ஒருவர் சமூகத் தொடர்பு கொள்வதில்லையாதலால் ஒவ்வொரு உற்பத்தியாளருடைய உழைப்பின் குறிப்பிட்ட சமூகப் பண்பானது, பரிவர்த்தனை என்கிற செயல்பாட்டைத் தவிர தன்னை வெளிக்காட்டிக் கொள்வதில்லை, வேறு வார்த்தைகளில், கூறினால் உற்பத்திப் பொருட்களின் இடையில் நேரடியாகவும், அவற்றின் மூலமாக உற்பத்தியாளர்களிடையில் மறைமுகமாகவும் பரிவர்த்தனை எனும் செயல் உருவாக்குகின்ற உறவுகளின் மூலமாகத்தான் சமூக உழைப்பின் ஒரு பகுதியாகத் தனி மனிதர்களின் உழைப்பு தன்னை நிலைநிறுத்திக் கொள்கிறது. ஆகவே, ஒரு நபரின் உழைப்புடன் மற்ற நபர்களின் உழைப்பை இணைக்கும் உறவுகள் வேலை செய்யும் நபர்களுக்கு இடையிலுள்ள நேரடியான சமூக உறவுகளாகத் தோற்றமளிப்பதில்லை. அதாவது, நபர்களுக்கு இடையில் பொருளியல் உறவாகவும் பொருட்களிடையில் சமூக உறவுகளாகவும் உற்பத்தியாளர்களுக்குத் தோற்றமளிக்கின்றன.[6]

மனித நடவடிக்கையினால் உலகம் இரட்டை வகையாக, அல்லது மூவகையாக்கப்படுவது சரக்கில் தான் தன்னை வெளிப்படுத்திக் கொள்கிறது. ஒரு சரக்கு என்பது இயற்கையின் மூலகங்களால் உருவாக்கப்பட்ட ஒரு 'இயற்கைப்' பொருளாகும். அது "உழைப்பின்" உற்பத்திப் பொருளாகும். அதாவது ஒரு குறிப்பிட்ட நோக்கத்திற்காக மனிதனால் வடிவமைக்கப்பட்டு உருவாக்கப்பட்ட ஒரு பொருளாகும். அது தனியுடமை மற்றும் உழைப்புப் பிரிவினை மீதமைந்த ஒரு சமூகக் கட்டமைப்பை ஒரு சமூகம் என்கிற மேற்பார்வையாளரை இட்டு வருகின்ற ஒரு பொருளாகும். இந்த மூன்றடுக்கு யதார்த்தத்தில்

இன்னும் ஆழமான ஒரு முரண்பாட்டின் மர்மத்தை அது ஒளித்து வைத்திருக்கிறது. அது தன்னுடைய உரிமையாளர் அறிந்து கொள்ளாமல் ஒரு முழுமையுடன் தன்னைத் தொடர்பு படுத்திக் கொள்கின்ற ஒரு ஒற்றைப்பொருளாகும் - தன்னைத்தானே சமூக மயப்படுத்திக் கொள்கின்ற ஒரு தனிப்பட்ட பொருளாகும். அது மிகவும் தனிப்பட்ட ஒன்றாகத் தோன்றினாலும் பொதுவான தேவை மற்றும் பொதுவான உழைப்பு ஆகியவற்றுடன் சம்பந்தப்பட்டதாகும். அது இன்று லாபத்தையும் நாளை நாசத்தையும் கொண்டு வருகிறது; அதன் விலை உயர்கிறது, வீழ்கிறது; வேலையில் இன்னும் கூடுதலான உற்பத்தித் திறன் கொண்ட ஒரு வழிமுறை வேறு எங்கோ புகுத்தப்பட்டதன் காரணமாக அதன் மதிப்புக் குறைந்துவிடுகிறது; அதற்குப் போட்டியாளர்கள் இல்லாத பொழுது அதனுடன் சரசமாடப்படுகிறது; அளவுக்கதிமான போட்டியாளர்கள் இருக்கும் பொழுது புறக்கணிக்கப்படுகிறது. அதனால் ஒரு நெருக்கடியை, ஒரு யுத்தத்தைக் கூடத் துவக்க முடியும். அதன் உரிமையாளர் அதன் மீது பித்துப்பிடித்தவர் போலிருக்கிறார்.

ஒரு புறம் மனித ஜீவன்களின் மொத்த உழைப்பும் (மொத்தத் தேவையும்) பரந்துபட்டதாக இருக்கும் பொழுது, மறுபுறம் உழைப்புப் பிரிவினை கூடுதல் சிக்கலான தாகவும், பல வகைகளாகவும் இருக்கும் பொழுது, பொருட்களுக் கிடையிலிருக்கும் அடர்த்தியாகப் பின்னப்பட்ட, கலங்கலாகத் தோன்றும் உறவுகளின் சக்தி மிகப்பெரும் பரிமாணமடைகிறது. உழைப்பின் உற்பத்திப் பொருட்களின் சரக்குமய வடிவத்தில் உழைப்பின் சமூக குணம் தன்னை நிலை நிறுத்திக் கொள்கிறது. அது தனியார் உற்பத்தியாளரின் அல்லது முதலாளியின் திட்டங்களை அடிக்கடி தோற்கடித்துவிடும், அது அவருடைய கணக்குகளைப் பொய்ப்பித்து விடும், அவருடைய கணிப்புகளை முட்டாள்களாக்கிவிடும், ஒரு புறம் உழைப்பின் முழுத் தொகைக்கும், தேவைக்கும் மறுபக்கம் செல்வந்தர்களின் கொடுங்கோன்மைக்கும் இடையிலான பொய்யுறவைப் பேரழிவின் மூலம் சீராக்கும். உழைப்பின் உற்பத்திப்பொருள் ஒரு சரக்கு என்கிற வகையில் தனது உற்பத்தியாளரை அடக்கி விடுகிறது, அனைத்து உறவுகளையும் சடப்பொருட்களாக்கி விடுவதன் மூலமாக அவற்றை மனிதத் தன்மையற்றவைகளாக ஆக்கிவிடுகிறது.

கடந்த காலத்தின் எளிய சமூகக் கட்டமைப்புகளில் மக்களுக் கிடையிலிருந்த உறவு முறைகள் பொருள்களுக்கிடையிலிருந்த உறவுகளால் மறைக்கப்படவில்லை. மத்திய கால ஐரோப்பாவில் பிரபு குலத்தவர் மீது அடிமையும், நிலப்பிரபுவின் மீது பண்ணையடிமையும் சார்ந்திருந்த நிலைமையானது, பொருளியல் உறவுகளால் அனைத்துப் பக்கங்களிலும் அடைத்து வைக்கப்பட்டுவிட்ட, ஆனால் தோற்றத்தில் மட்டும் சுதந்திரமான நிலை இருப்பது போல இன்னும் மாற்றமடைந்து விடாமலிருந்தது.

இங்கு தனி மனித சார்பு - நிலை உற்பத்தியின் சமூக உறவுகளில் பிரதிபலிப்பதானது அந்த அடிப்படை மீது கட்டமைந்திருக்கின்ற வாழ்வின் இதர தளங்களிலும் அதே அளவுக்குப் பிரதிபலிக்கிறது. ஆனால், தனிமனித சார்புநிலை சமூகத்தின் அடிக்கட்டுமானத்தை உருவாக்குகிறது என்கிற காரணத்தினாலேயே உழைப்பும் அதன் விளைபொருட்களும் தங்களுடைய உண்மை நிலையிலிருந்து மாறுபட்ட மாய வடிவத்தை எடுக்க வேண்டிய அவசியமெதுவும் இருக்கவில்லை. சமூகத்தின் கொள்வினை-கொடுப்பினைகளில் இந்த வகையான சேவைக்கு இந்த வகையாக ஈடுசெய்வது (திருப்பிச் செலுத்துவது) என்கிற வடிவத்தை அவை எடுக்கின்றன. இங்கு அது பண்டங்களின் உற்பத்திமுறை மீதமைந்த ஒரு சமூகத்தில் நடப்பதைப் போலல்லாமல், உழைப்பின் ஒரு குறிப்பிட்ட மற்றும் இயற்கையான வடிவத்தில், அதனுடைய பொதுவான சாரமான (ABSTRACT FORM) வடிவமாக, உழைப்பின் உடனடியான சமூக வடிவமாக இருக்கிறது. பண்டத்தை உற்பத்தி செய்யும் உழைப்பு முறையில் உழைப்பு கால அளவையில் கணக்கிடப்படுவது போலவே, கட்டாய -உழைப்பு முறையிலும் அளவிடப்படுகிறது; ஆனால் (ஆண்டைக்கு) பிரபுவுக்கு அளிக்கப்படும் சேவையில் தன் சொந்த உழைப்புச் சக்தியின் ஒரு திட்டவட்டமான அளவைச் செலவிடுகிறோம் என்பதை ஒவ்வொரு பண்ணை அடிமையும் அறிந்திருக்கிறார். பூசாரிக்குக்கு அளிக்கப்படும் காணிக்கையானது பூசாரியின் ஆசியைக் காட்டிலும் எதார்த்தமானது. அப்படியானால், இந்தச் சமூகத்தில் மாறுபட்ட மக்கள் வர்க்கங்களாக வகிக்கும் பாத்திரங்களைக் குறித்து நாம் என்னதான் சிந்தித்தாலும் தங்களுடைய உழைப்பை செயல்படுத்துவதில் தனி நபர்களுக்கிடையில் நிலவும் சமூக உறவுகள் எல்லா நிகழ்வுகளிலும் அவர்களுடைய சொந்த, பரஸ்பர, தனிநபர்

உறவுகளாகத் தோற்றமளிக்கின்றன. உழைப்பின் விளை பொருட்களுக்கிடையில் உள்ள சமூக உறவுகளின் வடிவத்தின் கீழ் அவை மறைந்திருக்கவில்லை.[62]

மார்க்ஸ், இந்தப் பழைய சமூக நிலைமைகளின் நினைவில் அவற்றுக்காக ஒன்றும் ஏங்கிக்கொண்டிருக்கவில்லை; அதிகாரம் பொருள் வடிவில் என ஆகிப்போன சமூக வடிவம், அதனிடத்தில் எல்லாவிதமான எதிர்மறையான அம்சங்கள் இருந்தாலும்கூட, ஒரு 'பொதுவான பரிணாம மாற்றத்தையும், விரிவான பரந்த உறவுகளையும், பன்முகத் தேவைகளையும், பெரும் திறன்களையும் கொண்ட ஒரு கட்டமைப்பாக முதன்முதலாக உயிர்பெற்றுக் கொண்டிருப்பதை',[63] தங்களுடைய கூட்டுறவான மற்றும் சமூக உற்பத்திச் செயல்முறை மீதமைந்த சுதந்திரமான தனி மனிதர்களின் ஒரு சமுதாயத்தை நோக்கிய வரலாற்றியல் ஆற்றலாக உருவெடுத்துக் கொண்டிருப்பதை மார்க்ஸ் கண்டார். ஆனாலும், அந்தப் பொருளியல் உறவுகளின் பின்னால் செயலாற்றிக் கொண்டிருந்த மானிட ஜீவன்கள் வெளியில் புலனாகும்படி செய்வதில் அவர் அக்கறை கொண்டிருந்தார்.

பண்டங்கள் சந்தைக்குச் சென்று தங்களுக்காகவே தம்மைப் பரிவர்த்தனை செய்து கொள்ள முடியாது. ஆகவே, அவற்றின் பொறுப்பாளர்களாகவும், அதே சமயம் உடைமையாளர்களாகவும் இருக்கின்றவர்களை நாம் நாடியாக வேண்டும்..... அதாவது, இந்தப் பொருட்கள் ஒன்றுடன் ஒன்று பண்டங்களாக உறவு கொள்ளும் பொருட்டு அவற்றின் பொறுப்பாளர்கள் தங்களைத்தாங்களே ஒருவருடன் ஒருவர் உறவு நிலையில் வைத்துக் கொண்ட, இந்தப் பொருட்களுக்குள் உறைந்துள்ளவர்களாக்கிக் கொள்ள வேண்டும், பரஸ்பரம் உடன்பட்டுக் கொண்டு நிகழ்த்துகின்ற ஒரு செயலின் மூலமாக அல்லாமல் தன்னுடைய பண்டத்தைத் தந்துவிட்டு மற்றவரின் பண்டத்தைத் தமக்குச் சொந்தமாக்கிக் கொள்ளாத முறையில் நடந்து கொள்ள வேண்டும்............ இந்த நபர்கள் பரஸ்பரம் பிரதிநிதிகளாக மட்டும்தானிருக்கிறார்கள்...... ஆகவே, பண்டங்களின் உரிமையாளர்களாக இருக்கிறார்கள். நம்முடைய ஆய்வின் வளர்ச்சிப்போக்கில் பொதுவாகப் பொருளாதார மேடையில் தோன்றும் பாத்திரங்கள், அவற்றின் இடையில் நிலவுகின்ற பொருளாதார உறவுகளின் மனித முகங்களாக இருக்கின்றன என்பதைக் காணப் போகிறோம்.[64]

'பண்டத்தின் விதிக்கு'ப் பணியாவிட்டால் தன்னுடைய உரிமையாளர் என்கிற உரிமையை அது (பண்டம்) அளிக்க மறுத்துவிடும் என்கிற காரணத்தினால் அந்த "விதிக்கு" பண்டத்தின் தனிமனித உரிமையாளர் படிந்து போய் விடுகிறார் என்பது ஒன்றும் முக்கியமல்ல. எந்தவொரு தனி நபரைவிடவும் பெரும் சக்திபடைத்த பொருளாதார நிலைமைகளை ஒன்றுபட்ட தனி நபர்களால் தான் மாற்ற முடியும்; உருமாற்றியமைக்க முடியும், புரட்சிகரமாக்க முடியும் என்பதுதான் முக்கியமானது.

நவீன உற்பத்தி சக்திகளின் உலகத்திலிருக்கும் பண்ட உரிமையாளர் தன்னுடைய பண்டத்தின் பிரதிநிதியாக, அதனுடைய சார்பாகத் தொடர்பு கொள்பவராக மட்டும் இருந்தால் அது போதாது. ஒரு பக்கம் உழைப்பு மற்றும் கேட்பு, மறுபக்கம் தனியார் நலன் ஆகியவற்றுக்கு இடையில் குறைந்தபட்சம் சிறு அளவிலான ஒருங்கிணைப்பையாவது நடைமுறைப்படுத்த வேண்டியது அவசியம், வழிநடத்திச் செல்கின்ற அதிகாரம் கொண்டதாகச் சந்தை ஒன்று மட்டுமே இருக்கக்கூடாது. சுதந்திரத்தின் பேரால் சீர்குலைவை ஏற்படுத்துவதற்குப் பண்டத்தை அனுமதிக்கக் கூடாது என்று முன் வைக்கப்படும் யோசனையை ஒரு அதிதீவிரவாதக் கருத்து என்று யாரும் இன்றைக்கு எண்ணுவதில்லை. திட்டமிட வேண்டும் என்கிற சிந்தனை வேர் விடத் துவங்கியுள்ளது.

ஆனால் செல்வமும்-வறுமையும், ஆடம்பரமும்-துயரமும், பெரும்பான்மையின் உழைப்பைப் பயன்படுத்திக் கொள்கின்ற சிலரின் அதிகாரம் மற்றும் அந்தச் சிலரின் ஓசையற்ற அல்லது பகட்டு ஆரவாரமான ஆட்சிக்குப் பெரும்பான்மை அடிமைப்படுவது ஆகியவை ஒன்றுக்கொன்று பமை பாராட்டுவது முடிவுக்கு வருவதுடன் உலகம் ஒரு முழு நிறையாக, முழுமை பெற்றதாக உருவெடுக்கும் பொழுதும்; அங்கே பற்றாக்குறை சர்வாதிகாரியாக இல்லாமல் போகும் பொழுதும்; அறிவியல், கூட்டுறவு உணர்ச்சி மற்றும் அனைவருடைய கூட்டு உறுதிப்பாடு ஆகியவற்றால் விடுதலை செய்யப்பட்டு ஐக்கியப்படுத்தப்பட்ட உழைப்பின் விளைபலனாக மிதமிஞ்சிய செழிப்பு எட்டப்படும் பொழுதும்தான், அப்போது மட்டும் தான் - அந்நியமாக்கல் என்பதன் ஒரு வடிவமாகப் பண்டம் இருப்பது இல்லாது ஒழிக்கப்படும்.

இன்று, பண்டத்தினாலும், அதன் உருவகமான - பணத்தாலும் நாம் இன்னமும் கூட ஆளப்பட்டு வருகிறோம்.

பண்ட உற்பத்தியை அடிப்படையாகக் கொண்டுள்ள சமூகத்தில் மனிதர்கள் மீது செலுத்தப்படுகின்ற அதிகாரம் பணத்தின் சக்தியில், தங்கத்தின் சக்தியில் குவிந்து கிடக்கிறது.

தங்கத்தைப் பற்றிக் கூறும்போது.....

சபிக்கப்பட்ட மண்
மானுட இச்சைக்கான பொதுமகள்
தேசங்களை அழிவின் பாதைக்கு
இட்டுச் சென்று எதிரெதிரே நிறுத்துபவள்
கொலை புரியும் இனியவள்
மணபந்தம் உதறியவள்
மகனுக்கும் கணவனுக்கும் இடையில் உழல்பவள்
அவதூறு பரப்பும் அழகிய மகள்
கன்னிகழியா இளையமகள்
கவர்ந்திருக்கும் தாரகைப் பெண்
என்றும் இளமை குலுங்கும் புதுமலர்
காதல் ரசம் ததும்ப சொக்கி இழுப்பவள்
மலையின் மடியில் உறையும்
பனியின் குளுமையாய் வெட்கம் கொள்பவள்
கண்ணில் தெரியும் கடவுள்
சாத்தியமற்றதை எல்லாம் சாதிக்கும்
வீரர்களை முத்தமிடுபவள்....

இந்த வரிகளை எழுதியர் ஒரு சிவப்புப் புரட்சிக்காரர் அல்ல, வில்லியம் ஷேக்ஸ்பியர் எழுதியது. அதை மேற்கோள் காட்டிய மார்க்ஸ் மேலும் சேர்த்துக் கூறுகிறார்:

...ஏனெனில் தற்பொழுது இருந்து கொண்டிருக்கும், செயலாற்றிக் கொண்டிருக்கும் மதிப்பு என்கிற கருத்து அதாவது, பணம் அனைத்தையும் அலங்கோலமாக்கிவிடுகிறது; மாற்றிப் போடுகிறது; ஏகமயமான குழப்பமாகவும், எல்லா விஷயங்களையும் நிலைமாற்றம் செய்வதாகவும் இருக்கிறது; தலைகீழாக்கப்பட்ட உலகமாக இருக்கிறது; எல்லாவிதமான இயற்கை மற்றும் மானிடப் பண்புகளின் குழப்பமாகவும், நிலை மாற்றமாகவுமிருக்கிறது. [65]

அனைத்துப் பண்டங்களுக்கும் அளவையாகவும் பண்டமாகவும் இருக்கக்கூடிய பணத்தால் சுயம் அழிக்கப்பட்டுள்ள, அந்நியமாக்கப்பட்டுள்ள, மனிதத் தன்மையற்றதாக்கப்பட்டுள்ள நிலைக்கு மார்க்ஸ் ஒரு தீர்வை வைத்திருக்கிறார்.

"மனிதனுக்கு மனிதன் என்கிற முறையில் உலகத்துடன் அவனுக்கு உள்ள உறவு ஒரு மானிட உறவு என்று இருப்பதாக வைத்துக் கொள்வோம். அவ்வாறிருக்கும் பொழுது, அன்புக்கு அன்பையும், நம்பிக்கைக்கு நம்பிக்கையையும் தான் பரிமாறிக் கொள்ள முடியும். நீங்கள் கலையை ரசிக்க விரும்பினால், நீங்கள் கலா ரசிகத் தன்மையால் பண்படுத்தப்பட்ட ஒருவராக இருக்க வேண்டும்; மற்றவர்கள் மீது செல்வாக்குச் செலுத்த நீங்கள் விரும்புவீர்களேயானால், மற்றவர்கள் மீது உண்மையாகவே சிந்தனையைத் தூண்டுகின்ற ஊக்கமளிக்கக்கூடிய ஒரு தன்மை கொண்டவராக நீங்கள் இருக்க வேண்டும். மனிதனுடனும், இயற்கையுடனும் உங்களுக்கு இருக்கும் ஒவ்வொரு உறவும், உங்களுடைய மனதின் நோக்கம் மற்றும் உங்களுடைய உண்மையான தனிமனித வாழ்க்கை ஆகியவற்றுக்கு ஒப்ப, ஒரு குறிப்பிட்ட வெளிப்பாடாக இருக்க வேண்டும். பதிலுக்கு அன்பு தோன்றாதவாறுதான் உங்களால் அன்பு செலுத்த முடியும் என்றால், அதாவது ஒரு அன்பு செலுத்துகின்ற மனிதர் என்கிற முறையில் உங்களை வெளிப்படுத்திக் கொண்டு, உங்களை ஒரு அன்பிற்குரிய மனிதராக ஆக்கிக் கொள்ள இயலாது என்கிற பொழுது, உங்களுடைய அன்பு மலடானது, துர்பாக்கியமானது". [66]

ஆனால், ஒரு மனிதனை மனிதனாக்கி, மாயை நிறைந்த ஒரு உலகத்தை, அனைத்து மதிப்புகளையும் குழப்பத்தில் ஆழ்த்தி, நிலைமாற்றி வைக்கப்பட்டுள்ள ஒரு உலகத்தை ஒரு மானிட உலகமாக மாற்ற வல்லமை கொண்ட சக்தி எங்கேயிருக்கிறது...?

அத்தியாயம் 5

வர்க்கங்களும், வர்க்கப் போராட்டமும்

மார்க்ஸ் ஒரு இரண்டு வர்க்க சமுதாயத்தை முதலாளி வர்க்கம், மற்றும் பாட்டாளி வர்க்கம் ஆகிய இரண்டை மட்டும் கொண்ட ஒரு சமூகத்தை ஒரு யாந்திரீகமானதும் கொச்சையானதுமான ஒரு சூத்திரமாக வகுத்துக் கொண்டார் என்பதுடன், தன்னுடைய சமூகப் பகுப்பாய்வு முழுவதையும் அதைச் சுற்றியே அமைத்துக் கொண்டார் என்பதுதான், மார்க்சின் சிந்தனைகள் குறித்து செய்யப்படும் திரிபுகளில் சர்வ சாதாரணமாகக் காணப்படுவது.

இவ்விதமாகப் பொருள் கொள்ளப்படுவதின் ஆழமற்ற, மேலெழுந்த வாரியான தன்மையை ஃபிஷர் தோலுரித்துக் காட்டுகிறார். அவர் நம்மிடம் கூறுகிறார்: "ஒரு வர்க்கம் என்பது என்ன? என்கிற கேள்விக்கு ஒரு எளிய வரையறுப்பையோ அல்லது ஒரு தயார் நிலை சூத்திரத்தையோ அளிக்க மார்க்ஸ் மறுத்துவிட்டார்." 'லூயி போனபார்ட்டின் 18-ம் புரூமேர்' போன்ற மார்க்சின் ஸ்தூலமான வரலாறு குறித்த படைப்புகளில் காணக் கிடைப்பது போல, தான் பகுப்பாய்வு செய்த சமூகங்களின் சிக்கல்களை இனங்காண்பதற்கு அவர் கடுமையாக உழைத்தார். அதில் எல்லா வகைகளிலுமான நடுத்தர மற்றும் இடைநிலை அடுக்குகளும் குறிப்பிடத்தக்க முறையில் பெரும் கவனத்தைப் பெற்றன. இருந்தபோதிலும், சமூகத்தின் எதிர்காலத்திற்கான போராட்டமானது, உடைமையாளர்கள், நிர்வாகிகள் மற்றும் அவர்களை அண்டியிருப்பவர்கள் ஆகியவர்களைக் கொண்ட வர்க்கத்திற்கும், நிகழ்கால சமூக அமைப்பை இருத்தி வைப்பதில் எந்தவிதமான நலன்களுமற்ற ஆகப் பெரும்பான்மையான உழைக்கும் மக்களுக்கும் இடையில் தான் இறுதியாக ஏற்படப் போகின்றது என்று மார்க்ஸ் உறுதியாக நம்பினார்.

பாட்டாளி வர்க்கத்துடன் மார்க்ஸ் தன்னை அடையாளப் படுத்திக் கொண்டார். ஏனெனில் சமூகத்தில் புரட்சியை நடத்தக்கூடிய தன்மை கொண்டதாக இருந்த ஒரே வர்க்கம் (அதாவது, நிகழ்கால சமூகத்தையும் தாண்டி ஒரு வருங்கால சமூகத்தைப் படைக்கக்கூடிய வர்க்கம்) அதுதான் என்பதும் மனிதகுல வரலாற்றில் ஒரு முற்போக்கான பார்வை கொண்ட, ஒரு புரட்சிகர சமூக வர்க்கம் முதன் முதலாகத் தோன்றியிருக்கிறது; இவ்வாறாக, வர்க்கப் பிரிவினைகள் முற்ற முழுக்க மாற்றியமைக்கப்படக்கூடிய சாத்தியப்பாட்டை அதிகரித்திருக்கிறது என்பதும்தான். JBF

"இதுவரையிலும் இருந்து வருகின்ற சமுதாயங்கள் அனைத்தினுடைய வரலாறும் வர்க்கப் போராட்டத்தின் வரலாறுதான்". [67]

வர்க்கங்கள், வர்க்கப் போராட்டங்கள் ஆகியவற்றை 'உருவாக்கியவர்' என்பது ஒரு பக்கம் இருக்கட்டும், அந்தக் கருத்தைக் 'கண்டுபிடித்தவர்' என்பது கூட மார்க்ஸ் கிடையாது. இந்த விஷயங்கள் இருக்கின்றன என்பது லைவி, மாக்கியவெல்லி, ஆடம் ஸ்மித், சிஸ்மோண்டி, தியரி, குய்கோட், தியர்ஸ், கார்லைல், மற்றும் பல வரலாற்றியலாளர்கள், பொருளாதாரவாதிகள், சமூக-வியலாளர்கள் ஆகியோருக்கு ஏற்கெனவே தெரிந்திருந்தவைதான். ஜெர்மனி - ஆஸ்திரியா ஆகியவற்றின் புனிதக் கூட்டில்* - ராஜ சபைகள் மற்றும் கூடங்கள், முன்னுரிமைகளும், பிற்போக்குவாதமும், வர்த்தக வளாகங்கள், தணிக்கை முறைகள், அரசு விழாக்கள், அவசர காலங்கள் ஆகியவை அடங்கிய தாறுமாறான கூளங்களில் தான் - வர்க்கங்கள் அறியப்படாமலிருந்தது அல்லது அலட்சியப்படுத்தப் பட்டிருந்தது, நாசகர அந்நியர்களின் சதிவேலையாக 'வர்க்கப் போராட்டம்' எடுத்துக் கொள்ளப்பட்டது.

வர்க்கங்கள், வர்க்கப் போராட்டம் ஆகியவற்றின் கோட்பாட்டிற்கு மார்க்சின் பங்களிப்பு கீழ்வருமாறு:

1. ஒரு வர்க்கத்தின் பண்புகளை வரையறுப்பு செய்வதற்கான முயற்சி.

2. வர்க்கங்களின் தோற்றம் குறித்த பகுப்பாய்வு.

---

* (புனிதக் கூட்டு: 1815-ல் ஜெர்மனி, ஆஸ்திரியா, ஜாரிஸ ரஷ்யா ஆகியவற்றின் அரசுகள் ஒன்று சேர்ந்து உருவாக்கிய புரட்சி-எதிர்ப்புக் கூட்டணி)

3. எந்தவொரு குறிப்பிட்ட காலத்திலும் ஒரு வர்க்கத்தின் நலன்கள் உற்பத்தி சக்திகளின் வளர்ச்சியுடன் ஒத்துச் செல்லும், புதிய சமூகக் கட்டமைப்பை நோக்கிய உந்துதல் அவற்றிடம் இருக்கும்; அதே சமயம் தங்களுடைய நலன்களுக்கு உகந்ததாக ஏற்கெனவே நிறுவப்பட்டும் பாரம்பரியமாகவும் இருக்கும் கூட்டமைப்பை இதர வர்க்கங்கள் தற்காத்து நிற்கும் என்கிற கண்டுபிடிப்பு.

4. வர்க்கங்களாக இருப்பதில் கடைசி வர்க்கம் பாட்டாளி வர்க்கம்தான். வர்க்கங்கள் அனைத்தும் ஒழிக்கப்பட்ட ஒரு வர்க்கமற்ற, அரசு அற்ற சமூகம்தான் அது விடுதலை அடைவதற்கான முன் நிபந்தனையாகும்.

உழைப்பின் சமூகப் பிரிவினையானது அனைத்துவிதமான தொழில் குழுமங்களும் தோன்றுவதற்கு வழிவகுத்தது; ஒரு நீண்ட கால வளர்ச்சிப் போக்கிற்குப் பிறகு 'வர்க்கங்கள்' உருவெடுப்பதற்கு இட்டுச் சென்றது.

கொல்லர்கள், குயவர்கள், தச்சர்கள், தையல்காரர்கள், சக்கிலியர்கள், கொத்தனார்கள்-போன்ற எல்லாக் கைவினைஞர் களும் ஒரு குறிப்பிட்ட மத்திய கால நகர்ப்புற வரலாற்று நிலைமைகளின் கீழ் தங்களை ஒரு வர்க்கமாகக் கட்டமைத்துக் கொள்ள முடிந்தது. நவீன காலத்தில் அவர்கள் ஒரு வர்க்கமாக அமைய இயலவில்லை; அவர்கள் உழைப்பாளர்களாக, தொழில் முனைவோராக அல்லது கூலிக்கு உதவியாளர்களை அமர்த்திக் கொள்ளாத சுய தொழில் முனைவோர்களாக இருக்கிறார்கள்.

டாக்டர்கள், ஆசிரியர்கள், தத்துவவியலாளர்கள், எழுத்தாளர்கள், கலைஞர்கள் ஆகிய அனைவரும் அறிவு ஜீவிகளாவார்கள், ஆனால் இந்த அறிவு ஜீவி வகையறா ஒரு வர்க்கமல்ல.

நிலவுடைமையாளர்கள், சிறு விவசாயிகள், அரைக் கொத்தடிமை விவசாயிகள், பண்ணை அடிமைகள், விவசாயத் தொழிலாளர்கள் ஆகியோரெல்லாம் நகரவாசிகளுக்கெதிரான உணர்வுடையவர்கள் என்கிற நிலையிலிருப்பவர்கள்; எனினும், ஒரு வர்க்கமாகக் கொள்ள முடியாது, வர்க்கப் பிரிவினை அவர்களை ஊடுருவிச் செல்கிறது.

வரலாற்றின் துவக்க சகாப்தங்களில், பல்வேறு அடுக்குகளாக அமைந்துள்ள சமூக ஏற்பாட்டை, சமூகப் படிநிலைகளின் பல அடுக்குகளை நாம் காண்கிறோம். புராதன ரோமில்

பிரபுக்கள், போர் வீரர்கள், குடியானவர்கள், அடிமைகள் ஆகியோரைக் காண்கிறோம். மத்திய காலங்களில் நிலப்பிரபுக்கள், பண்ணையாட்கள், கைவினைத் தொழில் பட்டறைத் தலைவர்கள், கைவினைத் தொழிலாளிகள், தொழில் (கூலியில்லாத அல்லது அரைக் கூலி பெறுகின்ற) பயில்பவர்கள், அடிமைகள் ஆகியோரைக் காண்கிறோம்; ஏறத்தாழ இந்த வர்க்கங்கள் அனைத்திலும் மீண்டும் கீழ்நிலைப் படிவரிசைகள் அமைந்துள்ளன.

நிலப்பிரபுத்துவ சமூகத்தின் இடிபாடுகளிலிருந்து எழும்பிய நவீன முதலாளித்துவ சமூகம் வர்க்க ஏற்றத்தாழ்வுகளைக் களைந்துவிடவில்லை. மாறாக, அது புதிய வர்க்கங்களை, புதிய ஒடுக்குமுறை நிலைமைகளை, பழையவற்றினிடத்தில் புதிய போராட்ட வடிவங்களைத் தோற்றுவித்துள்ளது.

இருந்தபோதிலும், நமது சகாப்தம், முதலாளித்துவத்தின் சகாப்தம், கீழ்க்கண்ட தனித்துவமான கூறுகளைக் கொண்டுள்ளது; அது வர்க்க முரண்களை எளிமைப் படுத்தியுள்ளது. சமூகம் ஒரு முழுமை என்கிற வகையில் இரண்டு மாபெரும் பகை முகாம்களாக, ஒன்றையொன்று எதிர்கொண்டு நிற்கின்ற இரு பெரும் வர்க்கங்களாக, முதலாளி வர்க்கம், பாட்டாளி வர்க்கம் என்கிற வர்க்கங்களாக மேலும், மேலும் பிளவுண்டு கொண்டே செல்கிறது.[68]

பின்னதாக, சமூகத்தின் பன்முகத் தன்மையைக் கூடுதலாகக் கணக்கிலெடுத்துக் கொண்டு, மிக மிக, முக்கியமான வர்க்கங்களின் தனிச்சிறப்பான பண்புகளை மேலும் தெளிவாக வரன் முறை செய்து, இந்த மிகையான எளிமைப்படுத்தலை மார்க்ஸ் சரி செய்ய இருந்தார்.

ஆனால், வர்க்கங்கள் இறுகிப்போனவைகளோ அல்லது மாறாதவைகளோ அல்ல என்பதை முதலில் தெளிவுபடுத்திவிட வேண்டும். மேலும், அவை காலத்தின் துவக்கத்திலேயே வழங்கப்பட்டவையும் அல்ல; மாறாக வரலாற்று வளர்ச்சிப் போக்கின் விளைபலன்கள் என்பதுடன் அந்த வளர்ச்சியின் உந்து விசைகளுமாகும்.

பழங்கால நகரங்களில் உரிமம் பெற்ற வர்த்தகம் போன்ற தொழில் முனைவோர் மத்தியிலிருந்துதான் 'முதலாளிவர்க்கத்தின் முதலாவது கூறுகள்' வளர்ச்சியடைந்தன:

உள்ளூரின் ஏராளமான வர்த்தகக் குடிமகன்களின் கார்ப்பரேஷன்களின் (கூட்டு நிறுவனங்கள்) மத்தியிலிருந்து தான்

படிப்படியாக வர்த்தக (BURGHER) வர்க்கம் உதித்தது. தனிநபர் வர்த்தக முதலாளிகளின் (BURGHERS) வாழ்நிலைமைகள் - அவர்கள் அனைவருக்கும் பொதுவானதாகவும், ஒவ்வொரு தனிநபரிலிருந்து சுயமாகவும் இருந்த இந்த வாழ்நிலைகளால் தீர்மானிக்கப்பட்டு அப்போது நடப்பிலிருந்து வந்த உறவுமுறைகள் மற்றும் உழைப்பின் வடிவம் ஆகியவற்றுக்கு எதிரான அவர்களுடைய உணர்வின் காரணமாக, அவர்கள் அனைவருக்கும் பொதுவானதாகவும், ஒவ்வொரு தனி நபரிடமிருந்து சுயமாகவும் (அந்த வாழ்நிலைகள்) ஆகிப்போனது. நிலப்பிரபுத்துவத் தளைகளிலிருந்து தம்மை அறுத்துக் கொள்கின்ற முறையிலான நிலைமைகளை இந்த முதலாளிகள் (BURGHERS) உருவாக்கிக் கொண்டார்கள், அப்போது அவர்கள் இருந்து வந்த நிலப்பிரபுத்துவக் கட்டமைப்புக்கெதிரான அவர்களுடைய பகையுணர்வின் காரணமாகத்தான் அத்தகைய நிலைமைகள் அவர்களால் உருவாக்கப்பட்டன. தனித்தனி நகரங்கள் கூட்டுச் சேரத் துவங்கியவுடன், இந்தப் பொதுவான நிலைமைகள் வர்க்க நிலைமைகளாக வளர்ச்சியடைந்தன. ஒத்த நிலைமைகளும், ஒத்த பகைமைகளும், ஒத்த நலன்களும் மொத்தத்தில் இதே போன்ற நடைமுறைகள் எல்லா இடங்களிலும் தோற்றுவிக்கும் அவசியத்தை ஏற்படுத்தின. பூர்ஷ்வா வர்க்கம் (BOURGEOSIE) தன்னளவில் தானிருந்த நிலைமைகளில், படிப்படியாக வளர்ச்சியடைந்தது, உழைப்புப் பிரிவினைக்கு ஏற்ப பல்வேறு கிளைகளாகப் பிளவுபட்டது. இறுதியாக முந்தைய சொத்துடைமை வர்க்கங்களை எல்லாம் ஈர்த்துக் கொண்டது, (அதே சமயம், முந்தைய சொத்துடைமையற்ற பெரும்பான்மையையும், முந்தைய சொத்துடைமையாளர்களின் ஒரு பகுதியையும் ஒரு புதிய வர்க்கமாக-பாட்டாளி வர்க்கமாக வளர்ச்சி பெறச் செய்தது) அது, முந்தைய சொத்துடைமைகளை எல்லாம் தொழில்துறை அல்லது வர்த்தக மூலதனமாக மாற்றியமைத்துக் கொள்ளும் அளவிற்கு நடந்தேறியது. மற்றொரு வர்க்கத்திற்கு எதிரான ஒரு பொதுவான போரை அவர்கள் நடத்த வேண்டிய அளவுக்கு மட்டும் தனி நபர்கள் ஒரு வர்க்கமாக வடிவம் அமைத்துக் கொள்கிறார்கள். மற்றபடி, அவர்கள் ஒருவருக்கொருவர் போட்டியாளர்கள் எனும் முறையில் பகைமை பாராட்டுபவர்களாகவே இருக்கிறார்கள். மறுபக்கம், வர்க்கமானது தன்னளவில் தனிநபர்களுக்கு எதிராக ஒரு சுதந்திரமான வாழ்வை அடைந்து விடுகிறது. அதன் மூலம் தனி நபர்கள் தங்களுடைய இருத்தல் நிலைமைகள் முன்னரே தீர்மானிக்கப்பட்டிருப்பதைக் காண்கிறார்கள். ஆகவே

தங்களுடைய வர்க்கத்தால் ஒதுக்கித் தரப்பட்ட தங்களுடைய வாழ்க்கையின் அந்தஸ்தையும், தங்களுடைய சொந்த வளர்ச்சிப் போக்கையும் கொண்டவர்களாக இருக்கிறார்கள். அந்த வர்க்கத்தின் கீழ் கொண்டு வரப்பட்டு விடுகிறார்கள்.[69]

இங்கு முக்கியமான விஷயங்கள் என்னவென்றால், வர்க்கங்களானவை, தங்களுடைய நலன்களுக்கு எதிராக இருக்கக்கூடிய, 'பொதுவான' நலன்கள் தரத்திற்கு உயர்த்தி வைக்கப்பட்டிருக்கும் பொதுவான சிறப்பு நலன்களிலிருந்து வளர்ச்சியடைகின்றன. அதுபோன்று தங்களைக் கட்டமைத்துக் கொள்வதற்கு இந்தப்போராட்டம் வர்க்கங்களுக்குத் தேவைப்படுகிறது. இந்தப் போராட்டத்தில், மக்களின் பல்வேறு அடுக்குகள் ஈர்த்துக் கொள்ளப்பட்டு உருவாகிக் கொண்டிருக்கும் வர்க்கத்திற்குள் கிரகித்துக் கொள்ளப்படுகின்றன. இந்த முறையில் உருவாக்கப்படும் வர்க்கங்கள் ஒரு இடைவிடாத உள் இயக்க நிலையில் இருக்கின்றன. பல பிரிவுகளாகப் பிளவுபடுகின்றன. புதிய நிலைமைகளில் மறு-ஐக்கியமடைகின்றன; தனித்தனி நபர்களுடன் ஒப்பிடும் பொழுது ஒரு சுதந்திரமான தன்மையைப் பெறுகின்றன. எப்போதும் செயல்பட்டுக் கொண்டிருக்கும் முரண்பாடு அழிக்கப்படுகிறது, மீண்டும் உருவாக்கப்படுகிறது. சுருக்கமாக, வர்க்கங்கள் மாற்றமடைய முடியாத ஒற்றைக்கல் போன்ற வடிவங்களல்ல. மாறாக, அது எப்போதும் மாறிக் கொண்டும், வளர்ந்து கொண்டும், தம்மைப் பல வகைகளில் மாறுபட்டவைகளாக்கிக் கொண்டேயிருக்கின்றன. அதே சமயம் பொதுவான அம்சம் முன்னுக்கு வருகிறது, தனி நபரை வர்த்தகத்தினுள் ஒருங்கிணைக்கின்றது.

முதலாளி வர்க்க வளர்ச்சியின் ஒவ்வொரு அடியும் அதற்கு ஈடான அளவில் அந்த வர்க்கத்தின் அரசியல் முன்னேற்றத்தையும் உடன் கொண்டு செல்கிறது. நிலப்பிரபுத்துவத்தின் கீழிருந்த ஒரு ஒடுக்கப்பட்ட வர்க்கமாக, மத்தியக்கால கம்யூனில் (தங்களுடைய நிலப்பிரபுத்துவப் பிரபுக்கள் மற்றும் எஜமானர்களிடமிருந்து உள்ளூர் சுயாட்சி மற்றும் அரசியல் உரிமைகளை ஒரு மூன்றாம் நிலைஅரசு அமைப்பு (Third Estate) என்கிற முறையில் வென்றெடுப்பதற்கு முன்னதாகவே, பிரான்சில் இருந்த துவக்க கால சிறு நகரங்கள் தமக்குச் சூட்டிக் கொண்ட பெயர் 'கம்யூன்') ஒரு ஆயுதந்தாங்கிய சுயாட்சிக் கூட்டமைப்பாக, இங்கு (இத்தாலியிலும், ஜெர்மனியிலும் போல) சுதந்திரமான நகர்ப்புறக்

குடியரசாக, அங்கு (பிரான்சில் போல) மன்னராட்சியின் வரி விதிக்கத்தக்க மூன்றாம்நிலை அரசாக, பின்னர், முறையான தயாரிப்புத் தொழிற்சாலைக் காலகட்டத்தில் பிரபு வர்க்கத்திற்கு எதிராக நிறுத்தப்படக்கூடியதாக அரை-நிலப்பிரபுத்துவ அல்லது முடியரசு சர்வாதிகாரத்திற்குச் சேவை புரியக்கூடிய வர்க்கமாக, பூர்ஷ்வா வர்க்கம் இருந்து வந்தது என்பதுடன், உண்மையில் செல்லப் போனால் பொதுவான பெரும் முடியாட்சிகளின் அடித்தளமாக இருந்து வந்த முதலாளிவர்க்கம் (பூர்ஷ்வா வர்க்கம்) இறுதியாக, நவீன தொழில்துறை மற்றும் உலகச் சந்தை ஆகியவை நிறுவப்பட்டதிலிருந்து, அரசாட்சியின் நவீன பிரதிநிதித்துவத்தில் தனக்கென்று தனிப்பட்ட அரசியல் அதிகாரத்தை வென்றெடுத்துக் கொண்டது.[70]

முதலாளி வர்க்கம் மட்டுமல்லாமல், பாட்டாளி வர்க்கமும் கூட ஒரு நீண்ட வரலாற்று வளர்ச்சிப் போக்கினூடாகப் பயணித்திருந்தது. அது இன்னும் கூட எந்த வகையிலும் ஒருமுடிவுக்கு வந்தடையாத ஒரு வரலாறாகும். 'நிலப்பிரபுத்துவக் கால பாட்டாளி வர்க்கத்தின் மிச்ச சொச்சமாக இருக்கக்கூடிய ஒன்றான பாட்டாளி வர்க்கத்தை வைத்துக் கொண்டுதான் முதலாளித்துவ வர்க்கம் துவங்குகிறது.'[71]

பண்ணையைவிட்டு ஓடிய அடிமைகள், நிலமிழந்த விவசாயிகள், வறுமை வாய்ப்பட்ட கைவினைஞர்கள், எடுபிடிகள், பிச்சைக்காரர்கள், ஊர்சுற்றிகள் வெளிநாட்டு அகதிகள் அனைவரும் பிழைப்புக்கு வேறு வழியில்லாதவர்களாக்கப்பட்டுத் தொழிலகங்களில் மந்தைகளாக கொண்டு வந்து அடைக்கப் பட்டார்கள். சுருங்கச் சொன்னால், வறியவர்கள்தான் முதலில் பாட்டாளிகளாக்கப்பட்டார்கள்.

15-வது நூற்றாண்டின் மூன்றாவது பகுதியிலும் 16-ம் நூற்றாண்டின் முதல் பத்தாண்டுப் பகுதியிலும்.... சர். ஜேம்ஸ் ஸ்டீவெர்ட் சரியாகவே கூறியது போல, "எல்லாப் பக்கங்களிலும் வீடுகள் , கோட்டைக் குடியிருப்புகள் ஆகியவற்றைப் பயனற்ற முறையில் அடைத்துக்கொண்டிருந்த", நிலப்பிரபுத்துவத்தைத் தாங்கிப் பிடித்து வைத்துக் கொண்டிருந்த கும்பலை உடைந்தெறிந்ததன் காரணமாக உழைப்புச் சந்தையில் சுதந்திரமான பாட்டாளி வர்க்கத்தின் ஒரு மாபெரும் திரள் தூக்கி எறியப்பட்டது. இங்கிலாந்தில் ஃபிளெமிஷ் கம்பளித் தயாரிப்பாளர்களின் அதிவிரைவான உயர்வாலும்,

அதற்கு இணையாகக் கம்பளியின் விலை உயர்வாலும் இந்த வெளியேற்றலுக்கு நேரடியான தூண்டுதல் கிடைத்தது. பெரும் நிலப்பிரபுத்துவ யுத்தங்களால் பழைய உயர் குலத்தவர்கள் சீரழிந்து போனார்கள். புதிய உயர் குடிமக்கள் பிரிவு அதனுடைய காலத்தின் குழந்தையாக இருந்தது. அதற்கு எல்லாச் சக்திகளிலுமே பெரிய சக்தியாகப் பணம் இருந்தது. விளை நிலங்களை செம்மறி ஆட்டு மந்தைகளின் மேய்ச்சல் நிலமாக மாற்றியமைப்பது என்பதுதான் அதன் அறைகூவலாக இருந்தது.... விவசாயிகளின் குடியிருப்புகளும், உழைப்பாளர்களின் குடில்களும் மண்ணோடு மண்ணாகப் புதைக்கப்பட்டன அல்லது சிதிலமாகும்படி விடப்பட்டன....

மக்கள் பலவந்தமாகச் சொத்துப் பறிமுதலுக்குள்ளாகப்பட்ட நிகழ்வுப் போக்கிற்கு, 16-ம் நூற்றாண்டில் சீர்திருத்த நடைமுறையிலிருந்தும், அதைத் தொடர்ந்து தேவாலயத்திடமிருந்து சொத்துக்கள் பலவந்தமாகப் பறிமுதல் செய்யப்பட்டதிலிருந்தும் ஒரு புதிய மற்றும் அச்சமூட்டும் உந்துதல் கிடைத்தது. (16-ம் நூற்றாண்டில் ரோமன் தேவாலயங்களின் அட்டூழியங்களை ஒழிப்பதற்காக நடந்த சீர்திருத்தவாத இயக்கம் மற்றும் சட்டமும் அதைத் தொடர்ந்து புராடெஸ்டண்டு தேவலாயங்கள் தோன்றியதும் - மொ-ர்) அந்த சீர்திருத்தவாதக் காலத்தில் கத்தோலிக்க தேவலாயங்கள் இங்கிலாந்தின் நிலங்களில் பெரும்பகுதியின் நிலப்பிரபுத்துவ வகை உடைமையாளராக இருந்தது. அதனுடைய மடாலயங்கள் ஒடுக்கப்பட்டதன் விளைவாக அவற்றைச் சார்ந்து வாழ்ந்து வந்தவர்கள் பாட்டாளி வர்க்கத்திற்குள் துரத்தியடிக்கப்பட்டார்கள்....

17-ம் நூற்றாண்டின் கடைசிப் பத்தாண்டில் கூட சுதந்திரமான விவசாயிகளின் வர்க்கமான சிறு, குறு விவசாயிகள் நில உடைமையாளர் வர்க்கத்தை விடக் கூடுதல் எண்ணிக்கையில் இருந்தார்கள். கிராம் வெல்லினுடைய வலிமையின் முதுகெலும்பாக அவர்களிருந்தார்கள்...... 1750-வாக்கில் அவர்கள் மறைந்து போனார்கள், அதே போல, 18-ம் நூற்றாண்டின் இறுதி ஆண்டுகளில் விவசாயத் தொழிலாளர்களுக்கென இருந்த பொது நிலத்தின் தடயமும் மறைந்து போனது......

'உன்னதப் புரட்சி' வில்லியம் ஆஃப் ஆரஞ்சு - ஐயும், அவருடன் நிலப்பிரபுக்கள் மற்றும் உபரி-மதிப்புக் குவிப்பாளர்களான முதலாளிவர்க்கத்தையும் ஆட்சிக்குக் கொண்டு வந்தது.

இதுவரையிலும் இலைமறை காய்மறையாகச் சிறிதளவே நடைபெற்று வந்த களவுகளின் இடத்தில் அரசு நிலங்களின் பிரம்மாண்டமான அளவு களவாடலை நடைமுறைப்படுத்தியதன் வாயிலாக ஒரு புதிய யுகத்திற்கு அவர்கள் துவக்க விழா நடத்தினார்கள்.

அந்த மண்ணிலிருந்து விவசாய மக்களிடம் நடந்த கடைசி ஒட்டுமொத்தப் பறிமுதல் நிகழ்முறை, இறுதியாக, 'தூய்மைப் படுத்துதல்', அதாவது, அந்த மண்ணிலிருந்த மக்களைத் துடைத்தெறிவது என்பதாக இருந்தது. இதுவரையிலிருந்து வந்த இங்கிலாந்தின் எல்லாவிதமான பறிப்பு வழிமுறைகளும் 'தூய்மைப்படுத்துதலில்' வந்து முடிவடைந்தன. ஒரு முந்தைய அத்தியாயத்தில் குறிப்பிடப்பட்டு நாம் கண்ட நவீன நிலைமைகளின் சித்திரத்தில், கழித்துக் கட்டுவதற்குச் சுதந்திரமான சிறு, குறு விவசாயிகள் இல்லாத நிலைமையில், குடிசைகளைத் 'தூய்மைப் படுத்துதல்' துவங்குகிறது; அதன் மூலம் தாம் பயிரிட்டு வந்த நிலத்தில் தங்கள் சொந்தக் குடியிருத்தலுக்குத் தேவையான துளியளவு இடம்கூட விவசாயத் தொழிலாளர்களால் காண இயலாமல் போனது......

நிலப்பிரபுத்துவத்தைத் தாங்கிப் பிடித்துக் கொண்டிருந்த பிரிவினரை உடைத்தெறிந்ததாலும், மண்ணிலிருந்து மக்கள் பலவந்தமாகத் துரத்தியடிக்கப்பட்டதாலும் உருவாக்கப்பட்ட பாட்டாளி வர்க்கம், இந்த 'சுதந்திரப் பாட்டாளி வர்க்கம்' உலகில் உருவாகிக் கொண்டிருந்த, குழந்தைப் பருவ தொழிற்சாலை அல்லது பட்டறை தொழிற்சாலை முதலாளிகளால் வீசியெறியப்படும் வேகத்தில் கிரகித்துக் கொள்ளப்படும் சாத்தியம் இருந்திருக்க முடியாது. மறுபக்கம் இந்த மனிதர்கள், தாம் பழகிப் போயிருந்த வாழ்க்கை முறையிலிருந்து திடீரென்று இழுத்து வெளியே வீசப்பட்டுவிட்டவர்கள், தங்களுடைய புதிய நிலைமையின் கட்டுக்கோப்பிற்குத் தங்களைத் தகவமைத்துக் கொள்வதும் சாத்தியப்படவில்லை. அவர்களெல்லாம் ஒட்டுமொத்தமாகப் பிச்சைக்காரர்களாக, கொள்ளையர்களாக, நாடோடிகளாக, பகுதி விருப்பத்துடனும், பெரும்பான்மை சூழ்நிலைமைகளின் நெருக்கடியாலும் மாற்றப்பட்டு விட்டார்கள். ஆகவே, அதன் காரணமாக, 15-ம் நூற்றாண்டின் முடிவிலும், 16-ம் நூற்றாண்டு முழுவதும் மேற்கு ஐரோப்பா முழுவதும் இது போன்ற வேலையற்ற, நாடோடிகளுக்கு

எதிரான ஒரு கொடூரமான சட்டம் நடைமுறையிலிருந்தது. நடப்புக் கால பாட்டாளி வர்க்கத்தினரின் தந்தையர்கள் நாடோடிகளாகவும், ஏதுமற்றவர்களாகவும் பலவந்தமாக மாற்றத்திற்காக நிந்திக்கப்பட்டார்கள்....

இவ்வாறாகத்தான் விவசாயிகள்-முதலில் நிலம் பறிமுதல் செய்யப்பட்டு பலவந்தமாகத் துரத்தியடிக்கப்பட்டார்கள், வீடுகளிலிருந்து விரட்டப்பட்டார்கள்; நாடோடிப் பிச்சைக் காரர்களாகப்பட்டார்கள்; பின்னர் சாட்டையால் அடிக்கப்பட்ட, இரும்பினால் சுடுமுத்திரையிடப்பட்டு, கொடூரமான சட்டங்களால் பயங்கரமாகச் சித்ரவதைக் குள்ளாக்கப்பட்டு கூலியுழைப்பு முறைக்கு அவசியமான கட்டுப்பாட்டிற்குள் கொண்டு வரப்பட்டார்கள்.

சமூகத்தின் ஒரு துருவத்தில் மூலதனத்தின் வடிவத்தில் உழைப்பு நிலைமைகள் ஒரு திரட்சியாகக் குவிக்கப்பட்டுள்ளது போதாதென்று மறு துருவத்தில் தம் உழைப்புச் சக்தியைத் தவிர விற்பதற்கு ஏதுமற்ற மனிதர்களின் திரட்சி குவித்து வைக்கப்பட்டுள்ளது. அவர்கள் அதைத் தன் விருப்பமாக விற்கும்படி கட்டாயப்படுத்தப்படுவதும் கூட போதவில்லை. இயற்கையின் சுயமான விதிகளைப் போல உற்பத்தி வடிவத்தின் நிலைமைகளையும் காணும் விதமாகக் கல்வியால், பாரம்பரியத்தால், பழக்கத்தால் தகவமைக்கப்பட்ட ஒரு தொழிலாளி வர்க்கத்தை முதலாளித்துவ உற்பத்தியின் முன்னேற்றம் வளர்த்தெடுத்து வருகிறது.....

14-ம் நூற்றாண்டின் பிற்பாதியில் தோன்றிய கூலியுழைப்பாளி வர்க்கம் பின்னர் முழுமையாக வளர்ச்சி பெற்றது, அதை தொடர்ந்து வந்த நூறாண்டில் மக்களின் மிகச் சிறிய ஒரு பகுதி தங்களுடைய நிலையில் நன்றாகப் பாதுகாக்கப்பட்டிருந்த சுதந்திரமான சொத்துடைமை விவசாயம் நாட்டுப் புறத்திலும், பட்டறைத் தொழில் ஸ்தாபனங்களாக நகர்ப்புறத்திலும் உருவாகியது.....

உற்பத்திச் சாதனங்கள் உழைப்பாளிக்குத் தனிச்சொத்தாக இருப்பதுதான் சிறுதொழில் துறையின் அடித்தளமாகும்... அது, ஏறத்தாழ குறுகலான புராதன வரம்புகளுக்குள் இயங்கிக் கொண்டிருக்கும் ஒரு உற்பத்தி அமைப்பிற்குள்ளும், ஒரு சமூகத்திற்குள்ளும் மட்டும்தான் தாக்குப்பிடிக்கக் கூடியதாக இருக்கும்.... வளர்ச்சியின் ஒரு குறிப்பிட்ட கட்டத்தில் அது

தன்னைத்தானே இல்லாதொழித்து விடுகின்ற பொருளியல் முகமைகளை முன்னுக்குக் கொண்டு வந்து விடுகிறது. அந்தத் தருணத்திலிருந்து சமூகத்தின் மடியிலிருந்து புதிய சக்திகளும், புதிய உணர்ச்சிகளும் பொங்கியெழுகின்றன; ஆனால் பழைய சமூகக் கட்டமைப்பு அவற்றுக்குத் தடைபோடுகிறது. கீழே அழுத்தி வைக்கிறது. அது ஒழிக்கப்பட்டாக வேண்டும்; ஒழிக்கவும் படுகிறது. அது ஒழிக்கப்படுதலானது பின்வருமாறு உருவெடுக்கிறது: தனிநபர் மயமாகவும் சிதறியும் கிடந்த உற்பத்திச் சாதனங்கள் சமுகரீதியாகக் குவிமையமாக்கப்பட்ட ஒன்றாக மாற்றியமைக்கப்படுகிறது; பலருடைய குட்டி வடிவ உடைமைகள் ஒரு சிலரின் பிரம்மாண்டமான சொத்தாக மாற்றமடைகின்றன; நிலங்களிலிருந்தும், வாழ்க்கைச் சாதனங்களிலிருந்தும், உழைப்புச் சாதனங்களிலிருந்தும் மக்களின் மாபெரும் திரட்சி விரட்டியடிக்கப்படுகிறது; மக்கள் இவ்விதமாக அச்சமும், வேதனையும் ஒருசேர விரட்டப்படுவது முதலாளித்துவத்தின் வரலாற்றுக்கு ஒரு முகவுரையாக வடிவமெடுக்கிறது.[72]

பாட்டாளி வர்க்கம் பல்வேறு வளர்ச்சிக் கட்டங்களின் ஊடாகப் பயணிக்கிறது. அதன் பிறப்பின் கூடவே அதனுடைய முதலாளி வர்க்கத்திற்கு எதிரான போராட்டமும் தொடங்குகிறது. முதலில் அந்தப் போராட்டம் தனித்தனியான தொழிலாளர்களால் நடத்தப்பட்டது. பிறகு ஒரு தொழிற்சாலையின் உழைக்கும் மக்களாலும், பிறகு, ஒரே தொழிலில் வேலை செய்பவர்கள் ஒரு இடத்தில், தங்களுக்கு எதிரான தனிப்பட்ட முதலாளியை எதிர்த்து நடத்தினார்கள். முதலாளித்துவ உற்பத்தி நிலைமைகளுக்கு எதிராக அவர்கள் தங்கள் தாக்குதலை நடத்தவில்லை, மாறாக உற்பத்திக் கருவிகள் மீது நடத்தினார்கள்; தங்களுடைய உழைப்புடன் போட்டியிடக்கூடிய இறக்குமதி செய்யப்பட்ட சாதனங்களை அவர்கள் அழித்தார்கள், இயந்திரங்களை நொறுக்கினார்கள், தொழிற்சாலைகளைக் கொளுத்தினார்கள், மத்தியக் கால தொழிலாளியின் மறைந்துபோன தகுதியை வன்முறையினால் மீட்டெடுக்க முயன்றார்கள்.

இந்தக் கட்டத்திலும் கூட நாடு முழுவதும் தொழிலாளர்கள் தாறுமாறாகச் சிதறிக்கிடந்த வடிவத்திலேயே இருந்தார்கள். தங்களுக்கிடையிலிருந்த போட்டியின் காரணமாகப் பிளவு பட்டுப் போயிருந்தார்கள்.... ஆனால் தொழில்துறை வளர வளர பாட்டாளி வர்க்கம் எண்ணிக்கையில் அதிகரித்தது

மட்டுமல்லாமல் பெரும் திரள்களாகக் குவியவும் தொடங்கினார்கள். அதன் வலிமை வளர்கிறது, வலிமையை மேலும் நன்றாக உணர்கிறது.... தனிப்பட்ட தொழிலாளிக்கும் தனிப்பட்ட முதலாளிக்கும் இடையில் நடந்த மோதல்கள் இரண்டு வர்க்கங்களுக்கு இடையில் நடக்கும் மோதல்களின் குணத்தை மேலும், மேலும் கூடுதலாகப் பெறத் துவங்கின.....

அவ்வப்போது தொழிலாளர்கள் வெற்றியடைந்தார்கள், ஆனால் அது ஒரு குறிப்பிட்ட காலத்திற்கு மட்டுமானதாகவே இருந்தது. அவர்களுடைய போர்களின் உண்மையான பலன் உடனடியான விளைவுகளில் இருக்காது, மாறாக, தொழிலாளர்களின் விரிவடைந்து கொண்டே செல்லும் ஒற்றுமையிலிருக்கிறது..... ஒரே தன்மையதான ஏராளமான உள்ளூர்ப் போராட்டங்கள் மத்தியப் படுத்தப்படுவதற்கு இந்தத் தொடர்புதான் தேவைப்பட்டது. ஆனால் ஒவ்வொரு வர்க்கப் போராட்டமும், ஒரு அரசியல் போராட்டமே...........

பாட்டாளி வர்க்கம் ஒரு வர்க்கமாக ஸ்தாபனப் படுத்தப்படுவதும், அதைத் தொடர்ந்து ஒரு அரசியல் கட்சியாக உருவெடுப்பதும் தொழிலாளர்களுக்கு இடையில் ஏற்படும் போட்டியினாலேயே மீண்டும், மீண்டும் பாதிக்கப்படுகிறது. ஆனாலும் அது மேலும் வலிமையானதாக, உறுதியானதாக, சக்தி படைத்ததாக மீண்டும் எழுகிறது. முதலாளித்துவ வர்க்கத்தின் மத்தியில் ஏற்படுகிற பிளவுகளைச் சாதகமாக்கிக் கொண்டு தொழிலாளர்களின் குறிப்பிட்ட நலன்களுக்கான சட்ட அங்கீகாரத்திற்கான நிர்பந்தத்தை உருவாக்குகிறது.... போட்டியின் காரணமாகத் முதலாளிகளால் தன்னியல்பான மேம்பாட்டிற்கு உள்ளாகும் தொழில்துறையின் முன்னேற்றம் போட்டியின் காரணமாக தனிமைப்பட்டிருந்த தொழிலாளர்களின் தனிமையை அவர்களை ஒன்று கூட வைத்து ஒரு புரட்சிகரமான சேர்க்கையாக மாற்றியமைக்கிறது. ஆகவே நவீன தொழில்துறையின் வளர்ச்சி தன்னுடைய கால்களுக்குக் கீழாக உற்பத்திப் பொருட்களை உண்டாக்கி, சொந்தமாக்கிக் கொள்ளும் முதலாளித்துவ வர்க்கத்தின் அடித்தளத்திற்கே குழி பறிக்கிறது. ஆகவே, முதலாளி வர்க்கம் உற்பத்தி செய்வது என்னவென்றால் தன்னுடைய சொந்த சவக்குழியைத் தோண்டுபவர்களை உருவாக்குகிறது என்பதுதான். [73]

நவீன வர்க்கங்களின் வளர்ச்சிப்போக்கு குறித்து இங்கே மிக மிகச் சுருக்கமாகச் செறிவு படுத்திக் கொடுக்கப்பட்டுள்ள மார்க்சின் இந்தக் கண்ணோட்டம் ஒரு வர்க்கத்திற்கான முக்கியமான கூறுகளை விவரிக்கிறது. ஆனாலும், கம்யூனிஸ்ட் அறிக்கையின் கிளர்ச்சிப் பிரசாரப் பண்பினை நாம் கணக்கில் எடுத்துக் கொண்டாலும்கூட, இந்தக் கண்ணோட்டத்தின் பெரும்பகுதி தெளிவாக வரையறை செய்யப்பட்டிருக்கவில்லை. மார்க்சின் பிரதான படைப்பான 'மூலதனம்' நூலின் பாகம் IIIன் 52-வது அத்தியாயம் இந்தப் பிரச்சனைக்காகவே ஒதுக்கப்படவிருந்தது. இந்த அத்தியாயத்தின் துவக்கம் தான் எழுதப்பட்டது; அதை முடிப்பதற்கு முன்பாகவே மார்க்ஸ் மறைந்துவிட்டார். அந்த அத்தியாயத்திற்கு 'வர்க்கங்கள்' என்று தலைப்பிடப்பட்டிருந்தது.

வெறும் உழைப்பு-சக்தியின் உடைமையாளர்கள், மூலதன உடைமையாளர்கள் , நில-உடைமையாளர்கள் ஆகியோரின் வருமானம் முறையே, கூலி, லாபம், நில வாடகை என்பதாக இருக்கிறது, வேறு வார்த்தைகளில், முதலாளித்துவ-வடிவ உற்பத்தி முறையின் மீதமைந்துள்ள நவீன சமூகம் கூலியுழைப்பாளர்கள், முதலாளிகள், நிலவுடைமையாளர்கள் ஆகியோரை உள்ளடக்கியதாக இருக்கிறது.

இங்கிலாந்தின் நவீன சமூகம், பொருளாதாரக் கட்டமைப்பில் மிகவும் உயர்ந்த, செழுமையான முறையில் வளர்ச்சி பெற்ற ஒன்று என்பது விவாதத்திற்கு அப்பாற்பட்டது. இருந்தபோதிலும், இங்கும் கூட வர்க்கங்களின் அடுக்கு அமைவு அதன் துல்லியமான வடிவத்தில் காட்சியளிக்கவில்லை. இங்கும் கூட மத்திய மற்றும் இடைநிலைப் படிவரிசை எல்லாப் பகுதிகளிலும் உள்ள எல்லைக்கோடுகளை (நகர்ப்புற மாவட்டங்களை விடவும் கிராமப்புற மாவட்டங்களில் ஒப்பிட முடியாத அளவிற்கு மிகக் குறைவாகத் தானிருக்கிறது, என்கிற போதும் கூட) மறைத்து விடுகிறது. எனினும், நம்முடைய பகுப்பாய்விற்கு இது தேவைப்படாது..............

முதலாவதாகப் பதிலளிக்கப்பட வேண்டிய கேள்வியானது இதுதான்: ஒரு வர்க்கம் என்பதில் பொதிந்திருப்பது என்ன?- இதற்கான பதில் இயல்பாகவே வேறொரு கேள்விக்கான பதிலிலிருந்து தொடங்குகிறது. எடுத்துக் காட்டாக: முப்பெரும் சமூக வர்க்கங்களின் உட்கூறுகளாக

கூலியுழைப்பாளர்களையும், முதலாளிகளையும், நிலவுடைமையாளர்களையும் ஆக்குவது எது?

முதல் பார்வையில்-வருமானத்தின் அடையாளமும் அதன் தோற்றுவாய்களும். தனி நபர்களை உறுப்பினர்களாகக் கொண்டு உருவாகிய மூன்று பெரும் சமூகக் குழுக்கள் இருக்கின்றன, அந்த நபர்கள் தங்களுடைய உழைப்புச் சக்தி, மூலதனம், நிலச்சொத்து ஆகியவற்றின் பலனாக முறையே கூலி, லாபம், நில வாடகை ஆகியவற்றைக் கொண்டு வாழ்கிறார்கள்.

ஆயினும், இந்த நிலைப்பாட்டிலிருந்து நோக்கும்பொழுது மருத்துவர்கள், அதிகாரிகள் போன்றவர்கள்கூட இரண்டு வர்க்கங்கள் ஆகிவிடுவார்கள், ஏனெனில், அவர்கள் இரண்டு தனிப்பட்ட சமூகப் பிரிவுகளைச் சேர்ந்தவர்களாகவும், இந்தப் பிரிவுகளின் ஒவ்வொரு உறுப்பினரும் தங்களுடைய வருமானத்தை ஒரே மற்றும் ஒத்த மூலாதாரத்திலிருந்து பெறுபவர்களாக இருக்கிறார்கள். உழைப்பாளர்கள் மற்றும் முதலாளிகள், நிலவுடைமையாளர்கள் ஆகியவர்களாகச் சமூக உழைப்பு பிரிக்கின்ற அணிவரிசைகளின் எண்ணற்ற பிரிவுகளுக்கும் இது பொருந்துவதாக இருக்கும்- உதாரணமாகப் பிந்தையவர்கள், அதாவது முதலாளிகளும், நிலவுடைமையாளர்களும், திராட்சைத் தோட்டக்காரர்களாக, பண்ணையாளர்களாக, வன உரிமையாளர்களாக, சுரங்க உரிமையாளர்களாக, மீன் பண்ணை உரிமையாளர்களாக எனப் பிரிந்திருப்பார்கள்.

(இங்கு கையெழுதுப் பிரதி, நின்று விடுகிறது.) [74]

உழைப்புப் பிரிவினையின் பல அடுக்குக் கூறுகள் மற்றும் 'எல்லை வரையறைக் கோடுகளை எல்லாப் பகுதியிலும் மறைந்துவிடச் செய்கின்ற நடுத்தர மற்றும் இடைநிலை பல அடுக்கமைவுகளின்' மீது மார்க்ஸ் கவனத்தை ஈர்ப்பது இந்த முடிவு பெறாத அத்தியாயத்தில் மட்டுமேயல்ல.

இறுக்கமான சூத்திரங்களை நேசிப்பவரல்ல மார்க்ஸ். அவர், சமூக வளர்ச்சியின் பொதுவான போக்குகளைப் பற்றிய தன்னுடைய தேடலில் தனித்துவமானவற்றையும், குறிப்பிட்டவற்றையும் என்றுமே காணத் தவறாத ஒரு "கவனிப்பாளர்" ஆவார். அசையாது நிலைத்து நின்று விடக்கூடிய தன்மையை நோக்கிய ஒரு நிகழ்முறையாக, மிக உயர்ந்த தாங்கு திறன் கொண்ட, வலுவான சமூக வடிவங்களாக வர்க்கங்கள் இறுகிப்

போகக் கூடியவை என்பதாக அவர் காணவில்லை. அவற்றின் வரன்முறைகளின் ஒரு முழுமையைக் கணக்கில் எடுத்துக் கொண்டு அதை கிரகித்துக் கொள்ள அவர் எப்போதுமே முயன்று வந்தார்.

அவருடைய மிக அற்புதமான மதிநுட்பம் கொண்ட படைப்புகளில் ஒன்றான 'லூயி போனபார்ட்டின் 18-ம் புரூமேர்' நூலில், 'மத்திய மற்றும் இடைநிலை அடுக்கு அமைவுகளின்' இது போன்ற மாறுதல் நிகழ்முறைகளைப் பற்றி அவர் விவாதிக்கின்றார். 1848-ம் ஆண்டின் புரட்சிகர நிகழ்வுகளுக்குப் பிறகு வெகு விரைவிலேயே உருவெடுத்த முதலாளி வர்க்கத்தின் கூட்டணிக்கு எதிராக,

குட்டி முதலாளித்துவ வர்க்கத்திற்கும் தொழிலாளர்களுக்கும் இடையில் ஒரு கூட்டணி உருவானது - அதாவது, சமூக-ஜனநாயகக் கட்சி என்று அழைக்கப்பட்ட ஒன்று உருவானது. 1848-ன் ஜூன் மாத நாட்களுக்குப் பிறகு குட்டி முதலாளித்துவ வர்க்கம் தமக்கு மோசமான வெகுமதி கிடைத்ததாகப் பார்த்தார்கள்- அதாவது அவர்களுடைய பொருளியல் நலன்கள் ஆபத்திற்குள்ளாக்கப்பட்டுவிட்டதாகவும், அந்த நலன்கள் நடைமுறைப்படுத்தப்படுவதற்கான ஜனநாயக உத்தரவாதங்கள் எதிர்ப்புரட்சியால் கேள்விக்குள்ளாக்கப்பட்டு விட்டதாகவும், அவர்கள் கருதினார்கள். அதற்கு ஏற்ற விதமாக அவர்கள் தொழிலாளர்களிடம் நெருங்கி வந்தார்கள்..... பாட்டாளி வர்க்கத்தின் சமூகக் கோரிக்கைகளிலிருந்து புரட்சிகர நிலைபாடு துண்டிக்கப்பட்டதுடன் அதற்கு ஒரு ஜனநாயகச் சாரம் அளிக்கப்பட்டது; குட்டி முதலாளித்துவ வர்க்கத்தின் ஜனநாயக உரிமைக் கோரிக்கைகளிலிருந்து கலப்பற்ற அரசியல் வடிவம் கழற்றப்பட்டு அவற்றின் சமூக அம்சம் முன்னால் நிறுத்தப்பட்டது..... சமூக-ஜனநாயகத்தின் விசித்திரமான தன்மையானது - மூலதனம் மற்றும் கூலியுழைப்பு ஆகிய இரண்டு எதிரெதிர் கடைக்கோடிகளை அகற்றுவதற்காக அல்லாமல் அவர்களின் எதிர்ப்புணர்வை மழுங்கடித்து அவற்றை ஒத்திசைவானவையாக மாற்றியமைப்பதற்கான ஒரு சாதனமாக ஜனநாயக-குடியரசு ஸ்தாபனங்கள் கோரப்பட்டன என்கிற உண்மையில் சாரமாகப் பொதிந்திருக்கிறது.

முன்மொழியப்பட்ட நடவடிக்கைகள் அனைத்திலும் இருந்த உள்ளடக்கம், 'ஒரு ஜனநாயக வழியில் சமூகம் மாற்றியமைக்கப்பட

வேண்டும், ஆனால் குட்டி முதலாளித்துவத்தின் வரம்புகளுக்குள்' செய்யப்பட வேண்டிய ஒரு மாற்றமாக இருக்க வேண்டும் என்பதுதான்.[75]

வெறும் ஒரு வருடத்திற்கு முன்பு புரட்சிகர பாட்டாளி வர்க்கத்துடன் கணக்குத் தீர்த்துக் கொள்ள வேண்டியதன் தேவையை அது உணர்ந்து கொண்டது போல ஜனநாயக - குட்டி முதலாளித்துவ வர்க்கத்திற்கு முடிவு கட்ட வேண்டியதன் தேவையை இப்பொழுது முதலாளி வர்க்கம் உணர்ந்தது. 'ஒழுங்கமைவுக்கட்சி' (The Party of Order) தன்னுணர்வுடன் வர்க்கப் போராட்டத்தை நடத்துகிறது.

ஆனால் இரண்டு வர்க்கங்களின் நலன்களும் ஒருசேர மழுங்கடிக்கப்பட்டுக் கொண்டிருக்கக்கூடிய ஒரு இடை நிலைக்கால வர்க்கமான குட்டி முதலாளித்துவ வர்க்கத்தை, அவர் பிரநிதித்துவப்படுத்துகிறார் என்பதற்காக ஒரு ஜனநாயகக் கட்சிக்காரரர் வர்க்க மோதலுக்கும் மேலான நிலையில் தாம் இருப்பதாகக் கற்பிதம் செய்து கொள்கிறார். முன்னுரிமை பெற்ற ஒரு வர்க்கம் தம்மை எதிர்த்து நிற்கிறது என்பதை ஜனநாயக வாதிகள் ஒப்புக் கொள்கிறார்கள் எனினும், தேசத்தின் எஞ்சிய பகுதியினருடன் அவர்களும் (முன்னுரிமை பெற்ற வர்க்கம்) சேர்த்துத் தான் மக்கள் என்று கூறுகிறார்கள். [76]

தன்னுடைய நலன்களுக்காக விழிப்புடன் போராடிக் கொண்டிருக்கும் முதலாளி வர்க்கம் வெற்றி பெறுமானால் பிறகு அதற்கு 'மக்கள் தோற்று விட்டார்கள்' என்று பொருள்- ஏதாவது இந்த அல்லது அந்த சாக்குப்போக்கு - ஆனால் அந்தத் தவறானது, மதில் மீது அந்தப் பக்கம் ஒரு காலும் இந்தப் பக்கம் ஒரு காலும் வைத்துக் கொண்டிருக்கின்ற, உடன்பாடு காண வகையற்றதற்கு உடன்பாடு காண விரும்புகின்ற, முரண்பாட்டின் மறு வடிவமாக இருக்கின்ற ஒரு வர்க்கத்தினுடைய - சுருக்கமாக ஒரு வர்க்கம் என்பதாக இல்லாமல் போய்விட்ட ஒன்றின் தவறு அது என்பது அறவே கிடையாது! முதலாம் நெப்போலியனை ஆதரித்தது போலவே, மூன்றாம் நெப்போலியனை ஆதரித்த பிரெஞ்சு சிறு விவசாயிகளின் விஷயத்தில் இந்த குணாம்சம் இன்னும் கூடத் தெளிவாகத் தெரிகிறது.

ஒரு அரைக்குடியானவன் (பண்ணையடிமை நிலைக்குச் சற்று ஒருபடிமேலான) என்கிற நிலைமையிலிருந்த சிறு துண்டு நிலத்தை உடைய சுதந்திர விவசாயி நிலைக்கு முதல் (பிரெஞ்சு)

புரட்சிக்குப் பிறகு விவசாயிகள் மாற்றப்பட்ட பிறகு அவர்களுக்குக் கிடைத்த தரிசான (பயன்படுத்தப்படாமல் கிடந்த) நிலத்தைப் பயன்படுத்தி சொத்துக்கான தங்களுடைய இளம் தாகத்தை தணித்துக் கொள்வதற்கான நிபந்தனைகளை நெப்போலியன் உறுதி செய்து, ஒழுங்கமைவு செய்தான். .... சிறு அளவிலான சொத்துடைமையின் பொருளாதார வளர்ச்சி சமூகத்தின் இதர வர்க்கங்களுடனான விவசாயிகளின் உறவில் தீவிர மாற்றத்தை உருவாக்கியது. நெப்போலியனின் கீழ் நாட்டுப்புறங்களிலிருந்த நிலம் துண்டுகளாக்கப்பட்டது, சுதந்திரமான போட்டிக்குத் துணை செய்ததுடன் நகரங்களில் பெரும் தொழில் துறை தோன்றுவதற்கும் உதவியது. அப்போதுதான் வீழ்த்தப்பட்டிருந்த நிலப்பிரபுத்துவத்திற்கெதிரான பரவலான எதிர்ப்பின் வடிவமாக விவசாய வர்க்கம் இருந்தது.....

ஆனால், 19-ம் நூற்றாண்டின் நிகழ்வுப் பாதை நிலப்பிரபுக்களின் இடத்தில் நகர்ப்புறக் கந்துவட்டிக்காரர்களைக் கொண்டு வந்தது; நிலத்துடன் ஒட்டி வந்து கொண்டிருந்த நிலப்பிரபுத்துவ நிர்பந்தத்தின் இடத்தை அடமானம் எடுத்துக் கொண்டது; பிரபுகுல நிலவுடைமையின் இடத்தில் முதலாளித்துவ மூலதனம் வந்தமர்ந்தது.....ஆகவே, நெப்போலியனுக்குக் கீழ், விவசாயிகளின் நலன்கள் முதலாளித்துவ ஒழுங்கமைவின் நலன்களுக்கு ஒத்திசைவாக இருந்து வந்தது போலல்லாமல் இப்பொழுது எதிராக மாறிப்போனது. [77]

சிறு நிலவுடைமை விவசாயிகள் பெரும் திரள் வடிவிலிருப்பார்கள். அதன் உறுப்பினர்கள் ஒரே விதமான நிலைகளில் வாழ்ந்து வந்தார்கள் என்றாலும் ஒருவருக்கொருவர் பலதரப்பட்ட உறவுகளில் ஈடுபடவில்லை.... மற்ற வர்க்கங்களிலிருந்து தங்கள் வாழ்க்கை முறையிலும், நலன்கள் மற்றும் பண்பாடுகளிலிருந்து பிரித்து வைக்கின்ற வாழ்நிலைகளின் கீழ் பல மில்லியன் கணக்கான குடும்பங்கள் வாழ்ந்து வரும் அளவில் அது மற்றவர்களிடம் பகை பாராட்டுகிற நிலையில் அவர்களை வைத்திருக்கும், அது அவர்களுக்கு ஒரு வர்க்கத்தின் வடிவத்தையளிக்கிறது. இந்தச் சிறு உடைமையாளர்கள் மத்தியில் ஒரு உள்ளூர் மட்ட அளவில் மட்டும் ஒருவருக்கொருவர் தொடர்பு வைத்திருக்கும் வரையிலும் அவர்களுடைய நலன்களுடைய அடையாளத்திற்கு ஒரு சமூக வடிவமோ, தேசியப் பிணைப்போ, அரசியல்

அமைப்போ அவர்கள் மத்தியில் உருவாவதில்லை. அவர்கள் ஒரு வர்க்கமாக உருவாவதில்லை. அதன் பின் விளைவாக, தங்களுடைய சொந்தப் பெயரில் ஒரு நாடாளுமன்றத்தின் மூலமாகவோ அல்லது மரபுரீதியாகவோ தங்களுடைய வர்க்க நலன்களை நடைமுறைப்படுத்த இயலாதவர்களாக இருப்பார்கள். தங்களைத் தாங்களே பிரநிதித்துவப்படுத்திக் கொள்ள அவர்களால் இயலாது, அவர்களுக்கு யாராவது பிரதிநிதித்துவம் அளிக்க வேண்டியிருக்கும். அவர்களுடைய பிரதிநிதி அதே நேரத்தில் அவர்களுக்கு எஜமானராகவும், அவர்கள் மீது அதிகாரம் கொண்டவராகவும், இதர வர்க்கங்களிலிருந்த அவர்களைப் பாதுகாத்து மேலிருந்து மழையையும், வெயிலையும் வழங்குகின்ற ஒரு எல்லையற்ற ஆட்சியதிகார சக்தி படைத்ததாகவும் இருந்தாக வேண்டும்.[78]

இந்த வகையிலான விரிவான பகுப்பாய்வுகள், 'ஒரு வர்க்கம் என்றால் என்ன?' என்கிற கேள்விக்கு ஒரு எளிய வரையறையையோ அல்லது ஒரு தயார்-நிலை சூத்திரத்தையோ அளிக்க மறுத்தது ஏன் என்பதைக் காட்டுகிறது, அத்துடன், நவீன சமூகத்தின் வரலாற்று ரீதியில் வரன்முறைப்படுத்தப்படுகின்ற மிகப்பெரும் (THE GREAT) தீர்மானகரமான வர்க்கங்களைக் குறித்து அவர் ஏன் பேசினார் என்பதையும் அவை காட்டுகின்றன.

அந்த வார்த்தையின் முழுமையான பொருளில் 'ஒரு வர்க்கம்' என்கிற முறையில் ஒரு சமூகக் குழுவைப் பொருள் கொள்வதற்கு வருமானங்களின் அடையாளமோ அல்லது பொருளாதார வாழ் நிலைமைகளோ போதுமானவையல்ல. விதிப்பயனால் மட்டுமே நிர்பந்திக்கப்படுகின்ற ஒரு சமூகப் பலன் என்பது போன்ற இந்த ஜீவனற்ற ஒரு அடையாளத்தை வேண்டுமானால் (ஹெகலின் சொற்பிரயோகத்தைப் பயன்படுத்துவதானால்) 'தன்னளவிலேயே ஒரு வர்க்கம்' என்று வரன்முறை செய்து கொள்ளலாம்; மேற்கொண்டும் தீர்மானகரமானதாக இருக்கக்கூடிய ஒரு தொடர்ச்சியான சூழ்நிலைமைகளின் ஊடாகத்தான் அது தன்னளவிலேயே தனக்கான ஒரு வர்க்கமாக மாற முடியும். அந்தச் சூழ்நிலைமைகளுக்குள் தனிப்பட்ட தொழிற்சாலை, தனிப்பட்ட சமூகம், தனிப்பட்ட நாடு போன்றவற்றின் உள் வரம்புகள் விரிந்து மாற்றமடைந்து கொண்டிருக்கும் நிகழ்வுப்போக்கையும் மார்க்ஸ் கணக்கிலெடுத்துக் கொள்கிறார். வேறு வார்த்தைகளில் கூறுவதானால் தனது சொந்த வர்க்க

நலனுக்காக, மற்ற வர்க்கங்களின் நலனுக்கு எதிராக நிற்பது, செயல்புரிவது வர்க்கப்போராட்டம் நடத்துவது ஆகியவற்றினால் சாத்தியமாக்கப்படுகின்ற கூட்டுறவு பொதுமை, ஒருங்கிணைப்பு -கட்டமைப்பு ஆகியவற்றையும் மார்க்ஸ் கருத்தில் கொள்கிறார். 'வர்க்கப் போராட்டத்தில்தான். ஒரு வர்க்கம் பிறக்கிறது'. அத்தகைய போராட்டங்களின் வழியாகத்தான் அது ஒரு சமூக மாற்றத்தைக் கொணரும் வரலாற்றுச் சக்தியாக வளர்ச்சி பெறுகிறது.

சமூக ரீதியாகத் தேவைப்படுகின்ற பொருளியல் உற்பத்தியின் தளத்திற்குள்ளாக இருக்கின்ற நிலைமை என்பது தீர்மானகரமான முக்கியத்துவம் வாய்ந்தது. ஏனெனில் இந்தத் தளம் இல்லாமல் சமூகம் இருக்க முடியாது. ஒரு ராணுவமோ அல்லது, அதிகார வர்க்க அமைப்போ தற்காலிகமான முடிவுகளை நடைமுறைப்படுத்தக்கூடும், ஆனால் சமூகத்தின் கட்டமைப்பும் அதன் நிலைத்தன்மையும் உற்பத்திச் சாதனங்களுடன் உரிமையாளர் அல்லது இயக்குபவர்கள் என்கிற முறையில் தொடர்புடைய பிரிவுகளால் நேரடியாகத் தீர்மானிக்கப்படுகின்றன. தொழில் நுட்ப வளர்ச்சியின் நிகழ்முறையில் நிலம், கருவிகள், மூலப்பொருட்கள் ஆகியவற்றின் சிறிய-அளவிலான தனியார் உடைமைகள் பெரும் தனியார் உடைமைகளால் விழுங்கப்படுவது தொடர்ந்து அதிகரித்து வருகிறது, அதன் மூலமாக, கை வினைஞர்கள், சிறு-நிலவுடைமை விவசாயிகள், குட்டி முதலளித்துவ வர்க்கம் போன்ற வர்க்கங்களைச் சார்ந்தவர்களால் ஒரு பொதுவான நோக்கம் கொண்டவர்களாக, ஒரு பொதுவான போராட்டத்தில் ஈடுபட்டுக் கொண்டிருப்பவர்களாக நிலைத்து நிற்க முடியாமல் போய்விடுகிறது; சமூகம் துருவங்களாக மாற்றப்பட்டிருத்தலை அவர்கள் அங்கீகரிக்க மறுக்கிறார்கள். மூலதனம், பாட்டாளி வர்க்கம் ஆகிய இரண்டாலும் அச்சுறுத்தப்படுவதாக உணர்கிறார்கள், தங்களுடைய முரண்பாடான பொருளாதார நலன்களின் காரணமாக இந்தப் பக்கமும், அந்தப் பக்கமும் இழுக்கப்படுகிறார்கள், நிலைமை நெருக்கடிக்குள்ளாகும் பொழுது ஒரு நெப்போலியனை, வர்க்கங்களுக்கு மேலான ஒரு மனிதனை, அழைக்க முற்படுகிறார்கள்.

இவ்வாறிருக்கும் பொழுது, முதலாளி வர்க்கம், பாட்டாளி வர்க்கம் ஆகிய இரு பெரும் வர்க்கங்கள் என்கிற முறையில்

ஒன்றுக்கொன்று தனியாக மோதிக் கொள்வது அதிகரித்து வருகிறது என்று மார்க்ஸ் கூறும் அதேபொழுது, அவர் ஒரு திட்டவட்டமான பகுப்பாய்வை மேற்கொள்ளும் பொழுது நடுத்தர மற்றும் இடைநிலை வர்க்கங்களின் பன்முக அடுக்குகளையோ அல்லது வர்க்கப் போராட்டத்தில் அனைத்து வகையிலுமான கூட்டணிகளும் ஏற்படக்கூடிய சாத்தியங்களையோ காண மறுப்பதில்லை. முக்கியமான விஷயம் என்னவென்றால் மேலும் மேலும் சக்தி வாய்ந்த உற்பத்தி சாதனங்களும், மேலும் மேலும் பிரம்மாண்டமான மூலதனங்களும், மேலும் மேலும் குறைவான கைகளில் குவிந்து வருகின்றன என்பதும் மறுபக்கம் எந்தவிதமான உற்பத்திச் சாதனத்தையும் சொந்தமாகக் கொண்டிருக்காத, தங்களுடைய உழைப்புச்சக்தியை விற்பனை செய்து வாழ்வதற்கு கட்டாயப்படுத்தப்பட்டுள்ள மக்களின் திரட்சி இடைவிடாமல் அதிகரித்துக் கொண்டே செல்கிறது என்பதும் தான். ஆகையால் தான் மற்ற அனைத்தையும் மறைத்துக் கொள்ளும் விதமாக மூலதனமும் உழைப்பும் ஒன்றையொன்று எதிர்த்து விஸ்வரூபம் கொண்டு நிற்கின்றன.

குறிப்பிடத்தக்க நிலைமகளின் கீழ் அவ்வப்போது நடுத்தர மற்றும் இடைநிலை வர்க்கங்களால் ஆட்சியதிகாரத்தைக் கைப்பற்ற முடிகின்றது என்றாலும், அதில் நிலைத்திருக்க என்றுமே முடிவதில்லை. குட்டி முதலாளித்துவ வர்க்கத்தின் தீவிரவாதக் கட்சியாகிய 'ஜாக்கோபின்கள்', அகற்றப்பட்டு 'டைரக்டரேட்' (Directorate) அமர்ந்தது, பின் டைரக்டரேட் அகற்றப்பட்டு நெப்போலியன் அமர்ந்தான்; மீண்டும் ஒரு நெப்போலியன் வந்தான், அவன் 1848க்குப் பல ஆண்டுகள் பிறகு, முதலாளிவர்க்கத்தின் அதிகாரப்பூர்வமான பாதுகாவலனாக அதனுடைய மேலாதிக்கமே உருவமாக இருந்தது மட்டுமல்லாமல் அந்த ஆதிக்கத்தை உத்தரவாதப் படுத்துபவனாகவும் இருந்தான். மாபெரும் உற்பத்திச் சாதனங்களின் உடைமையாளர்கள் (நிலவுடைமையாளர்கள், வர்த்தக ஜாம்பவான்கள், தொழிலதிபர்கள், நிதி மூலதன முதலாளிகள்) மட்டும் தான் ஒரு 'ஆளும் வர்க்கமாக' முடியும். ஆயினும் அவர்களுடைய ஆட்சியின் வடிவங்கள் - கொடுங்கோன்மையிலிருந்து ஜனநாயகம் வரைக்கும்) ஒன்றிலிருந்து மற்றொன்று மாறுபட்டாலும், அது எந்த வடிவமாக இருந்தாலும், அந்த ஆட்சிகள்-உற்பத்தி சாதனங்கள், உற்பத்திச் உறவுகளைப் பாதுகாப்பதற்காக

உருவாக்கப்பட்டுள்ள நிறுவனங்கள், ஒரு 'ஒழுங்கமைவு' (Order) என்கிற சிந்தனையாக ஆக்கப்பட்டுவிட்ட, நிறுவப்பட்டுவிட்ட பழக்கம், (ஏதோ இந்த ஒழுங்கமைவு இல்லாவிட்டால் எல்லாமே குட்டிச் சுவர் ஆகிவிடும் என்பது போல) பாரம்பரியங்கள், ஏற்றுக் கொள்ளப்பட்டுள்ள மரபுகள், நடப்பிலிருக்கும் நிலைமைகள் மீது 'புனிதம்' மற்றும் 'ஆதியும் அந்தமும் அற்ற' ஆகிய தகுதிகளை ஏற்றி வைக்கின்ற சட்டங்கள் - ஆகிய அனைத்தின் மீதும் அமைந்த தங்களுடைய அதிகாரத்தின் அடிப்படையில் தான் எப்போதுமே இருந்து வருகின்றன. ஆளும் வர்க்கத்திற்கு ஒரு ஆயுதம் தாங்கிய நிர்வாகி தேவை, (அவரச காலங்களில் அந்த நிர்வாகியிடம் சர்வ அதிகாரங்களையும் அளிக்க அது தயாராக இருக்கிறது) ஆனால், அதனுடைய பிரதானமான அதிகாரம் என்பது இருக்கின்ற சொத்து மற்றும் சட்ட உறவுகளின் சாரமாக்கப்பட்டுள்ள ஆற்றல்தான்.

ஒவ்வொரு யுகத்தையும் ஆட்டிப் படைக்கின்ற சிந்தனைகள் அனைத்துமே அந்த யுகத்தின் ஆளும் வர்க்கத்தின் சிந்தனைகள் தான்; அதாவது சமூகத்தை ஆள்கின்ற பொருளியல் சக்தியாக எந்த வர்க்கம் இருக்கின்றதோ, அது அதே நேரத்தில் ஆட்சி செலுத்துகின்ற அறிவு சக்தியாகவும் இருக்கின்றது. தன் வசம் பொருளியல் உற்பத்தியின் சாதனங்களை வைத்திருக்கும் வர்க்கம் அதே நேரத்தில் சிந்தனை உற்பத்தியின் சாதனங்கள் மீதும் கட்டுப்பாட்டை வைத்திருக்கிறது. ஆகவே, பொதுவாகப் பேசும் பொழுது அதன் மூலமாகச் சிந்தனை உற்பத்திச் சாதனங்கள் இல்லாதவர்களுடைய கருத்துகள் அதற்கு உட்பட்டதாக்கப்பட்டு விடுகின்றன..... ஆளும் வர்க்கங்களில் ஒருவராக இருக்கும் தனிநபர்கள் மற்ற விஷயங்களுடன் சேர்த்துத் தன்னுணர்வையும் பெற்றவர்களாக இருக்கிறார்கள். ஆகவே, சிந்திக்கிறார்கள். ஆகையால், ஒரு வர்க்கம் என்கிற முறையில் அவர்கள் ஆட்சி புரிந்து கொண்டு ஒரு யுகத்தின் பரப்பையும் திசை வழியையும் தீர்மானித்துக் கொண்டிருக்கும் வரையிலும் அவற்றை அவர்களுடைய முழுப் பரிமாணத்திலும் செயல்படுத்துவார்கள் என்பது சொல்லாமலே விளங்கும். எனவே இதர விஷயங்களுக்கு மத்தியில் சிந்தனையாளர்களாகவும் அவர்கள் சிந்தனையின் உற்பத்தியாளர்களாகவும், ஆட்சிபுரிகிறார்கள். தங்களுடைய காலத்தின் கருத்துகளினுடைய உற்பத்தி மற்றும் பகிர்மானம் ஆகியவற்றை வழி நடத்துகிறார்கள். இவ்விதமாக, அந்த யுகத்தில்

ஆட்சிபுரியும் கருத்துகள் அவர்களுடைய கருத்துகளாகவே இருக்கின்றன. [79]

உழைப்புப் பிரிவினை ஆளும் வர்க்கத்திற்குள்ளாகவே ஒரு பிரிவினைக்கு இட்டுச் செல்கிறது, உதாரணமாக 'சிந்திப்பவர்கள்' 'செயல்படுத்துபவர்கள்.'

இந்த வர்க்கத்திற்குள்ளாகவே இந்தப் பிளவு இரண்டு பகுதிகளுக்குமிடையில் ஒரு எதிர்ப்பாகவும், பகைமையாகவும் வளர்ச்சியடையக்கூடும். இருந்த போதிலும், ஒரு நடைமுறை மோதல் என்று வருகிறபொழுது, அதில் அந்த வர்க்கத்திற்கே அபாயமுண்டாகும் பொழுது, அது தானாகவே ஒன்றுமில்லாமல் போய்விடுகிறது என்பதுடன் ஆட்சிபுரியும் சிந்தனைகள் ஆட்சிபுரியும் வர்க்கத்தின் சிந்தனைகள் அல்ல, இந்த வர்க்கத்தின் அதிகாரத்திலிருந்து மாறுபட்ட ஒரு அதிகாரத்தை அவை கொண்டிருந்தன, எனும் தோற்றமும் அத்துடன் மறைந்து விடுகிறது. ஒரு குறிப்பிட்ட காலகட்டத்தில் புரட்சிகர சிந்தனைகள் இருக்கின்றன என்பது ஒரு புரட்சிகர வர்க்கம் இருப்பதை முன் அனுமானிக்கின்றது. [80]

தொழிலாளர் இயக்கத்திற்குள்ளிருக்கும் அறிவுஜீவி எதிர்ப்பு வட்டாரங்கள் அடிக்கடி இந்தப் பத்தியைப் பற்றிக் குறிப்பிடுகின்றன; ஆனாலும், ஒரு நடைமுறை மோதல் விஷயத்தில் அந்த வர்க்கமே ஆபத்துக்குள்ளாகிவிடும் என்கிற பொழுது ஆளும் வர்க்கத்தின் சிந்தனைகள் அந்த வர்க்கத்தின் நலன்களுடன் முரண்படாது என்கிற போதிலும், 'சிந்தனையின் உற்பத்தியாளர்' - அதாவது, அறிவுஜீவிகள் ஆளும் வர்க்கத்தை மறுதலித்து விட்டு அதனுடைய நேரடி எதிர்ப்பாளர்களாக மாறக்கூடும் என்பதை (முன்னால் குறிப்பிடப்பட்ட) தொழிலாளர் இயக்க வட்டாரங்கள் கவனத்தில் கொள்ளாமல் போகக்கூடும்.

இறுதியாக, வர்க்கப் போராட்டங்கள் தீர்மானகரமான தருணத்தை நெருங்கும் வேளையில், ஆளும் வர்க்கத்திற்குள் நடக்கக்கூடிய சிதைவின் நிகழ்வுப் போக்கு, உண்மையில் சொல்லப்போனால், பழைய சமூகத்தின் முழுமையான பரிமாணங்களுக்குள்ளும் கூட, எந்த அளவுக்கு ஒரு வன்மையான, பளீரிடும் குணாம்சத்தைப் பெற்றுவிடுகிறது என்றால், ஆளும் வர்க்கத்தின் ஒரு சிறிய பிரிவு தன்னைக் கட்டறுத்துக் கொண்டு விலகி புரட்சிகர வர்க்கத்துடன், வருங்காலத்தைத் தன் கைகளில் ஏந்தியிருக்கும் வர்க்கத்துடன் இணைந்து கொள்ளுமளவுக்குச்

சென்று விடும். ஆகவே, முந்தைய ஒரு காலகட்டத்தில் பிரபு குலத்தவரின் ஒரு பகுதி முதலாளி வர்க்கத்தின் தரப்பிற்கு மாறிச் சென்றுவிட்டதைப் போலவே, இப்பொழுது, முதலாளி வர்க்கத்தின் ஒரு பகுதி பாட்டாளி வர்க்கத்தின் தரப்பிற்குச் சென்றுவிடும். அதிலும் குறிப்பாக, வரலாற்று இயக்கத்தை ஒருமுழுமையான பரிமாணத்தில் தத்துவார்த்த ரீதியாகப் புரிந்து கொள்ளக்கூடிய மட்டத்திற்குத் தங்களைத் தாமே உயர்த்திக் கொள்கின்ற முதலாளித்துவத் தத்துவவியலாளர்களின் ஒரு பகுதி பாட்டாளி வர்க்கப் பகுதிக்குச் சென்றுவிடும்.[87]

அதற்கும் மேலாக: தங்களுடைய இருப்பின் நிலைமைகளின் காரணத்தால் ஆட்சியாளர்களுடன் முரண்பட்டு நிற்பவர்கள், புரட்சிகரமான சிந்தனையாளர்களுடைய உதவியில்லாமல் ஒரு புரட்சிகர வர்க்கமாக மாறுவது மிக அரிது. அந்தச் சிந்தனையாளர்கள் சமூகத்தின் பல்வேறு மாறுபட்ட வட்டங்களிலிருந்து வந்திருந்தாலும் கூட வரலாற்று இயக்கத்தை, அதனுடைய முழுமையான பரிமாணத்தில் தத்துவார்த்த ரீதியாகப் புரிந்து கொள்ளக்கூடிய மட்டத்திற்குத் தம்மைத்தாமே உயர்த்திக் கொண்டவர்களாவார்கள். மார்க்சும், ஏங்கெல்சும் அத்தகைய சிந்தனையாளர்களாவார்கள்.

சட்டம் மற்றும் ஒழுங்கு, அறநெறி ஆகியவற்றின் பிரதிநிதி என்று தன்னைக் கூறிக் கொண்டு தன்னுடைய ஆட்சியை ஆளும் வர்க்கம் நியாயப்படுத்துகிறது; ஒரு வர்க்கமாகத் தான் ஆட்சிபுரியவில்லை, மாறாக, 'பொது நலனின்' காவலனாக ஆட்சிப் புரிவதாக அது கூறிக் கொள்கிறது.

ஒரு புரட்சியை நடத்துகின்ற ஒரு வர்க்கம் அதன் புரட்சியின் ஆரம்பக்கட்டத்திலேயே தோன்றிவிடுகிறது; ஏனென்றால் அது ஒரு வர்க்கத்தை எதிர்க்கிறது என்பதால் மட்டும்தான் - ஒரு வர்க்கமாக அல்ல, மாறாக ஒட்டுமொத்த சமூகத்தின் பிரதிநிதியாக அது அவ்வாறு செய்கிறது; ஒரு ஆளும் வர்க்கத்தை எதிர்த்து நிற்கின்ற சமூகத்தின் முழுமையான பொருளியல் திரட்சியாக அது தோன்றுகிறது. அதை அதனால் செய்ய முடிகிறது; ஏனென்றால் முதலாவதாக, அதனுடைய நலன்கள் உண்மையிலேயே ஆட்சி செலுத்தாத மற்ற எல்லா வர்க்கங்களுடைய பொது நலன்களுடன் தான் கூடுதல் தொடர்பு கொண்டதாக இருக்கிறது. ஏனென்றால், நிலைமைகளின் நெருக்குதலின் கீழ் அதனுடைய நலன்கள் ஒரு குறிப்பிட்ட

வர்க்கத்தின், குறிப்பிட்ட நலனாக இன்னும் வளர்ச்சியடைய முடியவில்லை. ஆகவே, அதனுடைய வெற்றி ஒரு மேலாதிக்க நிலையை வென்றெடுக்காமல் இருக்கின்ற இதர வர்க்கங்களின் பல தனி நபர்களுக்கும் நன்மையளிக்கிறது. ஆனால் அது , இப்பொழுது இந்தத் தனி மனிதர்களை, அவர்கள் தம்மைத்தாமே ஒரு ஆளும் வர்க்கமாக உயர்த்திக் கொள்ளும் நிலையில் வைக்கும் வரையிலும் தான். பிரெஞ்சு முதலாளித்துவ வர்க்கம் பிரபு வர்க்கம் ஆட்சி அதிகாரத்தைத் தூக்கி எறிந்த பொழுது, அதன் மூலமாக ஏராளமான பாட்டாளி வர்க்கத்தவரை பாட்டாளி வர்க்க நிலைக்கும் மேலாக உயர்த்திக் கொள்வதற்கு வகை செய்தது. ஆனால் அது, அவர்கள் முதலாளித்துவ வர்க்கமாக மாறிக்கொள்கின்ற அளவில் தானிருந்தது. ஆகவே, ஒவ்வொரு புதிய வர்க்கமும், முந்தைய ஆளும் வர்க்கத்தைக் காட்டிலும் விரிவான அடிப்படையில் மட்டும் தான் தன்னுடைய மேலாதிக்க நிலையை எட்ட முடியும் என்கிற அளவிலிருந்தது. அதனுடைய பிரதிபலனாக, புதிய ஆளும் வர்க்கத்திற்கு எதிராக ஆளும் வர்க்கமல்லாத எதிர்த்தரப்பு பின்னாட்களில் தீவிரமாகவும், பரந்த அளவிலும் வளர்ச்சிபெறுகிறது. இந்த இரண்டு விஷயங்களும் இந்தப் புதிய ஆளும் வர்க்கத்திற்கு எதிராக நடத்தப்பட வேண்டிய போராட்டம் என்கிற விஷயத்தைத் தீர்மானிக்கின்றன. அது தன்னளவில், ஆட்சிபுரிய முற்பட்ட முந்தைய எல்லா வர்க்கங்களாலும் எந்த அளவுக்கு முடிந்ததோ அதைக் காட்டிலும் அதிகமாக, சமூகத்தின் முந்தைய நிலைமைகளை மேலும் தீர்மானகரமான மற்றும் தீவிரமான முறையில் நிலை மறுப்பதை நோக்கமாகக் கொண்டிருக்கிறது. [82]

முந்தைய ஆளும் வர்க்கத்தை விடவும் கூடுதலான ஒரு பரந்த அடிப்படையில் மட்டும்தான் ஒவ்வொரு புதிய ஆளும் வர்க்கமும் தன்னுடைய மேலாதிக்கத்தை நிறுவிக் கொள்ள முடியும் என்கிற உண்மை இந்த எளிமையான வெளிப்பாட்டில் போகிற போக்கில் குறிப்பிடப்பட்டிருக்கிறது. இந்தப் 'பரந்த அளவிலான அடிப்படை' என்பது ஆக்கப் பூர்வமான சமூக வளர்ச்சிப் போக்கின் ஒரு உள்ளார்ந்த கூறு ஆகும். வேறு ஒரு விஷயத்தைப் பற்றி மார்க்ஸ் விவாதித்துக் கொண்டிருக்கும் பொழுது முதலாளி வர்க்கத்தின் வரலாற்றியல் சாதனை மற்றும் உலகத்தின் நிலைமையை இடைவிடாமல் புரட்சிகரமாக்குகின்ற ஒன்று என்கிற வகையில்அது வகித்து வந்த பாத்திரம் ஆகியவை மீது மிக வலிமையான அழுத்தத்தைச் செலுத்துகிறார்.

இதனை கம்யூனிஸ்ட் அறிக்கையில் நாம் பின் வருமாறு பார்க்கின்றோம்:

உற்பத்திக் கருவிகளை இடைவிடாமல் புரட்சிகரமாக்கிக் கொண்டிராமல் முதலாளித்துவ வர்க்கத்தினால் பிழைத்திருக்க இயலாது. அது அதை ஒட்டி உற்பத்தி உறவுகளையும் அவற்றுடன் ஒட்டுமொத்தச் சமூக உறவுகளையும் தொடர்ந்து புரட்சிகரமாக மாற்றிய வண்ணம் உள்ளது. அதற்கு முரணாக, பழைய உற்பத்தி வழிமுறைகளை மாற்றப்படாத வடிவத்தில் காத்து வருவதென்பது முந்தைய எல்லா வர்க்கங்களின் இருப்பிற்கான முதலாவது நிபந்தனையாகும். உற்பத்தியை இடைவிடாமல் புரட்சிகரமாக்கிக் கொண்டிருப்பது, எல்லா சமூக நிலைமைகளும் தடங்கலின்றி நிலை குலைக்கப்படுவது, நிரந்தரமான நிச்சயமற்ற நிலைமை மற்றும் பதற்றம் ஆகியவையெல்லாம் முந்தைய எல்லா சகாப்தங்களிலிருந்தும் முதலாளித்துவ சகாப்தத்தை வேறுபடுத்திக் காட்டுகின்றன. நிலையான, உறைந்து கடினமாகிப் போன உறவுகளுக்கும் தம்முடைய பழைமையான, போற்றப்படுகின்ற மூட நம்பிக்கைகளும், கருத்துகளும் கொண்ட அணி வரிசைகளுடன் அடித்துச் செல்லப்பட்டுவிடுகின்றன. புதிதாக உருவாகின்றவை அனைத்தும் தாம் இறுகித் திடமாவதற்கு முன்னதாகவே பழைமையாகிப் போகின்றன. கடினமானவைகளனைத்தும் காற்றில் கரைந்துவிடுகின்றன; புனிதமானவைகளெல்லாம் சாபமாகிப் போகின்றன. இறுதியாக, மனிதன் தெளிந்த உணர்வுகளையும், அவனுடைய வாழ்க்கையின் உண்மையான நிலைமைகளையும், தன் இனத்தவர்களுடனான தன் உறவுகளையும் எதிர்கொள்ள நிர்பந்திக்கப்படுகிறான். [83]

அப்போதிருந்த முதலாளித்துவம் மாபெரும் ஏகபோக முதலாளிகள் உருவான பொழுது முதலாளிகள் மாறிப்போனது, பிற்போக்காக மாறிவிட்ட முதலாளித்துவ வர்க்கம் உற்பத்தியை இடைவிடாமல் புரட்சிகரமாக்குவதை முன்னெடுத்துச் செல்ல இயலவில்லை அல்லது விரும்பவில்லை என்பது போலவும், 'தன் இனத்தவர்களுடன் உள்ள உறவுகளைத் தெளிந்த உணர்வுகளுடன் எதிர்கொள்வதிலிருந்து' மனிதனைத் தடுத்து நிறுத்திவிடக்கூடிய ஒரு பகுத்தறிவு விரோதத் தத்துவத்திற்கு மனித இனம் இரையாகிக் கொண்டிருப்பது போலவும் தோன்றியது. எனினும் உற்பத்தி தொடர்ந்து புரட்சிகர மயமாக்கப்பட்டு வந்ததும், (நமது நூற்றாண்டின் விஞ்ஞான மற்றும் தொழில் நுட்பப்

புரட்சியின் காலகட்டத்தில் ஈடிணையற்ற வீச்சை எட்டிவிட்ட) சமூக நிலைமைகள் அனைத்தும் இடைவிடாமல் மாறி வந்ததும் முதலாளித்துவ யுகத்தின் குணாம்சம் கொண்டதாகவே நீடித்தது. ஒரு கெட்டிதட்டிப் போன ஒரு வடிவத்திற்குள்ளாகிப் போகாமல் முதலாளி வர்க்கத்தை வைத்திருப்பது வர்க்கப் போராட்டம்தான்.

பாட்டாளி வர்க்கமும் மாறுதலுக்கு உள்ளாகியிருக்கிறது. முன்னேற்றமடைந்துள்ள முதலாளித்துவ நாடுகளில் மார்க்ஸ் காலத்திய சீரழிந்து கிடந்த பாட்டாளி வர்க்கமாக இப்போது அது இல்லை; அது, அளவிலும், பன்முகத் தன்மையிலும், சமூகத் தகுதியிலும் வளர்ச்சி பெற்றுள்ளது; உற்பத்தி மற்றும் சமூக மாற்றத்தின் உந்துசக்தியாக விளங்கக்கூடிய தன்னுடைய திறனைக் குறித்து நம்பிக்கை கொண்டதாக மாறி வருகிறது. கூலியும், சம்பளம் ஈட்டக்கூடிய (ஊழியர்களாக, தொழிலாளர்களாக, தொழில்நுட்ப நிபுணராக, பொறியாளர்களாக, நிர்வாகிகளாக, விஞ்ஞானிகளாக) ஒரு திரட்சியின் பன்முக அடுக்குகளாகவும், தனக்குள்ளாகவே முரண்பாடுகளைக் கொண்டதாக இருந்தாலும்கூட, உற்பத்திச் சாதனங்களின் உடைமையாளர்களைக் காட்டிலும் அது மாபெரும் பெரும்பான்மையைப் பிரதிநிதித்துவப்படுத்துகிறது.

முந்தைய வரலாற்றியல் இயக்கங்கள் அனைத்துமே சிறுபான்மையோரின் அல்லது சிறுபான்மையோரின் நலன்களுக்கான இயக்கங்களாக இருந்தன. பாட்டாளி வர்க்க இயக்கம் என்பது தன் உணர்வு கொண்டது; மாபெரும் பெரும்பான்மையின் சுதந்தரமான இயக்கம்; அந்த மாபெரும் பெரும்பான்மையின் நலன்களுக்கானது. நமது நடப்புக் கால சமூகத்தின் எல்லாவற்றுக்கும் கீழ் அடுக்கான பாட்டாளி வர்க்கம், அதிகாரப்பூர்வ சமூகத்தின் மேலதிகாரக் கட்டமைப்பு அடுக்குவரிசையின் ஒட்டுமொத்தமும் காற்றில் தூக்கியெறியப்படாமல் அசைய முடியாது; தன்னை உயர்த்திக் கொள்ள இயலாது. [84]

'காற்றில் தூக்கியெறிதல்' என்கிற சொல்லாட்சியை அதனுடைய நேரடிப் பொருளில் எடுத்துக் கொள்ளக்கூடாது. மார்க்சின் நூல்களில் எப்போதும் அடிக்கடி வந்து கொண்டிருக்கும் அடிப்படையான சிந்தனை என்பது, உற்பத்திச் சாதனங்களை இயங்க வைக்கின்றன, ஆனாலும் அவற்றைச்

சொந்தமாகக் கொண்டிருக்காததும், அவைகளைத் துறக்கவும் செய்யாத ஒரு இறுதி வர்க்கம், இடைவிடாமல் வளர்ச்சியடைந்து கொண்டும், உழைப்பிற்கும் மூலதனத்திற்கும் இடையிலிருந்து வரும் பிரிவினை மீதான எதிர்ப்பை அதிகரித்துக் கொண்டே செல்லும் ஒரு வர்க்கம், அதுதான் பாட்டாளி வர்க்கம் என்பதுதான். ஒரு வர்க்கம் என்பதிலிருந்து அது தன்னை விடுதலை செய்து கொள்வதற்குச் சமூகத்தின் ஒரே உற்பத்தி வர்க்கமாக ஆளும் வர்க்கத்தை ஆக்குகின்ற அபத்தமான நிலைமைகளை அது ஒழித்துக் கட்டியாக வேண்டும்; ஒரு வர்க்கம் என்கிற முறையில் தன்னைத்தானே இல்லாமல் செய்து கொள்ள வேண்டும், அதன் மூலமாக அனைத்து வர்க்கங்களையும், வர்க்க ஆட்சியையும் ஒழித்துக் கட்ட வேண்டும்.

மூலதனத்தில் மிக முக்கியமான மனப்பதிவை ஏற்படுத்தக்கூடிய பத்திகளில் ஒன்றில் மார்க்ஸ் எழுதினார்:-

மூலதனத்தின் மிகப்பெரும் அதிபர்களாக இருப்பவர்களின் எண்ணிக்கை இடைவிடாமல் குறைந்து கொண்டிருப்பதன் கூடவே.... மக்கள் திரளின் துயரமும் ஒடுக்குதலும் அடிமைத்தனமும் இழிவுறலும் சுரண்டலும் வளர்ந்து வருகிறது; ஆனால், முதலாளித்துவ உற்பத்தியின் நிகழ்முறையின் கட்டமைப்பினாலேயே எப்போதும் எண்ணிக்கையில் அதிகரித்துக் கொண்டே செல்கின்ற கட்டுக்கோப்பான, ஒன்றுபட்ட, அணிதிரட்டப்பட்ட ஒரு வர்க்கத்தின், பாட்டாளி வர்க்கத்தின், கிளர்ச்சியும் சேர்ந்து வளர்ந்து வருகிறது. உற்பத்தி ஏகபோகம்- அதனுடன், அதன்கீழ் தோன்றி செழித்து வந்த உற்பத்திச் வழிமுறைக்கு ஒரு தளைச் சங்கிலியாகிவிடுகிறது. உற்பத்தி சாதனங்கள் மையமாக்கப்பட்டதாலும், உழைப்பு சமூக மயமாக்கப்பெறும் அவற்றுடைய முதலாளித்துவ மேல் கூடுடன் பொருந்திவராத ஒரு கட்டத்தை இறுதியில் எட்டி விடுகின்றன. இந்த மேல்கூடு வெடித்துச் சிதறிவிடுகிறது., முதலாளித்துவத் தனிச் சொத்துரிமையின் சாவுமணி ஒலிக்கிறது. பறிமுதல் செய்தவர்கள் பறிமுதல் செய்யப்படுகிறார்கள்.[85]

'வறுமைத் திரட்சி' (Mass of Misery) உண்மையிலேயே வளர்ச்சியடைந்துள்ளதா இல்லையா என்பதை நாம் பிற்பாடு பரிசோதிப்போம். தற்போது எடுத்துக் கொள்ளப்பட்டிருக்கும் விஷயத்தில், எந்தவொரு யுகத்தை எடுத்துக் கொண்டாலும் (ஒரு வர்க்கமற்ற, ஆட்சியாளரில்லாத ஒரு சமுதாயம் உருவாகும்

வரையிலும்) ஒரு புதிய சமூக யுகத்தின் முன்னோடியாக இருக்கக்கூடிய ஒரு புரட்சிகர வர்க்கத்தை வரையறை செய்யக் கூடிய வர்க்கங்கள் மற்றும் வர்க்கப் போராட்டம் ஆகியவற்றின் தத்துவம், மார்க்ஸ்-ஏங்கெல்ஸால் வளர்த்தெடுக்கப்பட்ட வரலாற்றுத் தத்துவவியலுக்கு நம்மை .நேரடியாக இட்டுச் செல்கிறது:

அதுதான், வரலாற்றுப் பொருள் முதல்வாதத் தத்துவம்.

அத்தியாயம் 6

வரலாற்றுப் பொருள்முதல்வாதம்

மார்க்சினுடைய வரலாற்றின் தத்துவவியலில் சமூகத்தின் உற்பத்தி சக்திகளுடைய வளர்ச்சியின் ஒவ்வொரு கட்டமும், உடைமையின் சில குறிப்பிட்ட வடிவங்களுடனும் மானுடர் மற்றும் உற்பத்தி நிலை ஆகியவற்றுக் கிடையிலான குறிப்பிட்ட சில உறவுகளுடனும் தொடர்புடையதாக இருக்கிறது. உழைப்பின் பிரிவினை மற்றும் வர்க்க உறவுகள் பரிணாமம் பெறும் வழிமுறையினால் தன்னுடைய வளர்ச்சியின் ஒவ்வொரு கட்டத்திலும் வரலாறு தகவமைக்கப்படுகிறது. எனினும், சமூக உறவுகள் தகவமைக்கப்பட்டன என்கிற உண்மையிலிருந்து மட்டுமே, ஃபிஷர் விளக்குவது போல, 'வருங்காலம் நிபந்தனையற்றது' என்கிற முடிவுக்கு மார்க்ஸ் வரவில்லை. இவ்வாறாக வரலாற்று விதி வச வாதத்தை வரலாற்றுப் பொருள்முதல் வாதம் நிராகரிக்கிறது. ஒவ்வொரு வரலாற்றுப் பின்னணியிலும் சமூக நிலைமைகளும், உறவுகளும் புதிதாக ஆய்வு செய்யப்பட வேண்டும் என்று மார்க்சின் பகுப்பாய்வு வழிமுறை கோருகிறது. ஏனென்றால், மானிட விருப்பின் ஒரு செயலாற்றலால் மட்டுமே வரலாறு படைக்கப்படுவதில்லை; மாறாக, சூழ்நிலைமைகளின் கீழ் நேரடியாக கடந்த காலத்திலிருந்து அளிக்கப்பட்டு, எதிர் கொள்ளப்பட்டு, மாற்றிக் கொடுக்கப்படுவதாகும். - JBF

மூலதனத்தில் மார்க்ஸ் விளக்குகிறார்:

முதலாளித்துவ வழி முறையிலான உற்பத்தியின் விளைபலனாக முதலாளித்துவ வழிமுறையிலான வசமாக்கிக் கொள்ளல் முதலாளித்துவத் தனியுடைமையைப் படைக்கிறது. உடைமையாளரின் உழைப்பின் மீதமைந்ததான தனிநபர் தனியுடைமையின் முதலாவது நிலை மறுப்பு இதுதான். ஆனால் முதலாளித்துவ உற்பத்தியானது, இயற்கையின்

இரக்கமற்ற விதி என்கிற முறையில் தன்னுடைய சொந்த நிலைமறுப்பை வந்தடைகிறது. இது நிலை மறுப்பின் நிலை மறுப்பாகும். இது உற்பத்தியாளருக்குத் தனியுடைமையை மீளமைத்துத் தருவதில்லை; ஆனால் முதலாளித்துவ யுகத்தில் கையகப்படுத்தப்பட்டவற்றின் அடிப்படை மீதமைந்த தனிநபர் உடமையை அவருக்கு அளிக்கிறது. அதாவது, நிலம் மற்றும் உற்பத்திச் சாதனங்களின் பொதுவுடைமை மற்றும் கூட்டுறவின் மீதமைந்ததை அளிக்கிறது.[86]

'அரசியல் பொருளாதார விமர்சனத்திற்கு ஒரு பங்களிப்பு' நூலுக்கான தன்னுடைய முன்னுரையில் மார்க்ஸ் எழுதினார் - அந்த வரையறை நூற்றுக்கணக்கான முறை மீண்டும் மீண்டும் எடுத்தாளப்படுகின்றன:-

தமது வாழ்க்கையில் நிகழும் சமூக உற்பத்தியில் மனிதர்கள் திட்டவட்டமான உறவுகளுக்குள், அவர்களுடைய பொருளியல் உற்பத்தி சக்திகளின் வளர்ச்சிப்போக்கினுடைய ஒரு குறிப்பிட்ட கட்டத்துடன் பொருந்தி வருகின்ற உற்பத்தி உறவுகளுக்குள் நுழைகின்றார்கள். அந்த உறவுகள் தவிர்க்க .இயலாதவைகளாகவும், அவர்களுடைய மன விருப்பத்திற்குக் கட்டுப்படாததாகவும் இருக்கின்றன. இந்த உற்பத்தி உறவுகளின் ஒட்டுமொத்த முழுமையானது சமூகத்தின் பொருளாதாரக் கட்டமைப்பாக அமைகிறது. அந்த மெய்யான அடித்தளத்தின் மீது ஒரு சட்டம் மற்றும் அரசியல் மேல் கட்டுமானம் எழுகிறது, அதற்குப் பொருந்தி வருகின்ற சமூக உணர்வுகள் வடிவம் கொள்கின்றன. பொருளியல் வாழ்க்கையின் உற்பத்தி வழிமுறையானது, சமூக, அரசியல் மற்றும் அறிவு சார்ந்த வாழ்க்கை நிகழ்முறையைப் பொதுவாகத் தகவமைக்கிறது. மனிதர்களின் வாழ்நிலையை அவர்களுடைய உணர்வுகள் தீர்மானிப்பதில்லை, அதற்கு மாறாக அவர்களுடைய சமூக வாழ்நிலைதான் அவர் களுடைய உணர்வுகளைத் தீர்மானிக்கின்றன. அவற்றின் வளர்ச்சிப் போக்கின் ஒரு குறிப்பிட்ட கட்டத்தில் சமூகத்தின் பொருளியல் உற்பத்தி சக்திகள் நடப்பிலிருக்கும் உற்பத்தி உறவுகளுடன், அல்லது - அதே விஷயத்தின் ஒரு சட்டரீதியான வெளிப்பாடாக இருக்கின்ற-அவை இதுவரையிலும் இயங்கி வந்த உடைமை உறவுகளுடன் மோதுகின்றன. இந்த உற்பத்தி சக்திகளின் வளர்ச்சி வடிவங்களாக

இருந்து வந்த நிலையிலிருந்து இந்த உறவுகள் அவற்றுக்குத் தடைச் சங்கிலிகளாக மாற்றமடைகின்றன. அதன் பிறகு ஒரு சமூகப் புரட்சியின் சகாப்தம் தொடங்குகிறது. பொருளாதார அடித்தளம் மாற்றமடைந்தவுடன் மாபெரும் மேல் கட்டுமானத்தின் ஒட்டு மொத்தமும் ஏறக்குறைய துரிதமாக மாற்றியமைக்கப்படுகின்றன. அத்தகையதொரு மாறுதலைப் பற்றிச் சிந்திக்கும் பொழுது, உற்பத்தியின் பொருளாதார நிலைமைகளின் பொருளியல் மாறுதலுக்கும் - இதை இயற்கை அறிவியலின் துல்லியத்துடன் வரையறை செய்து கொள்ள முடியும் - மற்றும் சட்டம், அரசியல், மதம் மற்றும் தத்துவார்த்த ரசனை-சுருக்கமாக, இந்த மோதல் குறித்து மனிதர்கள் விழிப்படைந்து அதனுடன் போராடித் தீர்க்கின்ற தத்துவார்த்த வடிவங்கள் ஆகியவற்றுக்கும் இடையில் உள்ள ஒருவேறுபாட்டைக் காண வேண்டும். ஒருவர் தன்னைப் பற்றி என்ன நினைத்துக் கொண்டிருக்கிறாரோ அதை அடிப்படையாகக் கொண்டு அவர் மீதான நமது கருத்து உருவாவதில்லை என்பது போல, மாறுதல் காலகட்டத்தை அதனுடைய உணர்வைக் கொண்டு நாம் மதிப்பிட முடியாது. மாறாக, பொருளியல் வாழ் நிலையின் முரண்பாடுகளிலிருந்து, சமூக உற்பத்தி சக்திகளுக்கும், உற்பத்தி உறவுகளுக்கும் இடையில் இருக்கும் மோதலிலிருந்து, இந்த உணர்வு விளக்கப்பட்டாக வேண்டும்.[87]

செறிவூட்டப்பட்ட வடிவில் இங்கு முன் வைக்கப்படுகின்ற வரலாற்றியல் தத்துவமானது முற்றிலும் புதிதான ஒன்றாகும். எதிர்பாராத விபத்துகளின் ஒரு குவியலாகவோ, மகத்தான மனிதர்களின் செயல்களாகவோ அல்லது இடைவிடாமல் மீண்டும், மீண்டும் நடக்கின்ற ஏற்ற இறக்கங்களின் ஒரு நிகழ்முறையாகவோ, என்றென்றைக்குமாகத் தன்னைத்தானே காட்டிக் கொள்கின்ற ஒரு வடிவமாகவோ, ஏதோ மாற்றுலகத்தின் உயிர்ப்பிடிப்பு அல்லது அழிப்புத் திட்டத்தின் படி முன்கூட்டியே விதிக்கப்பட்டுவிட்ட மர்மமான சக்திகளின் செயலாகவோ அல்லது உலக ஆன்மாவினால் விதிக்கப்பட்டதாகவோ இது வரலாற்றை நோக்கவில்லை. மாறாக, உழைப்பின் இயல்பால் தீர்மானிக்கப்பட்டுள்ள மானிட இனத்தின் வளர்ச்சிப் போக்காகக் காண்கிறது. உழைப்பின் பிரிவினை, உற்பத்தி சக்திகளின் வளர்ச்சி, உற்பத்தி மற்றும் தனியார் செல்வக் குவிப்புக் கூட்டணி ஆகியவை தவிர்க்கவியலாமல் சமூக முரண்பாடுகள் எழுவதற்கு இட்டுச் செல்கின்றன. உற்பத்தி சக்திகளினுடைய வளர்ச்சியின்

ஒவ்வொரு கட்டத்திற்கும் குறிப்பிட்ட தனிச்சிறப்பான உடைமை வடிவங்களும் மானுடர்களுக்கிடையிலான உறவுகளும், உற்பத்தி உறவுகளும் தேவைப்படுகிறது. அத்தகைய வடிவங்களில்லாமல் உற்பத்தி சக்திகளால் இயங்கவியலாது மனித சமூகம் வாழ முடியாது. எல்லாவற்றுக்கும் முதலாவதாக, இந்த வடிவங்கள் உற்பத்தி சக்திகளின் மட்டத்திற்கு ஒத்ததாக இருக்கின்றன; ஆனால், அந்த மட்டம் எப்போதும் நிலையாக நிற்பதில்லை; உற்பத்தி சக்திகளின் வளர்ச்சியானது நிறுவப்பட்டுள்ள உற்பத்தி உறவுகளுடன் பன்முக வகைப்பட்ட மோதல்களில் இறங்குகின்றன. ஒன்றுக்கொன்று எதிரான நலன்கள் சம்பந்தப்படாமலிருக்குமானால் இந்த மோதல்கள் பரஸ்பரத் தகவமைவு மூலம் தீர்வு காணப்படக் கூடியவைகளாகும்.

உற்பத்தி சக்திகளின் வளர்ச்சியென்பது உழைப்பினுடைய இயல்பின் உள்ளார்ந்த பகுதியாகும். எளிமையானவை மட்டுமல்லாமல் நாகரிகமான தேவைகளைக்கூட புதிய கருவிகள், வழிமுறைகள் மற்றும் அறிவு ஆகியவற்றைப் பயன்படுத்தி நிறைவு செய்வதற்கான சாத்தியப்பாடு, தான் மெய்யாக்கப்பட வேண்டுமென்று கோருகிறது. அதுவும் குறிப்பாக, முதலாளித்துவ உற்பத்தி மற்றும் போட்டியின் இயக்கம் துவக்கி வைக்கப்பட்டிருக்கும் பொழுது இவ்வாறு கோருகிறது. (இந்த விஷயம் தொடர்பாக, தனியார் உடமை, தனிநபர் உடைமை ஆகியவற்றுக்கு இடையிலான வேறுபாட்டை மார்க்ஸ் தெளிவாக வரன்முறை செய்திருப்பதை நாம் கவனிக்க வேண்டும். உடை, குடியிருப்பு, வீட்டு உபயோகப்பொருட்கள், சுக வசதிச் சாதனங்கள் ஆகிய அவசியமான அல்லது ஆடம்பரப் பொருட்களின் தனிநபர் உடைமையாக்கல் என்பதைக் கூட்டுறவாலும், நிலம் மற்றும் உழைப்பினாலேயே உருவாக்கப்பட்ட உற்பத்திச் சாதனங்களின் பொதுவுடமையினாலும் நிறைவேற்ற முடியும். தனியுடைமை என்று மார்க்ஸ் கூறும்பொழுது- தன்னுடைய இயல்பினால் சமூகவயமாக இருக்கும் ஒன்றிடமிருந்து, அதன் மீது அதைத் தனியார் உடைமை என்கிற பலவந்தமான அடையாளத்தைப் பொறிப்பதன் மூலமாக அதனுடைய சமூகத் தன்மையை அகற்றிவிடுகின்ற ஒரு உடமை வடிவம் - என்கிற பொருள்படக் கூறினார். உற்பத்தியின் ஒவ்வொரு வடிவமும் தன்னுடைய நிலை மறுப்பைத் தனக்குள்ளேயே கொண்டிருக்கிறது. தம் மீது ஒரு தடையாக உருமாற்றமடைந்து கொண்டிருக்கின்ற

மேல் கட்டமைப்பை உற்பத்தி சக்திகள் தாமாகவே தகர்த்து விடுகின்றன. புதிய உற்பத்தி சக்திகளுக்கு ஏற்பத் தகவமைந்த ஒருபுதிய ஒழுங்கமைவு உயிர் பெற்று விடுகிறது.

இந்த ஆர்வமூட்டக்கூடிய தத்துவத்தின்படி எந்த வகையிலும் முன்-தீர்மானிக்கப்படுவதாக இல்லையென்றாலும் கூட, மனித இனத்தின் வளர்ச்சிப்போக்கு பற்றிய, ஆர்வமூட்டக்கூடிய இந்தத் தத்துவம் சில குறிப்பிட்ட விதிகளுக்குக் கட்டுப்படுகிறது. அது இயந்திர ரீதியாக மிகை எளிமைப்படுத்துதலுக்குள்ளாகக் கூடிய ஆபத்தைக் கொண்டிருக்கிறது, அந்த அபாயத்திலிருந்து அது தப்பிக்கவும் முடியவில்லை. தான் ஒரு மகத்தான இயக்கவியலாளராக இருந்தாலும்கூட, மார்க்ஸே சில சமயங்களில், தானே சுயமாக இயங்கக்கூடிய ஒரு சாதனம் போல அதாவது, அந்த (வரலாறு என்கிற) சாதனத்தின் மிக முக்கியமான அங்கங்களாக இருப்பவை வாழும் மனிதர்களல்ல, மாறாக உழைப்புக் கருவிகள், இயந்திரங்கள், பொருளியல் உறவுகள் போன்ற உயிரற்ற பொருட்கள் என்பது போல, வரலாற்றை நோக்குவதற்கான வாய்ப்பை எதிர்கால மார்க்சிய வாதிகளுக்கு வழங்கியிருக்கிறார். இவ்வாறாக, எடுத்தக்காட்டாக, 'தொழில்துறை முன்னேற்றம்-அதை அனிச்சையாக முன்னெடுத்துச் செல்வது முதலாளி வர்க்கமே, [88] (கம்யூனிஸ்ட் அறக்கை) என்று எழுதிய பொழுதும், முதலாளித்துவ உற்பத்தி இயற்கையின் தவிர்க்கவிலயலாத விதியினால் தன்னுடைய சொந்த நிலை மறுப்பை தனக்குள்ளாகவே கொண்டிருக்கிறது' [89] என்று கூறிய போதும், அவர் அடிக்கடி செய்வதுபோல, 'மாற்றவியலாத தன்னுடைய சொந்த இயற்கை விதிகளுக்குட்பட்டுள்ள 'ஒரு இரண்டாவது இயற்கை' என்று சமூகத்தை அவர் விவரித்த பொழுதும்' - ஏன் இந்தச் சமயங்களிலெல்லாம் அவர் தன்னையறியாமலேயே மிகை -எளிமைப்படுத்தலுக்கும், தவறான புரிதல்களுக்கும் களம் அமைத்துக் கொண்டிருந்தார்.

'தத்துவத்தின் வறுமை' நூலில் நாம் வாசிக்கிறோம்:

சமூக உறவுகள் உற்பத்தி சக்திகளுடன் நெருக்கமாகப் பிணைக்கப்பட்டுள்ளன. புதிய உற்பத்தி சக்திகளைப் பெறும்பொழுது மனிதர்கள் தங்களுடைய உற்பத்தி வழிமுறையை மாற்றுகிறார்கள்; தமது உற்பத்தி வழிமுறையை மாற்றும் பொழுதும், தமது வாழ்க்கைக்காகப் பொருள் ஈட்டுகின்ற முறையை மாற்றும் பொழுதும், தம்முடைய சமூக உறவுகள்

அனைத்தையும் மாற்றுகிறார்கள். கைவினைத் தொழிற்சாலை நிலப்பிரபுவை அளிக்கிறது; நீராவி இயந்திரத் தொழிற்சாலைத் தொழில்துறை முதலாளியை அளிக்கிறது.[90]

மார்க்சியத் தத்துவத்தை எளிமைப்படுத்துகின்ற பலர் இதிலிருந்து, சமூக மாற்றத்தை உண்மையிலேயே துவக்கி வைப்பதும், நடத்திக் காட்டுவதும் உழைப்பின் கருவிகள் தான், அவற்றைப் பயன்படுத்தும் மனிதர்களல்ல என்கிற முடிவுக்கு வருகிறார்கள். இந்த முறையில் உற்பத்தி சக்திகள் பண்டமயமாக்கப்பட்டு விடுகின்றன: நீராவி-ஆலை இருக்கும்பொழுது, முதலாளித்துவத்தில் வர்க்கப் போராட்டத்திற்கான தேவை என்ன? அணுசக்தி நிலையங்கள் நமக்கு கிடைக்கும் பொழுது புதிய சமூகம் தாமாகவே வந்துவிடும் என்பது உறுதி அல்லவா? அதே "தத்துவத்தின வறுமை" நூலில் கீழ்க்காணும் பாரா வருவதும் உண்மைதான்:

'உற்பத்தி சாதனங்கள் எல்லாவற்றிலுமே மாபெரும் உற்பத்தி ஆற்றல் படைத்தது புரட்சிகர வர்க்கமே.' [91]

இரண்டாண்டுகளுக்குப் பிறகு, 'கூலியுழைப்பும், மூலதனமும்' நூலில் இதே விஷயம் மேலும் தெள்ளத் தெளிவாக்கப்பட்டுள்ளது. 'ஒரு நீக்ரோ, நீக்ரோதான்'. சில குறிப்பிட்ட உறவுகளில்தான் அவர் அடிமையாகிறார். ஒரு பருத்தி நூற்பு ஜென்னி என்பது பருத்தியை நூற்பதற்கான ஒரு இயந்திரம். சில குறிப்பிட்ட உறவுகளில்தான் அது மூலதனமாகிறது. இந்த உறவுகளிலிருந்து விலக்கிக் கொள்ளப்படும் பொழுது, தங்கமே பணம் ஆகாது அல்லது சர்க்கரை சர்க்கரைக்கு விலை ஆகாது என்பது போல, அது மூலதனமாக இருக்காது."[92]

வேறு சொற்களில் கூறுவதானால், கருவிகள், இயந்திரங்கள் போன்ற உழைப்புச் சாதனங்கள் உற்பத்தி சக்திகளின் ஒரு பகுதிதான்; தங்களுடைய தொழில்நுட்ப, சமூக அனுபவங்கள், தங்களுடைய தேவைகள் மற்றும் நுண்ணறிவுகள், தங்களுடைய ஒழுங்கமைவு மற்றும் உணர்வு ஆகியவற்றின் அளவு போன்றவற்றைப் பெற்றிருக்கிற மனிதன்தான் மிகவும் முக்கியத்துவமானவன். ஒரு புரட்சிகர வர்க்கத்தைப் படைப்பதில் நீராவி இயந்திரம் தனது பங்களிப்பைச் செலுத்துகிறது; ஆனால் புதிய வர்க்கத்தைக் கவ்விப் பிடித்துக் கொண்டு அதை ஒரு துடிப்புமிக்க புரட்சிகர வர்க்கமாகப் பண்படுத்துகின்ற புரட்சிகர சிந்தனைகளைப் படைப்பது நீராவி இயந்தரம் அல்ல.

** .... மக்களைக் கவ்விப் பிடிக்கும் பொழுது தத்துவம் ஒரு பௌதிக சக்தியாக மாறிவிடுகிறது. தர்க்க நியாயமற்ற நம்பிக்கையைக் குலைக்கும் பொழுது தத்துவம் மக்களைக் கவ்விப் பிடிக்கிறது. அது புரட்சிகரமாக இருக்கும் பொழுது தர்க்க நியாயமற்ற நம்பிக்கையைக் குலைக்கிறது. புரட்சிகர நிலையை எட்டுவதென்பது விஷயங்களை வேர்களிலிருந்து பற்றியெடுப்பதாகும். ஆனால் மனிதனுக்கு வேரே மனிதன் தான் .[93]*

ஒரு புரட்சிகர சிந்தனை அல்லது கோட்பாடு மக்கள் திரள்களைக் கவ்விப்பிடிக்க வேண்டுமானால் அதற்கான பொருளியல் முன் நிபந்தனைகள் சமூகத்தில் முதிர்ச்சி பெற்றிருந்தாக வேண்டும். மனிதனுக்கு வேர் மனிதனே தான்; ஆனால் தான் வெற்றியாளனாகவோ அல்லது வெற்றி கொள்ளப்படுகிறவனாகவோ, சுத்தியாகவோ அல்லது சுத்தியின் உலைக் கல்லாகவோ (ANVIL) இருக்கக்கூடிய, உற்பத்தி சக்திகள் மற்றும் உற்பத்தி உறவுகளிலிருந்து முற்றிலும் விலகாமலிருக்கும் சில குறிப்பிட்ட சமூக நிலைமைகளில் தான் அவன் அவ்வாறு இருக்க முடியும். மனிதனின் படைப்புகள் அவனிடமிருந்தே சுயேச்சையாக இருக்கக்கூடிய ஒரு அந்நிய சக்தி போல மாறியிருக்கின்றன; இந்தப் பொருள் உறவுகள் இயற்கையின் விதிகளைப் போல தோன்றுகின்ற சில குறிப்பிட்ட விதிகளைப் பின்பற்றுகின்றன; ஆனால் மனிதனின் படைப்புகள் தாமே உருவானவைகளல்ல என்பதால் அந்தக் குறிப்பிட்ட விதிகள் இயற்கை விதிகளிலிருந்து மாறுபடுகின்றன. தம்மை உருவாக்கிய கைகளிலிருந்து அவை நழுவிவிட்டாலும் கூட அவன் மீது ஒரு தாக்கத்தைத் தொடர்ந்து செலுத்துகின்றன. அவனது திறன்களையும் தேவைகளையும் அவனது உணர்வு முழுவதையும் மாற்றுகின்றன. அதன் மூலமாகத் தன் சொந்த சிருஷ்டியை சுவீகரித்துத் தன் கைக்கொள்ளும் வல்லமையைப் பெற்று அதனைப் புரட்சிகரமான முறையில் மாற்றி அமைக்கும் ஆற்றலை வழங்குகின்றன.

வரலாற்று இயக்க விதியை இயற்கை விதிகளுடன் மார்க்ஸ் திரும்பத் திரும்ப ஒப்பிட்டார். அவரை விமர்சிப்பவர்கள் கீழ்க்கண்ட கேள்வியைத் திரும்பத் திரும்ப எழுப்பினார்கள்: ஒரு வரலாற்றியல் வளர்ச்சி விதி இருக்கிறது என்றால் வர்க்கப்போராட்டம் நடத்துவதில் என்ன பொருளிருக்க

முடியும்? சமூக வடிவங்களின் தொடர் வரிசையில் ஒரு இயற்கை விதி தீர்மானித்துக் கொள்ளும் என்றால் சோஷலிஸத்திற்கான போராட்டத்தை உருவாக்குவதற்கு அரசியல் கட்சிகள் நமக்கு ஏன் தேவைப்படுகின்றன? வரலாற்றியல் மற்றும் இயற்கை விதிகள் இரண்டையும் மார்க்சியம் ஒப்பீடு மட்டுமே செய்கிறது. அதற்கு பதிலாக அந்த இரண்டும் ஒன்றுதான் என அடையாளப் படுத்தப்பட்டு மார்க்சியம் கொச்சைப் படுத்தப்படுகிறது, அதன் மூலமாக இந்தக் கேள்விக்கு வலுச் சேர்க்கப்படுகிறது. குறிப்பாக டார்வினிய பின்னணியைக் கொண்ட கார்ல் காவுட்ஸ்கி இந்தத் தவறான புரிதலை அதிகப்படுத்துவதற்குப் பெரும் பங்காற்றினார்.

நாங்கள் ஏற்கெனவே சுட்டிக்காட்டியுள்ளது போல, இது போன்ற ஒரு புரிதலைச் சாத்தியமாக்கக்கூடிய பத்திகள் மார்க்சியத்திலிருக்கின்றன. ‘சூரியன் தன் பாதையில்’ செல்வதை ஒத்த, ‘ஒரு கவசப் படையணி போல’ வளர்ச்சிப்போக்கு தன்னைப் பராமரித்துக் கொள்கிறது என்று கூறிய ஹெகலின் தாக்கத்தைக் கொண்டு இதை விளக்க முடியும் என்பதில் ஐயமில்லை. வளர்ச்சி விதிகளின் ஒரு நேரடி நிரூபணத்தை டார்வினுடைய கோட்பாட்டில் கண்ட மார்க்ஸ் மீது டார்வினிஸமும் ஒரு நீடித்த செல்வாக்கைக் கொண்டிருந்தது.

சில மேற்கோள்களில் மனிதரின் படைப்புக்கள் மீது மிக மிக அதிகமான அழுத்தமும், அவன் மீதும், அவனால் உருவாக்கப்பட்ட அவனது கட்டுப்பாட்டிற்கு அப்பால் சென்று விட்ட சமூக உலகத்துடனான அவனுடைய ஊடாடல் வினைகள் குறித்தும் மிக மிகக் குறைவான அழுத்தமும் தரப்பட்டுள்ளது:

இந்த இயக்கத்தின் ஒட்டுமொத்தமும் ஒரு சமூக நிகழ்வுப் போக்காகவும் இந்த இயக்கத்தின் தனித்தனிக் கூறுகள் தனி மனிதர்களுடைய உணர்வுப் பூர்வமான விருப்பம் மற்றும் குறிப்பிட்ட நோக்கங்களிலிருந்து உருவானதாகவும் தோன்றினாலும் கூட இந்த நிகழ்வுப் போக்கின் முழுமையும் இயற்கையாக உருவாகும் திட்டவட்டமான உறவுகளாகத் தோற்றமளிக்கின்றது; உணர்வுள்ள தனிமனிதர்களின் மோதல்களிலிருந்து அவை வெளிவருகின்றன, ஆனால் அவர்களுடைய உணர்வுகளுக்குள்ளாகவோ அல்லது கீழாகவோ வைத்திருக்கப் படுவதில்லை. அவர்களுடைய பரஸ்பர மோதல்கள் அவர்களுக்கு மேலாகவும், அந்நியமாக நிற்கின்ற

ஒரு சமூக சக்தியை உருவாக்குகின்றன. அவர்களுடைய பரஸ்பர ஊடாடல் ஒரு நிகழ்முறையாகவும், சுதந்திரமான சக்தியாகவுமிருக்கிறது. [94]

ஆயினும் அது போன்ற மேற்கோள்களையும் வரலாற்றியல் பொருள்முதல் வாதத்தின் பொதுவான கருப்பொருளையும் சேர்த்து ஆய்வு செய்யும் பொழுது மார்க்ஸ் அவ்வப் போது வரலாற்று வளர்ச்சிப் போக்கின் இயற்கை விதிகளுக்கு மிகை அழுத்தம் தந்திருந்தாலும் கூட, மனித இனத்தின் செயல்பாட்டில் படைக்கப்பட்ட உற்பத்திப்பொருட்கள் தம் சொந்த மாய வாழ்க்கையை மேற்கொள்கின்ற ஒரு அந்நியமாக்கல் உலகத்திலும் கூடத் தம்முடைய வரலாற்றை மனிதர்கள் தாமே உருவாக்கிக் கொள்கிறார்கள் என்கிற உண்மையை அவர் ஒரு போதும் காணாமலிருந்ததில்லை.

1853, ஜூலை 22, அன்று 'இந்தியாவில் பிரிட்டிஷ் ஆட்சியின் வருங்கால விளைவுகள்' குறித்து எழுதப்பட்ட ஒரு கட்டுரையில் சமூகத்தை வழிநடத்தும் இயற்கை விதிகள் மற்றும் முந்தைய வளர்ச்சிப் போக்குகளின் விதிகளை மாற்றியமைக்கின்ற புரட்சிகர செயல்பாடு ஆகியவற்றுக்கு இடையிலான வேறுபாடு தெள்ளத் தெளிவாக்கப்பட்டுள்ளது.

இந்தியா மீது ஆங்கிலேயத் தொழிற்துறை ஏற்படுத்துகின்ற பேரழிவுத் தாக்கங்களை விவரித்த பிறகு மார்க்ஸ் எழுதுகிறார்:

பூமிப்பந்தின் மேல்பரப்பு மீது நிலவியலின் பெரு நிலைமாற்றங்கள் உருவாக்கியதைப் போல, முதலாளித்துவத் தொழிற்துறையும், வர்த்தகமும் ஒரு புதிய உலகத்திற்கான பொருளியல் நிலைமைகளை உருவாக்கி வருகின்றன. முதலாளித்துவ யுகத்தின் விளைபலன்களான உலகச் சந்தை மற்றும் நவீன உற்பத்தி சக்திகள் ஒரு மகத்தான சமூகப் புரட்சியால் வென்றெடுக்கப்பட்டு, மக்களின் மிக முன்னேறிய பகுதியினரின் கட்டுப்பாட்டின் கீழ் கொண்டு வரப்படும் பொழுதுதான், வெட்டி வீழ்த்தப்பட்டவரின் மண்டையோடுகளில் அல்லாமல் வேறெதிலும் அமுதம் அருந்த மறுக்கின்ற கோர அரக்க சிற்பத்தை ஒத்ததாக மனிதகுல முன்னேற்றம் காட்சியளிக்காது. [95]

இந்தப் பத்தி ஆர்வமூட்டுவதாக இருக்கிறது, ஏனென்றால் தொழில் துறையில் முன்னேறிய நாடுகளில் ஏறத்தாழ ஒரே சமயத்தில் சோஷலிசப் புரட்சியின் வெற்றியை மார்க்ஸ்

எதிர்பார்த்தார் என்பதை அது உறுதிப்படுத்துவதால் மட்டுமல்ல; ஒரு குறிப்பிட்ட இடைவெளியில் வளர்ச்சியென்பது தொடர்ந்து கொண்டேயிருக்கும் என்கிற ஹெகலின் கருத்தைக் கடந்து முன் சென்றுவிட்டார் என்பதை அது நிரூபிக்கிறது என்பதால் மட்டுமல்ல; நாம் இப்போது எடுத்துக் கொண்டிருக்கும் விஷயத்தில் அது மிக மிக முக்கியத்துவம் வாய்ந்தது. ஏனென்றால் இங்கு இயற்கை விதியுடனான ஒப்பீடு, உணர்வு பூர்வமான சக்திகளின் உணர்வுப்பூர்வமான ஒரு செயல்பாடு என்பதற்கான புரிதலுடன் இணைந்தே செல்கிறது.

மூலதனத்தின் இரண்டாவது பதிப்பிற்கான பின்னுரையில் இதே கருத்து வெளிப்படுகிறது, அதில் ஒரு ரஷ்ய உரையாசிரியரால் எழுதப்பட்ட கீழ்க்கண்ட விஷயத்தை மார்க்ஸ் மேற்கோள் காட்டுகிறார்:

வளர்ச்சியின் ஒரு குறிப்பிட்ட கட்டத்தைக் கடக்கக்கூடிய நிலைக்குச் சமூகம் சென்றுவிட்டவுடன், அந்தக் கட்டத்திலிருந்து இன்னொன்றுக்குக் கடந்து சென்று கொண்டிருக்கும் பொழுது மற்ற பிற விதிகளுக்கும் உட்பட்டு விடுகிறது. ஒரே வார்த்தையில் கூறுவதானால், உயிரியலின் மற்ற பிரிவுகளில் உள்ள பரிணாம வரலாற்றை ஒத்த ஒரு அம்சத்தைப் பொருளாதாரவியல் வாழ்வு நமக்கு அளிக்கிறது. பொருளாதார விதிகளின் இயல்பை இயற்பியல் மற்றும் ரசாயனவியல் ஆகியவற்றின் விதிகளுடன் ஒப்பிட்டபொழுது அவையெல்லாம் ஒரே மாதிரியானவை என்பதாகப் பழைய பொருளாதாரவாதிகள் தவறாகப் புரிந்து கொண்டார்கள்.... உற்பத்தி சக்தியின் வளர்ச்சிப் போக்கில் ஏற்படுகின்ற மாறுதல்களின் அளவுகளுக்கு ஒப்ப சமூக விதிகளும், அவற்றை வழிநடத்துகின்ற விதிகளும் மாறுபடுகின்றன.[96]

மானுட முயற்சி எனும் அகவய காரணியின் உருவாக்கத்தைத் தன்னகத்தே கொண்ட ஒரு புறநிலை நிகழ்வே வரலாறு என்பது வரலாறு குறித்து மார்க்சின் திட்டவட்டமான கருத்தாக இருந்தது. அகவயமான காரணியையே கொண்டு செலுத்தும் விசையாகக் கொண்டதுமான இந்தத் தனியுடைமை,

தன்னுடைய அழிவை நோக்கித் தன்னுடைய பொருளாதார இயக்கத்தில் தன்னைத்தானே உந்திச் செல்கிறது; எனினும் அது தன்னைச் சார்ந்திராத ஒரு வளர்ச்சிப்போக்கின் மூலமாகத் தனது அழிவை நிகழ்த்துகிறது. அதைப் பற்றிய உணர்வு அதற்கு இல்லை, அதனுடைய விருப்பத்திற்கு எதிராக,

நிகழ்வுகளின் தன்னியல்பான போக்கினூடாகவே அது நிகழ்கிறது; இருந்தபோதிலும் அது தன்னளவில் பாட்டாளி வர்க்கத்தைப் பாட்டாளி வர்க்கமாகப் படைத்துவிடுகிறது. அதனுடைய (விளைபலனான) உளவியல் மற்றும் பொருளியல் ரீதியான துயரங்களையும், துயர உணர்வையும் படைக்கிறது. அதனுடைய மனிதத் தன்மையற்ற நிலையையும் அது குறித்த உணர்வையும் படைக்கிறது, அதன் காரணமாக அது தன்னழிவை நிகழ்த்துவதாகவும் இருக்கிறது.[97]

வளர்ச்சியின் தேவை குறித்த நம்பிக்கையானது, சுயமான முடிவால் அந்தத் தேவையை நிறைவேற்றக்கூடிய மனித ஜீவன்களின் எண்ணிக்கை அதிகரித்துக் கொண்டே செல்லும் என்கிற நம்பிக்கையையும் உள்ளடக்கியிருக்கிறது. மார்க்சின் விமர்சகர்கள் அடிக்கடி குறிப்பிடுவது போல இது ஒன்றும் மார்க்சியத்தின் அடிப்படை முரண்பாடல்ல; அதுதான் மார்க்சிய இயக்கவியலின் அடிப்படைக் கோட்பாடாகும்.

‘புனிதக் குடும்பம்’ நூலில் தான் அறிவித்த கண்ணோட்டத்தை மார்க்ஸ் என்றுமே கைவிட்டதில்லை என்பது எமது கருத்து:

வரலாறு ‘ஒன்றையும் நடத்துவதில்லை,’ அதனிடம் ‘பெரும் செல்வம் எதுவும் கிடையாது’, அது ‘போராட்டம் எதையும் நடத்துவதில்லை’. மனிதன்தான், வாழ்கின்ற உண்மையான மனிதன் தான் அவையனைத்தையும் செய்கின்றான்; அவன்தான் அனைத்தையும் கொண்டிருக்கிறான்; போராடுகிறான். வரலாறு என்பது தன்னுடைய குறிப்பிட்ட நோக்கங்களை அடைவதற்கான ஒரு சாதனமாக மனிதனைப் பயன்படுத்துகின்ற ஒரு தனி இருப்பல்ல; வரலாறென்பது, தன்னுடைய நோக்கங்களை நோக்கிச் சென்று கொண்டிருக்கிற மனிதனின் செயல்பாடு என்பதல்லாமல் வேறல்ல.[98]

ஒருசோஷலிஸச் சிந்தனையாளராக மட்டுமல்லாமல், தொழிலாளர் இயக்கத்தின் தலைவருமாக இருந்த மார்க்ஸ், அவசியம் என்று புரிந்து கொள்ளப்பட்ட ஒரு வளர்ச்சியை நோக்கி முன்னேறுவது யாருடைய நலன்களுக்கானதோ அந்தச் சக்திகளை அணி திரட்ட வேண்டியதன் தேவையைக் குறித்து முழுமையாக உணர்ந்திருந்தார்:

உண்மையில், பாட்டாளி வர்க்கத்தினுடைய அரசியல் இயக்கத்தின் இறுதி இலக்கு என்பது, பாட்டாளி வர்க்கத்திற்கான

அரசியல் அதிகாரத்தை வென்றெடுப்பது என்பதுதான். அதற்கான தன்னுடைய பொருளாதாரப் போராட்டங்களிலிருந்து மேல் எழுந்துவந்து கொண்டிருக்கும் பாட்டாளி வர்க்கத்தின் முந்தைய ஸ்தாபனத்தை ஒரு குறிப்பிட்ட நிலை வரைக்கும் வளர்த்தெடுத்துக் கொண்டிருக்க வேண்டும் என்பது இயல்பாகவே அவசியமாகிறது.....

கூட்டு அதிகாரத்தை, அதாவது ஆளும் வர்க்கங்களின் அரசியல் அதிகாரத்தை எதிர்த்து ஒரு தீர்மானகரமான போராட்டத்தை மேற்கொள்வதற்கான தன்னுடைய ஸ்தாபனத்தைத் தேவையான அளவிற்கு இன்னும் மேம்படுத்தாமல் இருக்கும் பொழுது, ஆளும் வர்க்கங்களின் கொள்கையை எதிர்த்து இடைவிடாத கிளர்ச்சியின் மூலமாக அதற்கான பயிற்சி பெற்று வர வேண்டும், அதற்கெதிராக ஒரு பகைமைப் போக்கைக் கொண்டிருக்க வேண்டும் என்பது மிகவும் இன்றியமையாதது. இல்லாவிட்டால், அவர்களுடைய கைகளில் அது ஒரு விளையாட்டுச் சாதனமாகவே நீடித்திருக்க நேரிடும். [99]

அதனால்தான் தன்னுடைய தத்துவத்தின் புதுமை மீது கவனத்தை ஈர்க்கும் விதமாக இயற்கை வரலாற்றுடனான ஒப்பீடுகளுக்கு அக்கம்பக்கமாகத் தன்னியல்பான போக்குகளை தம் குணாம்சமாகக் கொண்ட விதிகளாக சமூக மற்றும் வரலாற்று விதிகளை எண்ணியிருந்தார் என்பதைக் காட்டுவதற்கான அடையாளங்களை மார்க்சிடம் நாம் காண முடிகிறது.

முதலாளித்துவ உற்பத்தியின் கீழ், பொதுவான விதியானது, இடையற்ற ஏற்ற இறக்கங்களின் என்றுமே உறுதிப்படுத்திக் கொள்ள வியலாத சராசரியாக, மிகவும் சிக்கல் நிறைந்ததும், தோராயமான இயல்பிலுமான ஒரு போக்கில் மட்டுமே நடப்பிலுள்ள போக்காக செயல்படுகிறது. [100]

1871-ல், ஏப்ரல் 17-ம் தேதி டாக்டர்,லுத்விக் குகல் மானுக்கு எழுதிய கடிதத்திலுள்ள ஒரு பத்தி, ஹெகலின் 'தன் பாதையில் சூரியன்' என்கிற கருப்பொருளுடன் வரலாற்றியல் வளர்ச்சிப் போக்கை ஒப்பிடுவதற்கு மார்க்ஸ் எவ்வளவு விருப்பமின்றி இருந்தார் என்பதைக் காட்டுகிறது:-

தோல்வி சாத்தியமேயற்ற நிலைமையில் மட்டுமே போராட்டங்கள் நடத்தப்படுமானால் எவ்வளவு எளிதான உலக வரலாற்றைப் படைக்க முடியும்! மறுபக்கம், 'விபத்துக்கள்'

எந்தப் பாத்திரத்தையும் வகிக்காமல் போகுமானால் அது ஒரு மிகவும் ஒரு மாயமான குணாம்சத்தைக் கொண்டதாக இருக்கும். வளர்ச்சியின் பொதுவான பாதையில் இத்தகைய விபத்துக்கள் இயற்கையாகவே வந்துவிடும், அதை மற்ற விபத்துக்கள் சமன் செய்து விடும். ஆனால் விரைவாவதும் தாமதமாவதும் அதைப் போன்ற 'விபத்துக்களைத்தான்' பெரிதும் சார்ந்திருக்கின்றன. அவற்றில், இயக்கத்தின் முன்னால் முதலாவதாக யார் நிற்கக்கூடியவர்களாக இருக்கிறார்களோ அந்தப் பாத்திரத்திற்கு நிகழ்கின்ற 'விபத்தும்' உள்ளடங்கும். [101]

இயற்கையின் விதிகளும்கூட உச்சபட்ச சாத்தியப்பாடுகளின் ஒரு வெளிப்பாடு தான். சமூக இயக்க விதிகள் போக்குகள் (Tendencies) என்ற விதத்தில்தான் உள்ளன. என்ன நடக்கிறதோ அது கண்டிப்பாக நடத்திருக்க வேண்டும் என்பதில்லை.

'லூயி போனபார்ட்டின் 18-ம் புரூமேர்'-இல் ஒரு சாகஸக்காரன் சர்வாதிகாரத்திற்கு உயர்வதற்கான சமூக நிலைமை,பொருளாதார-வர்க்க முன் நிபந்தனைகளை மிகப் பரந்து விரிவான முறையில் மார்கஸ் பகுப்பாய்வு செய்கிறார்:-

'பிரெஞ்சுக்காரர்கள் கூறுவதுபோல, தங்கள் நாடு எதிர்பாராத விதமாகக் கைப்பற்றப்பட்டுவிட்டது என்று சொல்வது போதாது. முதன்முதலாக அணுகி வருகின்ற சாகஸக்காரனால் ஒருநாடும், பெண்ணும் நாசமாக்கப்பட முடிகின்றதென்றால் அவர்கள் மன்னிக்கப்படுவதில்லை. முப்பத்தாறு மில்லியன் மக்களைக் கொண்ட ஒருநாடு மூன்று உயர்-தர மோசடிக்காரர்களால் ஏமாற்றப்பட்டு எந்தவித எதிர்ப்பும் இல்லாமல் சிறைப்பட்டது எவ்வாறு என்பது இன்னும் விளக்கப்பட வேண்டியுள்ளது.' [102]

ஒரு இயற்கை விஞ்ஞானியின் துல்லியத்துடன் அந்த விளக்கம் அளிக்கப்படுகிறது. ஆனாலும் அதற்குப் பிறகு கீழ்க்காணும் விவரத்தையும் சேர்த்துக் கூறி, 1850 மார்ச் 10-அன்று மூன்றாம் நெப்போலியனின் அரசியல் தோல்வியை விவரிப்பதற்கு மார்க்ஸ் மேலே செல்கிறார்:-

திரும்ப வரவே வராத இந்த வாய்ப்பைப் பயன்படுத்திக் கொள்கின்ற திறனற்றது என்பதை 'ஒழுங்கமைவுக் கட்சி' (The Party Of Order) நிரூபித்தது. ஆட்சி அதிகாரத்தைத் தானே துணிவுடன் சொந்தமாக்கிக் கொள்வதற்குப் பதிலாக, நவம்பர் 1 அன்று நீக்கப்பட்ட அமைச்சரவையை மீண்டும் அமர்த்துமாறு

அது போனபார்ட்டை நிர்பந்திக்கக்கூட இல்லை. சமூக-ஜனநாயகக் கட்சி தன் பங்கிற்கு தன்னுடைய சொந்த வெற்றியையே மீண்டும் ஒருமுறை ஐயத்திற்குள்ளாக்கி அதன் நிலையை மழுங்கடிப்பதற்கான சாக்குப் போக்குகளை முன்வைக்கவே முயல்வதாகத் தோன்றியது. மக்கள் பேரார்வத்துடனும், ராணுவத்தின் மனநிலை சாதகமாகவும் இருந்த தருணத்தில் போரிடுவதற்கு எதிரியை கட்டாயப்படுத்துவதற்குப் பதிலாக, மார்ச், ஏப்ரல் மாதங்களில் ஒரு புதிய தேர்தலுக்கான இயக்கத்துடன், திரும்பத் திரும்ப வரும் இந்த இடைக்காலத் தேர்தல் விளையாட்டில் கிளர்ந்தெழுந்திருக்கும் மக்களின், உணர்ச்சி வேகம் வடிந்து போகட்டும்; அரசியல் சாசன வெற்றிகளில் ஆழ்ந்து புரட்சிகர ஆற்றல் தன்னைத்தானே மனநிறைவு செய்து கொள்ளட்டும்; அற்ப சதிவேலைகளிலும், வெற்று நாசங்களிலும், பாசாங்கு சாகஸங்களிலும் தன்னைத்தானே கரைத்துக் கொள்ளட்டும் என்று பாரிஸ் நகரை ஜனநயாகக் கட்சி சோர்வுறச் செய்தது. [103]

வளர்ச்சி விதிகளை மட்டுமல்லாமல், ஒரு மாற்று தன்னைத்தானே அளிக்க முன் வருகின்ற சூழ்நிலைமைகளையும் மார்க்ஸ் பகுப்பாய்வு செய்கிறார் என்பதை நாம் பார்க்கிறோம். அதே போல, மாபெரும் நெருக்கடிகால ஆண்டுகளில் பாசிஸத்தை நாடுகின்ற மனப்பாங்கு மிதமிஞ்சிய அளவுக்கு இருந்தது என்று நாம் கூற முடியும். எனினும், ஹிட்லரின் வெற்றியென்பது, ஒரு சமூக 'விதியின் இயல்பின்' காரணமாக நிகழ்ந்ததல்ல. மார்க்சின் வரலாற்றியல் தத்துவமென்பது வரலாற்றியல் விதிப்பயன் வாதம் ஒன்றுமல்ல; அது ஒரு மாற்றை நிராகரிக்கவில்லை; முடிவுகள் நிபந்தனைக் குட்பட்டது என்கிற உண்மையிலிருந்து வருங்காலம் நிபந்தனையற்றதல்ல என்று அது பொருள் கொள்வதில்லை.

வளர்ச்சி விதிகளின் பிரச்சனையைப் போலவே "அடித்தளம்" மற்றும் 'மேல் கட்டுமானம்' ஆகியவைகளுக்கு இடையிலான பரஸ்பர உறவு என்பது மார்க்சின் விமர்சகர்களால் மட்டுமல்லாது அவருடைய சீடர்களாலும் யாந்திரீகமாகத் தவறாகப் புரிந்து கொள்ளப்பட்டது. அந்தத் தவறான புரிதல் இன்றும் தொடர்கிறது.

அறிவான்மையின் உற்பத்தி, பொருளியல் உற்பத்தியைப் பின் தொடர்ந்து உருவாவதில்லை. மாறாக, அதனுடன்

கூடவே மற்றும் அதனுடன் இடைவிடாது ஊடாடிக் கொண்டேதான் நிகழ்கிறது. ஒரு 'மேல் கட்டுமானமாக' எது எழுகிறதோ அது, சமூகத்தின் பொருளாதாரக் கட்டமைப்பு, உழைப்புப் பிரிவின் பரிமாணம் மற்றும் அதன் விளைவாக அந்த நேரத்தில் ஆளும் வர்க்கமாக மாறிவிட்ட வர்க்கத்தின் நலன்கள் ஆகியவற்றுக்குப் பொருத்தமான பரிந்துரைகள், விலக்குகள், சட்டங்கள், நிறுவனங்கள், தீர்ப்புகள், பாகுபாடுகள் ஆகியவற்றின் ஒரு முழுமையான தொகுப்பாகும். எனவே, அந்த சகாப்தத்தின் மேலாதிக்கக் கருத்துகள் ஆட்சியாளர்களின் கருத்துகளாக இருக்கின்றன. இருந்தபோதிலும், இருப்பவை அவை மட்டுமேயல்ல. ஒவ்வொரு புதிய சமூகமும் தன் சொந்த நிலை மறுப்பைத் தனக்குள்ளாகவே கொண்டு செல்கிறது என்பதை மார்க்ஸ் மீண்டும் மீண்டும் வலியுறுத்தினார். அதனுடைய உள் முரண்பாடு வர்க்கப் போராட்டத்தில் மிகுந்த தாக்கத்துடன் வெளிப்படுகிறது. ஆகவே, ஒவ்வொரு புதிய சமூகமும் அதற்கு முந்தைய சக்தியின் நிலை மறுப்பாகும். அந்த முந்தைய சமூகத்தின் வழக்கங்கள், கருத்துகள், மனப்பாங்குகள் புதிய சமூகத்திற்குள் ஆழ்ந்து உறைகின்றன. 'மறைந்து போன தலைமுறைகளின் எல்லா வற்றினுடைய மரபும் வாழ்ந்து கொண்டிருக்கின்ற தலைமுறையின் மூளை மீது ஒரு தீய கனவு போலச் சுமையாக அழுத்துகின்றன.' [104]

அதே நேரத்தில், உற்பத்தியின் பொருளியல் மற்றும் ஆத்மார்த்த சக்திகளின் வளர்ச்சியால் தகவமைக்கப்படுவதன் காரணமாக இருந்து கொண்டிருக்கின்ற சமூகத்தின் ஒரு நிலைமறுப்பாக வருங்கால சமுதாயம் முதிர்ச்சி பெறுகிறது. வர்க்கப் போராட்டம் ஒரு பொருளாதார வகைப்பட்டதாக மட்டுமல்லாமல் ஒரு அரசியல் மற்றும் அறிவு சார்ந்த போராட்டமாகவும் நடத்தப்படும் விதமாக - ஆதிக்கச் சிந்தனைகள், கலகக்கார சிந்தனைகள் அவை முற்போக்கு அல்லது பிற்போக்கு நோக்கிலானது என்று எவ்வாறிருப்பினும், ஒன்றுக்குள் ஒன்று ஊடுருவுகின்றன. பொருளாதார நிலைமைகளும், கோரிக்கைகளும் 'இறுதிக் கட்டத்தில்' முதன்மையாகக் கொள்ளப்பட வேண்டும் என்பதாக இருந்தாலும்கூட, அவைகளை மட்டும்தான் ஒரே வரலாற்று உந்து சக்திகளாகக் காண வேண்டும் என்பதை மார்க்சும், ஏங்கெல்சும் மீண்டும் மீண்டும் மறுத்தார்கள்; ஒவ்வொரு வரலாற்று இயக்கத்தையும், ஒவ்வொரு அரசியல் நிகழ்வையும், ஒவ்வொரு தத்துவக் கருத்தையும் பொருளாதார நிகழ்வுப்

போக்குகள் என்கிற ஒன்றுடன் மட்டுமே தொடர்புப்படுத்துவதை அவர்கள் நிராகரித்தார்கள்.

மேலும், அதே போல, 'அடித்தளம்' மற்றும் 'மேல் கட்டமைப்பு' பற்றிய கட்டுமானவியல் கோட்பாடு-சமூகம் என்பது ஒரு கட்டடம் போன்றது என்றும் அதில் முதலாவதாக பொருளாதார அடித்தளங்களை (கற்கள் ஒரு வேளை தம்மைத்தாமே ஒரு அடித்தளமாக நிர்மாணித்துக் கொள்ளும் என்கிற நம்பிக்கையில்) இட்டுவிட வேண்டும்; அதைத் தொடர்ந்து மேல் கட்டுமானம் முதல் தளத்திலிருந்து கூரைத்தளம் வரையிலும், புவி ஈர்ப்புக்கும், கட்டட நிபுணரின் கட்டளைக்கும் இணங்க ஒவ்வொரு தளமாக உருவாகி விடும் - என்பது போன்ற சிந்தனைப் போக்கிற்கு இட்டுச் செல்லக்கூடாது. சமூக வாழ்நிலை உணர்வைத் தீர்மானிக்கிறது, அதற்கு நேர்மாறாக நடக்காது என்கிற தயார் நிலையிலான மேற்கோளை வைத்துக் கற்பனைத்திறன் அறவே இல்லாத ஒரு கிளிப்பிள்ளைப் பள்ளிச்சிறுவன் வேண்டுமானால் காலத்தை ஓட்டிக் கொள்ளலாம். ஒரு திட்ட வட்டமான அரசியல் சூழ்நிலையை மார்க்ஸ் எப்போது பகுத்தாய்வு செய்தாலும் அப்போதெல்லாம் சமூக-வாழ்நிலை என்பது பொருளாதார நிலைமைகளின் கூட்டுத்தொகை மட்டும் அல்ல என்பதைத் தெளிவு படுத்தியிருக்கிறார். சூழ்நிலைகள்-உண்மை, தவறு, குழப்பமான மனநிலை போன்ற உணர்வுகளின் கூறுகளால் பாதிக்கப்படுகின்றன. மனிதர்கள் உணர்வுகளைக் கொண்ட உயிரினங்களாக இருப்பதால் உணர்வு நிலைகளுக்கும் சமூக வாழ்நிலைக்கும் இடையில் கெட்டித்துப் போன எல்லைகள் என்று எதுவுமில்லை. மார்க்ஸால் வளர்த்தெடுக்ககப்பட்ட வரலாற்றின் தத்துவவியலின் அடிப்படைகளாக இருப்பது, அது எப்போதும் சமூக எதார்த்தத்திலிருந்துதான் துவங்குகிறது, கற்பிதமான வகைகளிலிருந்து அல்ல; அது வாழ்க்கையின் எளிமை யான பொருளியல் உற்பத்தி என்பதிலிருந்து துவங்குகிறது; அறிவு சார்ந்த நிர்மாணத்திலிருந்தல்ல; நடைமுறையிலிருந்து துவங்குகிறது, சுயமாக உருவாகின்ற, சுயமாக வளர்கின்ற சுயமாகத் தீர்மானிக்கப்பட்ட கருத்துகளிலிருந்தல்ல.

வாழ்க்கையின் எளிய பொருளியல் உற்பத்தியிலிருந்து தொடங்கி உண்மையான உற்பத்தி நிகழ் முறையை வாழ்க்கையின் எளிய பொருளியல் விரித்துரைப்பதிலும் இதனுடன் (அதாவது, பல்வேறு கட்டங்களைச் சேர்ந்த குடிமைச்

சமூகம்) தொடர்புடைய மற்றும் எல்லா வரலாறுகளுக்கும் அடிப்படையாக இதனால் உருவாக்கப்பட்ட, (இந்த உறவுகள் (INTER COURSE) எனும் கருத்தைத் தன்னுடைய பிந்தைய படைப்புகளில் உற்பத்தி உறவுகள் (PRODUCTION RELATIONS) என்று மார்க்ஸ் மாற்றிக் கொண்டார்.)) உறவுகளின் வடிவத்தைப் புரிந்து கொள்வதிலும் நமக்கு இருக்கும் திறமையைப் பொறுத்துதான் வரலாறு குறித்து நமது கருத்து அமையும்; மேலும், ஒரு அரசு என்பதாக அது செயல்படுவதைக் காட்டுவதாக இருக்க வேண்டும்; ஆகவே, இந்தத் துவக்கப்புள்ளியிலிருந்து, உணர்வுநிலை, மதம், தத்துவம், நன்னெறிகள் போன்ற பல்வேறு கோட்பாட்டியல் படைப்புகள் மற்றும் வடிவங்களின் மொத்தத் திரட்சியை விளக்குவதற்கும் அவற்றின் தோற்றுவாய்களையும், வளர்ச்சிப் போக்கையும் முழுமையில் காட்டுவதும் சாத்தியமாகும். (ஆகையினால், இந்த மாறுபட்ட பல தரப்புகளும் ஒன்றுடன் மற்றொன்று பரஸ்பரம் செயல்புரிவதும் கூடக் காட்டப்படுவதும் சாத்தியமாகும்). கருத்து முதல்வாத வரலாற்றுக் கண்ணோட்டத்தைப்போல ஒவ்வொரு கால கட்டத்திலும், ஒவ்வொரு வகையான வடிவத்தைத் தேட வேண்டி வராமல், அதற்கு மாறாக, வரலாற்றின் உண்மையான களத்திலேயே அது நீடிக்கிறது... ஆன்மாவின் ஆன்மாவாக ஒரு உணர்வுநிலை கொண்ட பகுதியாக மாறி விடுவதன் மூலமாக வரலாறு முடிவுக்கு வந்தவிடுவதில்லை என்பதை அது காட்டுகிறது. ஆனால் அதற்குள் உள்ள ஒவ்வொரு கட்டத்திலும் ஒரு பொருளியல் விளைபலன் இருக்கிறது, தன்னுடைய முன்னோர்களிடமிருந்து தலைமுறை தலைமுறையாக, இயற்கையுடனும், ஒருவருடன் மற்றொருவருடனுமான வரலாற்றியல் ரீதியாக உருவாக்கப்பட்ட தனிமனித உறவுகள், அதாவது உற்பத்தி சக்திகளின் ஒரு கூட்டுத்தொகையாக அது இருக்கிறது. உற்பத்தி சக்திகள் ஒரு திரட்சி, பல்வேறு வடிவங்களிலான மூலதனங்கள், நிலைமைகள் ஆகியவைகளாக அது இருக்கிறது, புதிய தலைமுறையால் உண்மையில் அவை மாறுதலுக்குள்ளாக்கப்படுவது ஒரு பக்கம் என்றால் மறுபக்கம் அது, அதனுடைய வாழ்க்கை நிலைமைகளைப் பரிந்துரைக்கிறது, ஒரு திட்டமான வளர்ச்சிப்போக்கை, ஒரு தனிச்சிறப்பான குணாம்சத்தை அளிக்கிறது. மனிதர்கள் சூழ்நிலைமைகளை உருவாக்குகின்ற அதே அளவிற்குச் சூழ்நிலைமைகள் மனிதர்களை உருவாக்குகின்றன என்பதை இது காட்டுகிறது.[105]

'ஃபாயர்பாக் மீதான ஆய்வுரையில்,' மனிதனின் செயலூக்கப் பரிமாணத்தைக் காணத் தவறிய, மனிதனின் நடைமுறைச் செயல்பாட்டை ஒரு உலகை மாற்றியமைக்கின்ற செயல்பாடாக எடுத்துக் கொள்ளத் தவறிய முந்தைய பொருள்முதல் வாதக் கோட்பாடுகளின் குறைபாடுகளை எதிர்த்த மார்க்சின் விமர்சன வாதத்தில், இதே சிந்தனையை அவர் மீண்டும் முன் வைக்கிறார்:

சூழ்நிலைமைகள் மற்றும் கல்வி ஆகியவற்றின் மாற்றங்கள் தொடர்பான பொருள் முதல் வாதக் கோட்பாடு சூழ்நிலைமைகள் மனிதனால் மாற்றப்படுகின்றன என்பதையும் கற்பிப்பவருக்கே கற்பிக்கப்பட வேண்டியுள்ளது என்பதையும் மறந்து விடுகிறது.... மாற்றமடைந்து கொண்டிருக்கும் சூழ்நிலைமைகள் மற்றும் மனித இனத்தின் செயல்பாடு அல்லது சுய-மாறுதல்கள் ஆகியவற்றின் சமகால நிகழ்வை ஒரு புரட்சிகர நடைமுறை என்பதாகத்தான் விளங்கிக் கொள்ளவும் பகுத்தறிவுடன் புரிந்து கொள்ளவும் வேண்டும். [106]

புரட்சிகர நடைமுறை சூழ்நிலைகளை மாற்றுகிறது, மனிதனையும் மாற்றிவிடுகிறது. அது மனிதனை ஒரு வரலாற்றுப் பொருளாக மட்டுமல்லாமல் அதனை உருவாக்கும் ஆளுமையாகவும் காண்கிறது; அவன் செயல்பாட்டின் மூலமாக ஒரு ஆளுமையாகவும் மாற்றமடைந்து, இருந்து வருகின்ற சூழ்நிலைமைகளையும் மாற்றிவிடக்கூடிய திறன் கொண்ட கர்த்தாவாக இருக்கிறான். மனிதன் - அவனுடைய செயல்கள், இயற்கையின் சமூக விதிகள் - தன்னைச் சுற்றித் தான் கண்டறிகின்ற சூழ்நிலைமைகளை மாற்றியமைக்கக்கூடிய திறன் கொண்ட ஒரு ஜீவன் என்கிற வகைப்பட்ட மனிதனின் இயல்பு, ஏற்கெனவே என்ன சாதிக்கப்பட்டுள்ளதோ அதை உள்ளவாறே நிலை நிறுத்திக் கொள்ள முற்படுகின்ற உற்பத்தி உறவுகள் விடாப்பிடியான உறுதியுடன் முன்னோக்கி உந்திச் செல்ல முயலும் உற்பத்தி சக்திகள் ஆகிய அனைத்திற்கும் இடையில் நிகழ்கின்ற இந்த இடைவிடாத, ஒன்றுடன் ஒன்றான ஊடாடலில் உள்ள புரிதலில் தான் வரலாற்றியல் பொருள் முதல் வாதத்தின் சாராம்சத்தையும், உச்சி நிலையையும் நாம் காண்கிறோம்.

மனிதர்கள் தம் சொந்த வரலாற்றைத் தாமே படைக்கிறார்கள், ஆனால் அதைத் தம் விருப்பதிற்கு ஏற்பப் படைப்பதில்லை;

அவர்களால் தேர்வு செய்யப்பட்ட சூழ்நிலைகளின் கீழ் அவர்கள் படைப்பதில்லை, மாறாக, கடந்த காலத்தினால் அளிக்கப்பட்டு மாற்றித் தரப்பட்டு, நேரடியாக எதிர் கொள்ளப்பட்ட சூழ்நிலைகளின் கீழ் படைக்கின்றார்கள். [107]

அத்தியாயம் 7

மதிப்பும், உபரி மதிப்பும்

மார்க்சைப் பொறுத்த வரையிலும், மற்ற எந்தவொரு பண்டத்தையும் போல ஏறத்தாழ ஒரு பண்டமாகவே உழைப்புச் சக்தியும் (வேலை செய்வதற்கான திறன்) எடுத்தாளப்பட்டதானது முதலாளித்துவ சமூகத்தின் ஒரு எதார்த்த உண்மையாகும். பொதுவாகப் பண்டங்களைப் போலவே, உழைப்புச் சக்தியின் மதிப்பு என்பது அதை மறு உற்பத்தி செய்வதற்கான செலவினால் தீர்மானிக்கப்படுகிறது. உழைப்புச் சக்தியின் விஷயத்தில் வரலாற்றியல் ரீதியாகத் தீர்மானிக்கப்படுகின்ற வாழ்வாதாரத்தின் அளவுக்கு (பழக்க வழக்கம், வளர்ச்சி மட்டம், நடப்புக்கால வர்க்கப் போராட்ட நிலைமை போன்றவற்றுக்கு ஏற்ப இது மாறுபடும்) இந்தச் செலவினங்கள் சமமானது. தொழிலாளர்களின் கூலியை மறு-உற்பத்தி செய்வதற்குத் தேவையான மதிப்பைப் படைப்பதற்கு வேலை-நாளில் செலவழிக்கப்பட்ட நேரத்தின் அளவு 'தேவைப்படும் உழைப்பு நேரம்" என்று அழைக்கப்படுகிறது. அந்த வேலை நாளில் எஞ்சியிருக்கும் பகுதியை "உபரி - உழைப்பு நேரம்' என்று மார்க்ஸ் அழைத்தார். பிந்தையது தான் முதலாளியின் உபரி-மதிப்பின் (அல்லது மொத்த லாபம்) தோற்றுவாயாகும். இவ்விதமாக, உற்பத்தியின் பொழுது கூடுகின்ற மதிப்பிலிருந்து கூலிக்கான செலவினத்தைக் கழித்தபிறகு எஞ்சுகின்ற மதிப்பு 'உபரி-மதிப்பு' என்று அழைக்கப்படுகிறது. உழைப்பு நேரத்தால் அளவிடப்படுகின்ற, தொழிலாளியின் உழைப்பினால் உருவாக்கப்படுகின்ற மதிப்பில், முதலாளியினால் (வழக்கமாக, ஒரு சம்பிரதாயப்பூர்வமான நிறுவனம் அல்லது கார்ப்பரேசன்) லாபத்தின் வடிவத்தில் தனக்குச் சொந்தமானது எவ்வளவு என்று உரிமை கோருவதில் ஏற்படுகின்ற போராட்டம் தான் முதலாளிக்கும் தொழிலாளிக்கும் இடையிலான உறவு என்பதாக வரைமுறை செய்யப்படுகிறது.

தேவைப்படும் உழைப்பு நேரத்திற்கும், உபரி உழைப்பு-நேரத்திற்கும் இடையிலிருக்கும் உறவினால் வரன் முறை செய்யப்படுகின்ற வீதத்தைச் 'சுரண்டப்படும் வீதம்' (அல்லது உபரி-மதிப்பின் வீதம்) என்று மார்க்ஸ் அழைத்தார்.

உபரி-உழைப்பு நேரத்தின் (மொத்த லாபத்தை உருவாக்குகின்ற) அளவை அதிகரிப்பதிலும், தேவைப்படும்-உழைப்பு நேரத்தின் (வழங்கப்படுகிற கூலியை உருவாக்கத் தேவைப்படும் உழைப்பு நேரம்) அளவைக் குறைப்பதிலும் பிரதானமாக அக்கறை காட்டுகிற ஒருவராக மார்க்சின் பகுப்பாய்வில் முதலாளி முன்னிறுத்தப்பட்டிருந்த போதிலும், ஒவ்வொரு முதலாளியையும் ஒருவில்லன் என்கிற கண்ணோட்டத்தை எதித்து மார்க்ஸ் எச்சரிக்கிறார். மாறாக, 'மூலதனத்தின் நபர் வடிவமாக', அதாவது, சமூக உறவுகளில் மூலதனத்தின் ஒரு பிரதிநிதியாக, ஒரு உருவம் என்கிற ரீதியாகத்தான் முதலாளியை அவர் கூடுதலாக குணாம்சப்படுத்துகிறார். எதார்த்தத்தில் இந்த வர்ணனையிலிருந்து தனிநபர்கள் விலக்காக இருக்கலாம், தங்களுடைய சமூகப் பாத்திரத்தில் சில கூறுகளை அவர்கள் எதிர்க்கவும் கூடச் செய்யலாம். மற்ற எவரையும் விட, மார்க்சின் பகுப்பாய்வு தனி நபர் மீது குற்றம் சுமத்த முற்படுவது மிகக் குறைவு. - JBF

தனது பிரதான படைப்பான 'மூலதனம்', அதே போல, 'கூலி விலை, லாபம்'; கிருண்ட்ரிஸ் (GRUNDRISSE), 'அரசியல் பொருளாதார விமர்சனத்திற்கு ஒருபங்களிப்பு', 'உபரி மதிப்பின் கோட்பாடுகள்', 'கூலியுழைப்பும் மூலதனமும்' ஆகியவற்றுடன் மற்றும் பல நூல்களில் உள்ள பொருளாதாரக் கருத்துகளின் மிக மிக எளிமைப்படுத்தப்பட்ட தொகுப்புக் கூட தன்னளவிலேயே ஒரு தனி நூலாகிவிடும் என்பதுடன் மார்க்சின் விமர்சகர்கள் இந்த கருத்துகளுக்கு எதிராக எழுப்பிய ஏராளமான மற்றும் சிக்கலான ஆட்சேபங்கள், அவற்றுக்கு அளிக்கப்பட்ட பதிலுரைகள் மற்றும் அதில் ஒரு பகுதிக்கு, இவையெல்லாம் எழுப்பப்படும் என முன் கூட்டியே மார்க்சே அனுமானித்து அளித்த பதில்கள் - என அனைத்தையும் இங்கே குறிப்பிட வேண்டியதில்லை.

இந்த அத்தியாயத்தில் சில அடிப்படைக் கோட்பாடுகளை வடிவமைத்து விளக்குவதுடன் வரம்பிட்டுக் கொள்கிறோம். அதில் பெரும்பாலானவற்றை முந்தைய அத்தியாயங்களில் நாங்கள் எடுத்தாள நேர்ந்திருக்கிறது.

அத்தியாயம் - 4 குறித்து (பண்டத்தின் மாய்மால குணாம்சம்) வாசகர்களுக்கு நினைவூட்டுவதுடன் மீண்டும் ஒரு முறை கூறுகிறோம்: ஒவ்வொரு பண்டமும் முதலாவதாக ஒரு தேவையை நிறைவு செய்வதாக இருந்தாக வேண்டும்; அது பயன்படுவதாக இருக்க வேண்டும், அதாவது, அதற்கு ஒரு 'பயன்-மதிபபு' இருக்க வேண்டும்.

ஒரு வளர்ச்சியடைந்துள்ள பண்டப் பரிவர்த்தனைக் கட்டமைப்பில், பயன்பாட்டிற்கான பொருட்கள் - பயன் மதிப்புகள் பரஸ்பரம் பரிவர்த்தனை செய்து கொள்ளத் தக்கவைகளாக இருப்பதைக் காண முடிகிறது. அது ஒரு தன்னிச்சைப் போக்கானதாக அல்ல, மாறாகப் பண்டங்களாக மாற்றப்பட்டுவிட்ட எல்லாப் பொருட்களுக்கும் பொதுவான ஒரு அளவை அல்லது விதிக்கு ஏற்ப இருக்கும் கூடுதலான அல்லது பற்றாக்குறையான வரத்து, விலை-ஏற்றம், ஊக வணிகம் போன்றவற்றின் விளைவால் ஏற்ற இறக்கங்கள் தவிர்க்கவியலாதவை என்றாலும் கூட, இந்த ஏற்ற-இறக்கங்கள் ஒரு குறிப்பிட்ட மட்டத்திற்கு மேலும் கீழும் நிகழ்கின்றன, அது எப்போதும் ஒரு பண்டப் பொருளின் ரகசியமாகத் தன்னைக் காட்டிக் கொள்கிறது. ஏற்கெனவே ஒரு குறிப்பிட்ட அளவிலான - மேலோட்டமாகப் பார்க்கும் பொழுது ஒரு எளிய, இயற்கையான ஒன்றாக - ஏதோ ஒரு பெரும் மர்மமான ஒன்றுக்கு ஏற்ப பண்டங்களின் பரிவர்த்தனை நிகழ்கிறது என்று அரிஸ்டாட்டில் கருதியிருந்தார் என்பதை மார்க்ஸ் சுட்டிக் காட்டுகிறார்.

அவர் கூறுகிறார், "சமத்துவமில்லாமல் பரிவர்த்தனை நிகழ முடியாது; சரி விகிதம் இல்லாமல் சமத்துவம் இருக்க முடியாது." இருந்தபோதிலும், இங்கு அவர் (அரிஸ்டாட்டில்) அதோடு நின்றுவிடுகிறார், மதிப்பின் வடிவம் பற்றி மேற்கொண்டும் பகுப்பாய்வு செய்வதை விட்டு விடுகிறார். "ஆயினும், யதார்த்தத்தில் அதுபோன்ற எதிர்பாராத பொருட்கள் சரிவிகிதமாக இருப்பது சாத்தியமற்றது - அதாவது பண்பு ரீதியாகச் சமமாக இருப்பது சாத்தியமற்றது. அது போன்ற சமத்துவமாக்கல் என்பது அவற்றின் உண்மை இயல்பிற்கு அந்நியமானதாகவே இருக்க முடியும்; அதன் விளைவாக நடைமுறைக் காரணங்களுக்கான ஒரு தற்காலிக ஏற்பாடாகவே அது இருக்கும்," என்றும் அரிஸ்டாட்டில் கூறுகிறார். அதற்கான

விடையை மார்க்ஸ் அளிக்கிறார்: அரிஸ்டாட்டில் தேடிய, ஆனால் கண்டு பிடிக்கத் தவறிய 'பொதுவான சாரம்' என்பது 'மனித உழைப்பு'.

இருந்த போதிலும், பண்டத்திற்கு மதிப்பை அளிக்கக் கூடியதைக் காண்பதிலிருந்து அரிஸ்டாட்டிலைத் தடுத்து நின்ற ஒரு முக்கியமான காரணி ஒன்று இருந்தது - எல்லா உழைப்பையும் சமமான மனித உழைப்பாக மட்டும் கூறுகின்ற வழிமுறையில் இருந்து, அதன் விளைவாகச் சமமான குணம் கொண்ட உழைப்பாகவும் கூறப்படுவதிலிருந்து கிரேக்க சமுதாயம் அடிமை முறையை அடிப்படையாகக் கொண்டிருந்தது, ஆகையால் அதன் இயல்பான அடிப்படையில் மனிதர்கள் மற்றும் அவர்களுடைய உழைப்புத்திறன்கள் சமத்துவமாக மதிக்கப்படாத நிலை இருந்தது. மதிப்பின் வெளிப்பாடு என்பதன் ரகசியம்-உதாரணமாக, எல்லா விதமான உழைப்பும் சமமானவை, சம மதிப்புள்ளவை என்பதாகவும் அவை பொதுவான மனித உழைப்பாக இருக்கும் வரையிலும், மக்களின் மனதில் நிலைத்து நின்று விடுகின்ற ஒரு நம்பிக்கையைப் போன்ற ஒரு நிலைமையை மனித சமத்துவம் என்கிற ஒரு சிந்தனைப்போக்கும் அடைகின்ற வரையிலும் - அவிழ்க்க முடியாத ரகசியமாகவே இருக்கும். இருந்த போதிலும், உழைப்பின் உற்பத்தியினுடைய ஆகப்பெரும் திரட்சி பண்டங்களின் வடிவத்தை எடுக்கக்கூடியதாக, அதன் விளைவாக மனிதனுக்கும், மனிதனுக்கும் இடையில் மேலாதிக்கம் வகிக்கக்கூடிய உறவாகப் பண்டங்களின் உடைமையாளர்கள் என்கிற உறவு இருக்கின்ற ஒரு சமூகத்தில்தான் இது சாத்தியமாகும்.[108]

ஒரு பண்டத்தின் மதிப்பைக் குறித்துப் பேசும்பொழுது, அதன் பரிவர்த்தனை மதிப்பு என்கிற பொருளை நாம் குறிப்பிடுகிறோம். ஒரு மேல்கோட்டின் மதிப்பானது, அதை உருவாக்கப் பயன்படுத்திய துணியின் மதிப்பை விடவும் அதிகமானது; ஒரு துணியின் மதிப்பானது அதிலிருக்கின்ற கம்பளி, நூல், இயற்கை அல்லது செயற்கை இழைகளை விடவும் அதிகமானது. இந்த 'மதிப்பு உயர்வை' ஒவ்வொரு கட்டத்திலும் ஏதோ ஒன்று சேர்க்கப்பட்டுள்ளது என்கிற உண்மையின் மூலம்தான் விளக்க முடியும்; எனினும், மனித உழைப்பைத் தவிர வேறு எதுவும் சேர்க்கப்படவில்லை. அதில் உள்ளடங்கியிருக்கும் உழைப்பைக் கொண்டுதான் ஒரு பண்டத்தின் மதிப்பு அளவிடப்படுகிறது;

அந்த அளவானது, உழைப்பில் செலவழிக்கப்பட்ட நேரத்தைக் கொண்டு அளவிடப்படுகிறது.

ஒரு பண்டத்தின் மதிப்பு, அதில் செலவழிக்கப்பட்ட உழைப்பின் அளவைக் கொண்டு தீர்மானிக்கப்படுமானால், அதி மந்தமான, திறன் குறைந்த தொழிலாளியாக இருப்பவரின் பண்டம் அதிக மதிப்புள்ளதாக இருக்கும். ஏனென்றால் அதை உற்பத்தி செய்வதற்குக் கூடுதல்நேரம் பிடித்திருக்கும் என்று சிலர் எண்ணமிடக்கூடும். எனினும், மதிப்பின் சாரமாக இருக்கக்கூடிய உழைப்பானது, ஒத்த பகுதிகளை உள்ளடக்கி மனித உழைப்பாக, உழைப்புச் சக்தியின் ஒரே சீரான செலவிடலாக இருக்கிறது. சமூகத்தின் உழைப்புச் சக்தி மொத்தமும், அந்தச் சமூகத்தினால் உற்பத்தி செய்யப்படுகிற எல்லாப் பண்டங்களுடைய மதிப்புகளின் கூட்டுத்தொகையில் உள்ளடங்கியிருக்கிறது. எண்ணிலடங்காத தனிமனித அலகுகளை கொண்டதாக இருந்தாலும் கூட, மானிட உழைப்பு சக்தியின் ஒத்த பகுதிகளாலான ஒரு திரட்சியாக இங்கு விளங்குகிறது. சமூகத்தின் சராசரி உழைப்பு சக்தியின் பண்பைக் கொண்டதாக, அந்தப் பண்புடன் செயலாற்றுவதாக இருக்கும் வரையிலும் இந்த அலகுகள் ஒவ்வொன்றும் மற்றொன்றதைப் போன்றதுதான். அதாவது, ஒரு பண்டத்தை உற்பத்தி செய்வதற்கு சராசரியாகத் தேவைப்படுகிறது, சமூகரீதியாக அவசியப்படுகிற அளவை விடக் கூடுதல் நேரம் தேவைப்படாமல் இருக்கும் வரையிலும் அந்த அலகு ஒன்று போலவே யிருக்கும். [109]

"ஒரு பண்டத்தின் மதிப்பிற்கும் மற்றொன்றின் மதிப்பிற்கும் உள்ள வீதம் என்பது அந்தப் பண்டத்தை உற்பத்தி செய்வதற்குத் தேவையான உழைப்பு நேரத்திற்கும் மற்றொன்றின் உற்பத்திக்குத் தேவையான நேரத்திற்கும் உள்ள வீதமாகும்". இதைச் சொன்ன மார்க்ஸ் உடனே மேலும் சிறப்பான வடிவத்தில் மறு உருவாக்கம் செய்கிறார்: "மதிப்புகள், என்கிற வகையில் எல்லாப் பண்டங்களுமே உறைந்துகிடக்கும் உழைப்பு நேரத்தின் ஒரு *திட்டவட்டமான திரட்சிதான்*."[110]

உயிருடனிருக்கும் உழைப்பு ஒரு சடப் பொருளாக எவ்வாறு உறைந்துவிடுகிறது என்பதை மட்டும் இந்தக் கற்பனை காட்டுவதில்லை; தவிர்க்கவே இயலாமல், கொட்டும் வியர்வையுடனும், உறைந்து போன குருதியுடனும் அதற்கு உள்ள உறவையும் காட்டுகிறது.

அவ்வாறானால், ஒவ்வொரு வகையான உழைப்பும், மற்ற ஒவ்வொரு வகையான உழைப்பும் - தேர்ந்த உழைப்பும்,

தேர்ச்சியற்ற உழைப்பும், எளிய உழைப்பும், சிறப்பான அறிவாற்றல் தேவைப்படும் உழைப்பும் ஒன்றுக்கொன்று சமமாகிறதா? ஒரு நாட்டிற்கும் மற்றொன்றிற்கும், ஒரு கலாசாரத்திற்கும் தக்கவாறு, எந்தவொரு சமூகத்திலும் இருப்பது போல, தன் குணாம்சத்தை மாற்றிக் கொள்கின்ற சாதாரண சராசரி உழைப்பிற்கும் தேர்ந்த உழைப்பிற்கும் இடையில் மார்க்ஸ் வேறுபாடு காண்கிறார்.

ஆனால், தேர்ந்த உழைப்பு என்பது, தீவிரப்படுத்தப்பட்ட சாதாரண உழைப்பாக அல்லது, பன்மடங்காக்கப்பட்ட சாதாரண உழைப்பாக, ஒரு குறிப்பிட்ட அளவு தேர்ந்த உழைப்பு, சாதாரண உழைப்பின் ஒரு அதிகமான அளவாகக் கொள்ளப்படுகிறது. இது போன்ற கணக்கிடல் என்பது இடைவிடாமல் செய்யப்பட்டு வருகிறது என்பதை அனுபவம் காட்டுகிறது....[111] ஒரு உயர்ந்த மட்ட அல்லது சராசரி உழைப்பை விட சிக்கலான தன்மை கொண்ட அனைத்து உழைப்புமே, மிக அதிக விலை வகைப்பட்ட உழைப்பு சக்தியின் செலவினமாகும். அந்த உழைப்பு-சக்தியின் உற்பத்திக்கு அதிகக் காலமும் உழைப்பும் செலவிடப்பட்டுள்ளது. ஆகவே, தேர்ச்சியற்ற அல்லது சாதாரண உழைப்பு சக்தியைக் காட்டிலும் ஒரு உயர்ந்த மதிப்புக் கொண்டதாக அது இருக்கிறது.[112]

முன்னேற்றமடைந்துவிட்ட பரிவர்த்தனை முறை ஒரு பொதுவான சமன் மதிப்பைக் கோருகிறது, எல்லாப் பண்டங்களுக்கும் ஒரு அளவையாகச் செயல்படக்கூடிய ஒரு பண்டத்தை - அந்த வகையில் ‘உண்மையான நிலைத் தன்மையும், பொதுவான சமூகச் செல்லுபடித் தன்மையும்’ பொருந்திய ஒரு பண்டத்தைக் கோருகிறது. இந்தப் பொதுச் சமன் மதிப்பாகத் தங்கமும், வெள்ளியும் - பணம் - ஆக்கப்பட்டுள்ளன.[113]

பரிவர்த்தனைகளின் வளர்ச்சிப் பாதையில் ஏற்பட்ட தேவையின் காரணமாக உருவாக்கப்பட்டது தான் பணம், அதன் மூலமாக உழைப்பின் பல்வேறு உற்பத்திப் பொருட்கள் நடைமுறையில் ஒன்றுக்கொன்று சமமாக்கப்படுகின்றன. இவ்வாறான, நடைமுறை யினால் பண்டங்களாக மாற்றப் பட்டுள்ளன. பரிவர்த்தனைகளின் வரலாற்று முன்னேற்றமும், நீட்சியும், பண்டங்களுக்குள் பொதிந்திருக்கும் பயன்மதிப்பு மற்றும் மதிப்பு ஆகியவற்றுக்கு இடையிலிருக்கும் முரண்பாடுகளை வளர்க்கிறது.[114]

மிகத் தீவிரமான சூழல்களில் தான் பயன்-மதிப்பு தீர்மானிக் கின்ற மதிப்பாக மாற்றமடைகிறது. பரிவர்த்தனை மதிப்புத்தான் - உறைந்து கிடக்கும் உழைப்பு நேரம் என்கிற முறையில் ஒரு பண்டத்தின் மதிப்பாகிறது.

ஒரு பண்டத்தின் மதிப்பு, அந்தப் பண்டத்தின் விலையை ஒத்ததல்ல; ஆனால் விலைகள், அவை எவ்வளவு தான் நெகிழ்வாக இருந்தாலும், ஒரு அணுவின் உட்கருவை மின்னணுக்கள் சுற்றி வருவது போல - மதிப்புடன் தொடர்பு கொண்டவைகளாகும்.

சமப் பரிமாணம் கொண்ட சமூக வகையில் தேவையான உழைப்பை வெவ்வேறு விலைகளில் குறிப்பிட முடியும்.

அந்த விலைகள் கோதுமையின் பரிமாணத்தை முறையாக வெளிப்படுத்துவதற்குப் பொருந்தி வராமல் மிகச் சிறிதாகவோ அல்லது மிகப் பெரிதாகவோ இருக்கக்கூடும். ஆனாலும் கூட அவைதான் அதன் விலைகள். ஏனெனில் அவை, முதலாவதாக அதன் மதிப்பாகக் காட்சியளிப்பது அந்த வடிவத்தில்தான்; அதாவது பணம். இரண்டாவதாக, பணத்துடனான அதனுடைய பரிவர்த்தனை வீதத்தை வெளிப்படுத்துபவைகளும் அவைதான்.... ஆனால் இந்தப் பரிவர்த்தனை வீதம் அந்தப் பண்டத்தின் மதிப்பினுடைய உண்மையான பரிமாணத்தை வெளிப்படுத்துவதாகவும், அல்லது சூழ்நிலைமைகளுக்கு ஏற்ப அந்த மதிப்பிற்காகக் கொடுக்க வேண்டிவருகின்ற தங்கத்தின் அளவு அந்த மதிப்பிலிருந்து விலகிச் செல்வதை வெளிப்படுத்துவதாகவும் இருக்கக்கூடும். ஆகவே விலை மற்றும் மதிப்பின் பரிமாணம் ஆகியவற்றுக்கு இடையில் அளவுப் பொருத்தமின்மை அல்லது முன்னதிலிருந்து பின்னது விலகிச் செல்வதும் சாத்தியமென்பது அந்த விலை-வடிவத்தின் உள்ளுறையான தன்மையாகும். இது குறைபாடு ஒன்றுமல்ல; ஆனால் அதற்கு முரணாக, ஒன்று மற்றொன்றை ஈடுசெய்து கொள்கின்ற, பார்வைக்கு விதிகளற்றதாகத் தோன்றுகிற குளறுபடிகளுக்கு ஒரு இடைநிலையாக மட்டுமே தம்மைப் பொருத்திக் கொள்கின்ற உள்ளார்ந்த விதிகளைக் கொண்ட உற்பத்தி வடிவத்திற்கு விலை-வடிவத்தைப் பாராட்டத்தக்க முறையில் அது தகவமைக்கிறது.[115]

இங்கு இயற்கை விஞ்ஞானத்துடன் ஒப்பிட்டுப் பார்ப்பது பொருத்தமாக விருக்கும். ஒழுங்கமைவின்மையின்

குருட்டுத்தனமான தன்னிச்சைப்போக்கின் ஒரு சராசரி விதியாகவே மூலக்கூறுகளின் இயக்கம் அமைந்திருக்கிறது. உற்பத்தியில் உள்ள நிகழ் முறையின் சமூகப் பண்பானது, சமூகரீதியான-அவசிய உழைப்பு-நேரத்தின் அளவால் தீர்மானிக்கப்படுகின்ற பண்டத்தின் மதிப்பாகத் தன்னை வெளிப்படுத்திக் கொள்கிறது; சந்தையின் எதிர்பாராத விபத்துத் தன்மையையும், லாபத்தை மட்டுமே அடிப்படையாகக் கொண்டமைந்த ஒரு பொருளாதாரத்தின் திட்டமிடலற்ற தன்மையையும் விலை வெளிப்படுத்துகிறது.

பல முக்கியமான பொருட்களின் விலைகளில் ஒரு ஏற்றமோ அல்லது வீழ்ச்சியோ எல்லாப் பண்டங்களின் விலைகளின் கூட்டுத் தொகையும் ஒன்றில் கூட்டுவதற்கோ அல்லது குறைப்பதற்கோ போதுமானதாக இருக்கிறது. பண்டங்களின் மதிப்பில் ஒரு உண்மையான மாற்றத்திற்குத் தகுந்தவாறு விலையில் மாற்றம் ஏற்படுவதாலோ அல்லது சந்தை விலைகளில் ஏற்படும் வெறும் ஏற்ற இறக்கங்களின் விளைவாகவோ சுழற்சி வட்டத்தின் அளவு மீது ஏற்படுகின்ற தாக்கம் உள்ளது உள்ளவாறே நீடித்திருக்கும்.[116]

சந்தையைத் தீர்மானிக்கின்ற மூன்று காரணிகள்: விலைகளின் நிலைமை, சுற்றுக்கு விடப்பட்டிருக்கும் பண்டங்களின் அளவு, பண-செலவாணியின் வேகம். இந்தக் காரணிகள் "அனைத்துமே மாறக்கூடியவை. பெறப்படக்கூடிய விலைகளின் மொத்தத் தொகை, அந்தத் தொகைக்கு ஏற்றவாறு சுற்றியிருக்கும் செலவாணியின் அளவு ஆகியவை இந்த மூன்று காரணிகளின் எண்ணற்ற மாறுதல்களுக்குத் தக்கவாறு தாமும் மாறும்."[117]

ஒரு மெதுவான வரலாற்றியல் நிகழ்வு முறை பணத்தை மூலதனமான மாற்றுகிறது. அதையொட்டிப் பணம் ஒரு இயங்கு சக்தியைப் பெறுகிறது; அதன் பிறகு அது தொகை செலுத்துகிற, செலவழிப்பதற்கான, சேமிப்பிற்கான அல்லது வட்டித் தொழிலுக்கான ஒரு சாதனமாக மட்டுமே நீடிக்காது, மதிப்பின் அளவையாக மட்டுமல்லாமல் உற்பத்தியின் உந்து சக்தியாகவும் மாறி விடுகிறது.

பண்டங்களின் சுழற்சிதான் மூலதனத்தின் துவக்கப் புள்ளியாகும். பண்டங்களின் உற்பத்தி, அவற்றின் சுழற்சி, வர்த்தகம் என்றழைக்கப்படுகின்ற அவற்றின் சுழற்சியின் கூடுதல் முன்னேற்றமடைந்த வடிவம் ஆகியவையெல்லாம்

அதனுடைய எழுச்சிக்கான வரலாற்றியல் அடித்தளப் பணியாக உருவெடுக்கின்றன. மூலதனத்தின் நவீன வரலாற்றின் காலம் 16-ம் நூற்றாண்டில் ஒரு உலகு தழுவிய வர்த்தகமும், உலகு தழுவிய சந்தையும் உருவானதிலிருந்து துவங்குகிறது. [118]

பண்டங்களின் எளிய சுழற்சிவட்டம் - கொள்முதலுக்காக விற்பனை - என்பது சுழற்சி வட்டத்துடன் தொடர்பற்ற ஒரு நோக்கத்தை முன்னெடுத்துச் செல்வதற்கான ஒரு வழிமுறையாகும். எடுத்துக்காட்டாக, பயன்-மதிப்புகளை வசமாக்கிக் கொள்வது, தேவைகளை நிறைவு செய்வது. அதற்குக் முரணாக, மூலதனம் எனும் முறையில் பணத்தின் சுழற்சி என்பது அதுவே, அதனுடைய நோக்கமாக விருக்கிறது. ஏனெனில் மதிப்பின் விரிவாக்கமானது, இடைவிடாமல் புதுப்பித்துக் கொள்கின்ற இந்த இயக்கத்திற்குள் மட்டும்தான் நிகழ்கிறது. ஆகவே, மூலதனத்தின் சுழற்சிக்கு எல்லைகள் எதுவுமே கிடையாது. [119]

சாதாரணமான எளிய பண்டப் பரிவர்த்தனையில் பயன்-மதிப்பு மேலாதிக்கம் வகிக்கிறது. தனது உற்பத்திப் பொருளை விற்பனை செய்பவர் எவரொருவரும் தான் ஈட்டிய பணத்தைக் கொண்டு மற்றொன்றை வாங்க விரும்புகிறார். ஒரு திட்டவட்டமான பொருளுக்கான ஒரு கோரிக்கை இரு தரப்பிலும் நிறைவு செய்யப்படுகிறது. ஆனால் முதலாளிக்கு உற்பத்திச் செய்யப்படுகிற பொருள் என்ன என்பது ஒருபொருட்டல்ல. தன்னுடைய பண்டம், அது என்னவாக இருந்தாலும் சரி, பணமாக்கப்பட வேண்டும் என்று மட்டுமே அவர் விரும்புகிறார். அதில் தான் இட்ட பணத்தை விடக் கூடுதலான பணத்தை அடைய அவர் விரும்புகிறார். அவர் விற்பனை செய்யக்கூடிய உற்பத்திப் பொருள் அதனுள் உழைப்பின் மூலம் கூட்டப்பட்டிருக்கும் மதிப்பின் ஒரு பகுதி அவருடைய கைகளை வந்தடையும் வகையில் கட்டமைக்கப்பட்டிருக்க வேண்டும்.

மதிப்பின் விரிவாக்கம், அவருடைய உள்ளார்ந்த நோக்கமாகி விடுகிறது. சார வடிவில் உள்ள மேலும், மேலும் கூடுதல் செல்வம் வசமாக்கப்படுவது அவருடைய நடவடிக்கைகளின் ஒரே உள் நோக்கமாக மாறிவிடுகின்ற வகையில்தான் அவர் ஒரு முதலாளியாகச் செயல்படுகின்றார். அதாவது தன்னுணர்வும் செயல்விருப்பும் கொண்டுள்ள மூலதனத்தின் உருவகமாகி விடுகிறார். ஆகவே, பயன்மதிப்புகள் தான் முதலாளியின் உண்மை நோக்கமென்று எப்போதுமே எடுத்துக்

கொள்ளக்கூடாது. அதேபோல, ஒரேயொரு வரவு-செலவின் மீது மட்டும் லாபமீட்டுவதுதான் அவருடைய நோக்கம் என்றும் எடுத்துக் கொள்ளக்கூடாது. லாப மீட்டுகின்ற ஓய்வற்றதும், முடிவற்றதுமான நிகழ்வுப் போக்கு ஒன்று தான் அவருடைய இலக்கு. செல்வத்தின் மீதான இந்த எல்லையற்ற பேராசையும், பரிவர்த்தனை-மதிப்பைத் தேடி இந்த வெறி கொண்ட துரத்தலும் முதலாளிக்கும், கஞ்சனுக்கும் பொதுவானது;ஆனால் கஞ்சன் ஒரு பைத்தியமாகிவிட்ட முதலாளியாக இருக்கும் பொழுது முதலாளி ஒரு பகுத்தறிவு கொண்ட கஞ்சனாக இருக்கிறார். பரிவர்த்தனை மதிப்பை, இடைவிடாமல் குவிப்பதற்கு சுழற்சி வட்டத்திற்குள் தன் பணத்தை இடாமல் பாதுகாத்து வைத்துக் கொள்வதன் மூலமாகக் கஞ்ச நபர் முயலுகிறார், ஆனால் அதிக புத்திக் கூர்மையுள்ள முதலாளி சுழற்சி வட்டத்திற்குள் புதிது புதிதாக அதை இடைவிடாமல் வீசுவதன் மூலமாக அதைச் சாதித்து விடுகிறார்.[120]

சந்தையில் அதி மதிப்பை முதலீடு செய்கின்ற முதலாளி அதனுடைய வீதத்திற்கு ஏற்ப மதிப்பை விரிவடையச் செய்து தனக்காக எவ்வாறு கூடுதல் மதிப்பைப் பெற முடியும்? அவ்வப்போது, தன்னுடைய சக முதலாளிகளை ஏமாற்றுவதன் மூலமாகவோ, அல்லது விலை ஏற்ற இறக்கங்களாலோ, பண ஊக வாணிபத்தாலோ அவரால் இதைச் செய்ய முடிகிறது. ஆனால் காலப்போக்கில் எல்லா முதலாளிகளுக்கும் கிடைக்கக்கூடிய ஏதாவது ஒரு வழி இருந்தாக வேண்டும்.

மதிப்பின் ஒரு தோற்றுவாயாக இருக்கக்கூடிய பயன் மதிப்பாகவும், அதன் காரணமாக அதன் நகர்வு தானே உழைப்பின் உருவமாக இருக்கக்கூடிய ஒரு மதிப்பை உருவாக்கக்கூடியதாக ஏதாவது ஒரு பண்டம் இருந்தாக வேண்டும். உழைப்பு அல்லது உழைப்புச் சக்திக்கான திறன் கொண்ட தனிச்சிறப்பான பண்டத்தைப் பணத்தின் உடைமையாளர் சந்தையில் கண்டுபிடித்து விடுகிறார்.[121]

உழைப்புச் சக்தி

சந்தையில் ஒரு பண்டமாக உழைப்புச் சக்தி தோன்ற முடியும். ஆனால் அதன் உடைமையாளர், உழைப்புச் சக்தி யாருடையதாக இருக்கிறதோ அவர், அதை ஒரு பண்டமாக விற்பனை செய்ய முன் வர வேண்டும் அல்லது விற்பனை செய்கிறார் எனும்போது தான் இது சாத்தியமாகும். இவ்வாறு அவர் செய்வதற்கு அது

அவர் வசமிருக்க வேண்டும்; உழைப்பதற்கான அவருடைய திறனுடைய உரிமையில் அல்லது அவர் தன்னளவில் ஒரு நபர் என்கிற முறையில் தளைகள் ஏதுமற்ற சுதந்திரம் கொண்டவராக இருந்தாக வேண்டும். தன்னுடைய பணத்தை மூலதனமாக மாற்றுவதற்குப் பணத்தின் உடைமையாளர் சந்தையில் சுதந்திரமான உழைப்பாளரைச் சந்திக்க வேண்டும், அந்தச் சுதந்திரம் என்பது இரட்டைப் பொருளில், அதாவது தன்னுடைய உழைப்புச் சக்தியை தன் சொந்தப் பண்டமாக விற்பதற்குச் சுதந்திரமுள்ள ஒரு மனிதனாக இருக்க வேண்டும் என்பதுடன் விற்பனைக்கான வேறு எந்தப் பண்டமும் இல்லாதவராகத் தன் உழைப்புச் சக்தியைப் பயன்படுத்துவதற்குத் தேவையான எதுவுமே அற்றவராகவும் இருக்க வேண்டும்.[122]

இந்தத் தனிச்சிறப்பான பண்டமாகிய உழைப்புச்-சக்தி மற்ற எல்லாப் பண்டங்களையும் போலவே தனக்கும் ஒரு மதிப்பைக் கொண்டுள்ளது. ஆனால் இந்த மதிப்பு எவ்வாறு தீர்மானிக்கப்படுகிறது?

உழைப்பு-சக்தியின் மதிப்பானது மற்ற ஒவ்வொரு பண்டத்தையும் போலவே, அதன் உற்பத்திக்கும், அதைத் தொடர்ந்த மறு-உற்பத்திக்கும் தேவைப்படுகின்ற உழைப்பு நேரத்தால் தீர்மானிக்கப்படுகிறது. அதனுடைய மதிப்பைப் பொறுத்தவரையிலும் சமூகத்தில் உள்ளடங்கியிருக்கும் சராசரி உழைப்பின் ஒரு திட்டவட்டமான அளவை மிஞ்சிய வேறொன்றையும் பிரதிநிதித்துவப்படுத்துவதில்லை. தனிநபரைப் பொறுத்த வரையிலும், உழைப்பு-சக்தியின் உற்பத்தியில்தான் அவர் தன்னுடைய மறு ஆக்கம் செய்யப்படுகிறது அல்லது பராமரித்துக் கொள்வது என்பது உள்ளடங்கியிருக்கிறது. தன்னைப் பராமரித்துக் கொள்வதற்கு ஒரு குறிப்பிட்ட அளவு பிழைப்புச் சாதனங்கள் அவருக்குத் தேவைப்படுகிறது. ஆகவே, உழைப்பு-சக்தியை உற்பத்தி செய்வதற்கு அவசியமான உழைப்பு நேரம் இந்தப் பிழைப்புச் சாதனங்களின் உற்பத்திக்கு அவசியமானதாகத் தன்னைச் சுருக்கிக் கொள்கிறது; வேறு வார்த்தைகளில் கூறுவதானால், உழைப்புச்-சக்தியின் மதிப்பென்பது, உழைப்பாளரின் பராமரிப்பிற்கு அவசியமான பிழைப்புச் சாதனங்களின் மதிப்பாகிறது.[123]

உழைப்பு-சக்தியின் குறைந்தபட்ச மதிப்பானது - உழைப்பாளி தன்னுடைய உயிராற்றலைப் புதுப்பித்துக் கொள்வதற்கு எந்தப்

பண்டங்கள் அன்றாடம் இன்றியமையாதவைகயோ, உடலியல் ரீதியாகத் தவிர்க்கவியலாத அந்தப் பிழைப்புச் சாதனங்களின் மதிப்பினால்-தீர்மானிக்கப்படுகிறது. உழைப்பு - சக்தியின் விலை இந்தக் குறைந்த பட்ச மட்டத்திற்கு வீழ்ச்சியுறுமானால், அது தன் மதிப்பை விடக் கீழே விழுந்து விடுகிறது. ஏனென்றால் அது போன்ற சூழ்நிலைமைகளில் ஒரு முடமாக்கப்பட்ட நிலையில் மட்டும்தான் அது பராமரிக்கப்பட முடியும்; வளர்க்கப்பட முடியும்.

உழைப்புச் சக்தியின் மதிப்பைத் தீர்மானிக்கின்ற இந்த வழிமுறையை, இந்த விஷயத்தின் இயல்பினாலேயே வழங்கப்பட்டுள்ள ஒரு வழிமுறையை ஒரு கொடூரமான வழிமுறை என்று அறிவிக்கின்ற மனப்பாங்கு மிகவும் மலினமான ஒன்றாகும். [124]

மலிவான மனப்பாங்கை நிராகரிப்பதும், மற்ற எதையும் போலவே ஒரு மதிப்பும், ஒரு விலையும் கொண்ட ஒரு பண்டம் போல உழைப்புச் -சக்தியைப் பற்றி மார்க்ஸ் பேசுகின்ற கடும் யதார்த்தமும் - எந்த ஒரு உயிரற்ற பொருளையும் போலவே ஒரு பண்டமாக மனிதன் மாற்றப்பட்டுள்ளதுடன், தனது மறு-உற்பத்திக்குத் தேவையான உழைப்பு நேரம் அந்தப் பண்டத்தின் மதிப்பாக மாறுகின்ற ஒரு கட்டமைப்பின் கொடூரத்தை வேறு எந்தவொரு கூடுதலான உணர்ச்சியை விடவும் மிகப் பளீரென வெளிப்படுத்துகிறது. ஒரு குற்றம் சாட்டுகின்றவரின் உணர்ச்சி வேகத்தையும், இரக்க மனத்தையும் வெளிப்படுத்தக்கூடிய தன்மை பொருந்திய மார்க்ஸ் தான் வாழ்ந்திருந்த உலகில் மனிதன் மனிதத் தன்மையற்ற மயமாக்கப்படுதலை, ‘சடமாக்கல்’ (OBJECTIFICATION) மொழியை பயன்படுத்துவதன் மூலம் நியாயப்படுத்துகிறார்.

ஒருநாள் உழைப்பின் மதிப்பு மூன்று ஷில்லிங் பெறும் என்று *மார்க்ஸ் இங்கு ஒரு அனுமானமாக எடுத்துக் கொள்கிறார்: அதிலுள்ள உழைப்புச் சக்தியின் அளவுக்குள் ஒரு அரை நாள் உழைப்பு அடங்கியுள்ளது, ஏனெனில், உழைப்புச் சக்தியின் உற்பத்திக்கு அன்றாடம் தேவைப்படுகிற பிழைப்புச் சாதனங்களின் விலை அரை-நாள் உழைப்பாகவிருக்கிறது. ஆனால், உழைப்புச் சக்திக்குள் உள்ளடங்கியுள்ள உழைப்பு மற்றும் செயல்படக்கூடிய நிலையிலிருக்கும் உயிருள்ள மற்றும் வேலையின் போது அதன் அன்றாடச் செலவழிப்பு ஆகியவையும் இரண்டு வெவ்வேறு விஷயங்களாகும். முந்தையது உழைப்புச் சக்தியின் பரிவர்த்தனை மதிப்பைத் தீர்மானிக்கிறது, பிந்தையது பயன்மதிப்பைத் தீர்மானிக்கிறது.*

24 மணிநேரம் உழைப்பாளியை உயிருடன் வைத்திருப்பதற்கு ஒரு அரை-நாள் உழைப்பு தேவைப்படுகிறது என்கிற உண்மை அவரை ஒரு முழு நாளும் உழைப்பதிலிருந்து தடுப்பதில்லை. ஆகவே, உழைப்புச் சக்தியின் மதிப்பும், உழைப்பின் நிகழ்வுப் போக்கில் அந்த உழைப்புச் சக்தி உருவாக்குகின்ற மதிப்பும் முற்றிலும் இரண்டு வேறுபட்ட பரிமாணங்களாகும்; முதலாளி உழைப்புச் சக்தியை வாங்கிய பொழுது இந்த இரண்டு வேறுபட்ட மதிப்புக்களைத்தான் மனதில் கொண்டிருந்தார்.............

நம்முடைய முதலாளி இந்த நிலைமைகளை முன்கூட்டியே கணித்திருந்தார், அதுதான் அவருடைய சிரிப்புக்குக் காரணமாகும். ஆகவே, தொழிற்சாலையில் வேலை செய்வதற்கான சாதனங்களைத் தொழிலாளி பார்க்கிறார், அது 6மணி நேரம் மட்டுமல்ல, 12 மணி நேரமும் வேலை செய்வதற்கானதாகும். 6 மணி நேரத்தின் நிகழ்முறையில் நமது 10 பவுண்டு பருத்தி 6 மணி நேர உழைப்பை எடுத்துக் கொள்கிறது, 10 பவுண்டு நூலாக மாறிவிடுகிறது, அதே போல 20 பவுண்டு பருத்தி 12 மணி நேர உழைப்பை எடுத்துக் கொள்கிறது, 20 பவுண்டு நூலாக மாறிவிடுகிறது. இப்பொழுது, இந்த நெடிய நிகழ்முறையைப் பற்றி நாம் பரிசீலிப்போம்.

இந்த 20 பவுண்டு நூலில் 5 நாள் உழைப்பு அடங்கியிருக் கிறது, அதில் 4 நாட்கள் பருத்தியினாலும் கதிரின் (SPINDLE) உருக்குப் பாகத்தின் தேய்மானத்தாலும் எடுத்துக் கொள்ளப்பட்டுள்ளது; எஞ்சியிருக்கும் ஒருநாள் நூல் நூற்பு நிகழ்முறையின் போது பருத்தியினால் ஈர்த்துக் கொள்ளப் பட்டுள்ளது. இந்த 5 நாட்களைத் தங்கத்தால் குறிப்பிடும் பொழுது அது 30 ஷில்லிங் பெறுமனாக இருக்கிறது. ஆகவே, இதுதான் 20 பவுண்டு நூலின் விலையாகும்...... ஆனால், இந்த நிகழ்முறையில் பங்கெடுத்துக் கொண்ட பண்டங்களின் மதிப்பினுடைய மொத்தத் தொகை 27 ஷில்லிங்காக இருக்கிறது. நூலின் விலையோ 30 ஷில்லிங்குகள்; ஆக, உற்பத்திப் பொருளின் மதிப்பு அதனுடைய உற்பத்திக்காக முன்முதலீடு செய்யப்பட்டதன் மதிப்பைக் காட்டிலும் 1/9 பாகம் கூடுதலாக இருக்கிறது; 27 ஷில்லிங்குகள் 30 ஷில்லிங்குகளாக மாற்றப்பட்டுள்ளது; 3 ஷில்லிங்குகளின் ஒரு உபரி-மதிப்பு படைக்கப்பட்டுள்ளது..... பணம் மூலதனமான உருமாற்றமடைந்துவிட்டது. [125]

முதலாளியும் உழைக்கிறார்; அதன் மூலம் மதிப்பின் உருவாகத்திற்குப் பங்களிப்புச் செய்திறார் என்கிற வழக்கமான ஆட்சேபத்திற்கு நாம் இந்தக் கேள்வியை முன் வைக்கலாம்: லாபத்தின் வசமாக்கிக் கொள்வது ஒன்றை மட்டுமே செயல்படுத்துகிற முதலாளி எதைக் கொண்டு வாழ்கிறார்? தொழிலாளர், தொழில் நுட்பப் பணியாளர்கள், பொறியாளர்கள் போன்றவர்கள் உபரி-உழைப்பு நிகழ்த்துகிறார்கள் என்பது மிகவும் தெளிவான ஒன்று, அதன் ஒரு பகுதி ஒன்று அல்லது பல முதலாளிகளுக்கு வருமானமாக அல்லது வருவாயாக மாறுகிறது. முதலாளிகள் தங்கள் பைக்குள் போட்டுக் கொள்ளும் இந்தப் பணத்தை, இந்த உபரி மதிப்பு இல்லாதிருக்குமானால், கிறிஸ்துவக் கருணை உள்ளத்தின் காரணமாக தொழிலாளர்கள் அவர்களுக்கு அளிக்கின்ற இலவசப் பரிசாக அல்லவா கருதப்பட வேண்டி வரும் - நல்ல கதை!

உழைப்பின் உற்பத்திப் பொருள் தன் மதிப்பின் ஒரு பகுதியை உற்பத்திச் சாதனங்களில் இருந்தும் பெறுகின்றன என்பது உண்மைதான், அவற்றில் கடந்த கால உழைப்பும் குவிந்துள்ளது. உற்பத்திப் பொருள் எதைப் பெறுகிறதோ அதைத் தன் பயன்-மதிப்பு என்கிற வகையில் அந்தச் சாதனம் இழந்து விடுகிறது.

அந்தச் சாதனம் இழப்பதற்கு மதிப்பு எதுவுமில்லாமல் இருக்குமானால், அல்லது வேறு வார்த்தைகளில், அது மனித உழைப்பின் படைப்பாக இல்லாதிருக்குமானால், அது உற்பத்திப் பொருளுக்கு எந்த மதிப்பையும் மாற்றித் தருவதில்லை. பரிவர்த்தனை-மதிப்பின் உருவாக்கத்திற்குப் பங்களிக்காமல் பயன்-மதிப்பு உருவாவதற்கு அது உதவுகிறது. மனிதனின் உதயில்லால் இயற்கையால் அளிக்கப்படுகின்ற நிலம், நீர்,காற்று, கனிமங்கள், பசுங்காடுகளின் மரம் போன்ற எல்லா உற்பத்திச் சாதனங்களும் இந்த வகையைச் சாரும்.[126]

..................உற்பத்திச் சாதனங்கள் புதிய உற்பத்திப் பொருளுக்கு மதிப்பை மாற்றியளிக்கின்றன, அதுவும்கூட உற்பத்தி நிகழ்முறையின்போது தம்முடைய முந்தைய பயன்மதிப்பு என்கிற வடிவத்தில் மட்டும்தான் தம் மதிப்பை இழக்கின்றன. நிகழ்முறையின் போது அவை இழக்க நேரிடுகின்ற அதிகபட்ச மதிப்பு என்பது, நிகழ்முறைக்குள் அவை எந்த அளவுக்கு அசல் மதிப்புடன் நுழைந்தன என்கிற வகையில் வரம்புக்குட்டதாகும். வேறு வார்த்தைகளில்,

அவற்றின் உற்பத்திக்கு அவசியமான உழைப்பு நேரத்தின் வரம்பிற்குட்பட்டதாகும்.[127]

உற்பத்திப் பொருளின் உள்ளார்ந்த கூறுகளுடைய (மூலப்பொருட்கள், துணைப் பொருட்கள் உற்பத்திக் கருவிகள், மனித உழைப்பு சக்தி ஆகியவை) மொத்த மதிப்பிற்கும் மேலாக உற்பத்திப் பொருளில் இருக்கும் உபரியானது, தன்னுடைய பராமரிப்புக்குத் தேவைப்படுகிற உழைப்பு நேரத்தைக் காட்டிலும் கூடுதலாகச் செலவிடுகின்ற மனித உழைப்புச் சக்தியிலிருந்து மட்டுமே பெறப்படுகிறது. உற்பத்திச் சாதனங்களில் முதலீடு செய்யப்பட்டுள்ள மூலதனத்தின் பகுதி உற்பத்தி நிகழ்முறையின்போது மதிப்பில் மாற்றமடைவதில்லை . மார்க்ஸ் இதை 'மாறாத மூலதனம்' என்றழைக்கிறார்.

மறுபக்கம், உழைப்பு-சக்தியால் முன்னிலைப்படுத்தப்படும் மூலதனத்தின் பகுதி உற்பத்தி நிகழ்முறையின் போது மதிப்பில் மாற்றத்திற்குள்ளாகிறது. அது தன் சொந்த மதிப்பிற்கீடானதை மறு உற்பத்திச் செய்வதுடன் ஒரு மிகுதியை-ஒரு உபரி-மதிப்பையும் உற்பத்தி செய்கிறது, அது சூழல்களுக்கு ஏற்ப கூடுதலாகவோ, குறைவாகவோ மாறக் கூடும். இந்தப் பகுதி மூலதனம் தொடர்ச்சியாக ஒரு மாறாத பரிமாணத்திலிருந்து ஒரு மாறுகின்றது பரிமாணத்திற்கு மாற்றியமைக்கப்படுகிறது. ஆகவே மூலதனத்தின் மாறுகின்ற பகுதியாக இருப்பதை நான் மூலதனத்தின் மாறும் பகுதி, அல்லது சுருக்கமாக 'மாறும் மூலதனம்' என்றழைக்கிறேன். [128]

தன்னுடைய பராமரிப்பிற்குத் தேவையான உழைப்பையும் கடந்து தொழிலாளி செலவிடுகின்ற உழைப்பு-சக்தி அவருக்கென்று ஒரு மதிப்பைப் படைப்பதில்லை. அது உபரி-மதிப்பைப் படைக்கிறது, அது, மார்க்ஸ் குறிப்பிடுவது போல, 'சூன்யத்திலிருந்து படைக்கப்பட்ட ஒன்றின் எல்லாக் கவர்ச்சியையும் கொண்டிருக்கிறது.' [129]

முதலாளிக்கும், தொழிலாளிக்கும் இடையிலான உறவு துவக்கத்திலிருந்தே ஒரு போராட்டத்தை முன் அனுமானிக்கிறது: உபரி-மதிப்பிற்கான போராட்டம், அதாவது, உபரி உழைப்பு நேரத்திற்கும், உழைப்புச் சக்தியைப் பராமரிப்பதற்குத் தேவையான உழைப்பு நேரத்திற்கும் உள்ள விகிதம்-வேறு சொற்களில், முதலிலும், மிக முதன்மையாகவும் வேலைநாளின் நீளத்திற்கான போராட்டம், தொழிலாளிக்கு

ஒரு விலங்கினத்தைப் போல ஓய்வெடுக்கவும், உண்ணவும் தன் பௌதிகத் தேவைகளை நிறைவு செய்து கொள்ளவும் நாளின் ஒரு பகுதி தேவைப்படுகின்றது.

அது மட்டுமல்ல, அவருக்குத் தன் அறிவான்மை மற்றும் சமூக விருப்பங்களை நிறைவு செய்வதற்கும் நேரம் தேவைப்படுகிறது, அந்தத் தேவைகளின் அளவும் எண்ணிக்கையும் சமூக முன்னேற்றத்தின் பொதுவான நிலைமையினால் நிறுவப்படுகின்றன. ஆகவே, பௌதீக, சமூக வரம்புகளுக்குள் வேலை நாளின் மாற்றம் அலைவுறுகிறது. [730]

ஒரு வேலை-நாள் என்பது என்ன? ஒரு இயற்கையான நாளை விட அது எவ்வளவு குறுகியதாக இருக்க வேண்டும்? வேலை-நாளின் அவசியமான வரம்பு குறித்த முதலாளித்துவக் கண்ணோட்டம் தொழிலாளியுடையதிலிருந்து வேறுபடுகிறது.

முதலாளி என்கிற வகையில் அவர் மூலதனத்தின் உருவகமாக இருக்கிறார்.... ஆனால் மூலதனத்திற்கு வாழ்க்கையின் ஒரே ஒரு துடிப்பு மட்டுமே இருக்கிறது; மதிப்பையும், உபரி மதிப்பையும் உருவாக்கிக் கொண்டேயிருக்கும் மனப்போக்கு. தங்களுடைய மாறாத காரணியாக உற்பத்திச் சாதனத்தை ஆக்கி எவ்வளவு பெருமளவு சாத்தியமோ அவ்வளவு உபரி உழைப்பை உறிஞ்சுவது. மூலதனம் என்பது மரணித்து விட்ட உழைப்பாகும்; ரத்தக் காட்டேரியான அது உயிருள்ள உழைப்பினைக் குடித்து வாழ்கிறது. எவ்வளவு அதிகமாக வாழ்கிறதோ அவ்வளவுக்கு அது உழைப்பை உறிஞ்சுகிறது. உழைப்பாளி வேலை செய்யும் நேரம் தான் முதலாளி அவரிடமிருந்து விலைக்கு வாங்கிய உழைப்பு-சக்தியை நுகரும் நேரமாகிறது. தொழிலாளி தான் விற்க வேண்டிய நேரத்தைத் தனக்காகவே நுகர்ந்து கொள்கிறாரென்றால், அவர் முதலாளியைக் கொள்ளையடிக்கிறார் என்றாகிறது. [131]

மார்க்ஸ் ஒவ்வொரு முதலாளியையும் ஒரு வில்லனாகவோ அல்லது கயவனாகவோ கருதினார் என்று கற்பனை செய்வது மிகவும் தவறாகிவிடும். அவர் முதலாளியை ஒரு தனி நபராகப் பார்க்கவில்லை, மாறாக “ஒரு சமூகப் பாத்திரத்தின் முகமூடியாக”, “மூலதனத்தின் ஊழியராக” பண்டப்பரிவர்த்தனை விதியின் காரணமாக தான் விலைக்கு வாங்கிய பண்டத்தின் முழு மதிப்பையும் கோருபவராகப் பார்த்தார்.

வேலை-நாளை சாத்தியமான அளவுக்கு நீண்டதாக இருக்கும்படி செய்ய முதலாளி முயலும்போதும், எப்போதெல்லாம் சாத்தியமோ அப்போது ஒரு வேலை-

நாளில் இருந்து இரண்டு வேலை நாட்களைப் பெற முயலும் பொழுதும் ஒரு வாங்குபவர் என்கிற முறையில் தன்னுடைய உரிமையை நிலை நிறுத்துகிறார். மறுபக்கம், விற்கப்பட்ட பண்டத்தின் தனிச்சிறப்பான இயல்புதான் நுகரப்படுவதற்கு ஒரு வரம்பை வாங்கியவருக்கு விதிக்கிறது, வேலை-நாளை ஒரு திட்டவட்டமான, வழக்கமான ஒன்றாகக் குறைப்பதற்குத் தொழிலாளி விரும்புப் பொழுது அவர் விற்பவர் என்கிற முறையில் தன் உரிமையை நிலை நிறுத்துகிறார். ஆகவே, இங்கே தம்மளவில் சரியான, பரிவர்த்தனை விதியின் முத்திரையைச் சம அளவில் தாங்கி நிற்கின்ற, உரிமைக்கு எதிர் உரிமை இருக்கின்றன. இரண்டு சம உரிமைகளுக்கும் இடையில் வலிமை தீர்மானகரமான பங்காற்றுகிறது. ஆகையால், முதலாளித்துவ உற்பத்திமுறை வரலாற்றில் ஒரு வேலை-நாள் என்பது என்ன என்பதானது, தன்னளவிலேயே ஒரு போராட்டமாக முன் நிற்கிறது. கூட்டு மூலதனம், அதாவது முதலாளி வர்க்கத்திற்கும், கூட்டு உழைப்பு அதாவது உழைக்கும் வர்க்கத்திற்கும் இடையிலான ஒரு போராட்டமாக வெளிப்படுகிறது. [132]

மிகவும் ஆழ்ந்த நடைமுறை யதார்த்தத்துடனும் அதே சமயம் உணர்ச்சிப் பெருக்குடனும் இந்தச் சாதாரண வேலை-நாளுக்கான போராட்டத்தின் நிகழ்வுப் போக்கைக்குறித்து, குறிப்பாக இங்கிலாந்தில், மார்க்ஸ் விவரிக்கின்றார். முதலாளித்துவக் கட்டமைப்பிற்குள் சில குறிப்பிட்ட வெற்றிகளைத் தொழிலாளர்கள் ஈட்டியது ஒரு போராட்டமாகவும், அதே சமயத்தில் மனித உழைப்புச் சக்தியை வாங்குவது விற்பது, சமூகத்தின் சேவைக்காக அல்லாமல் தனியார் நலனுக்கான உபரி மதிப்பு ஆகியவற்றின் அடிப்படையின் மீதமைந்த ஒரு கட்டமைப்பின் வரம்புகள் குறித்து அவர்கள் உணர்ந்து கொண்ட போராட்டமாகவும் அது இருந்தது என்பதையும் மார்க்ஸ் விவரிக்கின்றார்.

இறுதியாக, தானியங்கி மயமாகும் ஒரு காலகட்டம் வரப் போவதையும், அதனுடன் உபரி-மதிப்பின் கோட்பாட்டை மாற்றியமைக்கும் தேவை எழும் என்பதையும் மார்க்ஸ் முன் கூட்டியே கணித்திருந்தார் என்கிற உண்மையானது அவர் ஒரு மகத்தான சிந்தனையாளர் என்பதற்குச் சான்று கூறுகிறது. க்ரிண்ட்ரிஸ்-ல் (GRINDRISSE) அவர் எழுதினார்:

பெரிய அளவிலான தொழில்துறை என்கிற முறையில் அது வளர்ச்சி பெற்றுச் செல்கின்ற அளவில், மெய்யான செல்வம் படைக்கப்படுவதானது, உழைப்பு நேரம் மற்றும் அந்த உழைப்பு நேரத்தின் போது கட்டவிழ்த்து விடப்படுகின்ற முகமைகளின் ஆற்றலுடன் ஒப்பிடும் வகையில் ஈடுபடுத்தப்படுகின்ற உழைப்பின் மொத்த மதிப்பு ஆகியவற்றைச் சார்ந்திருப்பது மேலும் மேலும் குறைந்து கொண்டே போகும். அது தன்னளவில் - தன்னுடைய உள்ளார்ந்த ஆற்றலில் - அவற்றுடைய உற்பத்திக்குச் செலவிடப்படுகின்ற உழைப்பு நேரத்துடன் குறைந்த அளவில் கூட உடனடித் தொடர்புடையதல்ல; மாறாக, அறிவியல் மற்றும் தொழில் நுட்ப முன்னேற்றம் ஆகியவற்றின் பொதுவான நிலைமையை, அல்லது உற்பத்தியில் அவற்றின் பயன்பாட்டைச் சார்ந்திருப்பதாகும். உற்பத்தி நிகழ்முறையின் வழிநடத்துனர், அதனுடைய பாதுகாவலர் என்கிற முறையில் மனிதன் அதனுடன் வினையாற்றாமல் விலகி நிற்பதானது; இனிமேலும் உற்பத்தி நிகழ்வு முறையில் மனிதனுக்கு வேலையில்லை என்பது போலக் காட்டுகிறது. உற்பத்தி நிகழ்முறையின் பிரதான முகவராக இல்லாமல், மனிதர் அதன் பக்கத்தில் நின்று கொண்டிருக்கின்றார். இந்த நிலைமாற்றத்தில், மனிதனாலேயே நிகழ்த்தப்படுகின்ற உடனடி உழைப்பு என்பது இல்லாமல் போயிருக்கிறது; அல்லது தன்னுடைய பொதுவான உற்பத்தித்திறன், இயற்கையைப் பற்றிய அவனுடைய புரிந்தறிவு மற்றும் ஒரு சமூக அமைப்பு என்கிற அவனுடைய வாழ்க்கையின் ஊடாக அதன் மீது அவனுக்குள்ள ஆதிக்கம் ஆகியவை எல்லாம் அவனால் ஆளுமை செய்யப்படுவதற்குப் பதிலாக - அவன் 'வேலை நேரம்' மட்டுமே எஞ்சி நிற்கிறது. ஒரே வார்த்தையில் உற்பத்தி மற்றும் செல்வத்தின் ஆதாரத் தூணாகத் தோன்றுகின்ற சமூக தனிமனித வளர்ச்சி என்பது இல்லாமல் போய்விடுகிறது. இன்று செல்வத்தின் அடிப்படையாக இருக்கின்ற மற்றவர்களின் உழைப்பு நேரத்தைக் களவாடுவது என்பது, இதே காலகட்டத்தில் தோன்றிவிட்ட பெரிய-அளவிலான தொழிலினால் உருவாக்கப்பட்டிருக்கும் புதிய அடிப்படையோடு ஒப்பிடும் பொழுது இரங்கத்தக்கதாக இருக்கிறது. செல்வத்தின் பிரதான தோற்றுவாயின் உடனடி வடிவமாக உழைப்பு இல்லாமகி விடுகின்ற உடனேயே அதனுடைய அளவையாக 'உழைப்பு நேரம்' இல்லாமல்

போய்விடுகிறது. அதன் மூலம் பயன்-மதிப்பின் அளவையாகப் பரிவர்த்தனை மதிப்பு இல்லாமல் போய்விடுகிறது. பொதுவான செல்வத்தின் வளர்ச்சிக்கான நிபந்தனையாக மக்கள் திரளின் உபரி-உழைப்பு இல்லாமல் போய்விடுகிறது. அதேபோல, மனித குலத்தின் மனதினுடைய பொதுச் சக்திகளின் வளர்ச்சிக்கான நிபந்தனையாக இருந்த சிலருடைய 'உழைப்பற்ற' கூறும் மறைந்து போய்விடுகிறது. இவ்வாறாக, பரிவர்த்தனை மதிப்பை அடிப்படையாகக் கொண்டிருக்கும் உற்பத்தி முறை நொறுங்கி வீழ்ந்து விடுகிறது..... (இயந்திரங்கள் மீதான மார்க்சின் குறிப்புகள், பென் பீரிவ்ஸ்டர் - ஆல் மொழியாக்கம் செய்யப்பட்டது -

Sublation Off Print No.1, Student's Union, Leicester University, 6 Dec 1966, Pp 14-16)

அத்தியாயம் 8

லாபமும், மூலதனமும்

மூலதனத்தின், லாபத்தைப் பெருக்குவதற்கான முதலும், முதன்மையானதுமான ஒரு கட்டமைப்புதான் முதலாளித்துவம். ஆயினும், சமூகத்தின் தேவைகளை நிறைவு செய்வதுடனும், உற்பத்திச் சாதனங்களை வளர்த்தெடுப்பதுடனேயே இது முரண்படுகிறது. சமூகத்தின் மேல்மட்டத்தில் மட்டுமே வாங்கும் சக்தி (வருவாயும்,செல்வமும்) குவிவதன் விளைவாக மிகை உற்பத்தி நெருக்கடி மூலதனத்தைப் பிடித்தாட்டுகிறது, அதே வேளையில் இந்த நிலைமையைச் சரியாக்கத் திறன் படைத்த மறு-பகிர்மானத் திட்டங்கள் இந்தக் கட்டமைப்பின் முதன்மையான குணாம்சத்திற்கு- தனியார் செல்வம் குவிவதற்கென அமைக்கப்பட்டுள்ள ஒரு லாபம் ஈட்டுகிற கட்டமைப்பின் குணாம்சத்திற்கு எதிரானவை. ஆகவே, இதனுடைய முன்னேற்றத்தின் ஒவ்வொரு கட்டத்திலும், முதலாளித்துவ உற்பத்தி முறையுடன் தொடர்புடைய வரம்பிற்குட்பட்ட வர்க்க, உடமை வடிவங்களாலேயே உற்பத்தியானது அச்சுசுறுத்தலுக்குள்ளாகிறது. இதன் விளைவாக, லாபத்திற்கான தேடலைப்போலவே மீண்டும் மீண்டும் எழுகின்ற பொருளாதார நெருக்கடிகளும் முதலாளித்துவத்தின் ஒரு அங்கமாகவிருக்கிறது.

வட அமெரிக்காவிலும், மேற்கு-ஐரோப்பாவிலும் செழிப்பான வளர்ச்சிகண்ட ஒருகால் நூற்றாண்டு காலத்தின் முடிவு நெருங்கிய தருணத்தில்) (இரண்டாம் உலகப்போரின் முடிவிலிருந்து 1970-வரை) எழுதிக் கொண்டிருந்த ஃபிஷர் கடந்த காலங்களில் முதலாளித்துவதிற்கு மிகப் பெரும் பிரச்சனையாக இருந்தது போல பொருளாதார நெருக்கடிகள் தற்போதைய காலங்களில் இருப்பதில்லை என்று வாதிடுகின்ற மார்க்சின் விமர்சகர்களுடன்

சற்று உடன்பாடு கண்டார். அரசாங்க வேண்டல்-நிர்வாகத்தின் (STATE DEMAND-MANAGEMENT) அதாவது கீன்சியன் நல அரசு முறை மூலமாகப் பொருளாதார நெருக்கடியை எவ்வாறு தணிப்பது என்பதை முதலாளி வர்க்கம் கற்றுக் கொண்டதாக நம்பப்பட்டது. இருந்தபோதிலும், இன்று முதலாளித்துவம் குறை விகித வளர்ச்சி, உயர்விகித வேலையின்மை, உலகப் பொருளாதார நிலையின்மை அதிகரிப்பு, எல்லாப் பகுதிகளிலும் நல-அரசுகளின் வீழ்ச்சி போன்றவற்றால் பீடிக்கப்பட்டுள்ள நிலையில் மார்க்சியம் மறு-சிந்தனைக்குள்ளாக்கப்பட்டதை மறுசிந்தனை செய்ய வேண்டிய தேவை எழுந்துள்ளது

- JBF

தான் தோன்றுகின்ற உற்பத்திக் களத்திலிருந்து சந்தை, வர்த்தகம் மற்றும் சுழற்சி வட்டத்திற்குள் நுழைந்தவுடன் மதிப்பானது விலையாக மாறிவிடுகிறது; அப்போது நாம் பார்த்தது போல அது மேலும் வரையறையற்றதாக, மேலும் தன்னிச்சையானதாக, பல்வேறு சூழ்நிலைகளின் தாக்கத்திற்கு மேலும் எளிதாக உள்ளாக்கக்கூடியதாகவும் மாறிவிடுகிறது. மதிப்பு, விலை என்கிற வகையில் ஒரு சாகசமான பாதையில் பயணிக்கிறது; அதிலும் குறிப்பாக, முதலாளித்துவ உற்பத்தி வழிமுறையின் மர்மங்களில் ஒன்றை வெளிப்படுத்தும் விதமாக ஒரு திடீர் விலைச்சரிவு ஏற்படும் பொழுது இது வெளிப்படுகின்றது; உதாரணமாக உற்பத்தி என்பது கோட்பாட்டளவில் வரம்பற்றதும், அளவற்றது மாக இருக்கும் பொழுது நுகர்வானது கேட்பு (Demand) மற்றும் வாங்கும் சக்தியினால் வரம்பிற்குட்பட்டதாக இருக்கிறது.

உற்பத்திக் களத்தைத் தன் தோற்றுவாயாகக் கொண்டிருக்கும் உபரி-மதிப்பு சந்தை, பகிர்மானம், விற்பனை ஆகியவற்றின் களத்திற்குள் லாபமாகத் தோன்றுவதற்கு உற்பத்திக் களத்திலிருந்து ஒரு பண்டத்தின் அடக்க -விலை (Cost-Price) (அதாவது, அதன் உற்பத்திக்காகச் செலவிடப்பட்ட மொத்தத் தொகை) அதனுடைய மதிப்பைவிடக் குறைவானது. பண்டத்தின் மதிப்பு அடக்க விலை + லாபம்.

எனவே, ஒரு பண்டம் அதன் மதிப்பில் விற்பனை செய்யப் பட்டால், ஒரு லாபம் கிடைக்கிறது, அது அதனுடைய அடக்க விலைக்குக் கூடுதலாக இருக்கக்கூடிய மதிப்புக்குச் சமம். ஆகவே, அந்தப் பண்டத்தில் சேர்க்கப்பட்ட முழு உபரி-மதிப்புக்கும் சமமாகிறது. ஆனாலும், முதலாளி ஒரு பண்டத்தை அதன்

மதிப்பிற்குக் கீழான விலையில் விற்கும் பொழுது கூட ஒரு லாபத்துடன் விற்க முடியும். அந்த விற்பனை-விலை பண்டத்தின் அடக்க விலைக்கும் மேலாக, அது அடக்க விலைக்குக் கீழாக இல்லாமலிக்கும் வரையிலும், அதனுள் சேர்க்கப்பட்டிருக்கும் உபரி-மதிப்பின் ஒரு பகுதி எப்போதும் விலையாகிறது; அவ்வாறாக, எப்போதுமே ஒரு லாபத்தை அளிக்கிறது.[133]

ஒரு பண்டத்தின் அடக்கவிலை அதனுடைய உண்மையான மதிப்பாக இருக்கிறது; அந்தப் பொருளை அதனுடைய மதிப்பை விட அதிகமான விலையில் விற்கும் பொழுது அதிலிருந்து உபரி-மதிப்பு தோன்றுகிறது; ஆகையால் அவற்றின் விற்பனை-விலை அவற்றின் அடக்க-விலைக்குச் சமமாக இருக்குமானால், அதாவது உற்பத்திச் சாதனங்கள் நுகரப்பட்டதற்கான விலை கூட்டல் கூலி ஆகியவற்றுக்குச் சமமாக இருக்குமானால், அந்தப் பண்டத்தை அதனுடைய மதிப்பிற்கே விற்பனை செய்வதாக இருக்கும்- என்கிற கருத்தை 'சிந்தனையற்ற கோட்பாடு' என்று மார்க்ஸ் நிராகரித்தார்.[134]

வாழ்கின்ற உழைப்புச் சக்தி, உபரி-உழைப்பு, தொழிலாளர்கள் சுரண்டப்படுதல் ஆகியவற்றினால் மட்டுமே நிகழ்கின்ற விளை பலன்தான் உபரி-மதிப்பாகும். ஆகவே, தேவையான-உழைப்பு நேரத்திற்கும், உபரி-உழைப்பு நேரத்திற்கும் உள்ள விகிதமாக இருக்கின்ற உபரி மதிப்பின் வீதம் 'மாறும் மூலதனத்துடன்' மட்டுமே தொடர்புடையதாகும்,மறுபக்கம் லாபமானது மாறும் மற்றும் மாறாத மூலதனம் ஆகிய இரண்டினுடைய கூட்டுத்தொகையுடன் தொடர்புடையதாகும். ஆகவே, லாப வீதம் என்பது அடக்க விலைக்கும், விற்பனை விலைக்கும் உள்ள விகிதமாகும்.

மாறும் மூலதனத்துடன் ஒப்பிட்டு அளவிடப்படும்போது 'உபரி-மதிப்பின் வீதம்' என்றழைக்கப்படுகிறது. மொத்த மூலதனத்துடன் அளவிடப்படுகின்ற உபரி-மதிப்பு'லாபவீதம்' என்றழைக்கப்படுகிறது. இவை ஒரே திட்டவட்டமான பொருளின் இரு வேறு அளவைகளாகும். இரு வகைப்பட்ட அளவைகளின் வேறுபாட்டின் காரணமாக இந்தப் பொருளின் வெவ்வேறான விகிதங்களை அல்லது உறவுகளை இவை வெளிப்படுத்துகின்றன.

உபரி-மதிப்பு லாபமாக உருமாற்றமடைவதை உ பரி-மதிப்பின் வீதம் லாபவீதமாக உருமாறுவதிலிருந்து பெற வேண்டும்;

நேரெதிராக அல்ல. உண்மையில் லாப வீதமும் ஒப்பு நோக்கில், ஆய்வுக்குரிய, கண்ணுக்குப் புலப்படாத, அறியப்படாத சாரமாக இருக்கிறது. அதேபோது, லாபவீதமும் அதன் காரணமாக லாபத்தின் வடிவில் தோன்றுகிற உபரி-மதிப்பும் இவ்விஷயத்தின் மேற்பரப்பில் காட்டப்படுகின்றன. [135]

இவ்விதமாக, லாபவீதம் உபரி-மதிப்பின் வீதத்திலிருந்து எண்ணிக்கையில் வேறுபடுகிறது. அதே சமயம் உபரி-மதிப்பும், லாபமும் உண்மையில் ஒரே பொருளாகவும், எண்ணிக்கையில் சமமாகவும் இருக்கின்றன. எனினும் லாபமென்பது உபரி-மதிப்பின் ஒரு மாற்றப்பட்ட வடிவமே; அதன் தோற்றுவாயும், இருப்பும் மறைக்கப்பட்ட, அழிக்கப்பட்ட ஒரு வடிவமாக அது இருக்கிறது. சாராம்சத்தில் லாபமானது, உபரி-மதிப்பு தன்னை வெளிப்படுத்திக் கொள்கின்ற வடிவமாக இருக்கிறது. அதைத் துவக்கத்தில் அக்கு வேறாகப் பிரித்துப் பகுத்தாய்வதன் மூலமாகப் பிந்தையதைக் கண்டுபிடித்தாக வேண்டும். உபரி-மதிப்பில் மூலதனத்திற்கும், உழைப்புக்கும் உள்ள உறவு அப்பட்டமாக வெளியே தெரிகிறது; மூலதனத்திற்கும் லாபத்திற்கும் உள்ள உறவில், அதாவது மூலதனத்திற்கும் உபரி மதிப்பிற்கும் உள்ள உறவில், ஒரு பக்கம் சுழற்சி நிகழ்முறையின் பொழுது ஈடேற்றமடைகின்ற பண்டத்தின் அடக்க விலைக்கு மிகையான ஒரு உபரியாக உபரி-மதிப்பு காட்சியளிக்கிறது. மறுபக்கம், மொத்த மூலதனத்துடன் அதற்குள்ள உறவால் பெருமளவு தீர்மானிக்கப்படுகின்ற உபரியாக அது காட்சியளிக்கிறது. மூலதனம் தனக்குத்தானே கொண்டுள்ள உறவாகத் தோற்றமளிக்கிறது. அது அசல் மதிப்புத்தொகையாக இருக்கும் அந்த உறவில், அதனால் உருவாக்கப்பட்ட ஒரு புதிய மதிப்பிலிருந்து அது மாறுபட்டுக் காட்சியளிக்கிறது. [136]

மாறும் மூலதனத்திற்கும் மொத்த மூலதனத்திற்கும் உள்ளது போலவே லாப-வீதத்திற்கும் உபரி மதிப்பு வீதத்திற்கும் உறவிருக்கிறது. [137]

இவ்விதமாக, லாப-வீதத்தின் அளவானது உபரி-மதிப்பு வீதத்தை மட்டும் சார்ந்ததல்ல, மாறாக மூலதனத்தின் சேர்க்கை அமைவையும் (COMPOSITION) மற்றும் அதன் சுழற்சி ஓட்ட வேகத்தையும் சார்ந்ததாகும்; ஆனால், உண்மையில் லாபம் கிடைப்பதை உபரி-மதிப்பைப் படைக்கும் உபரி-உழைப்புத்தான் தீர்மானிக்க முடியும். இந்த இரு விகிதங்களும் வடிவத்தில்

வெவ்வேறாகக் காட்சியளித்தாலும் கூட, அவற்றின் உள்ளார்ந்த இயல்பு ஒன்றேதான்.

ஏற்கெனவே சுட்டிக் காட்டியது போல,

முதலாளித்துவ உற்பத்தி முறையென்பது, தான் உற்பத்தி செய்கின்ற எந்தவொரு பண்டத்தின் பயன் மதிப்பு மற்றும் மாறுபட்ட கூறுகள் குறித்துத் தன்னளவில் பொருட்படுத்து வதில்லை. உற்பத்தியின் ஒவ்வொரு கட்டத்திலும் உபரி மதிப்பை உற்பத்தி செய்வதிலும் உழைப்பின் உற்பத்திப் பொருளில் சேர்க்கப்பட்டுள்ள கூலி வழங்கப்படாத உழைப்பின் ஒரு குறிப்பிட்ட அளவை வசப்படுத்திக் கொள்வதிலும் மட்டும்தான் அது அக்கறை கொண்டுள்ளது.[138]

ஆயினும், தனிநபர் முதலாளிக்கு, உபரி-மதிப்பின் உற்பத்தி மட்டுமே என்கிற விழிப்புணர்வு சாதாரணமாக இருப்பதில்லை. மனிதர்களைச் சுரண்டுகின்ற ஒருவர் மட்டும்தான் என்பதாக இல்லாமல், தொழிற்துறையின் ஒரு தலைவனாக (captain of industry) முதலாளி தன்னை உணரக்கூடும். மூலதனத்தின விதிகளுக்குக் கட்டுப்பட்ட ஒரு 'மூலதனத்தின் ஊழியனாக' இருப்பதுடன் கூடவே, அவர் ஒரு தனிச் சிறப்பான ஆளுமை கொண்டவராகவும் இருக்கக்கூடும் என்பதுடன் உற்பத்தி நிகழ்முறையில் ஒரு தீர்மானகரமான காரணி இந்தத் தனித்திறன்தான் என உண்மையாகக் கருதவும் கூடும். ஒரு பண்டத்தின் மதிப்பு-லாபம்-சுழற்சி நிகழ்முறையில் மெய்யாகின்றது;

ஆகவே, அதிலிருந்துதான் லாபம் எழுவதாகக் காட்சியளிக்கக்கூடும், சிறப்பாக, இரண்டு சூழ்நிலைகள் அந்தத் தோற்றத்திற்கு வலுச் சேர்க்கின்றன: முதலாவதாக, விற்பனையில் பெறப்படும் லாபம், ஏமாற்றல், மோசடி, உட்பகுதி அறிவு போன்றவற்றைச் சார்ந்திருக்கிறது; பிறகு, உழைப்பு - நேரத்துடன் இங்கு சேர்க்கப்படும் சூழ்நிலைமை ஒரு இரண்டாவது தீர்மானகரமான கூறாக அமைகிறது - அதாவது சுழற்சி நிகழ் முறையின் காலம். [139]

லாப-விகிதங்கள், அவை ஒரு நிறுவனத்திலிருந்து மற்றொன்றில் மாறுபட்டாலும், ஒரு சராசரி லாபமாகத் தோராயப் படுத்தப்படுவதற்கு இட்டுச்செல்லும் இயல்பிலிருப்பதையும், அதைப் போட்டிப் போராட்டத்தின் மூலம் கடந்து செல்வதற்குத் தனிநபர் முதலாளிகள் எப்போதும் முயல்வதையும்

மார்க்ஸ் சுட்டிக்காட்டுகிறார். உண்மையில், உற்பத்தியின் எந்தவொரு தனிப்பட்ட தளத்திலும், நேரடியாக வேலைக்கு அமர்த்தப்படுகின்ற தொழிலாளர்களைச் சுரண்டுவதில் முதலாளி அல்லது மூலதனத்தினால் நேரடியாகச் செலுத்தப்படும் அக்கறையானது, அதீதமான மிகை-வேலையின் மூலமாகவோ அல்லது சராசரிக்கும் குறைவான கூலி மூலமாகவோ, அல்லது ஈடுபடுத்தப்படும் உழைப்பின் அசாதாரண உற்பத்தித் திறனாலோ ஒரு கூடுதல் பலனை அடைவதில்தான் குறியாக இருக்கிறது. ஆனால், ஆக முக்கியமான உண்மை என்னவென்றால், உபரி மதிப்பு-லாபத்தைத்தான் ஒட்டுமொத்த மூலதனமும் அடிப்படையாகக் கொண்டிருக்கிறது-ஆகவே அது தொழிலாளர்களைச் சுரண்டுவதில் ஆர்வத்துடனிருக்கிறது - வேலை நாளின் நீளம், வேலையின் தீவிரத்தன்மை போன்ற பல்வேறு பரிமாணங்களிலான சுரண்டலைச் சார்ந்திருக்கிறது.

முதலாளித்துவ உற்பத்தி முறையின் மற்றுமொரு போக்கானது, லாபத்திரட்சியின் வளர்ச்சியுடன் லாப விகிதத்தின் வீழ்ச்சியும் ஒருசேர நிகழ்வதாகும். உழைப்புச் சாதனங்களில் இடப்பட்டிருக்கும் மூலதனம் (அதாவது மாறா மூலதனம்) உற்பத்தி உயர்வுடன் சேர்ந்து அதிகரிக்கிறது. அதே சமயம் மாறா மூதலதனத்துடனான மாறும் மூலதனத்தின் விகிதம் வீழ்ச்சியடைகிறது.

என்றென்றும் உயர்ந்து கொண்டேயிருக்கும் உற்பத்தி, மதிப்பின் இடையறாத விரிவாக்கம் மற்றும் குவிப்பு ஆகியவற்றை நோக்கிய மூலதனத்தின் உந்துதலும், மாறாத மூலதனத்திற்கும், மாறும் மூலதனத்திற்கும் இடையில் ஒப்பீட்டளவு விகிதங்களில் மாற்றம், சுரண்டலையும் அதேபோல நுகர்வையும் அதிகரிக்க வேண்டியதன் தேவை, அதே மூலதனம் மற்றும் அதே அளவு வேலை ஆகியவற்றைக் கொண்டு உழைப்பின் உற்பத்தித் திறனை வளர்த்தெடுப்பது; கடைசியாக, லாப-விகிதத்தில் வீழ்ச்சி ஆகிய அனைத்தும் முதலாளித்துவத்தின் உள்ளூறையான ஆழ்ந்த முரண்பாடு மேற்கொண்டும் மறைத்து வைக்கப்பட முடியாது என்கிற இறுதி நிலை எட்டப்படும் வரையிலும் முரண்பாடான போக்குகளையும், கூறுகளையும் எழுப்புவதற்கு இட்டுச் செல்லும்.

லாப-விகிதத்தின் வீழ்ச்சியின் பக்கமாகவே மூலதனம் வளர்ந்து செல்கிறது, மேலும் அதனுடன் கையோடு கை கோத்துக்

கொண்டு இருப்பிலுள்ள மூலதனங்களின் மதிப்புக் குறைதலும் நிகழ்கிறது, அது வீழ்ச்சிக்கு அணை போடுவதுடன் மூலதன-மதிப்புகள் குவிவதற்கான ஒரு விரைவுபடுத்துகிற இயக்கத்தையும் அளிக்கிறது.

உற்பத்தித் திறன் வளர்ச்சியின் பக்கத்திலேயே மேலும் உயர்ந்த வடிவ மூலதனச் சேர்க்கையும் சேர்ந்து வளர்கிறது. அதாவது மாறா மூலதனத்துடனான மாறும் மூலதனத்தின் விகிதத்தில் ஒப்பீட்டளவிலான வீழ்ச்சியும் வளர்கிறது.

இந்த வெவ்வேறான தாக்கங்கள் ஒரு நேரத்தில் அக்கம்பக்கமாக மேலாதிக்கத்துடன் செயல்படக் கூடும்; பிறிதொரு நேரத்தில் ஒன்றையொன்று பின்தொடர்ந்து நிகழக்கூடும். அவ்வப்போது எதிரெதிர் முகமைகளின் மோதல் நெருக்கடிகளில் வெடித்தெழக்கூடும். இந்த நெருக்கடிகள் நடப்பிலிருக்கும் முரண்பாடுகளுக்கான தற்காலிகமானதும் வன்மையானதுமான தீர்வுகளேயல்லாமல் வேறல்ல. சீர்குலைக்கப்படுகின்ற சமன்பாட்டைச் சிறிது காலத்திற்கு மீட்டமைக்கின்ற பலாத்காரமான வெடிக்குமுறல்கள் தான் அவையெல்லாம். இந்த முரண்பாடானது - ஒரு பொதுவான முறையில் முன்வைக்கப்படும் பொழுது-முதலாளித்துவ உற்பத்தி வழிமுறை உற்பத்தி சக்திகளினுடைய வளர்ச்சியின் சர்வ முழுக்கட்டத்திற்கு இட்டுச் செல்கின்ற போக்கில் உள்ளடங்கியிருக்கிறது, அதில் உள்ளடங்கியிருக்கின்ற மதிப்பும், உபரி-மதிப்பும் ஒரு பொருட்டல்ல; முதலாளித்துவ உற்பத்தி எந்தச் சமூக நிலைமைகளின் கீழ் நிகழ்கிறது என்பதும் ஒரு பொருட்டல்ல: அதே சமயம் மறு-பக்கம், மதிப்பின் வரம்பைக் கட்டிக் காப்பதும் (அதாவது இந்த மதிப்பின் மேலும் துரிதமான வளர்ச்சியை முன்னெடுத்துச் செல்கின்ற) அதனுடைய நோக்கமாக இருக்கிறது.[140]

தங்கு தடையற்ற உற்பத்தி மற்றும் உற்பத்திச் சக்திகளின் எல்லையற்ற வளர்ச்சி ஆகியவற்றை நோக்கிய இந்தப் போக்கு நடப்பிலிருக்கும் மூலதன மதிப்பு பராமரிக்கப்படுவதுடன் முரண்படுகிறது.

இந்த உள்ளார்ந்த தடைகளைத் தாண்டிச் செல்வதற்கு முதலாளித்துவ உற்பத்தி முறை தொடர்ச்சியாக முயலுகிறது. ஆனால் இதே தடைகளைத் தன் பாதையின் முன் மீண்டும் இட்டுக் கொள்வதன் மூலமாக, அதுவும் மேலும் மேலும் அதிகம்

சக்தி கொண்டதாக அந்தத் தடைகளை மீண்டும் எழுப்பிக் கொள்வதன் மூலமாகத்தான் அது முன்னே செல்கிறது.

முதலாளித்துவ உற்பத்திக்கு உண்மையான தடையாகவிருப்பது மூலதனமேதான். அந்த மூலதனமும் அதனுடைய தன்-விரிவாக்கமும் உற்பத்தியின் துவக்கமும் முடிவுமான புள்ளியாகவும், உந்துவிசையாகவும் நோக்கமாகவும் தோற்றமளிக்கிறது; அந்த உற்பத்தியானது மூலதனத்திற்கான உற்பத்திதானே அல்லாமல் நேர்மாறானதல்ல. உற்பத்திச் சாதனங்கள், உற்பத்தியைப் படைக்கின்றவர்களின் சமூகத்தினுடைய வாழ்க்கை நிகழ்முறைக்கு அவசியமான ஒரு இடைவிடாத விரிவாக்கத்திற்கான சாதனங்கள் மட்டுமல்ல. மூலதனத்தின் மதிப்பைத் தக்கவைத்துக் கொள்வதற்கு அல்லது தன்னைத்தானே பெருக்கிக் கொள்வதற்காக உற்பத்தியாளர் மக்கள் திரட்சியைக் கொள்ளையடித்து ஓட்டாண்டிகளாக ஆக்குவதற்கான அதனுடைய எல்லைகள் தாமே இயங்குகின்றன. அவ்வாறு இயங்கும் பொழுது அவை-உற்பத்தியை வரம்பின்றி நீடிப்பது, உற்பத்தியையே இறுதி இலக்காகக் கொள்வது, உழைப்பின் சமூக உற்பத்தித் திறனை நிபந்தனையற்ற வளர்ச்சிக்கு இட்டுச் செல்வது ஆகிய தனது நோக்கங்களின் திசைவழியில் உந்திச் செல்கின்ற மூலதனத்தால் கையாளப்படுகின்ற உற்பத்தி வழிமுறைகளுடன் தொடர்ந்து மோதுகின்றன. சமூகத்தின் உற்பத்தித் திறனை நிபந்தனையற்ற முறையில் வளர்த்தெடுப்பதற்கான வழிமுறைகள் இருப்பிலிருக்கும் மூலதனத்தின் சுய-விரிவாக்கம் என்கிற வரம்பிற்குட்பட்ட நோக்கத்துடன் தொடர்ச்சியாக மோதலுக்குள்ளாகின்றன. [141]

மூலதனம் குவிக்கப்பட்டு மையப்படுத்தப்படும் பொழுது மிகை உற்பத்தி என்கிற அதனுடைய உள்ளுறைக் குணாம்சம் தீவிரமடைகிறது. இதன்பொருள் 'பயன்-மதிப்புக்களின்' மிகை-உற்பத்தி என்பதல்ல, மாறாக, வாங்குவாரற்ற பண்டங்களின் 'பரிவர்த்தனை-மதிப்புக்கள்' என்பதாகும்.

மூலதனத்தின் நோக்கம் சில குறிப்பிட்ட தேவைகளுக்குச் சேவை புரிவதாக அல்லாமல் லாபத்தை உற்பத்தி செய்வது என்பதாக இருப்பதனால், உற்பத்தியின் அளவு முறைக்குப் பெருந்திரட்சி உற்பத்தி முறையைப் பொருத்துகின்ற வழிமுறைகளினால்-இதற்கு நேரெதிர் முறைகளினாலல்ல-இந்த நோக்கத்தை அது சாதிப்பதினால், முதலாளித்துவவத்தின்

கீழிருக்கும் நுகர்வுக்கான வரம்பிற்குட்பட்ட பரிமாணங்களுக்கும் இந்த உள்ளார்ந்த தடையை மீறிச் செல்வதற்கு என்றென்றுமாக முயன்று வரும் ஒரு உற்பத்தி முறைக்கும் இடையில் ஒரு பிளவு தொடர்ச்சியாக நிகழ்ந்து கொண்டேயிருக்கும்.[142]

வாழ்ந்து கொண்டிருக்கும் மக்கள் தொகையின் விகிதத்திற்குக் ஏற்ப வாழ்க்கைக்கு அவசியமானவை உற்பத்தி செய்யப்படுவது வெகு குறைவு. நேர் எதிரானதுதான் நிகழ்கிறது. மாபெரும் மக்கள் திரளின் தேவைகளை கண்ணியமாகவும், மனிதப் பண்புடனும் நிறைவு செய்வதற்குப் போதாத அளவுதான் உற்பத்தி செய்யப்படுகிறது.

மக்கள் தொகையில் உடல் திறம் படைத்த பகுதியினருக்கு வேலை வழங்குவதற்கான உற்பத்திச் சாதனங்கள் உருவாக்கப் படுவதும் மிகக் குறைவுதான். நேர்மாறாகத்தான் அது இருக்கிறது. முதலாவதாக உருவாகின்ற மக்கள்தொகையில் கணிசமான பகுதியினர் உண்மையில் உழைக்கும் திறனுடையவர்களல்ல; சூழ்நிலைமைகளின் கட்டாயத்தால் மற்றவர்களது உழைப்பைச் சுரண்டுவதைச் சார்ந்திருக்க வேண்டியவர்களாக ஆகியுள்ளனர். அல்லது ஒரு மோசமான உற்பத்தி முறையின் கீழ் மட்டும் உழைப்பு என்கிற பெயரில் கூறிக் கொள்ளும்படியாக உழைப்பைச் சார்ந்திருக்கிறார்கள். இரண்டாவதாக, மிகுந்த உற்பத்தித் திறன்வாய்ந்த நிலைமைகளில் உடல்-தகுதி வாய்ந்த மக்களனைவருக்கும் வேலை அளிக்கவும் அதில் ஈடுபடுத்தப்படும் மாறாத மூலதனத்தின் திரட்சியையும், பயன்திறனையும் கொண்ட அவர்களுடைய சர்வ முழுமையான வேலை நேரத்தைச் சுருக்குவதற்கு வகை செய்யும் விதமாகப் போதுமான அளவிற்கு உற்பத்திச் சாதனங்கள உருவாக்கப்படவில்லை.

மறுபக்கம், சில நேரங்களில் அளவுக்கதிகமான உழைப்புச் சாதனங்களும், வாழ்வுச் சாதனங்களும் ஒரு குறிப்பிட்ட வீதத்தில் தொழிலாளர்களைச் சுரண்டுவதற்கான சாதனங்களாக உற்பத்தி செய்யப்படுகின்றன. அளவுக்கதிகமான பண்டங்கள் உற்பத்தி செய்யப்பட்டு விடுவதன் காரணமாக, முதலாளித்துவ உற்பத்தி முறைக்கே உரித்தான பகிர்மான, நுகர்வு நிலைமைகளில் அவற்றுக்குள்ளிருக்கும் மதிப்பையும், உபரி-மதிப்பையும் பெறுவதற்கும், அதைப் புதிய மூலதனமாக மாற்றுவதற்கும் முடியாமல் போகிறது; அதாவது, இடைவிடாமல் மீண்டும்

வெடியதிர்ச்சிகள் எழாமல் இந்த நிகழ்முறைகளை நிறைவு செய்ய முடியாத அளவிற்கு அந்த உற்பத்தி மிதமிஞ்சியதாக இருக்கின்றது.

மிக அதிகமான செல்வம் உற்பத்தியாகிறது என்பதல்ல; ஆனால் சில நேரங்களில் தம்முடைய முதலாளித்துவ, சுய முரண்பாட்டு வடிவங்களில் அதீதமான செல்வங்கள் உற்பத்தி செய்யப்படுகிறது என்பதுதான்.

முதலாளித்துவ உற்பத்தி முறையின் வரம்புகள் வெளிப்படுகின்றன, அவை பின்வருமாறு:

1) உழைப்பின் உற்பத்தித்திறனின் வளர்ச்சியானது வீழ்ச்சியடைந்து வரும் லாப-வீதத்திலிருந்து ஒரு விதியைப் படைக்கிறது. அது ஒரு குறிப்பிட்ட கட்டத்தில் இந்த வளர்ச்சியுடன் பகை முரண் கொண்டு மோதுகிறது, நெருக்கடிகளின் ஊடாகத்தான் தொடர்ச்சியாக இது கடந்து செல்லப்பட வேண்டியிருக்கிறது.

2) உற்பத்தியின் விரிவாக்கம் அல்லது சுருக்கம் என்பதெல்லாம் கூலி வழங்கப்படாத உழைப்பைச் சொந்தமாக்கிக் கொள்வதன் மூலமாகவும், அந்த உழைப்பிற்கும், செலுத்தப்பட்டுள்ள பொதுவான உழைப்பிற்கும் உள்ள விகிதத்தாலும், அல்லது முதலாளிகளின் மொழியில் கூறுவதானால், லாபத்தினாலும், முதலீடு செய்யப்பட்ட மூலதனத்திற்கும் இந்த லாபத்திற்கும் உள்ள விகிதத்திலும் தீர்மானிக்கப்படுகிறது...............

முதலாளித்துவ உற்பத்தியின் உந்து சக்தியாக இருப்பது லாப-வீதம்தான். லாபத்துடன் உற்பத்தி செய்ய முடியும் என்கிற வரையிலும் தான் பொருட்கள் உற்பத்தி செய்யப்படுகின்றன. ஆகையால் தான், லாப-வீதத்தில் சரிவு ஏற்படுவது குறித்து ஆங்கிலேய பொருளாதாரவாதிகள் கவலையடைகிறார்கள். இவ்விதம் நேரக்கூடும் எனும் சாத்தியப்பாடு கூட ரிகார்டோவை கவலை கொள்ளச் செய்கிறது, முதலாளித்துவ உற்பத்தி நிலைமைகளைப் பற்றிய அவருடைய ஆழ்ந்த புரிதலை இது காட்டுகிறது. இதுதான் அவருக்கு எதிராகக் கொள்ளப்படுகிறது. மனித உயிர்களைப் பற்றிய அவருடைய அலட்சியம், மனித உயிர்களுக்கும், முதலாளித்துவ-மதிப்பீடுகளுக்கும் என்ன நேர்ந்தாலும் உற்பத்தி சக்திகளின் வளர்ச்சி மீது மட்டும்தான்

அவருக்குக் கண். அவரைப் பற்றிய மிக முக்கியமான விஷயம் இதுதான். சமூக உழைப்பின் உற்பத்திச் சக்திகளின் வளர்ச்சிதான் மூலதனத்தின் வரலாற்றுக் கடமையாகவும், தர்க்க நியாயமாகவும் இருக்கிறது. மேலும் உயர்ந்த முறையிலான உற்பத்திக்கான பொருளியல் தேவைகளை அது தன்னையறியாமலேயே இந்த வழியில் தான் உருவாக்குகிறது.[143]

இந்தப் பத்தி இரட்டை முக்கியத்துவம் வாய்ந்தது; உண்மை நிலைகளை மூடி மறைக்கின்ற எந்தவொரு உணர்ச்சிப் பெருக்கை விடவும் முதலாளித்துவ அறிவியல் பொருளாதாரவாதிகளின் நம்பிக்கை வறட்சியை மார்க்ஸ் மேலானதாக மதித்தார் என்பதை இது காட்டுவதுடன் அவருடைய வரலாற்றியல் எதார்த்த நோக்கையும் நிரூபிக்கிறது. முதலாளித்துவத்தின் மனிதத் தன்மையற்ற தாக்கங்களுடைய முகத்திரையை மார்க்ஸ் ஈவிரக்கமின்றிக் கிழித்தெறிந்தார்; பாட்டாளி வர்க்கத்தை அவர் உணர்ச்சி வேகத்துடன் ஆதரித்தார். அதனுடைய அரசியல் விழிப்புணர்வை வளர்த்தெடுக்கப் பாடுபட்டார். எனினும், ஒரு கட்டமைப்பு முறையைத் தாக்குகின்ற பொழுதே அதனுடைய 'வரலாற்றியல் கடமையையும், தர்க்க நியாயத்தையும்' புறக்கணிக்காத ஒரு எதார்த்தவாத வரலாற்றியலாளராகவும் இருந்தார். மூலதனத்தின் தோற்றுவாய்களை அதன் புராதனக் குவிப்பின் கொடூரங்களுடன் சேர்த்து விவரித்தார். ஆனால் மூலதனத்தின் வரலாற்றியல் பாத்திரத்தையும் பாராட்டினார். எழுதப்பட்ட வரலாற்றிலேயே பெரும் மகத்தானதும், கிளர்ச்சியூட்டக் கூடியதுமான பகுதிகளில் 'புராதனக் குவிப்பு என்றழைக்கப்படுவது குறித்து' என்கிற தலைப்பில் எழுதப்பட்டுள்ள அத்தியாமும் ஒன்று.[144] அதனுடைய உள்ளடக்கம் கீழ்க்கண்ட, ஏறக்குறைய ஷேக்ஸ்பியரின் சொல் போன்ற சொற்றொடரை நியாயப்படுத்துகிறது: 'ஆஜையர்' (இமைல் ஆஜையர்: பிரெஞ்சு நாடகாசிரியர், எழுத்தாளர் தன்னுடைய சமகால சமூக நிலைமைகளின் கடுமையான விமர்சகர்) கூற்றுப்படி 'பிறவியிலேயே ஒரு கன்னத்தில் ரத்தக்கறையுடன் உலகத்திற்குள் பணம் நுழைகின்றதென்றால், தலையிலிருந்து பாதம் வரைக்கும் ஒவ்வொரு துளையிலிருந்தும் ரத்தமும், சகதியும் சொட்டியொழுக மூலதனம் நுழைகிறது.'[145]

'உழைப்புப் பிரிவினை' பூவுலகின் மீது ஒரு துயர நிழலைப் படர விடுகின்ற ஒன்றாக 'அந்நியமாக்கலை' மார்க்ஸ் பார்த்த அதே போது, மனிதன் தன்னுடைய முழுமையான திறனாற்றலையும், மனிதத் தன்மையையும் நோக்கி

முன்னேறிச் செல்கின்ற ஒரு வளர்ச்சிக் கட்டமாக உழைப்புப் பிரிவினை இருக்கிறது என்பதையும் அவரால் உறுதிப்படுத்த இயன்றது. ஆக, அதனுடன் கூடவே, மேலும் உயர்ந்த சமூக வடிவங்களை நோக்கி மாறிச் செல்வதை-முதலாளித்துவத்தால் முன்னிலைப்படுத்தப்படுகின்றன. அந்த மாற்றத்தை நோக்கிய பயணத்தை வேகப்படுத்துவதற்கான முதலாளித்துவத்தை எதிர்த்துப் போராடுவதற்கும் அவர் அழைப்பு விடுத்தார்.

தேவையையும் தாண்டி அதற்கும் மேலாக நிகழ்த்தப்படுகின்ற ஒரு உழைப்பாக உபரி-உழைப்பு, பொதுவாக எப்போதுமே நீடித்திருக்க வேண்டும்.............. உற்பத்தி சக்திகள் சமூக உறவுகள், ஆகியவற்றின் வளர்ச்சிக்கும், அடிமை முறை கொத்தடிமை முறை போன்ற முந்தைய வடிவங்களைக் காட்டிலும் ஒரு புதிய, உயர்ந்த வடிவத்தைக் கொண்ட கூறுகளை உருவாக்குவதற்கும் மேலும் கூடுதல் சாதகமான முறையிலுள்ள நிலைமைகளில் இந்த உபரி-உழைப்பை நடைமுறைப்படுத்துகிறது என்பது முதலாளித்துவத்தின் மேலான நாகரிகமான அம்சங்களில் ஒன்றாகும். இவ்வாறாக, ஒரு பக்கம் சமூகத்தின் ஒரு பகுதியால் இதர பகுதியினருக்குப் பாதகமான முறையில் சமூக வளர்ச்சியை (அதனுடைய பொருளியல் மற்றும் அறிவான்மை சாதகங்களுடன்) பலவந்தத்திற்குள்ளாக்கி ஒருதலையான துருவ மயமாக்கப்படுவது ஒழித்துக் கட்டப்படுகின்ற ஒரு கட்டம் தோன்றுகிறது; மறுபக்கம் இந்த உபரி உழைப்புடன், பொதுவாகப் பொருளாயத உழைப்புக்கு ஒதுக்கப்படுகின்ற நேரத்தில் பெரும் பகுதியைக் குறைத்து இணைப்பதைச் சாத்தியமாக்கக்கூடிய ஒரு உயர்ந்த வடிவம் கொண்ட சமூகம் உருவாவதற்கான பொருளியல் வழிமுறைகளையும், கருவியல் நிலைமைகளையும் இது உருவாக்குகிறது. [146]

கிரிண்ட்ரிஸ் (GRINDRISSE) என்ற வரைவு ஆவணத்தில் மார்க்ஸ் எழுதினார், "மூலதனத்தின் மகத்தான வரலாற்றியல் அம்சம் என்பது, அது உபரி-உழைப்பைப் படைக்கிறது என்பதுதான்.... ஏக உலகப் பொதுவான செல்வ வடிவத்தை நாடி இடைவிடாமல் போராடுகின்ற ஒன்று என்கிற முறையில் மூலதனமானது இயற்கையான தேவை என்கிற வரம்புகளுக்கும் அப்பால் உழைப்பை உந்திச் செல்கிறது. அதன் விளைவாக ஒரு செழுமையான தனிமனித ஆளுமையின் வளர்ச்சிக்கு

அவசியமான பொருளியல் கூறை உருவாக்குகிறது. அது உற்பத்தியில் எந்த அளவுக்குப் பன்முகத்தன்மைகள் கொண்டதாக இருக்குமோ அவ்வளவுக்கு நுகர்விலும் அவ்வாறே இருக்கும். இவ்விதமாக, இந்தத் தனிமனித ஆளுமையின் உழைப்பு இதற்கு மேல் வெறும் உழைப்பாகக் காட்சியளிக்காது. மாறாக செயல்பாடு என்பதனுடைய முழுமையான வளர்ச்சியாகக் காட்சி தரும். அதிலிருந்து இயற்கையான தேவை என்பதனுடைய உடனடி வடிவம் மறைந்தொழிந்திருக்கும். ஏனென்றால், இயற்கைத் தேவை என்பதன் இடத்தில் வரலாற்றியல் வழி வந்த தேவை என்பது மாற்றாக அமர்ந்திருக்கும். ஆகவே, மூலதனம் என்பது ஆக்கப்பூர்வமானதாகும். அதாவது சமூகத்தின் உற்பத்தி சக்திகளின் வளர்ச்சிக்கு அவசியமான ஒரு இன்றியமையாத உறவு முறையாகும். இந்த உற்பத்தி சக்திகளுக்கு மூலதனம் வரம்பிடுகின்ற பொழுதுதான் அது ஆக்கப்பூர்வ மாற்றதாக இருக்கும்.[147]

ஒவ்வொரு பொருளாதார நெருக்கடியிலும் உற்பத்தி சக்திகளுக்கு மூலதனம் வரம்பிட்டு விடுகிறது. ஆனால் முதலாளி வர்க்கம் சில படிப்பினைகளைக் கற்றிருக்கின்றது; தடைச் சுவரை அதனால் தகர்க்க முடிவதில்லை; ஆனால் அதை வெகுதூரம் பின்னால் தள்ளி வைக்க முடியும். நெருக்கடியை அதனால் தடுக்கவியலாது; ஆனால் அவற்றைத் தணிக்க முடியும். நமது காலத்தின் உற்பத்தி சக்திகளுடைய முன் உதாரணமற்ற வளர்ச்சி புதிய பிரச்சனைகளுடன் முதலாளித்துவ வர்க்கத்தை எதிர்கொள்கிறது. ஆனால் புதிய வாய்ப்புகளுடன் அதைச் செழுமைப்படுத்தியும் இருக்கிறது.

பொருளாதார நெருக்கடிகள் முன்னிலும் அதிகத் தீவிரமடையும் என்று மார்க்ஸ் அனுமானித்திருந்தார். அவருடைய காலத்தில் அந்த அனுமானத்திற்கு நல்ல அடிப்படையிருந்தது. 1929-ல் உலகப் பொருளாதார நெருக்கடி ஏற்பட்டிருந்த போதிலும், அவருடைய முன்னறிவிப்பை வரலாறு முழுமைப்படுத்தவில்லை. ஆனால் அவர் பகுத்தாராய்ந்திருந்த முதலாளித்துவ உற்பத்தி முறையின் உள் முரண்பாடுகள் மார்க்சியவாதிகள் அல்லாதவர்களும் கூட காணும் விதமாக இன்று தெளிவாகக் காட்சியளிக்கின்றன. உண்மையிலேயே, அரசியல் நெருக்கடிகள் மேலும், மேலும் பேரழிவு உருவாக்குபவையாக மாறி வருகின்றன.

அத்தியாயம் 9

வறுமை அதிகரிப்பு பிரச்சனை

*உயிர் பிழைத்திருப்பதற்கு மட்டுமேயான மட்டங்களை நோக்கிக் கூலி நகர்ந்து செல்லும்; அது எப்போதுமே அதலபாதாளத்தை நோக்கிச் சரிகின்ற போக்குடையது என்கிற இறுக்கமான, யாந்திரீக உறுதிப்பாட்டை மார்க்ஸ் பற்றி நின்றாரா? இந்த அத்தியாயத்தில் ஃபிஷர் சுட்டிக்காட்டுவது போல, 'அதிகரித்துச் செல்லும் வறுமை' என்கிற கோட்பாட்டை உண்மையில் மார்க்ஸ் எபோதுமே பயன்படுத்தியதில்லை. மார்க்சைப் பொறுத்த வரையிலும் உழைப்புச் சக்தியின் மதிப்பு என்பது பாரம்பரியமாக வரலாற்று வழிமுறையினாலும், வர்க்கப் போராட்டத்தில் போராளிகளின் தத்தம் வலிமையினாலும் தீர்மானிக்கப்படுகிற ஒன்றாகும். உண்மை ஊதியங்கள் செல்வக் குவிப்புடன் அக்கம் பக்கம் மெதுவான உயர்கின்ற தன்மை கொண்டதாக இருக்கும். ஆனால் சமூகத்தின் உச்சியில் நிகழ்கின்ற வருமானம் மற்றும் செல்வத்தின் வளர்ச்சியிலிருந்து பின் தங்கியிருக்கும் என்று அவர் நம்பினார். காலப்போக்கில், வருமானம் மற்றும் செல்வத்தின் ஒப்பீட்டளவிலான ஒரு சரிவைத் தொழிலாளர்கள் எதிர்கொள்ளக்கூடும். மார்க்சின் கண்ணோட்டத்திற்கு ஃபிஷர் தாமே சவால் விடுகிறார்; (*குறைந்தபட்சம் 1960-களில் ஏற்பட்ட பொருளாதார முன்னேற்றங்களை அவர் விவரிக்கின்ற அளவிலாவது) மார்க்சின் கண்ணோட்டத்தின்படி வேலையற்றோரின் தொழிற்துறை சேமப் படை இடைவிடாமல் வளர்ந்து கொண்டே போவது என்கிற அம்சத்தின் விளைவாக இந்த (முதலாளித்துவ) கட்டமைப்பிற்குள் தங்களுடைய ஊதியங்களை ஒழுங்கமைத்துக் கொள்ளவும் தக்கவைத்துக் கொள்ளவும் தொழிலாளர்கள் திக்கு முக்காடுவார்கள்; மேற்கண்டவாறு ஃபிஷர் இதற்குச் சவால் விடுக்கிறார். எதுவாகினும் 1990-களில் 'ஆட்குறைப்பு' (Down sizing) மற்றும் தொழிலாளர்களின் உரிமைகள் மீது*

முழுமூச்சான தாக்குதல்கள் ஆகியன அதிகரித்தபொழுது அது மார்க்சினால் விவரிக்கப்பட்டிருந்த கொடும் கடுமை நிறைந்த மட்டங்களுக்குத் தொழில் உறவுகளை மீண்டும் இட்டுச் சென்றது. -JBF

இளம் மார்க்சைப் பொறுத்தவரையிலும் தொழிலாளியின் வறுமைத் துயர் அதிகரிப்பது அவன் அந்நியமாக்கப்படுவதன் தவிர்க்கவியலாத விளைபலனாகும். தொழிலாளியினுடைய உழைப்பின் உற்பத்திப் பொருள் அவனை ஒரு வேற்றுலகப் பொருள் போல, சர்வாதிகார தோரணை கொண்ட பண்டமாக எதிர்கொள்கிறது. உற்பத்திச் சாதனங்கள் ஏதும் சொந்தமில்லாத அவர் அவற்றை உடைமையாகக் கொண்டிருக்கும் முகமறியாத ஒருவரால் உற்பத்தி இயந்திர வகைக்குள் திணிக்கப்படுகிறார். ஏனென்றால், பண்ட உற்பத்தி உலகில் அவர் செய்வதற்கென்று எதுவும் விட்டு வைக்கப்படவில்லை. ஆகையால், அவருடைய உழைப்பின் பரிமாணம், மற்றும் முக்கியத்துவத்திற்கு ஏற்ப அவருடைய ஊதியம் எவ்வளவு தான்அதிகமாக இருந்தாலும் அவருடைய துன்பம் அதிகரிக்கிறது. அவர் எவ்வளவுக்கு அகிதமாக செல்வத்தைப் படைக்கின்றாரோ - அதில் அவருடைய கூலி உயர்ந்தாலும், தாழ்ந்தாலும் - அவர் மேலும் ஏழையாகிறார். உயர்ந்த கூலி வீதங்கள் தொழிலாளியின் மீது மனித கண்ணியத்தை அணிவிப்பதில்லை.

'மூலதனம்' நூலாசிரியர் மார்க்ஸ் இந்தக் கருத்திற்கு இறுதி வரை விசுவாசமாக இருந்தார். 'மூலதனம் III' அத்தியாயம் 5-ல் இப்பொழுது முதிர்ச்சியடைந்திருந்த மார்க்ஸ் பொருளாதார மற்றும் தத்துவவியல் கையெழுத்துச் சுவடிகளில் சுருங்கக் கொடுக்கப்பட்டிருந்த இந்தக் கருத்தை மீண்டும் எடுத்துக் கொண்டார். இந்த இரண்டுக்கும் இடையில் மதிப்பு மற்றும் உபரி-மதிப்புக் கோட்பாடு இருப்பதும், அது ஒரு புதிய அரசியல் பொருளாதார அடித்தளங்கள் மீது 'அதிகரித்து வரும் வறுமைக் கோட்பாட்டை' வைத்ததும் உண்மையே.

முதலாளித்துவ உற்பத்தியின் தலையாய நோக்கம் உபரி-மதிப்பை உற்பத்தி செய்வது தான். உழைக்கும் மக்களின் எலும்பு, நரம்பு, மூளை ஆகியவற்றிலிருந்து மேலும் அதிகமாகப் பிழிந்தெடுப்பதைத்தான் மூலதனம் எப்போதும் நாடுகிறது. அது வேலைநாள் நீட்டிப்பின் மூலமாகவோ, வேலையைத் துரிதப்படுத்துவதன் மூலமாகவோ, அல்லது

உற்பத்தித்திறனை உயர்த்துவதன் மூலமாகவோ-எதுவாக இருந்தாலும், தொழிலாளியின் கூலிக்குச் சமமான ஒரு மதிப்பை அவர் படைக்கின்ற வேலை நாள் பகுதியைச் சுருக்குவதுடன் முதலாளிக்காகக் கூலியில்லாமல் வேலை செய்கின்ற வேலை-நாள் பகுதியை நீட்டிக்கின்ற தாக்கத்தைக் கொண்டிருக்கிறது. தான் அழிந்து போவோம் என்கிற அச்சத்தில், போட்டியில் தாக்குப்பிடித்து நிற்பதற்காக முதலாளி உற்பத்தித் திறனை உயர்த்துவதற்கு முயன்றாக வேண்டி வருகிறது. தன் போட்டியாளர்களை விட, தற்காலிகமாக மலிவான விலைக்கு வழங்க வேண்டும் என்பதற்காக உற்பத்திச் செலவைக் குறைப்பதற்கு அவர் முயல வேண்டி வருகிறது. இந்தக் காரணத்திற்காக உபரி-மதிப்பின் ஒரு பகுதியைச் சேமித்து இருப்பிலிருக்கும் மூலதனத்துடன் சேர்த்து அதைப் புதிய இயந்திரம் போன்றவற்றில் முதலாளி முதலீடு செய்ய வேண்டும். ஆகவே, உபரி-மதிப்பை அதிகரிப்பதற்கான வழிமுறைகள் எல்லாமே மூலதனக் குவிப்பிற்கான வழிமுறைகளே, மூலதனக் குவிப்பின் எல்லா வழிமுறைகளுமே உபரி-மதிப்பு அதிகரிப்பதற்கான வழிமுறைகளே.

ஆனால், உபரி-மதிப்பை உற்பத்தி செய்வதற்கான எல்லா வழிமுறைகளும் அதே நேரத்தில் செல்வக் குவிப்பின் வழிமுறைகளாகவும் இருக்கின்றன; செல்வக் குவிப்பின் ஒவ்வொரு விரிவாக்கமும் மீண்டும் இந்த வழிமுறைகளை வளர்த்தெடுப்பதற்கான ஒரு சாதனமாகி விடுகிறது. ஆகையால், மூலதனம் குவிக்கப்படுவதன் அளவுக்கு ஏற்ப தொழிலாளியின் நிலைமையானது, அவருடைய ஊதியம் அதிகமோ, குறைவோ - மேலும் மோசமடையவே செய்யும்.[148]

அமைப்பு ரீதியான போராட்டத்தின் மூலம் தொழிலாளர்கள் வென்றெடுக்க முடிகின்ற கூலி உயர்வானது, குறிப்பாக உயர்ந்த அளவு வேலை வாய்ப்புள்ள காலகட்டத்தில் (அதாவது, வேலையின்மை குறைந்துள்ள கால கட்டத்தில்) தங்கள் சங்கிலியின் எடையும், வலிமையும் அதனுடைய மறுபக்கத்தைச் சற்றுத் தளர்த்திக் கொள்ளும்படியாக இருக்கிறது என்றுதான் பொருள்பட முடியும்.

தொழிலாளர் தன் உழைப்பால் மூலதனத்தின் நலனுக்காக முலதனத்தை மறு-உற்பத்தி செய்வதிலும், அதனுடன் சேர்த்துத் தன் சொந்த அந்நியமாதலையும், வறுமையையும் அடைகிறார்

என்பதில் தான் முதலாவதாகவும், மிக முக்கியமாகவும் அவருடைய வறுமை நிலைமை உள்ளடங்கியுள்ளது.

பொருட்களுடனும், இயந்திரங்களுடனும் தீவிரமான சிக்கனத்தைக் கையாளுகின்ற மூலதனம் உழைக்கும் மக்களின் ரத்தம், சதை, நரம்பு, மூளை ஆகியவற்றுடன் - உயிருள்ள மனிதர்களிடத்தில் கண்மூடித்தனமான தாராளத்துடன் நடந்து கொள்கிறது; மூலதனக் குவிப்பு மற்றும் லாப-உணர்வு ஆகியவற்றின் பாதையில் எதுவுமே நிற்க அனுமதிக்கப் படுவதில்லை.

ஆகையால், சமூகத்தின் நிர்பந்தத்தின் கீழல்லாமல் உழைப்பாளியின் உடல் நலம், வாழும் ஆயுள் ஆகியவை குறித்து மூலதனம் அலட்சியமாகவே நடந்து கொள்கிறது. உடலியல், மனவியல் ரீதியாகக் கேவலத்திற்குள்ளாவது, அற்ப ஆயுள் மரணம், அதீத-உழைப்புச் சித்திரவதை என்பவற்றைப் பற்றிக் குரலெழுப்பும் பொழுது அது பதிலளிக்கிறது: "எங்களுடைய லாபம் உயர்கின்ற பொழுது நாங்கள் ஏன் அவை குறித்துக் கவலைப்பட வேண்டும்? அவற்றின் ஒட்டுமொத்த முழுமை என்பதாக நோக்கும் பொழுது இவையனைத்தும், உண்மையில், தனிப்பட்ட முதலாளியின் நல்ல அல்லது கெட்ட எண்ணத்தைச் சார்ந்திருப்பதில்லை.

சுதந்திரமான போட்டி, ஒவ்வொரு தனிப்பட்ட முதலாளியின் மேலும் ஆதிக்கம் கொண்ட, புறவகையிலான நிர்பந்த விதிகளின் உருவத்தில் முதலாளித்துவ உற்பத்தி முறையின் உள்ளார்ந்த விதிகளை வெளிப்படுத்துகிறது.[149]

லாபத்தின் பின்னால் இவ்வாறு இரக்கமற்று ஓடுகின்ற, முதலாளித்துவ உற்பத்தியின் உந்துசக்தி தொழிலாளர்களின் வறுமை அதிகரிப்பதை நோக்கிய ஒரு தொடர்ச்சியான போக்கை உருவாக்குகிறது; எனவே, முதலாளித்துவ உற்பத்திமுறையின் பொதுவான போக்கு என்பது சராசரித் தரக்கூலியை உயர்த்துவதாக அல்லாமல் கீழே அழுத்துவதாக இருக்கிறது. (கூலி, விலை, லாபம்) இந்தப் போக்கானது, தொழிலாளர்களாலேயே பிரதானமாக மாற்றியமைக்கப்படுகிறது, இழுத்துப் பிடிக்கப்படுகிறது, அவர்களால், மிகக் குறிப்பாக, வேலைவாய்ப்பு உயர்மட்டத்திலிருக்கும் காலகட்டத்தில் அதை எதிர்த்துப் போராட முடிகிறது, அவ்வாறு போராடுவதன் மூலமாக தங்களுடைய 'தற்காலிக மேம்பாட்டிற்கான அவ்வப்போதைய

வாய்ப்புக்களை நன்கு பயன்படுத்திக் கொள்ள முடிகிறது'. ஆனால், தேசிய வருமானத்தில் தொழிலாளர்களின் ஒப்பீட்டளவிலான பங்கு கீழிறங்குவதில் அதிகரித்து வரும் வறுமையை நோக்கிய போக்கின் தொடர்ச்சியான வெளிப்பாட்டைப் பாட்டாளி வர்க்கம் காண்கிறது. தொழிலாளர்களாலேயே உருவாக்கப்பட்ட மதிப்புகளில் ஒன்றான இந்தப்பங்கு கூலி உயரும் காலங்களில் கூட இடைவிடாமல் கரைந்து கொண்டேயிருக்கிறது, அதே வேளையில் முதலாளிகளின் பங்கு அதிகரிக்கிறது, அதன் விளைவாக, தொழிலாளர்கள் வருமானத்தின் ஒரு உயர்வைப் பெறுகின்ற போதும் கூட தாங்களே உற்பத்தி செய்த பொருட்களை வாங்க முடியாத அளவு, உண்மையில் தொடர்ச்சியாக குறைந்து கொண்டே செல்கிறது.

பாட்டாளி வர்க்கத்தின் நிலைமையை மதிப்பிடுவதில் இருக்கும் பல முக்கிய காரணிகளை நோக்கி மார்க்ஸ் கவனத்தை ஈர்க்கின்றார். அதிகரித்து வரும் வறுமைப் போக்கு பற்றிய பிரச்சினையைப் பரிசீலிக்கும் பொழுது அந்தக் காரணிகளைக் கணக்கிலெடுத்துக் கொள்ளவேண்டும். அந்தக் காரணிகளில் மூன்று வகைப்பட்டவை:

முதலும் முக்கியமாகவும், மார்க்சின் காலத்தில் காலச் சுழற்சி முறையில் திரும்பத்திரும்ப ஏற்பட்ட பொருளாதார நெருக்கடிகள் அவை தொழிலாளர்களின் வாழ்க்கைத் தரத்தில் ஏதாவது முன்னேற்றங்கள் நிகழ்வதைப் பெரும்பாலும் மறுதலித்து விடுகின்றன என்பதுடன் அந்தக் காலகட்டத்தின் போது அவர்களுடைய வறுமை அதிகரிப்பது உணவு, குடியிருப்பு நிலைமைகள், அனைத்துக்கும் மேலாக பெரும் வேலையின்மை போன்ற பல வழிகளில் அப்பட்டமாக வெளிப்பட்டது.

இரண்டாவதாக, உழைப்புத் தீவிரமயமாக்கலின் தாக்கங்கள்; அவை வேலை-நாள் நீட்டிக்கப்படுவதன் ஒரு வடிவமாக இருந்தது. இளக்கமான இரண்டு மணி நேரத்தைக் காட்டிலும் இறுக்கமாகக் குவிந்த ஒரு மணி நேர வேலையில் தொழிலாளியிடமிருந்து அதிகம் பிழிந்தெடுக்கப்பட முடியும்; இரண்டுமடங்கு உயிர்ச் சக்தியைச் செலவிடும்படி தொழிலாளியை நிர்பந்திக்க முடியும். வேலையைத் தீவிரப்படுத்துவது என்பதற்குத் தொழிலாளியின் வாழ்க்கை நேரம், முதலாளிக்கான மேலும் அதிகப் பரிணாமம் கொண்ட உழைக்கும் நேரமாக மாற்றியமைக்கப்படுகிறது என்றுபொருள். இதன் விளைவாகத் தொழிலாளி மிக

விரைவாகவே மூப்பு அடைய நேரிடும் என்பதுடன் இளம் வயதிலேயே வேலை லயங்களின் வேகத்திற்கு ஈடுகொடுக்க முடியாதவராகி விடுகிறார்.

கடைசியாக, உழைப்பு-சக்தியின் மதிப்பு (தொழிலாளியையும், அவரது குடும்பத்தையும் பராமரிப்பதற்கு அவசியமான பிழைப்புச் சாதனங்கள்) குடும்பத் தலைவரும், அவருடன் பெண்களும் குழந்தைகளும் உழைப்பதன் மூலமாகத்தான் சம்பாதிக்கப்பட முடியும் என்கிற நிலைமை அதிகரித்துக் கொண்டே செல்லும்; குடும்பத்தைப் பராமரிப்பது, அடுத்த தலைமுறையை மறு-உற்பத்தி செய்வது ஆகியவற்றை உறுதிப்படுத்துவதற்கு அவருடைய ஊதியம் இனிமேலும் போதாது என்கிற நிலைமையில், அதற்குத் துணை மற்றும் மாற்று வருமானமாக குடும்பத்தின் கூலி இடம் பெறுகிறது. குடும்பத்தின் வருமானம் அதிகரிப்பது என்பது குடும்பத்தின் மொத்த உழைப்பின் அதிகரிப்பைவிட எப்போதும் குறைவாகத்தானிருக்கும்.

உழைப்புச் சக்தியின் மதிப்பைத் தீர்மானிப்பது, அந்த வயது வந்த தனிப்பட்ட தொழிலாளியின் பராமரிப்பிற்கு அவசியமான உழைப்பு-நேரம் மட்டுமல்ல, அவருடைய குடும்பத்தைப் பராமரிப்பதற்கு அவசியமானதும் சேர்ந்ததுதான். குடும்பத்தின் ஒவ்வொரு உறுப்பினரையும் உழைப்புச் சந்தைக்குள் தள்ளி விடுவதன் மூலமாக இயந்திரம் மனிதனின் உழைப்புச்சக்தியின் மதிப்பை அவருடைய குடும்ப மொத்தத்தின் மீதும் பரவ வைக்கிறது. இவ்வாறான அவருடைய உழைப்புச் சக்தியின் மதிப்பை அது குறைத்துவிடுகிறது. நான்கு பேர் கொண்ட ஒரு குடும்பத்தின் தொழிலாளர்களின் உழைப்புச் சக்தியை வாங்குவதற்காக, குடும்பத்தின் தலைவருடைய உழைப்புச் சக்தியை வாங்குவதற்காக முன்னர் செலவிட்டதை விட அதிகம் செலவிட ஒருவேளை நேரிடலாம்; ஆனால், பதிலுக்கு ஒருநாளின் இடத்தில் நான்கு நாள் உழைப்பு இடம் பெறுகிறது. ஒருவருடைய உபரி உழைப்பிற்கு நான்குபேரின் உபரி-உழைப்பு மிகையாக இருப்பதற்கு ஏற்ற விதத்தில் அவற்றின் நான்குபேரின் உழைப்பின்) விலை வீழ்கிறது. அந்தக் குடும்பம் வாழ வேண்டும் என்பதற்காக நான்குபேர் இப்பொழுது உழைத்தாக வேண்டும் என்பது மட்டுமல்லாமல், முதலாளிக்கு உபரி உழைப்பையும் செலவிட நேரிடுகிறது. இவ்விதமாக, இந்த இயந்திரம் மூலதனத்தின் சுரண்டும் சக்தியினுடைய பிரதான இலக்காக

உருவெடுக்கின்ற மானிட இடுபொருளை அதிகப்படுத்துகின்ற அதே நேரத்தில் சுரண்டலின் தீவிரத்தையும் உயர்த்துவதை நாம் பார்க்கிறோம்.[150]

ஒரு பண்டம் என்கிற வகையில் உழைப்புச் சக்தியின் மதிப்பை மார்க்ஸ் பகுப்பாய்வு செய்திருப்பது, பாட்டாளி-வர்க்கத்தின் துயரத்தை அதிகரிக்கின்ற முதலாளித்துவ இயல்பை வெளிப்படுத்துகின்ற திட்டவட்டமான சூழ்நிலைமைகள் மீது ஒரு முக்கியமான வெளிச்சத்தைப் பாய்ச்சுகிறது. உழைப்பாளியின் உழைப்புச் சக்தியின் உற்பத்திக்கும் வளர்ச்சிக்கும் பராமரிப்பிற்கும், அவருடைய குடும்பத்தின் பராமரிப்பிற்கும் மறு உற்பத்திக்கும் அவசியமான நுகர்வுச் சாதனங்களின் மதிப்பைக் கொண்டு (மேற்சொன்ன) இந்த மதிப்பு தீர்மானிக்கப்படுகிறது. கூலி, விலை, லாபம் நூலில் மார்க்ஸ் சுட்டிக் காட்டியுள்ளபடி இந்த மதிப்பு இரண்டு கூறுகளால் ஆக்கப்பட்டுள்ளது: உழைப்புச் சக்தியின் மறு உற்பத்திக்கும் இந்தச் பராமரிப்பிற்கும் அவசியமான நுகர்வுச் சாதனங்களால் தீர்மானிக்கப்படுவதாகவும், மதிப்பின் குறைந்தபட்ச வரம்பை முன்னிலைப் படுத்துவதாகவும் இருக்கின்ற ஒரு உடலியல் கூறு; மற்றொன்று ஒரு வரலாற்றியல் மற்றும் சமூகவியல் கூறு, அதனுடைய பரிமாணம் ஒவ்வொரு நாட்டிலும் அதனுடைய குறிப்பிட்ட வாழ்க்கைத் தரத்தாலும், மரபுகளாலும் தகவமைக்கப்படுகிறது. மேலும் வர்க்கப் போராட்டத்தால் தீர்மானிக்கப்படுகிறது.இந்த வகையில் ஒவ்வொரு குறிப்பிட்ட நாகரிக சமுதாயத்தின் வண்ணத்தையும் கூலி எடுத்துக் கொள்கிறது.

மனிதர்கள் வாழ்கின்ற, வேலை செய்கின்ற குறிப்பிட்ட சமூக நிலைமைகள், சில குறிப்பிட்ட தேவைகள் எழுவதற்கு இடமளிக்கின்றன; அந்தத் தேவைகள் உழைப்புச் சக்தியின் குறைந்தபட்ச மதிப்பிற்கும் அப்பாற்பட்ட நுகர் பொருட்களைக் கோருகின்றன. எண்ணற்ற மாறுபாடுகளுக்கான சாத்தியங்கள் கொண்டதும், உற்பத்தி சக்திகளால் தகவமைக்கப்படுவதாகவும் இருக்கின்ற இந்த வரலாற்றியல் மற்றும் சமூகவியல் கூறு வர்க்கப் போராட்டத்தால் முடிவு செய்யப்படுகிறது.

அதனுடைய ஒழுங்கமைவின் நடைமுறைப் படிநிலை மூலதனத்திற்கும், உழைப்பிற்கும் இடையில் நிகழும் தொடர்ச்சியான போராட்டத்தால் தீர்மானிக்கப்படுகிறது. முதலாளி கூலியைக் குறைந்தபட்ச உடலியல் தேவையின் அளவுக்குக் குறைக்கவும், வேலை நாளை உயர்ந்தபட்ச

உடலியல் தாங்குதிறன் மட்டத்திற்கு நீட்டிக்கவும் தொடர்ந்து முயலுகிறார்; அதே நேரத்தில் உழைக்கும் மனிதன் இடைவிடாமல் எதிர்த் திசைக்கு இழுக்கிறார். விஷயம் போராடுகிறவர்களின் பரஸ்பர சக்திகளால் தீர்மானித்துக் கொள்ளப்படுகின்ற ஒரு பிரச்சனையாக மாறி விடுகிறது. [151]

இங்கு நாம் இரண்டு காரணிகளை எதிர் கொள்கிறோம், அதாவது வறுமைத் துயரங்கள் அதிகரித்துச் செல்வதை நோக்கிய போக்கை 'மாற்றியமைத்தல்' என்கிற சொல்லை மார்க்ஸ் எந்தப் பொருளில் பயன்படுத்தினார் என்பதை எதிர்கொள்கிறோம். முன்னேறிக் கொண்டே இருக்கின்ற தொழில்நுட்ப வளர்ச்சி மற்றும் அதிகரித்துச் செல்லும் உற்பத்தித்திறன் ஆகியவை உழைப்புச்சக்தியை மறு உற்பத்திச் செய்யவும் பராமரிக்கவும் தேவையான பொருட்களின் மதிப்பைக் குறைப்பதன் மூலமாக அதே உழைப்புச் சக்தியின் மதிப்பைக் குறைக்கின்றன. அதே சமயம் அவை சமூகத்தின் தேவைகளை மாற்றியமைப்பதுடன் புதிய நுகர்வுப்பொருட்களை உற்பத்தி செய்வதற்கான தேவையை ஒரு தன்னிச்சையான முறையில் உருவாக்குகின்றன. இவ்வாறாக ஒரு பக்கம் தொழில் நுட்ப முன்னேற்றம் உழைப்புச் சக்தியின் மதிப்பைத் தாழ்த்துகிறது, மறுபக்கம் அந்த மதிப்பின் ஒரு இயற்கையான பகுதியாகப் புதிய தேவைகளையும், புதிய பொருட்களையும் படைக்கின்றது. தொழிலாளர்களின் நிலைமையை உழைப்புச் சக்தியின் மதிப்பினால் தான் எப்போதுமே அளவிட வேண்டும். அது மற்ற விஷயங்களுடன் சேர்த்து, அதனுடைய உற்பத்தியினாலேயே உருவாக்கப்பட்ட இந்த வரலாற்றியல் மற்றும் சமூகவியல் கூறையும் உள்ளடக்கியிருக்கிறது.

ஒரு வீடு பெரியதாகவோ அல்லது சிறியதாகவோ இருக்கலாம்; சுற்றியிருக்கும் வீடுகளும் அதே அளவு சமமாக சிறியவைகளாக இருக்கும் வரைக்கும் அது ஒரு குடியிருப்பு என்பதற்கான எல்லாச் சமூகவியல் கோரிக்கைகளையும் நிறைவு செய்வதாக இருக்கும். ஆனால் அந்தச் சிறிய வீட்டின் பக்கமாக ஒரு மாளிகை எழும்புமானால் அது ஒரு சிறிய வீடு என்பதிலிருந்து ஒரு குடிசையாகச் சுருங்கிவிடுகிறது. இப்பொழுது அந்தச் சிறு வீடு தன்னுடைய உடைமையாளர் எழுப்புவதற்கு ஒரு மிகச் சிறிய கோரிக்கையும் அல்லது கோரிக்கையெதுவுமே இல்லாதவராக இருக்கிறார் என்பதைக் காட்டுகிறது, நாகரிக சமுதாயம் செல்லும் பாதையில்

அந்தவீடு, எவ்வளவு தான் உயரமாக வளர்ந்தாலும் பக்கத்திலுள்ள மாளிகை அதே அளவுக்கு அல்லது அதைக்காட்டிலும் பெருமளவுக்கு உயர வளர்ச்சி பெறுமானால் அந்த ஒப்பீட்டளவு சிறு வீட்டில் வசிப்பவர் அதனுடைய நான்கு சுவர்களுக்குள் மேலும், மேலும் அதிக அளவில் வசதியற்றவராக, மனநிறைவற்றவராக, நெருக்கப்படுவதாகத்தான் உணர்வார்.

கூலியில் புலப்படக்கூடிய அளவுக்கு உயர்வு ஏற்படுவது உற்பத்தி மூலதனத்தின் ஒரு துரிதமான வளர்ச்சியை முன்அனுமானிக்கிறது. உற்பத்தி மூலதனத்தின் துரிதமான வளர்ச்சி அதற்கு ஈடான செல்வம், சொகுசு, சமூகவியல் தேவைகள், சமூகக் களிப்புகள் ஆகியவற்றின் விரைவான வளர்ச்சியையும் ஏற்படுத்துகிறது. தொழிலாளியின் மகிழ்ச்சி அதிகரித்தாலும் கூட அவை அளிக்கின்ற சமூகவியல் மனநிறைவு முதலாளிகளின் அதிகரித்துள்ள மகிழ்ச்சியுடன் ஒப்பிடும்பொழுது தாழ்ந்தவைகளாகவே இருக்கின்றன; பொதுவான சமூகத்தின் வளர்ச்சியுடன் ஒப்பிடும் பொழுது முதலாளிகளின் மகிழ்ச்சி மட்டம் தொழிலாளர்களுக்கு எட்டாத உயரத்தில் தான் இருக்கின்றன. நம்முடைய ஆசைகளும், மகிழ்ச்சிகளும் சமூகத்திலிருந்து ஊற்றெடுக்கின்றன; ஆகவே அவற்றை நாம் சமூகத்தை வைத்து அளவிடுகிறோம்; அவர்களுக்கு மனநிறையை அளிக்கக் கூடிய பொருள்களை வைத்து அல்ல. ஏனென்றால் அவையால்லாம் ஒரு சமூக இயல்பிலானவை; அவை ஒப்பீட்டளவிலான இயல்புடையவையாகும்.[152]

உற்பத்திக்காக மட்டுமே உற்பத்தி என்பதன் இரண்டாவது எதிர்மறை இயல்பு மற்றும் அதன் விளைவாகத் தொழிலாளர்களின் நிலைமையில் ஏற்படும் சரிவு என்பது அவர்களால் நடத்தப்படும் போராட்டத்திற்கு ஏற்படும் சரிவுதான் என்று மார்க்ஸ் நினைத்தார். தொழிற் சங்கங்களின் போராட்டங்களுக்கு மார்க்ஸ் மிகப் பெரும் முக்கியத்துவமளித்தார். அதே நேரத்தில், 'முதலாளித்துவ செல்வக் குவிப்பின் பொது விதி' என்ற அவர் அழைத்த விதியானது மேம்பட்ட வாழ்க்கை நிலைமைகளுக்கான தொழிலாளர்களின் போராட்டத்தின் மீது நிலையான வரம்புகளை விதிக்கின்றது என்று அவர் நம்பினார். செல்வக் குவிப்புடன் சேர்ந்து மூலதனத்தில் உள் கட்டமைப்பு மாறுகிறது. கூலியின் மீது செலவிடப்பட்டதுடன் ஒப்பிடும் பொழுது இயந்திரம், கட்டுமானம், கச்சாப்பொருட்கள் போன்றவற்றின் மீது செலவிடப்பட்டதன் அளவு உயர்கிறது. முன்னதன்

மீதான செலவினம் அறுதியாக உயரக் கூடும், ஆனால், மூலதனத்தின் மற்ற பகுதியினை ஒப்பிடும்பொழுது குறைந்தே தீரும். மூலதனக் குவிப்பின் காரணமாக உழைப்புச் சக்தியின் ஒரு பகுதி எப்போதும் தேவையற்றதாக்கப்பட்டுக் கொண்டேயிருக்கும். இயந்திரம் தொழில்நுட்பம் போன்றவற்றால் இடம்பெயரச் செய்யப்படுகின்ற ஒரு பிரிவை - 'தொழில்துறை சேமப் படை' என்றழைக்கப்படுகிற ஒரு உபரி-மக்கள் தொகையை அது உருவாக்குகிறது, அதுவும் குறிப்பாக நெருக்கடிக் காலகட்டங்களில் மிகவும் இரங்கத்தக்க ஏதுமற்றவர்களின் 'சுறு, சுறுப்பற்ற மேலடுக்கை' விலக்கிவிடுவதன் மூலமான அந்தப் படை உருவாக்கப்படுகிறது, அது வேலையிலிருப்பவர்களின் கூலி மட்டத்தைத் தொடர்ந்து கீழே அழுத்திக் கொண்டு செல்கிறது.

முதலாளித்துவ செல்வக் குவிப்பின் அறுதி விதி இதுதான். மற்ற எல்லா விதிகளையும் போல, அதனுடைய செயல்பாடும் பல சூழ்நிலைமைகளால் மாற்றியமைக்கப்படுகிறது.....[153]

மூலதனக் குவிப்பு வீதத்திற்கேற்ப வறுமைத் திரட்சியை அது ஏற்படுத்துகிறது. ஆகையால், ஒரு முனையில் செல்வம் குவிக்கப்படுகிறது; அதே சமயத்தில் மறுமுனையில் அதாவது மூலதனத்தின் வடிவில் உற்பத்திப் பொருளைப் படைக்கும் வர்க்கத்தின் பக்கம் வறுமை, உழைப்பின் வேதனை, அடிமைத்தனம், அறியாமை, சித்திரவதை, மனவியல் சிதைவு போன்ற இன்னபிற கொடுமைகள் குவிக்கப்படுகின்றன. [154]

முதலாளித்துவ உற்பத்திமுறையின் பகை முரண் குணாம்சமானது, அதாவது மூலதனத்திற்கும் உழைப்பிற்கும் இடையிலான சமரசமற்ற பகை முரணானது நெருக்கடியான காலங்களில் தெள்ளத்தெளிவான, மிக உயர்ந்த மிருகத்தனத்தின் வெளிப்பாட்டை அடைகிறது. ஆனாலும் இந்த விதி முதலாளித்துவ உற்பத்தியின் எல்லாக் காலகட்டங்களுக்கும் பொருந்துகிறது; 'தொழிலாளியின் ஊதியம் உயர்ந்ததோ அல்லது தாழ்ந்ததோ எதுவானலும்' அவருடைய நிலைமையை எல்லாக் காலங்களிலும் அழுத்தித் தாழ்த்துகிறது.

தன்னுடைய விமர்சகர்கள் மற்றும் சீடர்களைப் போலல்லாமல் 'வறுமை அதிகரிப்பு' என்கிற கோட்பாட்டை மார்க்ஸ் உண்மையில் என்றுமே பயன்படுத்தியதில்லை. ஆனாலும், முதலாளித்துவச் செல்வக் குவிப்பின் பொது விதி ஒரு வறுமை அதிகரிப்புக் கோட்பாட்டை உண்மையில் முன்னிலைக்குக்

கொண்டு வருகிறது, ஏனென்றால், தொழில்துறை சேமப்படை தொடர்ச்சியாக உருவாவது மற்றும் பாட்டாளி வர்க்கத்தின் வர்க்க அடுக்குகள் கலைத்து மாற்றியமைக்கப்படுவது ஆகியவற்றை எதிர் கொள்வதற்குத் தொழிலாளர்களின் போராட்டம் ஒரு பொருத்தமான எதிர்வினைப் போக்கு என்று மார்க்ஸ் கருதவில்லை என்பது தெளிவு. இந்த விஷயத்தில் மார்க்ஸ் தவறியுள்ளார் என்பது நிரூபணமாகியுள்ளது, அதாவது குறைந்த பட்சம் முன்னேறிய முதலாளித்துவ நாடுகளின் தொழிலாளர்களைப் பொறுத்தவரையிலும் அவ்வாறு நிரூபணமாகியுள்ளது. எனினும், தொழிலாளர்களின் நிலையை மதிப்பிட்டுப் செய்யும் பொழுது ஒட்டுமொத்த உலகச் சந்தையையும் மற்றவர்கள் பட்டினி கிடப்பதால் தான் சிலருடைய ஊதியம் உயரும் என்பதையும் கணக்கிலெடுத்துக் கொள்ள வேண்டும் என்று அவர் சுட்டிக்காட்டியுள்ளார் என்பது உலகளாவிய பொருளில் அவருடைய பரந்த வரலாற்றியல் பார்வை சரியானதுதான் என்பதை நிரூபிக்கிறது.

அத்தியாயம் 10

புரட்சியின் தத்துவம்

மார்க்சின் கூற்றுப்படி, எந்தவொரு வர்க்க சமுதாயத்திற்குள்ளும், வளர்ச்சியடைகின்ற உற்பத்தி சக்திகளுக்கும் நிலவுகின்ற சமூக உடைமை வடிவங்களுக்கும் இடையில் வளர்ச்சியடைகிற முரண்பாடுதான் நிலையின்மைக்கும், புரட்சிகர மாற்றத்திற்கும் மையமாக அமைகிறது. புராதன மற்றும் நிலவுடைமை உற்பத்தி வழிமுறைகளின் எழுச்சி- வீழ்ச்சியையும், முதலாளித்துவ வழிமுறையின் வளர்ச்சியையும் இந்த வகையில் புரிந்து கொள்ள முடியும். முதலாளித்துவத்தின் கீழ் இந்த முரண்பாடு மிகத் தெளிவாகப் புலப்படுவதன் அடையாளத்தை மிகை-உற்பத்தி மற்றும் பொருளாதார நெருக்கடிகளின் பேரிடர் தொடர்களில் காண முடியும், உற்பத்தியின் சமூக குணாம்சத்திற்கும், தனியார் கொள்ளையடிப்பிற்கும் இடையில் இருக்கும் பொருந்தா நிலை பளிச்செனப் புலப்படுகிறது. பிரிட்டன், பிரான்ஸ், ஜெர்மனி போன்ற மிகவும் வளர்ச்சி பெற்ற முதலாளித்துவ நாடுகளில் முதலாளித்துவத்திற்கெதிரான புரட்சி எழும் என்று மார்க்ஸ் ஆரம்பத்தில் நினைத்தார்; இருந்தபோதிலும், தன்னுடைய வாழ்க்கையின் பிற்பகுதியில் முதலாளித்துவ நாடுகளின் ஓரம்பாரத்தை ஒட்டியிருந்த குறைந்த வளர்ச்சி பெற்றிருந்த நாடுகளின் பக்கம், குறிப்பாக ரஷ்யாவின் பக்கம் தன் பார்வையைத் திருப்பினார். இந்தக் கட்டமைப்பின் மையக் கருவிற்குள் புரட்சிக்கான வெடி மருந்தின் திரியாக அது செயல்படும் என்று எதிர்பார்த்தார். இந்தக் கட்டமைப்பு தன்னுடைய கண்ணிகள் வலுவற்று இருக்குமிடங்களில்- அதாவது, குறைந்த வளர்ச்சியடைந்த அல்லது பின் தங்கிய நாடுகளில், உடைந்து போக நேரிடும் என்கிற, இருபதாம் நூற்றாண்டில் பரவலாகப் பரவியிருந்த கருத்தை நோக்கி இது சுட்டிக்காட்டுகிறது - JBF

வரலாற்று வளர்ச்சிப் போக்கு பற்றிய மார்க்சினுடைய கண்ணோட்டத்தின் விளைபலனும் செறிவான வெளிப்பாடும் தான் புரட்சியின் தத்துவமாகும். அதாவது வரலாற்றில் சமூக அமைப்புகளின் தொடர் வரிசை என்று கொள்ளலாம். தங்களுடைய வாழ்க்கைப் போராட்டத்தில், இயற்கையுடனான தங்களுடைய உறவாடலில் மனிதர்கள் சில சாதனங்களையும், கருவிகளையும், உழைப்பு வடிவங்களையும், அனுபவங்களையும் வளர்த்துக் கொள்கிறார்கள். மார்க்ஸ் அவற்றை உற்பத்தி சக்திகள் என்று வர்ணித்தார்; மனிதனின் வாழ்க்கையை வழிநடத்துகின்ற உறவுகளை உற்பத்தி உறவுகள் என்றும் அவர் வர்ணித்தார். அவை அடிப்படையில், உற்பத்திச் சாதனங்களை யார் உடைமையாக வைத்திருக்கிறார்கள் என்பதைப் பொறுத்தது. எந்தவொரு சமயத்திலும், உற்பத்தி சக்திகளின் வளர்ச்சி மட்டத்திற்கும், குணாம்சத்திற்கும் பொருந்தி வருகின்ற உற்பத்தி உறவுகளை (அல்லது உடைமை உறவுகளை) நிறுவுவதை நோக்கிய வரலாற்றுப் போக்கின் வளர்ச்சியில் சமூக வளர்ச்சியின் உந்து சக்தியை அவர் கண்டார். வளர்ச்சியின் போக்குடன் யாருடைய நலன்கள் ஒத்திசைவாகச் செல்கின்றதோ அந்தச் சமூகக் குழுக்கள் மற்றும் வர்க்கங்களால் எப்போதுமே இயக்கி வைக்கப்படுகின்ற இந்த வரலாற்று இயக்க விதியில் - சமூக ஒழுங்கமைவின் பல்வேறு வடிவங்களுடைய (புராதனப் பொதுவுடைமை, அடிமை முறை, நிலப்பிரபுத்துவம், முதலாளித்துவம்) தொடர் வரிசையைப் புரிந்து கொள்வதற்கான திறவுகோலை அவர் கண்டார். ஆனால் அது மார்க்சியத்தின் பலதர வகைப்பட்ட பாடநூல்களில் பின்னாட்களில் தீட்டப்படவிருந்த நேர்கோட்டுத் திட்ட வகையின் படியாக அது இருக்கவில்லை. நிலப்பிரபுத்துவத்திலிருந்து முதலாளித்துவத்திற்கு, முதலாளித்துவப் புரட்சிக்கு மாறிச் சென்றது குறித்த சான்றுகளைக் கொண்டு, வரலாற்றியல் இயக்கவிதிகளை அவர் ஒழுங்கான வழிமுறையிலும், பொதுவாக மேற்கு ஐரோப்பிய வரலாற்றுக்கு என்றும் கூறலாம், திட்ட வட்டமாகவும் வடிவமைத்தார், அதனோடு சேர்த்து சோஷலிசப் புரட்சிக்கோட்பாட்டையும் வடிவமைத்தார். இருந்தபோதிலும், இந்தநூலில் நாம் ஏற்கனவே குறிப்பிட்டுள்ள ‘அரசியல் பொருளாதார விமர்சனத்திற்கு ஒரு பங்களிப்பு நூலுக்கு முன்னுரை’ என்பதில் இதை, குறிப்பான என்பதிலிருந்து பொதுவான என்பதாக அவர் விரிவுபடுத்தினார்.

தங்களுடைய வாழ்க்கையின் சமூக உற்பத்தியில் தவிர்க்க இயலாததும் தம்முடைய விருப்பத்திலிருந்து சுதந்தர மாகவும் இருக்கக்கூடிய திட்டவட்டமான, உறவுகளுக்குள் மனிதர்கள் நுழைகிறார்கள், உற்பத்தி உறவுகளான அவை, தம்முடைய பொருளியல் உற்பத்தி சக்திகளின் வளர்ச்சியில் ஒரு திட்டவட்டமான கட்டத்துடன் பொருந்துவதாக இருக்கின்றன....நம்முடைய வளர்ச்சியின் ஒரு குறிப்பிட்ட கட்டத்தில் சமூகத்தின் பொருளியல் உற்பத்தி சக்திகள் நடப்பிலிருக்கும் உற்பத்தி உறவுகளுடன் மோதலுக்குள்ளாகின்றன; அல்லது - அதே விஷயத்தின் ஒரு சட்ட நுணுக்கமான வெளிப்பாட்டு முறையில் - தாம் இதுவரையிலும் எந்த உடைமை உறவுகளுக்குள் செயல்பட்டு வந்தனவோ அவற்றுடன் மோதுகின்றன. உற்பத்தி சக்திகளின் வளர்ச்சியினுடைய வடிவங்களாக இருந்து வந்த நிலைமையிலிருந்து இந்த உறவுகள் அந்தச் சக்திகளுக்குத் தடை விலங்குகளாக மாறுகின்றன. பிறகு, அங்கிருந்து சமூகப் புரட்சியின் ஒரு சகாப்தம் தொடங்குகிறது.[155]

சோஷலிசப் புரட்சிக்கு இட்டுச் செல்கின்ற, உற்பத்தி சக்திகளுக்கும், உற்பத்தி உறவுகளுக்கும் இடையிலான மோதலை மார்க்ஸ் எங்கிருந்து கண்டார்?

முதலாளித்துவத்தின் கீழ் நிகழும் உற்பத்தி சக்திகளின் வளர்ச்சி நம்முடைய சமூகக் குணாம்சத்தை விரிவாக்குகின்றன; பெரும் நிறுவனங்களின் உருவாக்கம், உழைப்பின் நிகழ்வு முறைகளில் அதிகரிக்கும் ஒருங்கிணைப்பு, உற்பத்தி நிகழ்முறைகளின் ஒன்றுடன் ஒன்றான கலப்பு, ஒட்டுமொத்த சமூக முழுமையினுள் தொழிற்துறை உற்பத்தி முறையின் மேலாதிக்கப் பாத்திரம் ஆகியவற்றில் இது தன்னை வெளிப்படுத்திக் கொள்கிறது. உற்பத்தி சாதனங்களின் முதலாளித்துவ உடைமை முறையும், முதலாளித்துவம் உற்பத்திப் பொருளைத் தனதாக்கிக் கொள்வதும் ஒரு குறிப்பிட்டக் கட்டத்தில் உற்பத்தி சக்திகளின் முன்னேற்றத்தைத் தடைசெய்யும் விலங்காக மாறி விடுகிறது. குறிப்பாக காலச் சுழற்சியில் மீண்டும், மீண்டும் நிகழும் நெருக்கடிகளில் இது புலப்படுகிறது. அது தொடர்ந்து மேலும், மேலும் பலத்துடன் வெடிப்பதாகவும் அனைத்தையும் தழுவியதாகவும் மாறிச் செல்லும் என்று ‘கம்யூனிஸ்ட் அறிக்கை’, ‘மூலதனம்’ ஆகிய இரண்டிலும் மார்க்ஸ் அனுமானித்திருந்தார்.

இந்த 'மிகை-உற்பத்தித் தொற்று நோய்களில்' உற்பத்தியின் சமூக குணாம்சம் முதலாளித்துவ உடைமை உறவுகளுக்கு எதிராகக் கிளர்ந்தெழுகிறது. உற்பத்தியின் சமூக குணாம்சம் உற்பத்திச் சாதனங்களை சமூக உடமையாக்கக் கோருகிறது.

பொருளாதார நெருக்கடி இந்த மோதலை வெளியே கொண்டு வருகிறது. 'இந்த உண்மையான நெருக்கடிகள் அனைத்திற்கும் மக்கள் திரள்களின் வறுமையும், வரம்பு கட்டப்பட்ட நுகர்வும் ஒரு பக்கமும், அதற்கு எதிராக சமூகத்தின் வரம்பற்ற நுகர்வு சக்திதான் தங்களுடைய வரம்பு என்பதுபோல உற்பத்தி சக்திகளை வளர்த்தெடுப்பதற்கான முதலாளித்துவ உற்பத்தியின் உந்துதலும் மறுபக்கமும் என்கிற நிலைமைதான் இறுதியான காரணமாக அமைந்திருக்கிறது.'[156]

நாம் ஏற்கெனவே மேற்கோள் காட்டியிருந்த மூலதனத்தின் பத்தியை நாம் மீண்டும் நினைவு கூர்வோம்:

தான் எந்த உற்பத்தி வழிமுறையுடன் எதன் கீழே தோன்றி எதன் கூடவே செழித்து வளர்ந்து வந்ததோ அந்த உற்பத்தி வழிமுறைக்கே மூலதன ஏகபோகம் தடங்கல் விலங்காகிவிடுகிறது. உற்பத்திச் சாதனங்கள் மையமாக்கப்படுவதும், உழைப்பு சமூக மயமாக்கப்படுவதும் அவற்றுடைய முதலாளித்துவ மேல் கூடுடன் பொருந்திப் போக முடியாத ஒரு கட்டத்தை எட்டுகின்றன. அந்த மேல் கூடு வெடித்துத் தகர்க்கப்படுகிறது. முதலாளித்துவத் தனியுடைமைக்குச் சாவு மணி அடிக்கப்படுகிறது. கொள்ளையர்கள் கொள்ளையடிக்கப்படுகிறார்கள். [157]

இருபது வருடங்களுக்கு முன்பாக, முதலாளித்துவப் புரட்சியுடனா ஒப்பீட்டை கம்யூனிஸ்ட் அறிக்கை ஏற்கெனவே தீட்டியிருந்தது:

இந்த உற்பத்திச் சாதனங்கள், பரிவர்த்தனை ஆகியவற்றின் வளர்ச்சிப்போக்கின் ஒரு கட்டத்தில், எந்த நிலைமைகளின் கீழ் நிலப்பிரபுத்துவ சமூக உற்பத்தியையும், பரிவர்த்தனையையும் நிகழ்த்தியதோ, நிலப்பிரபுத்துவ விவசாய ஏற்பாடும், கைவினைத் தொழிற்சாலையும் அமைந்திருந்ததோ, ஒரு வார்த்தையில் சொல்வதானால், நிலப்பிரபுத்துவ உடைமை உறவுகள் ஏற்கெனவே வளர்ச்சி பெற்று விட்ட உற்பத்தி சக்திகளுடன் ஒத்துப்போக முடியாதவைகளாக மாறிவிட்டன; அவை ஏராளமான தடைச் சங்கிலிகளாக மாறிவிட்டன. அவை

தகர்க்கப்பட்டாக வேண்டியிருந்தது; அவை தகர்க்கப்பட்டும் விட்டன.

அவற்றுடைய இடத்தில் சுதந்திரமான போட்டி நுழைந்தது, அதற்குப் பொருத்தமான ஒரு சமூக, அரசியல் சாசனமும் உடன் வந்தது, அது முதலாளித்துவ வர்க்கத்தின் பொருளாதார, அரசியல் ஆதிக்கத்தின் கீழ் சென்றது.

அதையொத்த ஒரு இயக்கம் நம் கண் முன்பாக நடந்து கொண்டிருக்கிறது. தன்னுடைய உற்பத்தி, பரிவர்த்தனை, உடைமை ஆகிய உறவுகளைக் கொண்டதான நவீன முதலாளித்துவ சமூகம் பிரம்மாண்டமான உற்பத்தி சாதனங்களையும், பரிவர்த்தனையையும் தோற்றுவித்த ஒரு சமூகம், தன்னுடைய மந்திர சக்தியால் வரவழைக்கப்பட்ட மாற்றுலக சக்திகளை மேற்கொண்டு கட்டுப்படுத்த முடியாமல் போய்விட்ட ஒரு மந்திரவாதியைப் போல இருக்கிறது. கடந்த பல சகாப்தங்களின் தொழிற்துறை மற்றும் வர்த்தகம் ஆகியவற்றின் வரலாறு என்பது நவீன உற்பத்தி நிலைமைகளுக்கு எதிராகவும், முதலாளித்துவமும், அதன் ஆட்சியும் பிழைத்திருப்பதற்கான நிபந்தனைகளாக இருக்கும் உடைமை உறவுகளுக்கு எதிராகவும் நவீன உற்பத்தி சக்திகள் நடத்தி வந்த கிளர்ச்சியின் வரலாறு என்பதல்லாமல் வேறல்ல. [158]

ஆனால், சோஷலிஸத்திற்கு மாறிச் செல்வதென்பது தானே நடந்து விடாது. பாட்டாளி வர்க்கத்தின் புரட்சியால் தான் அது நடைமுறைப்படுத்தப்படும். ஏனெனில், மாபெரும் உற்பத்தி சக்தியாக இருக்கின்ற இந்த வர்க்கம்தான் உற்பத்தி சக்திகளுக்கும், உற்பத்தி உறவுகளுக்கும் இடையிலுள்ள மோதலினால் மற்ற எவரையும் விட அதிகமாகத் துன்புற்று வருகிறது. முதலாளித்துவத்தின் கீழ் லாபம் இருக்கும் வரையிலும் தான் உற்பத்தி இருக்கும் என்பதால் உற்பத்திச் சாதனங்களைச் சமூக மயமாக்குவது என்பது பாட்டாளி வர்க்கத்தின் சிறப்பான அக்கறைக்குரியதாகும். 'தகர்ந்து கொண்டிருக்கின்ற முதலாளித்துவ சமூகத்தின் கர்ப்பத்திலிருக்கும் புதிய சமூகத்தின் சக்திகளைக் கட்டவிழ்த்து விடுவதுதான்' அது செய்ய வேண்டிய பணியாகும். [159]

ஏற்கெனவே முதலாளித்துவ சமூகத்திற்குள் அங்கீகாரம் கோரி நெருக்குதலளித்துக் கொண்டிருப்பதுடன் தன்னுடன் பொருந்தி வரக்கூடிய உடைமை மற்றும் உற்பத்தி வடிவங்களை

நிறுவ முயன்றுக் கொண்டிருக்கிற உற்பத்தி சக்திகளின் சமூகப் பண்பு என்கிற கருத்து முக்கியமான ஒன்றாகும். மார்க்ஸியக் கோட்பாட்டின் பிந்தைய ஆய்வுரைகளில் அது கவனத்தில் கொள்ளப்படாமலிருக்கிறது. உற்பத்திச் சாதனங்களின் பெரும் பரிமாணம், தனியுடைமை ஆகியவற்றுக்கிடையிலான பொருந்தாத் தன்மையின் வெளிப்பாடு தான் பங்கு நிறுவனங்கள் (Stock Companies) என்று மார்க்ஸ் முதலில் நம்பினார்:

ஒரு சமூக ரீதியான உற்பத்தி முறையின் மீதமைந்ததும், உற்பத்திச் சாதனங்கள் மற்றும் உழைப்பு ஆகியவற்றின் ஒரு சமூக மையமாக்கலை முன் அனுமானிப்பதுமான மூலதனம், தனியார் மூலதனம் என்பதிலிருந்து மாறுபட்ட, சமூக மூலதனம் (நேரடியாக ஒன்றிணைந்துள்ள தனிநபர்களின் மூலதனம்) என்கிற வடிவத்தை இங்கு நேரடியாகப் பெற்றிருக்கிறது, என்பதுடன் தனியார் நிறுவனங்கள் என்பதிலிருந்து மாறுபட்ட விதத்தில் அதனுடைய நிறுவனங்கள் சமூக நிறுவனங்கள் என்கிற வடிவத்தை மேற்கொள்கின்றன. இது, முதலாளித்துவ உற்பத்தியின் கட்டமைப்பிற்குள்ளாகவே தனியுடைமையாகவுள்ள மூலதனத்தை ஒழிப்பது என்றாகிறது.[160]

முதலாளித்துவ உற்பத்தியின் இந்த இறுதியான வளர்ச்சிப் போக்கென்பது மூலதனத்தை உற்பத்தி செய்பவர்களின் உடைமையாக மீண்டும் மாற்றியமைப்பதை நோக்கிய ஒரு அவசியமான மாறுதல் கட்டமாகும்; தனிநபரான உற்பத்தியாளரின் தனியுமையாக இனிமேலும் இல்லாமல் கூட்டுறவாக இணைந்துவிட்ட உற்பத்தியாளர்களின் உடைமையாக, ஒரு திட்டவட்டமான சமூக உடைமையாக மாறும் கட்டமாகும். மறுபக்கம், பங்கு நிறுவனமென்பது, மறுஉற்பத்தி நிகழ்முறையின் எல்லாச் செயல்பாடுகளையும் மாற்றியமைப்பதை நோக்கிய ஒரு மாறுதல் கட்டமாகும். அது இன்னும் முதலாளித்துவ உடைமையுடன் தொடர்புடையதாகவும் இருக்கின்ற செயல்பாடுகளைக் கூட்டுறவு உற்பத்தியாளர்களின் செயல்பாடுகளாகவும், சமூகச் செயல்பாடாகவும் மாற்றியமைப்பதன் இடைக் கட்டம் ஆகும்.[161]

ஏகபோகங்கள், டிரஸ்ட்டுகள் ஆகிய வடிவங்கள் உருவாவதற்கும் இறுதியாக அரசுடைமை வடிவங்களாக மாறுவதற்கு இட்டுச் சென்ற இந்த நிகழ்முறையை உற்பத்திச் சக்தியின் சமூகப் பண்பிற்கு முதலாளித்துவ வாதிகளால்

அளிக்கப்பட்ட அரை அங்கீகாரத்துடன் தொடர்புடையது என்று மார்க்ஸ் கருதினார். முதலாளி தன் பணியை இழந்துவிட்டதற்கான ஒரு சான்றாக இந்த நிகழ்முறையை மார்க்ஸ் பார்த்தார். இந்த உண்மையை உடமைமுறைக்கும் நிர்வாகக் கட்டுப்பாட்டிற்கும் இடையில் அதிகரித்து வரும் இடைவெளியும் (நிறுவனங்களின் நிர்வாகத்தை நிர்வாகிகள் (மேனேஜர்கள்- இந்த வார்த்தையை மார்க்ஸ் ஏற்கெனவே பயன்படுத்தத் தொடங்கியிருந்தார்) மேலும், மேலும் அதிகமாக எடுத்துக் கொள்ளத் துவங்கிவிட்டார்கள் என்பது உறுதிப்படுத்தியது. ஒரு வரலாற்றியல் பொருளில் முதலாளித்துவ உடைமையாளர் தன் பணியை இழந்துவிட்டார், மீண்டும் அதே வரலாற்றியல் பொருளில் சமூகத்தின் சார்பாக உற்பத்திச் சாதனங்களை வெளிப்படையாக வசப்படுத்திக் கொள்ள வேண்டிய கடமையும் உற்பத்திச் சாதனங்களைச் சமூகமயமாக்குவதன் மூலம் அதிகமாகப் புலப்படத் தொடங்கியிருக்கும் சமூக உற்பத்திப் பண்பை வலுவாய்க் காலூன்ற வைக்க வேண்டிய கடமையும் பாட்டாளி வர்க்கத்திற்கு இருந்தது.

இவ்வாறு இருந்த பொழுது, மேற்கு ஐரோப்பாவின் முன்னேறிய நாடுகளில் ஒரே நேரத்தில் சமூகப்புரட்சி நிகழும் என்பதும் ஏறத்தாழ அதில் மிகவும் சாத்தியமாக, தொழில் வளர்ச்சியினால் மிக முன்னேறிய நாடாக இருந்த இங்கிலாந்தில் நிகழும் என்றும் மார்க்ஸ் எதிர்பார்த்திருப்பார். மிகத் துல்லியமாய் நாடி பிடித்துக் கூறுபவராக மார்க்ஸ் இருந்தபோதிலும், இந்த முன் கூட்டிய ஆய்வறிப்பை வரலாறு மெய்ப்பிக்கத் தவறிவிட்டது. பின்தங்கியிருந்த நாடுகளில்தான் உற்பத்திச் சாதனங்கள் முதன்முதலாகச் சமூகமயமாக்கப்பட்டன-மார்க்சியத்திற்கும் இன்றைய தொழிலாளர் இயக்கத்திற்குமுள்ள மையமான பிரச்சனைக்குக் காரணியாக இருக்கும் ஒரு வரலாற்று உண்மை இதுதான். எனினும் மார்க்சியம் மற்றும் தொழிலாளர் இயக்கத்தின் பிந்தைய வளர்ச்சிப்போக்கின் நோக்கில், புரட்சிகர வளர்ச்சிப் போக்கின் முன்னணிக்குத் தற்காலிகமாகப் பின் தங்கிய நாடுகள் வர முடியும் என்பதுடன், முதலாளித்துவப் புரட்சியினால் தீர்க்கப்படாமலிருந்த பிரச்சனைகள் சோசலிசப் புரட்சியை நோக்கி மாறிச் செல்வதற்கு வெடிமருந்துகளாக வினைபுரிய முடியும் என்பதும் ஆர்வமூட்டக்கூடியதாகவும், முக்கியத்துவம் வாய்ந்ததாகவும் இருக்கிறது. கீழ்க்காணும் பெரும் முக்கியத்துவம்

வாய்ந்த பத்தியை கம்யூனிஸ்ட் அறிக்கையில் நாம் ஏற்கெனவே வாசித்திருக்கிறோம்:

கம்யூனிஸ்ட்டுகள் தமது கவனத்தை முதன்மையாக ஜெர்மனியின் பால் திருப்புகிறார்கள். ஏனென்றால் ஐரோப்பிய நாகரிகத்தின் மிக முன்னேறிய நிலைமைகளின் கீழ் நிகழ்ந்தே தீர வேண்டிய ஒரு முதலாளித்துவப் புரட்சியின் தருணத்தில் அந்த நாடு இருந்து கொண்டிருக்கிறது என்பதுடன் 17-ம் நூற்றாண்டின் இங்கிலாந்தை விடவும், 18-ம் நூற்றாண்டின் பிரான்சை விடவும் மிக அதிகமாக வளர்ச்சி பெற்ற பாட்டாளி வர்க்கத்துடன் அது (ஜெர்மனி) இருக்கிறது. அத்துடன் ஜெர்மனியில் புரட்சியென்பது அதைத் தொடர்ந்து வரவுள்ள பாட்டாளி வர்க்கப் புரட்சிக்குக் கட்டியம் கூறுவதாகவும் இருக்கும் என்பதுதான். [162]

‘இயக்கவிதி’ ஒரு குறிப்பிட்ட திருத்தத்திற்கு உள்ளாகி இருப்பதை இது முன்னிலைப் படுத்துகிறது என்பதில் ஐயமில்லை. கொச்சையாகக் கூறுவதானால், ஒரு நாட்டின் பின்தங்கிய நிலைமை புரட்சிகரப் புலப்பாடுகளுக்கு நன்மையளிக்கக்கூடியது என்பது அதற்குப் பொருள்; அதாவது முதலாளித்துவப் புரட்சியில் பயன்படுத்தப்படாமல் சேமிக்கப்பட்ட சக்திகள் சோஷலிசப் புரட்சிக்கு எரிபொருளாகச் செயல்படும் என்று பொருள். ஜெர்மனியில் 1848-ல் நடந்த புரட்சியின் தோல்விக்குப் பின்னரும் மார்க்ஸ் இதே கண்ணோட்டத்தை விடாமல் பற்றி நின்றார். ஆனால் குட்டி முதலாளித்துவ வர்க்கத்தினருக்கு முதலாளித்துவப் புரட்சியின் தலைவர்கள் என்கிற பாத்திரத்தை அளித்தார் என்கிற முறையில் அந்தக் கண்ணோட்டத்தில் ஒரு மெல்லிய வேறுபாடிருந்தது. இந்தப் புரட்சி சமூகச் சீர்திருத்தங்களுடன் திருப்தியடைவதுடன் நின்றுவிடும். ஜெர்மனியின் எல்லைகளையும் தாண்டிச் செல்கின்ற ஒரு சோஷலிஸப் புரட்சியாக அதை வளர்த்தெடுப்பது பாட்டாளி வர்க்கத்தின் கடமையாகும். 1850-ல் மார்ச் மாதம் கம்யூனிஸ்ட் கழகத்தின் மத்தியக் கமிட்டிக்கு அவர் ஆற்றிய துவக்கவுரையில் நாம் காண்பது:

குட்டி பூர்ஷ்வா ஜனநாயகவாதிகள் புரட்சியைச் சாத்தியமான அளவு விரைவில் முடிவுக்குக் கொண்டுவர விரும்புகின்ற வேளையில், கூடிய அளவு அதிகமாக மேற்கண்ட கோரிக்கைகளைச் சாதிப்பதுடன் புரட்சியை நிரந்தரமான ஒன்றாக ஆக்குவது நம்முடைய நலனும் கடமையுமாகும்;

ஏறத்தாழ எல்லா உடைமை வர்க்கங்களும் அவர்களுடைய மேலாதிக்க நிலைமையிலிருந்து தூக்கியெறியப்படும் வரையிலும், அரசதிகாரத்தைப் பாட்டாளி வென்றெடுப்பதுடன் ஒரு நாட்டில் மட்டுமல்லாமல் உலகில் உள்ள அனைத்து மேலாதிக்க நாடுகளின் பாட்டாளி வர்க்கத்தினர் மத்தியில் போட்டியில்லாத நிலைமையை நோக்கி முன்னேறிச் செல்கின்ற வரையிலும், தீர்மானகரமான உற்பத்திசக்திகள் குறைந்த பட்சம் பாட்டாளி வர்க்கத்தின் கைகளில் குவிக்கப்படும் வரையிலும் அந்தப் புரட்சியினை நிரந்தரமான புரட்சியாக நீடிக்க வேண்டும்......

ஜெர்மன் தொழிலாளர்களால் ஒரு நெடிய புரட்சிகர வளர்ச்சிப் போக்கினூடாக முழுவதுமாகச் செல்ல முடியாமலும், ஆட்சியதிகாரத்தை அடைய முடியாமலும், தம் சொந்த வர்க்க நலன்களை எட்ட முடியாமலும் போய்விட்டாலும்கூட, நெருங்கி வந்து கொண்டிருக்கும் இந்தப் புரட்சிகர நாடகத்தின் முதல்காட்சி, இந்த முறை பிரான்சில் தம்முடைய சொந்த வர்க்கம் நேரடி வெற்றிபெறும் அதே நேரத்தில்அரங்கேறும் என்பதையாவது அவர்கள் (ஜெர்மன் தொழிலாளர்கள்) உறுதியாக அறிந்திருக்கிறார்கள்; மேலும் அதன் மூலமாக மிகப்பெரும் உத்வேகமும் பெறுவார்கள்............. 'நிரந்தரப்புரட்சி' என்பதுதான் அவர்களுடைய போர் முழக்கமாக இருக்க வேண்டும்.[163]

இந்த ஆவணம் பிற்காலத்தில் போல்ஷ்விக் கட்சிக்குள் 'நிரந்தரப் புரட்சி' மீது நடந்த விவாதத்தில் மிகப் பெரும் முக்கியத்துவத்தைப் பெற்றது; அந்த விவாதம் மிகப்பெரும் முக்கியத்துவம் வாய்ந்த விளைவுகளை ஏற்படுத்தவிருந்தது. ஆனால் 1880-களிலேயே ரஷ்யாவை நோக்கி மார்க்ஸ் கவனத்தைத் திருப்பியிருந்தார். ஏனென்றால் 17-ம் நூற்றாண்டின் இங்கிலாந்து, 18-ம் நூற்றாண்டின் பிரான்ஸ் ஆகிய நாடுகளினுடைய, சில வகைகளில் 1840-களின் ஜெர்மனி நாட்டினுடைய பாட்டாளி வர்க்கத்தைக் காட்டிலும் ரஷ்யாவின் பாட்டாளி வர்க்கம் மிகவும் முன்னேறிய நிலையிலிருந்தது - அப்போது ஒவ்வொரு தினமும் முதலாளித்துவப் புரட்சிக்கான சாத்தியமுள்ள தினமாக இருந்து வந்தது. 1882-ல் வெளிவந்த கம்யூனிஸ்ட் அறிக்கையின் ரஷ்யப் பதிப்பினுடைய முகவுரை ரஷ்யாவை ஐரோப்பாவில் புரட்சிகர செயல்பாட்டினுடைய 'முன்னணிப் படை' என்று அழைத்தது; அத்துடன் ரஷ்ய நாட்டுப்புற சமுதாயம் நேரடியாக கம்யூனிஸப்

பொதுவுடைமை முறைக்கு மாறிச் செல்லக்கூடிய சாத்தியத்தைப் பற்றியும் பேசியது. ஆனால், நாற்பதாண்டுகளுக்கு முன்னர் ஜெர்மனி இருந்தது போல ஒரு பின்தங்கிய நாடாகியிருந்த ரஷ்யாவிற்கு - ஒரு சோஷலிசப் புரட்சி நடப்பதற்கான உண்மையான களமாக அமைந்திருக்க வேண்டிய மேற்கு ஐரோப்பாவிற்குப் பதிலாக - ஒரு சோஷலிஸப் புரட்சியை வெடித்தெழ வைக்கக்கூடிய, (உலகின்) வெடிமருந்தின் திரியாகும் பாத்திரம் அளிக்கப்பட்டிருந்தது.

ரஷ்யப் புரட்சி, மேற்குலகில் ஒரு பாட்டாளி வர்க்கப் புரட்சிக்கு சமிக்ஞையாக அமையுமானால், அதன் மூலம் ஒன்றுக்கொன்று துணைபுரிந்து கொள்ளுமானால், நிலை கொண்டிருக்கும் ரஷ்ய நிலப்பொதுவுடைமை ஒரு கம்யூனிஸ வளர்ச்சிக்குத் துவக்கப்புள்ளியாக சேவை புரியக்கூடும். [164]

உற்பத்திச் சாதனங்கள் பொதுமக்களின் உடைமையாக மாற்றியமைக்கப்படுவதில் சோஷலிஸப் புரட்சியின் அடிநாத மான உள்ளடக்கத்தை மார்க்ஸ் கண்டார்; மற்ற எந்த வர்க்கத்தை விடவும் அதில் பெரும் அக்கறை கொண்டிருக்கக்கூடிய ஒரு வர்க்கம் எனும் முறையில் பாட்டாளி வர்க்கத்தின் தலைமையின் கீழ் நடத்தப்படக்கூடிய ஒரு நிகழ்முறையாக அது இருந்தது. இந்த நிகழ்முறை - அது வன்முறையான வழியிலா அல்லது அமைதி வழியிலா - எந்த வடிவத்தில் நடக்கப் போகிறது என்கிற வடிவப் பிரச்சனை மார்க்சைப் பொறுத்தவரை இரண்டாம் பட்சமாக இருந்தது. அதைப் பற்றிய அவருடைய மனப்பாங்கு வெவ்வேறு நேரங்களில் பெரிதும் மாறுபட்டிருந்தது. பொதுவாகப் பேசும் பொழுது, புதிய ஒரு சமூகத்தைத் தன்னுள் கருத்தரித்திருக்கும் ஒவ்வொரு சமுகத்திற்கும் வன்முறைதான் பிரசவத் தாதியாக இருக்கும் என்கிற இளம் மார்க்சின் கண்ணோட்டத்திற்கு முதிய மார்க்ஸ் விசுவாசமாகவே இருந்தார்; ஆனால், ஒரு புதிய சமூகத்தை வன்முறை மட்டுமே பெற்றுத் தரும் என்று அவர் எப்போதும் கருதியதில்லை. 'தத்துவத்தின் வறுமை', 'கம்யூனிஸ்ட் அறிக்கை' மற்றும் பிற நூல்களில் முதலாளித்துவத்தை பலவந்தமாகத் தூக்கியெறிவதால் மட்டும்தான் பாட்டாளி வர்க்க ஆட்சியை நிலை நாட்ட முடியும் என்று எழுதிய போது அல்லது 1871ல் தன் நண்பர் குகல்மானுக்கு எழுதிய ஒரு கடிதத்தில் 'கண்டத்தில் (ஐரோப்பா) நடைபெறும் ஒவ்வொரு உண்மையான மக்கள் புரட்சிக்கும் அரசு இயந்திரத்தை வன்முறையில் தகர்த்தெறிவது

இன்றியமையாத அடிப்படை என்றும், அதே நேரத்தில் அமெரிக்கா, இங்கிலாந்து, ஹாலந்து போன்ற நாடுகளில் ஒரு அமைதியான புரட்சி' நடப்பது குறித்தும் குறிப்பிட்டார் என்பதால் அவர் முன்னுக்குப் பின் முரணான அடிப்படையில் எழுதினார் அல்லது பேசினார் என்று பொருளல்ல. இரண்டு சாத்தியப்பாடுகளையும் நோக்கி அகிலத்தின் உறுப்பினர்களின் கவனத்தை அவர் ஒரு முகப்படுத்தினார்:

நாம் அரசாங்கங்களுக்குப் பிரகடனம் செய்தாக வேண்டும்; பாட்டாளி வர்க்கத்திற்கு எதிராக ஆயுதம் தாங்கியுள்ள சக்தி நீங்கள் தாம் என்பதை நாங்கள் அறிவோம்; எங்கு சாத்தியமாகிறதோ அங்கு அமைதியான வழிமுறைகளில் உங்களை எதிர்த்து நாங்கள் முன்னேறுவோம்; தேவைப்படுமானால் ஆயுதங்களை ஏந்தியும் முன்னேறுவோம். [165]

அத்தியாயம் 11

பாட்டாளி வர்க்க சர்வாதிகாரம், சோசலிஸம், கம்யூனிஸம்

ஒரு சோசலிச சமூகத்திற்கு அல்லது கம்யூனிஸ சமூகத்திற்கு மாறிச் செல்வது எனும் மார்க்சின் கருத்துருவில் அரசு அதிகாரம் உன்னதப்படுத்தப்படுவதும் உள்ளடங்கியிருக்கிறது என்று சாதாரணமாக அனுமானித்துக் கொள்ளப்படுகிறது; அவர் தம் மனக்கண்ணில் கண்டதெல்லாம் முந்தைய அரசதிகாரத்தை வெற்றிவாகை சூடிய பாட்டாளி வர்க்கத்திடம் மாற்றியளிப்பதுதான். உண்மையில், மார்க்சினுடைய சமூகக் கோட்பாடு என்பது அரசியல் அந்நியமாக்கல் மற்றும் அரசு ஒடுக்குமுறை ஆகியவற்றின் மீதான விமர்சன ஆய்வில் தான் தன் வேர்களை ஊன்றியிருந்தது. அரசை மாற்றியமைப்பதற்காக அதைக் கைப்பற்றுவதுதான் பாட்டாளி வர்க்கத்தின் இலக்காக இருக்க வேண்டுமென்று அவர் வலியுறுத்தினார். ஒரு அடக்குமுறைச் சாதனத்தின் வரலாற்று வடிவமான முதலாளித்துவ அரசுக்கு மாற்றாகப் பாட்டாளி வர்க்க சர்வாதிகாரத்தை அமர்த்த வேண்டும், முதலாளித்துவ அரசை அதன் மூலம் ஒழித்துக் கட்ட வேண்டும் என அவர் முன்மொழிந்தார். போராடுவதற்கு நிர்பந்திக்கப்படும் அந்தப் புரட்சிகர அரசாங்கத்தைப் பாதுகாப்பதற்கான இடைக்கால ஜனநாயக அரசாக நிறுவப்படுவதுதான் பாட்டாளி வர்க்க சர்வாதிகாரம். ஒரு புதிய அரசாங்கம் மற்றும் அதிகாரக் கட்டமைப்பு ஆகியவற்றுடன் தொடர்புடைய அவசரகால ஏற்பாடுகளின் தேவை தணிந்தவுடன் அரசு அதிகாரம், உடைமையைக் குவித்து மையப்படுத்துவதற்கான 'தெய்வீக உரிமை' ஆகிய இரண்டையும் ஆக்கப்பூர்வமான மானிட இனத்தின் சுதந்திரமான கூட்டுறவு வெற்றி கொள்கின்ற ஒரு சமூகத்தின்-கம்யூனிஸத்தின் பாதை திறந்து விடப்படும் என்று மார்க்ஸ் முன் அனுமானித்தார்.

- JBF

அரசு பற்றிய ஹெகலின் கருத்துருவைத் தாண்டிச் சென்று மனிதன் அந்நியமாக்கப்படுவதனுடைய ஒரு அரசியல் வெளிப்பாடு, ஒரு கருவி, அது மனிதனால் படைக்கப்பட்டது, அது தன்னைத்தானே சுதந்திரமாக்கி கொண்டது, தன்னைப் படைத்தவர்களுக்கு எதிராகத் திரும்பிவிட்டது, அதுதான் 'அரசு' என்பதை இளம் மார்க்ஸ் பகுத்தாய்வு செய்தார். இந்தப் புரிதலுக்கு எப்போதுமே மார்க்ஸ் உண்மையாக இருந்தார் - தன்னை உருவாக்கிய சமூகத்திடமிருந்து அந்நியமாகப் போய்விட்ட - ஒரு உற்பத்திப் பொருள் என்பதாக அரசு இயந்திரத்தை அவர் பார்த்தார். இந்த இயந்திரம் ஆளும் வர்க்கங்களுக்குச் சேவை புரியக்கூடியது; ஆனாலும் வர்க்கங்கள் தற்காலிகமான சமன் நிலையை எட்டும் பொழுது ஒரு வகை சுதந்திரத்தைப் பெற்றுவிடுகிறது. அது அரசு இயந்திரத்தின் ஆதரவுடன் ஒரு சர்வாதிகாரி தன்னை நாட்டின் பாதுகாவலனாக நியமித்துக் கொள்ள முடிகின்ற பொழுது 'போனபார்டிஸம்' போன்ற நிலைமைகளுக்கு இட்டுச் செல்கிறது என்று மார்க்ஸ் கருதினார். சோசலிஸப் புரட்சியின் முதன்மையான கடமைகளில் இந்த அரசியல் அந்நியமாக்கலை, இந்த அந்நியமாக்கப்பட்ட அரசியல் அதிகாரம் ஒழித்துக் கட்டப்படுவதும் ஒன்று என மார்க்ஸ் கருதினார்.

'தத்துவத்தின் வறுமை' நூலில் மார்க்ஸ் எழுதினார், "தன்னுடைய வளர்ச்சிப் பாதையில் பழைய குடிமைச் சமூகத்திற்கு பாட்டாளி வர்க்கம் ஒரு மாற்றை அமைக்கும், வர்க்கங்களும் அவற்றின் பகை முரண்பாடுமற்ற ஒரு கூட்டுறவாக அது இருக்கும்.

முறையான அரசியல் அதிகாரம் என்று அழைக்கப்படுகின்ற ஒன்று அங்கு இருக்காது, ஏனென்றால், குடிமைச் சமூகத்தின் பலவகை முரண்களின் அதிகாரப்பூர்வ வெளிப்பாடாக இருப்பதுதான் அரசியல் அதிகாரம். [166]

'தத்துவத்தின் வறுமை' நூலில் உள்நாட்டுப் போர் இந்த இலக்குக்கு ஒரு முன் நிபந்தனையாகத் தோன்றுகிறது, அது ஒரு வருடத்திற்குப் பின்னர் வந்த 'கம்யூனிஸ்ட் அறிக்கை'யிலும் அவ்வாறே இருக்கிறது. அதில் புரட்சியின் வடிவம் மற்றும் வெற்றிகரமான பாட்டாளி வர்க்கத்தின் கடமைகள் ஆகியவை குறித்த மார்க்சின் கருத்துகள் மேலும் தெளிவாகத் தெரிவிக்கப்பட்டுள்ளது:

பாட்டாளி வர்க்கத்தின் வளர்ச்சியில் மிகப் பொதுவான கட்டங்களை விவரித்த நாம், இருந்து வரும் சமூகத்திற்குள் சீறிக் கொண்டிருப்பதும் பெருமளவுக்கு மறைமுகமானதுமான உள்நாட்டுப் போரை, அது பகிரங்கமான புரட்சியாக வெடித்துக் கிளம்புகின்ற கட்டம் வரை---- அங்கு முதலாளித்துவ வர்க்கம் பலாத்காரமாக வீழ்த்தப்படுவது பாட்டாளி வர்க்கத்தின் ஆட்சியதிகாரத்திற்கு அடித்தளத்தை இடுவது வரை தொடர்ந்து கண்டோம்..........

புரட்சியில் பாட்டாளி வர்க்கத்தால் எடுக்கப்பட வேண்டிய முதல் நடவடிக்கை ஆளும் வர்க்க நிலைக்குப் பாட்டாளி வர்க்கத்தை உயர்த்துவதும், ஜனநாயகத்திற்கான போரை வென்றெடுப்பதும்தான்.

படிப்படியாக, முதலாளி வர்க்கத்திடமிருந்து அனைத்து மூலாதாரத்தையும் பறிமுதல் செய்வதற்கும், உற்பத்திச் சாதனங்கள் அனைத்தையும் அரசின் கைகளில் மையப்படுத்துவதற்கும், அதாவது ஆளும் வர்க்கமாகப் பாட்டாளி வர்க்கம் கட்டமைக்கப்படுவதற்கும், எவ்வளவு சாத்தியமோ அவ்வாறு துரிதமாக உற்பத்தி சக்திகளின் மொத்தத் தொகையை உயர்த்திக் கொள்வதற்கும் தன்னுடைய அரசியல் மேலாதிக்கத்தைப் பாட்டாளி வர்க்கம் பயன்படுத்திக் கொள்ளும்.[167]

மார்க்ஸ், இந்தக் கருத்துடனும் தன் வாழ்நாள் முழுவதும் விசுவாசமாக இருந்தார். ஒரு ஆளும் வர்க்கத்தின் நிலைக்குப் பாட்டாளி வர்க்கத்தை உயர்த்துவது, உழைக்கும் வர்க்கத்தின் தலைமையின் கீழ் ஒரு 'அரசை' நிறுவுவது-அந்தக் காலக் கட்டத்தைச் சேர்ந்த பிரெஞ்சு சோஷலிஸ்ட்டுகள் இந்த 'அரசை' பாட்டாளி வர்க்க சர்வாதிகாரம் எனப் பெயரிட்டிருந்தார்கள்-என்பதன் பொருள், ஜனநாயகத்தை அடைவது, மக்களின் உடமையாக உற்பத்திச் சாதனங்கள் மாறுவதைச் சாத்தியமாக்கக் கூடிய நிலைமைகளை உருவாக்குவது என்பதுதான். சுரண்டும் வர்க்கங்களுக்கும் எதிரான வன்முறையான போராட்டத்தின் விளைபலனாக உயிர்பெறும் ஒரு அரசு என்பது வெற்றிகரமான பாட்டாளி வர்க்கம் மற்றும் மக்களின் பெரும்பான்மை ஆகியவற்றின் தலைமையின் கீழ் அமைந்த ஒரு அரசாகும். ஆகையால், அந்த வகையில் ஒரு ஜனநாயக அரசாகும். அரசு அதிகாரம் முற்றுமுழுக்க ஒழிக்கப்படுவது குறித்து 'கம்யூனிஸ்ட் அறிக்கை' எதையும் குறிப்பிடவில்லை. எனினும் அரசு பற்றிய

மார்க்சின் கோட்பாட்டில் இந்தக் கனவு உள்ளார்ந்த ஒன்றாகவே நீடித்திருக்கிறது.

சோஷலிஸப்புரட்சி குறித்தும், சிறப்பாக நிலப்பிரபுத்துவத்திலிருந்து முதலாளித்துவத்திற்கு மாறிச் செல்வது குறித்தும் வழக்கிலிருந்த வரலாற்று இயக்கு விதியை மார்க்ஸ் மாற்றியமைத்தது பற்றி நாம் ஏற்கெனவே கூறியிருக்கிறோம்; அதாவது மேற்கு ஐரோப்பிய வரலாற்றைப் பற்றிக் கூறியதாகும். சோஷலிஸப் புரட்சியின் கோட்பாடு பெரும்பாலும் 1789, 1830, 1848 ஆகிய ஆண்டுகளின் மூன்று பிரெஞ்சுப் புரட்சிகளினால் தாக்கம் பெற்றதாகும். 1848-ன் புரட்சியின் அனுபவம் மற்றும் மூன்றாம் நெப்போலியன் ஆட்சியைக் கைப்பற்றியது ஆகியவற்றின் அடிப்படையில் பிரெஞ்சு அரசு பகுப்பாய்வுக்கு உட்படுத்தப்பட்டதால் பெரும் பகுதி தகவமைந்ததுதான் அரசு பற்றிய கோட்பாடு. எல்லா அரசு அதிகாரங்களையும் பாட்டாளி வர்க்க ஆட்சி மூலமாக அழித்தொழிப்பதற்கு இட்டுச் செல்லக்கூடிய ஒரு வளர்ச்சிப் போக்கிற்கான பாதையைத் திறந்து விடுவதற்காக, இறுக்கமாகக் கட்டமைக்கப்பட்டிருக்கும் அரசு இயந்திரம் தகர்த்தழிக்கப்பட வேண்டியது அவசியம் என்று முன்னெப்போதையும் விட அதிகமாக மார்க்சுக்குத் தோன்றியது; ஒரு உள்நாட்டுப் போருக்குப் பின்னர்தான் இது சாத்தியம் என்றும் தோன்றியது. இங்கிலாந்து, அமெரிக்கா, ஹாலந்து ஆகிய நாடுகளில் ஒரு அமைதியான வளர்ச்சிப் போக்கு சாத்தியம் என்று அவர் ஏற்றுக் கொண்டிருந்த பொழுதும் கூட, பிரான்ஸைப் பொறுத்த வரையிலும் இந்த நம்பிக்கையை மார்க்ஸ் தக்க வைத்திருந்தார். மேற்சொன்ன நாடுகளின் அரசு இயந்திரங்களில் பிரான்சில் அந்தச் சமயத்தில் இருந்தது போல ஆட்சியதிகாரம் மையப்படுத்தப்பட்டு இருக்கவில்லை. மார்க்சின் மறைவிற்கு எட்டு ஆண்டுகளுக்குப் பின்னர், பிரான்சிலும் கூட இது சாத்தியம் ஆகலாம். (உள்நாட்டுப்போர் மொ-பெ) என்று ஏங்கெல்ஸ் கருதினார் என்பதை நாம் நினைவு கூர வேண்டும்.

இருந்தபோதிலும், லூயி போனபார்ட்-ன் 18-ம் புரூ மேர்-ல் இருந்த அறிக்கை ஈடிணையற்றது:

ஆனால் புரட்சி முழு நிறைவாகச் சென்று கொண்டிருக்கிறது. இன்னும் கூட தூய்மைப் படுத்துவதனூடாக அது பயணித்துக் கொண்டிருக்கிறது. அது திட்டவட்டமான முறையில் தன் பணியைச் செய்து கொண்டிருக்கிறது. 1851-ல் டிசம்பர் 2 வாக்கில்

தன்னுடைய தயாரிப்புப் பணியில் சரிபாதியை நிறைவு செய்து விட்டது; அது மற்ற பாதியை இப்பொழுது நிறைவு செய்து கொண்டிருக்கிறது. வீழ்த்துவதற்காகவே அது நாடாளுமன்ற அதிகாரத்தைச் செம்மையாக்கியது; இதைச் சாதித்து விட்ட பொழுது, செயலாக்க அதிகாரத்தைச் செம்மைப்படுத்துகிறது; அதை அதனுடைய மிகவும் தூய்மையான வெளிப்பாடாகச் சுருக்குகிறது, தனிமைப்படுத்துகிறது; அதற்கு எதிராகத் தன்னுடைய அழிவு சக்திகள் அனைத்தையும் குவிப்பதற்காகத் தனக்கு எதிரான ஒரே இலக்காகத் தன்னைத்தானே நிறுத்திக் கொள்ளும்படி செய்கிறது; தன்னுடைய துவக்க கட்டப் பணியில் இந்த இரண்டாவது பாதியைச் செய்து முடித்ததும் ஐரோப்பா தன்னுடைய இருக்கையிலிருந்து எழுந்து ஆனந்தமாகக் கூவும்: "விருந்து பிரமாதம், அருமை ஒற்றரே"

இந்த அமலாக்க அதிகாரமானது, பிரம்மாண்டமான அதிகார மற்றும் ராணுவ அமைப்பையும், அரசு இயந்திரத்தையும் வைத்துள்ளது, அது பரந்த அடுக்குகளைத் தழுவுவதாகவும் அதில் அரைமில்லியன் அதிகாரிகளின் கூட்டம் நிறைந்ததாகவும் இருக்கிறது, அத்துடன் மற்றும் ஒரு அரை மில்லியன் ராணுவப் பாட்டாளமும் இணைந்திருக்கிறது, இந்த அருவருப்பான ஒட்டுண்ணி அமைப்பு ஒரு வேட்டை வலையைப் போல பிரெஞ்சு சமூகத்தைச் சுற்றி வளைக்கிறது, சமூகத்தின் குரல்வளைகளை நசுக்கித் திணறடிக்கிறது, தன்னால் விரைவுபடுத்தப்பட்ட நிலப்பிரபுத்துவக் கட்டமைப்பின் சிதைவில் சர்வாதிகார முடியாட்சியின் காலகட்டத்தில் அது தோன்றியெழுந்தது............ முதலாவது பிரெஞ்சுப்புரட்சி .... (அதிகாரங்கள்) மையப்படுத்துதலை..... வளர்த்தெடுத்தது; அத்துடன் அதே நேரத்தில் அரசாங்க அதிகாரத்தின் நீட்சிப் பரப்பையும், இயல்பு குணத்தையும் முகவர்களையும் வளர்த்தெடுத்தது. இந்த அரசு இயந்திரத்தை நெப்போலியன் செம்மை ஆக்கினான். சட்டப்பூர்வ முடியாட்சியும், இந்த ஜூலை முடியாட்சியும் பெரும் உழைப்புப் பிரிவினையைத் தவிர வேறெதையும் கொண்டு வரவில்லை..... இறுதியாக..... அடக்குமுறை ஏற்பாடுகள், மூலாதாரங்கள், மையப்படுத்தப்பட்ட அரசாங்க அதிகாரம் ஆகியவற்றுடன் தன்னை வலுப்படுத்திக் கொள்ள வேண்டிய கட்டாயமும் நாடாளுமன்றக் குடியரசுக்குச் சேர்ந்து கொண்டது. இந்த இயந்திரத்தை நொறுக்குவதற்குப் பதிலாக எல்லாப் புரட்சிகளும் அதை மேலும் செம்மையாக்கியுள்ளன.

ஒன்று மாற்றி ஒன்று ஆதிக்கத்திற்காகப் போராடிய குழுக்கள் இந்த மாபெரும் அரசு மாளிகையை உடைமையாக்கிக் கொள்வது தான் வெற்றியாளருக்கு மிக முக்கியமான பரிசாகக் கருதுகின்றன. [168]

மையப்படுத்தப்பட்ட, ஒட்டுண்ணி அரசு இயந்திரத்தைத் தகர்த்த பிறகு பாட்டாளி வர்க்கத்தால் வழிநடத்தப்படுகின்ற, படிப்படியாக உற்பத்திச் சாதனங்களை சமூகமயப்படுத்துகின்ற ஒரு அரசை உருவாக்குவதற்காக 'பாட்டாளி வர்க்க சர்வாதிகாரம்' எனும் கோட்பாட்டை மார்க்ஸ் எடுத்துக் கொண்டார். இந்தக் கோட்பாட்டிற்குள் மாபெரும் மற்றும் வன்மையான போராட்டங்கள் மற்றும் வெற்றிகளின் தெளிவான காட்சிகள் உள்ளடங்கியிருக்கின்றன என்பது மட்டுமல்லாமல் மக்கள் திரள்களின் அதிகரித்து வரும் ஜனநாயகமும் உள்ளடங்கியிருக்கிறது. 1852, மார்ச் 5-ல் தனது நண்பர் ஜோசப் வெய்டிமியருக்கு மார்க்ஸ் எழுதினார்:

நவீன சமூகத்தில் வர்க்கங்கள் இருப்பதையோ, அவற்றுக் கிடையிலான போராட்டத்தையோ கண்டு பிடித்ததில் எனக்கே என்று பெருமையொன்றுமில்லை. எனக்கு வெகு காலம் முன்னதாகவே முதலாளித்துவ வரலாற்றியலாளர்கள் வர்க்கங்களின் இந்தப் போராட்டத்தின் வரலாற்று வளர்ச்சிப் போக்கையும், பொருளாதார அறிஞர்கள் வர்க்கங்களின் பொருளாதார மெய்க்கூறுகள் பற்றியும் விவரித்துள்ளார்கள். புதிதாக நிரூபிக்கப்பட வேண்டியதாக நான் என்னென்ன செய்தேனென்றால்: 1) வர்க்கங்கள் இருப்பதென்பது உற்பத்தியின் வளர்ச்சிப்போக்கினுடைய குறிப்பிட்ட வரலாற்றியல் கட்டங்களுடன் தான் பிணைந்துள்ளது; 2) வர்க்கப்போராட்டம் தவிர்க்கவியலாமல் பாட்டாளி வர்க்க சர்வாதிகாரத்திற்கு இட்டுச் செல்லும்; 3) இந்தச் சர்வாதிகாரம் என்பதே கூட எல்லா வர்க்கங்களையும் ஒழிப்பதற்கும் வர்க்கங்களற்ற சமூகத்திற்கு மாறிச் செல்வதற்கும் மட்டும்தான் உருவாகிறது, என்பவைதான். [169]

அப்பொழுது,1848-லிருந்து 1852 வரையிலும் பிரான்சில் நிகழ்ந்த சம்பவங்களின் வெளிச்சத்தில் அரசு பற்றிய மார்க்சின் கோட்பாடு திருத்தியமைக்கப்பட்டிருந்தது. சோஷலிஸப் புரட்சியின் அரசு - பாட்டாளி வர்க்கத்தின் தலைமையின் கீழ் அமைகின்ற அரசு, இத்தகைய அரசின் செயல்பாடுகள் குறித்த அவருடைய

பார்வை என்பது 1871-ம் ஆண்டின் 'பாரிஸ் கம்யூனுடைய' எடுத்துக்காட்டினால் திருத்தப்பட்டு, திட்டவட்டமான ஒன்றாக மாற்றப்பட்டது. குறுகிய ஆயுள் கொண்ட 'பாரிஸ் கம்யூன்' தான் பாட்டாளிகளின் அரசு என்பதன் முதல் வடிவமாக மார்க்ஸ் கருதினார். அது தன்னுடைய நடைமுறை யதார்த்தச் செயல்பாடுகளினாலும் மேற்கொண்ட நடவடிக்கைகளாலும் சோஷலிஸத்திற்கு மாறிச் செல்வதென்பது அடிப்படையிலேயே ஒரு புதிய அரசமைப்பு முறையுடன் தொடர்புடையது என்பதை நிரூபித்தது. அத்தகைய அரசு அமைப்பு முறையானது அரசு என்பதனுடைய பழைய பொருளில் மேற்கொண்டும் இருக்காது, ஏனென்றால் பழைய அரசு இயந்திரம் தகர்க்கப்பட்ட பிறகு மத்திய அரசியல் அதிகாரமனைத்தையும் ஒழித்துக் கட்டுவது என்கிற நோக்குடன் பொருந்துகின்ற முறையில் அமலாக்கம் மற்றும் அதிகார வர்க்கத்தின் மீது மக்களுடைய கட்டுப்பாட்டு வடிவங்களை அது வளர்த்தெடுக்கிறது. பாரிஸ் கம்யூன் வீழ்த்தப்பட்டவுடன் நேரடியாக வெளிவந்த 'பிரான்சில் உள் நாட்டுப் போர்' நூலில் - நிரந்தர ராணுவம், காவல்துறை, அதிகார வர்க்கம், மதகுருமார்கள், நீதியமைப்பு போன்று எங்கும் பரவிக் கிடந்த உறுப்புகளுடனிருந்த தன்னுடைய தோற்றுவாயை மத்திய காலங்களில் கொண்டிருந்த ஒரு மத்திய மயமாக்கப்பட்ட அரசு அதிகாரத்தின் வளர்ச்சியை 19-ம் நூற்றாண்டு கண்டது-என்பதை நாம் வாசிக்கின்றோம். மூலதனத்திற்கும், உழைப்பிற்கும் இடையில் வர்க்கப் பகை முரண் முற்றி வந்த பொழுது-

-உழைப்பின் மீது ஆதிக்கம் செலுத்துகின்ற தேசிய மூலதன சக்தி, சமூகத்தை அடிமைப்படுத்துவதற்காகக் கட்டமைக்கப்பட்ட ஒரு பொதுப்படை, வர்க்க சர்வாதிகாரத்திற்கென ஒரு உந்து விசை இயந்திரம் ஆகிய பண்புகளை மேலும், மேலும் அதிகமாக அரசு ஆட்சியதிகாரம் எடுத்துக் கொண்டது. வர்க்கப் போராட்டத்தில் ஒவ்வொரு புரட்சியும் ஒரு முன்னேற்றமான கட்டத்தைக் குறித்ததற்குப் பிறகுதான் அரசதிகாரத்தின் தூய்மையான ஒடுக்குமுறைப் பண்பு மேலும், மேலும் திட்டமான தெளிவுடன் காட்சியளிக்கிறது.

1848-ன் புரட்சிக்குப் பிறகு, 'உழைப்பிற்கெதிரான மூலதனத்தின் தேசிய யுத்த இயந்திரமாக' அரசு அதிகாரம் மாறியது. 'இரண்டாம்-சாம்ராஜ்யம்' இந்த நிலைமைகளுக்கு

வலுச் சேர்த்தது. இந்த சாம்ராஜ்யத்திற்கு நேரடியான எதிர்மறைக் கோட்பாடுதான் 'கம்யூன்' கம்யூன் என்பது 'முடியாட்சி வடிவ வர்க்க - ஆட்சியின் இடத்தை எடுத்துக் கொள்கின்ற ஒரு மாறுபட்ட குடியரசு வடிவமல்ல, மாறாக வர்க்க-ஆட்சியையும் தாண்டி அப்பால் செல்கின்ற ஒரு வடிவமாகும்.'

'கம்யூனின் முதலாவது அரசாணை ... நிரந்தர ராணுவத்தைக் கீழ்நிலைப்படுத்தி மக்களை ஆயுதபாணிகளாக்குவது' என்பதுதான்.

நகரத்தின் பல்வேறு வார்டுகளில் பொதுவாக்கெடுப்பு மூலம் தேர்ந்தெடுக்கப்படும் நகரமன்ற உறுப்பினர்களைக் கொண்ட கம்யூன் உருவாக்கப்பட்டது, அந்த உறுப்பினர்கள் கடமைப்பட்டவர்களாகவும், குறுகிய காலங்களில் மாற்றப்படக்கூடியவர்களாகவுமிருந்தார்கள். இயல்பாகவே அதனுடைய பெரும்பான்மையான உறுப்பினர்கள் உழைப்பாளி வர்க்கத்தினராகவும், அல்லது அங்கீகரிக்கப்பட்ட தொழிலாளி வர்க்கப் பிரதிநிதிகளாகவும் இருந்தார்கள்.... மத்திய அரசாங்கத்தின் முகவர்களாகத் தொடர்ந்து நீடிப்பதற்குப் பதிலாகக் காவல்துறையினுடைய அரசியல் குணாம்சங்கள் அகற்றப்பட்டன. அத்துடன் கம்யூனுக்குக் கடமைப்பட்டவர்களாலும் எந்த நேரத்திலும் நீக்கப்படக்கூடியவர்களாகவும் ஆக்கப்பட்டார்கள். நிர்வாகத்தின் மற்ற எல்லாக் கிளைகளினுடைய அதிகாரிகள் விஷயத்திலும் அதே போல நடந்தது. கம்யூன் உறுப்பினர்களிலிருந்து கீழ்மட்ட அரசு சேவைத்துறைகள் வரையிலும் தொழிலாளர்களின் ஊதியத்தில் பணிபுரிய வேண்டியிருந்தது. சுயநலவாதிகளின் நலன்களும் அரசாங்க உயர்நிலைப் பெரும்புள்ளிகளின் பிரதிநிதித்துவ உதவித் தொகைகளும் அவற்றுடன் அந்தப் பெரும் புள்ளிகளும் காணாமல் போனார்கள். தொடர்ச்சியாக வந்து கொண்டிருந்த எல்லா அரசாங்கங்களுக்கும் தாம் புரிந்து வந்த கேவலமான அடிமைத் தொண்டுகளை மறைப்பதற்கல்லாமல் வேறு எதற்கும் பயன்படாத அந்தப் போலியான சுதந்திரம் நிதித்துறையினரிடமிருந்து பறிக்கப்பட்டது. மாஜிஸ்ட்ரேட்டுகளும், நீதிபதிகளும் தேர்தெடுக்கப்படுபவர்களாக, தங்களுடைய பொறுப்புகளுக்குக் கடமைப்பட்டவர்களாக, நீக்கப்படக்கூடியவர்களாக இருக்க வேண்டி வந்தது.

மார்க்சின் மறைவிற்கு எட்டு ஆண்டுகள் கழிந்து, ‘பிரான்சில் உள் நாட்டுப் போர்’ நூலின் மூன்றாவது பதிப்பிற்கு ஒரு அறிமுகத்தில் புதிய அரசு வடிவத்தின் அடிப்படையான கூறுகளை பிரெட்ரிக் ஏங்கெல்ஸ் விவரித்தார், அது பின் வருமாறு:

முந்தைய மத்தியப்படுத்தப்பட்ட அரசாங்கம், ராணுவம், அதிகார வர்க்கம் ஆகியவற்றின் ஒடுக்குமுறை சக்தியைத்தான், எதை நெப்போலியன் உருவாக்கினானோ அதே ஒடுக்கு முறையைத்தான், அப்போதிருந்து அதற்குப் பின்னர் வந்த ஒவ்வொரு அரசாங்கமும் தனது எதிராளிகளுக்கு எதிரான ஒரு வரவேற்கத்தக்க கருவியாக எடுத்துக் கொண்டன, பயன்படுத்தின. இதே சக்திதான் பாரிசில் தற்சமயம் ஏற்கெனவே அது வீழ்ந்துவிட்டது போல எங்கெங்கும் வீழ்ச்சியுறவிருந்தன.

பாட்டாளி வர்க்கம் ஆட்சியதிகாரத்திற்கு வந்துவிட்ட தென்றால் பழைய அரசு இயந்திரத்தை அது நிர்வகித்துக் கொண்டே செல்ல முடியாது என்பதைப் புரிந்து கொள்ள வேண்டிய கட்டாயத்திற்கு ‘கம்யூன்’ துவக்கத்திலிருந்தே உட்பட்டது. தற்போதுதான் வென்றெடுக்கப்பட்டுள்ள மேலாதிக்கத்தை மீண்டும் இழக்காமலிருக்க வேண்டுமானால், பாட்டாளி வர்க்கம், ஒரு பக்கம், தனக்கெதிராக முன்னர் பயன்படுத்தப்பட்ட பழைய ஒடுக்குமுறை இயந்திரத்தை எல்லாம் தகர்த்தெறிந்தாக வேண்டும்; மறுபக்கம் தன்னுடைய சொந்தப் பாராளுமன்ற உறுப்பினர்களிடமிருந்தும் அதிகாரிகளிடமிருந்தும் தன்னைச் தற்காத்துக் கொள்வதற்காக அவர்களையெல்லாம் விதிவிலக்கின்றி எந்தக் கணத்திலும் மாற்றப் படக் கூடியவர்கள் என்று அறிவித்து விட வேண்டும்......

அரசு மற்றும் அரசின் உறுப்புகளும் சமூகத்தின் ஊழியர்கள் என்பதிலிருந்து சமூகத்தின் எஜமானர்கள் என்கிற நிலைக்கு மாற்றமடைவது முன்னர் இருந்த எல்லா அரசுகளிலும் தவிர்க்கவியலாததாக இருந்தது, இதற்கெதிராக கம்யூன் இரண்டு உறுதியான வழிகளைப் பயன்படுத்தியது. முதலாவதாக, நிர்வாகம், நீதித்துறை, கல்வித்துறைகளின் எல்லாப் பதவிகளையும் சம்பந்தப்பட்ட அனைவருடைய பொது வாக்கெடுப்பின் அடிப்படையில் நியமித்தது. மேலும் அந்த வாக்காளர்களுக்கு எந்த நேரத்திலும் அவர்களைத் திரும்ப அழைத்துக் கொள்ளும் உரிமையை அளித்தது.

இரண்டாவதாக, அனைத்து அதிகாரிகளுக்கும், அவர்கள் பெரிய அல்லது சிறிய பதவியிலிருந்தாலும், மற்ற தொழிலாளர்கள் பெறுகின்ற ஊதியத்தையே அவர்களுக்கும் வழங்கியது. கம்யூன் ஒரு ஊழிருக்கு வழங்கிய அதிகமான ஊதியம் 6000 ஃபிராங்குகள் மட்டுமே. பிரதிநிதிக் குழுக்களுக்கும், அமைப்புகளுக்கும் கறாரான ஆணைகள் இடப்பட்டிருந்ததற்கும் அப்பாற்பட்டு பதவிப் பித்துக்கும், சுய முன்னேற்ற வெறிக்கும் இவ்வகையில் வலுவான தடை போடப்பட்டது.

கம்யூன் ஒரு நாடாளுமன்றமல்ல, அது ஒரு செயல்படும் அமைப்பு, அது செயலாக்குகின்ற ஒன்றாகவும், சட்டமியற்றுகின்ற ஒன்றாகவும் ஒரே நேரத்தில் இயங்கும் அமைப்பாகும்.....

மக்களைத் தவறாகப் பிரதிநிதித்துவப்படுத்துகின்ற ஒரு நாடாளுமன்ற உறுப்பினராக ஆளும் வர்க்கத்திலிருந்து ஒருவரை மூன்று அல்லது ஆறு வருடங்களுக்கொரு முறை தேர்வு செய்வதற்குப் பதிலாக மக்களுக்குச் சேவையாற்றுகின்ற முறையில் தேர்ந்தெடுப்பதற்கான பொது வாக்குரிமை முறை கம்யூனில் ஏற்படுத்தப்பட்டது. ஏனெனில் தனி நபர் தேர்வுமுறை ஒவ்வொரு முதலாளிக்கும் அவருடைய தொழிலுக்குத் தேவையான வேலையாட்களையும், நிர்வாகிகளையும் தேடுவதற்குத்தான் பயன்படும். [170]

மார்க்ஸ் தன் இளமைக்காலத்தில் விவரித்தது போல கீழிருந்து கட்டுப்பாடு, கீழிலிருந்து உச்சி வரையிலும் பரவும் ஜனநாயகம், அரசியல் அந்நியமாக்கலை ஜனநாயக முறையில் ஒழிப்பது ஆகிய கூறுகளில்தான் அவருக்கு பாரிஸ் கம்யூன் முக்கியத்துவம் வாய்ந்ததாக இருந்தது. வரவிருக்கும் சோஷலிஸ அரசுகளுக்கும், 'வர்க்கங்களில்லாத கட்டத்தை உருவாக்கி அவற்றுடன் அரசு என்பதையையும் இல்லாமல் செய்வதற்கு, மாறிச் செல்கின்ற ஒரு இடைநிலைக் கட்டமாகச் செயல்படப் போகின்ற' வருங்கால பாட்டாளி வர்க்க சர்வாதிகாரத்திற்கும் அந்தக் கூறுகள் உயிர் நாடியான முக்கியத்துவம் வாய்ந்தவை என்பதாக அவர் பார்த்தார்.[171]

'தேசிய சுய-அரசாங்கத்தினுடைய தோராயமான வரைபடம் (இதை வளர்த்தெடுப்பதற்கும் கம்யூனிடம் அவகாசமிருக்க வில்லை) மிகச் சிறிய நாட்டுப்புறக் குக்கிராமத்திற்குக் கூட கம்யூன் தான் அரசியல் வடிவமாக இருக்கும் என்பதைத் தெளிவாகத் தெரிவிக்கிறது' அந்தக் கம்யூன்களும் பாரிசின்

தேசியப் பிரநிதித்துவ மாநாட்டிற்கு பிரதிநிதிகளைத் தேர்ந்தெடுக்கவிருந்தன:

ஒரு மத்திய அரசிடம் இன்னும் மீதமிருக்கக்கூடிய சில, ஆனால் முக்கியமான பணிகள் வேண்டுமென்றே திரித்துக் கூறப்பட்டது போல ஒதுக்கித் தள்ளப்பட மாட்டாது, மாறாக சமூகத்தின் கடமையாக நிறைவேற்றப்படும். ஆக, அது பொறுப்புள்ள முகவர்களால் செயல்படுத்தப்படும். தேசத்தின் ஒற்றுமை உடைக்கப்படாது; மாறாக கம்யூன் அரசியல் அமைப்பின் மூலம் அது ஒழுங்கமைக்கப்படும். தேச ஒற்றுமையின் உருவம் என்று கூறிக் கொள்கின்ற ஆனால் தேசியத்திலிருந்து சுதந்திரமாகவிருக்கின்ற, அதைவிடவும் மேலானதாக இருக்க விரும்புகின்ற, தேசியத்தின் ஒரு ஒட்டுண்ணித் தொங்கு சதையாக இருக்கின்ற அந்த அரசு அதிகாரத்தை அழித்தொழிப்பதன் மூலமாக அந்தத் தேசிய ஒற்றுமை ஒரு எதார்த்தமாக மாற்றப்படும். பழைய அரசாங்க அதிகாரத்தின் ஒடுக்குமுறை உறுப்புகளாக மட்டும் இருப்பவற்றை வெட்டியெறிந்து விட்டு, அதனுடைய சட்டப்பூர்வமான பணிகளைச் சமூகத்தின் மீது மேலாதிக்கம் செய்கின்ற அதிகார மையத்திடமிருந்து பறித்து சமூகத்தின் பொறுப்புள்ள ஊழியர்களிடம் அளிக்க வேண்டும். சமூகத்தின் சக்தியை உறிஞ்சிக் குடித்துக் கொண்டு அதைச் சுதந்திரமாக இயங்கவிடாமல் செய்து வந்த அரசு ஒட்டுண்ணிகளால் இதுவரையிலும் கவர்ந்து கொள்ளப்பட்ட அனைத்துச் சக்திகளையும் சமூக அமைப்புக்குக் கம்யூன் அரசியலமைப்பு மீட்டுத் தரும். இந்த ஒரு செயல்பாட்டின் மூலமாக ஃபிரான்சின் மறு-மலர்ச்சியை அது துவக்கி வைத்துவிடும்.....

எதார்த்தத்தில், கம்யூன் அரசியலமைப்பு நாட்டுப்புற உற்பத்தியாளர்களை அவர்களுடைய மா்வட்டங்களின் மத்திய நகரங்களுடைய அறிவுப்பூர்வமான வழிகாட்டுதலின் கீழ் கொண்டு வந்தது, அங்கு அவர்களுடைய நலன்களின் இயற்கையான அறங்காவலர்கள் வடிவிலான உழைக்கும் மக்களை அவர்களுடைய பாதுகாவலர்களாக்கியது. கம்யூன் இருப்பதனாலேயே உள்ளூர் சுதந்திர நிர்வாகமும் - காலாவதியாகிவிட்ட முந்தைய ஆட்சியதிகாரத்திற்கு எதிர்மறையாக இருந்தது போலல்லாமல் - இயல்பாகவே உருவானது.....

கம்யூன் பன்முக விளக்கங்களுக்கு உள்ளாக்கப்பட்டதும், அவற்றுக்குச் சாதகமாக அதில் பொதிந்திருந்த பன்முக

நலன்களும், அது நெகிழ்வான பரந்த அரசியல் வடிவத்தைக் கொண்டிருந்தது என்பதைக் காட்டுவதுடன் முந்தைய அரசு வடிவங்களனைத்தும் ஒடுக்குமுறையைக் கொண்டவைகளாக இருந்தன என்பதை வலுவாக எடுத்துக் காட்டுகிறது. அதன் உண்மையான ரகசியமும் இதுதான். அது அடிப்படையில் ஒரு உழைக்கும் - வர்க்க அரசாங்கமாகும்; சுரண்டும் வர்க்கத்தை எதிர்த்து உற்பத்தியாளர்கள் நடத்திய போராட்டத்தின் விளைபலனாகும், உழைப்பின் பொருளாதார விடுதலையைச் சாதிக்கக்கூடிய ஒன்று என இறுதியாக கண்டுபிடிக்கப்பட்ட அரசியல் வடிவமாகும்.

இந்தக் கடைசி நிபந்தனையில்லாமல் கம்யூன் அரசியலமைப்பு சாத்தியமற்றதாகவும் ஒரு மாயத் தோற்றமுமாகவே இருந்திருக்கும். [172]

பாட்டாளி வர்க்க சர்வாதிகாரம் எனும் இந்த உண்மையில் தான், 'பாரிஸ் கம்யூன்' நிகழ்ந்து நான்காண்டுகள் சென்று எழுதப்பட்ட 'கோதா செயல்திட்டத்திற்கு விமர்சனம்' நூலில் உள்ள மார்க்சின் புகழ்பெற்ற கருத்துரையை நாம் புரிந்து கொள்ள வேண்டும்:

முதலாளித்துவ சமூகத்திற்கும் கம்யூனிஸ சமூகத்திற்கும் இடையில் ஒன்று மற்றொன்றாக மாறிச் செல்கின்ற புரட்சிகர மாறுதல் காலகட்டம் இருக்கிறது. இதற்கு ஒத்ததான ஒரு அரசியல் இடைமாற்றுக் காலகட்டம் ஒன்றும் இருக்கிறது, அதில் அரசு என்பது பாட்டாளி வர்க்கப் புரட்சிகர சர்வாதிகார அரசாக அல்லாமல் வேறெதுவுமாக இருக்க முடியாது. [173]

இந்த நூலில் கம்யூனிஸ சமூகத்தின் வளர்ச்சிப்போக்கிலுள்ள இரண்டு கட்டங்களை மார்க்ஸ் வேறுபடுத்திக் காட்டுகிறார், முதல் கட்டம் அல்லது கீழ்நிலைக் கட்டம் 'தான் பிறந்து வந்த கருவறையின் அடையாள முத்திரைகளை இன்னும் தாங்கியபடியே இருக்கும்' அப்போது 'உழைப்பிற்கு ஏற்ப' என்கிற கொள்கையின் படி கிடைக்கக்கூடிய நுகர்வுப் பொருட்களை அது பகிர்ந்தளிக்கும், இரண்டாம் கட்டமான கம்யூனிஸத்தில் உற்பத்தி மூலாதாரங்கள் ஒவ்வொருவருக்கும் அவரவர் தேவைகளுக்கு ஏற்ப பகிர்ந்தளிக்கப்படக்கூடிய அளவுக்குப் பல்கிப் பெருக்கெடுத்திருக்கும்:

சமமான உழைப்புக்குச் சமூகத்தின் நுகர்வுச் செல்வத்திலிருந்து அதற்கேற்ற சமமான பங்கு என்றிருக்கும் பொழுது, உண்மையில்

ஒருவர் மற்றவரைவிடக் கூடுதலாகப் பெறுவார், ஒருவர் மற்றவரைவிட செல்வந்தராக இருப்பார். இந்தக் குறைபாடுகளைத் தவிர்ப்பதற்கு உரிமை என்பது சமமாக இருப்பதற்குப் பதிலாக சமமற்று இருக்க வேண்டியுள்ளது.

ஆனால், கம்யூனிஸ சமூகத்தின் முதல் கட்டத்தில் இந்தக் குறைபாடுகள் எல்லாம் தவிர்க்கவியலாதவை, ஏனென்றால் அது முதலாளித்துவ சமூகத்திலிருந்து நீண்ட நெடிய பிரசவ வேதனைக்குப் பிறகு இப்போதுதான் பிறந்து வந்திருக்கிறது. சமூகத்தின் பொருளாதாரக் கட்டமைப்பு, அந்தக் கட்டமைப் பினால் பண்படுத்தப்பட்ட கலாசார வளர்ச்சி ஆகியவற்றை விடவும் உரிமை என்பது உயர்ந்ததாக இருக்க முடியாது.

உழைப்பின் பிரிவினைக்குத் தனிமனிதன் பணியவைக்கப் பட்டிருந்த அடிமை நிலைக்குப் பிறகு வருகின்ற கம்யூனிஸ சமூகம் எனும் ஒரு உயர்ந்த கட்டத்தில் மூளை மற்றும் உடல் உழைப்புகளுக்கிடையிலான பகை முரணும் மறைந்துவிடுகிறது; உற்பத்தி சக்திகளின் முன்னேற்றத்துடன் தனி மனிதனின் ஒட்டு மொத்த வளர்ச்சியும் உயர்கிறது, கூட்டுறவுச் செல்வத்தின் அனைத்து ஊற்றுகளும் பெருக்கெடுத்துப் பாய்கின்றன - அப்பொழுதுதான் முதலாளித்துவத்தின் உரிமை என்கிற அந்தக் குறுகிய எல்லை முழுமையாகக் கடக்கப்பட முடியும், சமூகம் தன் பதாகைகளில் 'ஒவ்வொருவரும் அவருடைய திறனுக்கு ஏற்ப ஒவ்வொருவருக்கும் அவருடைய தேவைக்கேற்ப' என்று பொறித்துக் கொள்ள முடியும்.[174]

மார்க்சினுடைய கருத்துகளின் ஒட்டுமொத்தத் தொகுப்பினுடைய உள்ளடக்கத்திலிருந்து, முன்னேறிய முதலாளித்துவ நாடுகளில் ஏறத்தாழ சமகால நிகழ்முறையாகப் புரட்சி மற்றும் சோஷலிஸம் வெற்றிபெறும் என்று அவர் எதிர்பார்த்தார் என்பதும், அவர் தம் மனக்கண்ணில் கண்ட சமூக ஒழுங்கமைவு என்பது கம்யூனிஸ்ட் அறிக்கை சொன்ன, 'ஒவ்வொருவருக்கும் சுதந்திரமான வளர்ச்சி என்பதுதான் அனைவருடைய சுதந்தரமான வளர்ச்சிக்கும் முன் நிபந்தனையாகும்,' என்பதும் உறுதியாக வெளிப்படுகிறது.

அத்தியாயம் 12

தொழிலாளர் இயக்கமும் முதல் அகிலமும்

1849-ம் ஆண்டு லண்டனில் நாடு கடத்தப்பட்ட ஒருவராக மார்க்ஸ் வாழத் தொடங்கியதிலிருந்து, புரட்சிகர அரசியலுடன் அவர் நேரடியாகத் தொடர்பு கொண்டிருக்கவில்லை என்றும் அவர் பிரிட்டிஷ் அருங்காட்சியக நூலகத்தில் தனியாக வேலையில் ஈடுபட்டிருந்த அறிஞராக மட்டும்தானிருந்தார் என்பது போன்ற ஒரு பரவலான புனைவு நிலவுகிறது. சர்வதேச தொழிலாளர் கழகம் 1864-ல் நிறுவப்பட்டு அது முடிவுக்கு வந்த 1873- வரையிலும் அதில் மார்க்ஸ் வகித்த முன்னணிப் பாத்திரம் அந்தப் புனைவை நிராகரிக்கிறது. இந்த வகையில்தான், நமது காலத்திற்குப் பொருந்துகின்ற கோட்பாடுகளைக் கொண்ட ஒரு விலைமதிப்பற்ற அரசியல் ஸ்தபான பாரம்பரியத்தை மார்க்ஸ் விட்டுச் சென்றிருக்கிறார். ஃபிஷர் அழுத்தம் தருவது போல, பாட்டாளி வர்க்க இயக்கத்திற்குள் குறுங்குழுவாதத்திற்கு எதிராக நடத்திய ஒரு போராட்டமும் அந்தப் பரம்பரியத்தில் உள்ளடங்கும் அதாவது, அரசியல் தூய்மை என்கிற சிந்தனைப் போக்கின் அடிப்படையில் நடைமுறையிலிருந்த சில போக்குகளையும், உருவாகி வந்த தொழிலாளர்கள் போராட்டங்களின் போது ஏற்பட்ட சில போக்குகளைப் பொதுவாகத் தனிமைப்படுத்திய போராட்டமும் உள்ளடங்கும். இவ்வாறாக, தொழிலாளர்களுடைய போராட்டங்களில் தொழிற்சங்கங்கள், தொழிலாளர் பாதுகாப்புச் சட்டங்கள் போன்றவற்றின் மூலமாக சமூக, அரசியல், பொருளாதார வகைகளில் தங்களுடைய நிலைமைகளை மேம்படுத்திக் கொள்வதற்கான தொழிலாளர்களின் முயற்சிகளுக்கு ஆதரவளிக்க வேண்டியதன் முக்கியத்துவத்தை மார்க்ஸ் வலியுறுத்தினார். மூலதனத்தின் அரசியல் பொருளாதாரதிற்கு மாற்றான பாட்டாளி வர்க்க அரசியல் பொருளாதாரத்தைப் பற்றிக் கவனத்தை ஈர்த்த மார்க்ஸ், நடப்புக்கால சமூகத்தின் தர்க்க வாதத்தையும் தாண்டிச் சுட்டிக் காட்டினார்

- JBF

புரட்சி பற்றிய தன்னுடைய கோட்பாடு மற்றும் தன் கோட்பாடு பற்றிய கருத்துரு என்பதனுடைய பகுதியாக, உற்பத்தி நிகழ் முறையிலும், வரலாற்று முறையிலும் பாட்டாளி வர்க்கம் வகிக்கும் இடத்தின் காரணமாக, சோஷலிஸ வாழ்க்கை முறைக்கு மாறிச் செல்வதைச் சாதிக்கக்கூடிய வர்க்கமாகப் பாட்டாளி வர்க்கத்தை மார்க்ஸ் பார்த்தார் - இது, தொழிலாளர்கள் கடவுளர்கள் என்பதாலல்ல, மாறாக, அவர்களுடைய வாழ்க்கை நிலைமைகளில் முதலாளித்துவ சமூகத்தின் மனித விரோதத் தன்மை தன்னுடைய அதிதீவிர வடிவத்தை எடுத்துக் கொள்கிறது என்பதன் காரணமாகத்தான். 'புனிதக் குடும்பம்' நூலில் இளம் மார்க்ஸ் எழுதினார்:

பாட்டாளி வர்க்கத்தை உருவாக்கியதன் மூலமாகத் தனியுடைமை தனக்குத்தானே விதித்துக் கொண்ட தண்டனையைப் பாட்டாளி வர்க்கம் நிறைவேற்றுகிறது. அதேபோல மற்றவர்களுக்குச் செல்வத்தையும் தனக்கு வறுமையையும் கொண்டு வந்ததன் மூலமாக கூலி உழைப்பு தன் மீதே விதித்துக் கொண்ட தண்டனையையும் அது நிறைவேற்றுகிறது...........

சோஷலிஸ்ட் எழுத்தாளர்கள் இந்த வரலாற்றுப் பாத்திரத்தைப் பாட்டாளி வர்க்கத்திற்கு அளித்ததானது, 'விமர்சனவாத ஆய்வு' பாசாங்காக நினைப்பது போல, அந்த எழுத்தாளர்கள் பாட்டாளி வர்க்கத்தினைக் கடவுளர்களாகக் கருதியதாலல்ல; மாறாக அதற்கு நேர் முரணாகக் கருதுகிறார்கள் என்பதால் தான். ஏனென்றால் முழுமையாக வளர்ச்சி பெற்றிருக்கும் பாட்டாளி வர்க்கத்திற்குள் மானுட சாரம் அனைத்தும், மனித சாரத்தின் சாயலையும் கூட வற்றச் செய்வது யதார்த்தத்தில் முழுமையடைந்திருக்கும். ஏனெனில், இன்றைய சமூக வாழ்க்கை நிலைமைகளனைத்தையும் அவற்றின் மனிதத் தன்மையற்ற நிலைமகளை மிகக் கூர்மையான தெளிவுடன் பாட்டாளி வர்க்கத்தின் வாழ்க்கை நிலைமைகள் தொகுத்தளிக்கிறது. ஏனெனில் மனிதன் பாட்டாளி வர்க்கத்தினுள் மூழ்கி மறைந்திருக்கிறான்; என்றாலும்கூட, அதே நேரத்தில் அவ்வாறு மறைந்திருப்பது குறித்த தத்துவார்த்த உணர்வை அவன் பெற்றிருப்பது மட்டுமல்லாமல் அவசரமான, இனிமேலும் மறைத்துவிட முடியாத, முற்றிலும் தவிர்க்க இயலாத தேவையின், நடைமுறை வெளிப்பாட்டின் மூலமாக அந்த மனித விரோதத் தன்மைக்கு

எதிராகக் கிளர்ந்தெழும்படி நேரடியாகத் தூண்டப்படுகிறான். பாட்டாளி வர்க்கம் தன்னை விடுதலை செய்து கொள்ள வேண்டும், விடுதலை செய்து கொள்ள இயலும் என்பது இதன் பொருள். ஆனால் தன்னுடைய வாழ்க்கையின் நடப்பு நிலைமைகளை ஒழித்துக் கட்டாமல் தன்னை அது விடுவித்துக் கொள்ள முடியாது. தன்னுடைய சொந்த நிலைமையால் தொகுத்தளிக்கப்படும் இன்றைய சமூகத்தின் மனித விரோத வாழ்க்கை நிலைமைகளனைத்தையும் ஒழித்துக் கட்டாமல் தன்னை விடுதலை செய்து கொள்ளமுடியாது. உழைப்பின் கடுமையான ஆனால் உருக்குக்கு நிகராகப் பண்படுத்தும் பள்ளியில் அது பயின்றது வீண் போகாது. குறிப்பிட்ட தருணத்தில் இந்த அல்லது அந்தப் பாட்டாளி வர்க்கம் அல்லது ஒட்டுமொத்தப் பாட்டாளி வர்க்கமும் தன்னுடைய இலக்காக எதை வைத்திருக்கிறது என்பது பிரச்சனையல்ல; பாட்டாளி வர்க்கம் என்றால் என்ன? அது பாட்டாளி வர்க்கமாக இருப்பதனால் அது எதைச் செய்வதற்கு நிர்பந்திக்கப்படும் என்பது தான் கேள்வி. அதன் நோக்கம், அதன் வரலாற்றுச் செயல்பாடு ஆகியவை அதனுடைய சொந்த வாழ்க்கை நிலைமையிலும், இன்றைய முதலாளித்துவ சமூகத்தின் ஒட்டு மொத்தக் கட்டமைப்பிலும் தவிர்க்கவே இயலாத முறையிலும், தெள்ளத் தெளிவாகவும் வெளிவந்துள்ளது. [175]

தொழிலாளர் இயக்கத்திற்குள் இருந்த குறுகிய தொழில் பிரிவு மனப்பாங்குகளைத் தாக்குவதற்கும், அரசியல் செயல்பாட்டிற்கு ஒரு அடிப்படையாக சமூக-நிலைமைகளைப் பற்றிய ஒரு அறிவியல் பூர்வமான புரிதலுக்கான தேவையை உயர்த்திப் பிடிப்பதற்கும் மார்க்ஸ் என்றுமே தயங்கியதில்லை. நீதிக்கான கழகம் (League of Just) தொடர்பாக (இதிலிருந்துதான் கம்யூனிஸ்ட் லீக் தோன்றியது, அதன் சார்பாகத்தான் மார்க்சும் ஏங்கெல்சும் கம்யூனிஸ்ட் அறிக்கையை வடிவமைத்தார்கள்) அவர் ஒரு முறை எழுதினார்: ‘எதிர்ப்பைத் தாக்குப்பிடித்து நிற்கக்கூடிய ஒரே ஒரு தத்துவார்த்த அடிப்படையாக முதலாளித்துவ சமூகத்தினுடைய பொருளாதாரக் கட்டமைப்பு குறித்த உள்ளாழமான அறிவியல் நுண்ணறிவை நிறுவ வேண்டும்’ என்பதுடன், *‘ஏதோவொரு கற்பனைவாதக் கட்டமைப்பைக் குறித்து நாம் அக்கறை கொண்டிருக்கவில்லை, மாறாக, நம் கண் முன்னால் நிகழ்ந்து கொண்டிருக்கின்ற சமூகத்தைப் புரட்சிகர மயமாக்குகின்ற வரலாற்று நிகழ்முறைக்குள் சுய உணர்வுடன் பங்கேற்க*

வேண்டும் என்கிற முறையில் மக்களுடைய மொழி வடிவத்தில் ஒருவிளக்கத்தைத அளித்தாக வேண்டும்.' [176]

1848-ம் ஆண்டின் புரட்சியினுடைய தோல்விக்குப் பின்னர், ஒரு புரட்சிகர இயக்கத்தின் தோல்விக்குப் பின்னர் பெரும்பாலும் நிகழ்வது போல, நிலைமையின் எதார்த்தத்தை எதிர் கொள்வதைத் தவிர்ப்பதற்காக 'கம்யூனிஸ்ட்டுகளின் கழகத்திற்குள்' அனைத்து வகையான நடவடிக்கைகளும், முன்முயற்சிகளும் முன் வைக்கப்பட்ட பொழுது ஒரு எதார்த்தத்தின் உண்மையின் அடிப்படையிலான, அறிவியல் பூர்வமாக உருவாக்கப்பட்ட தொழிலாளர் கொள்கை என்கிற இந்தக் கருப்பொருளை மார்க்ஸ் வலியுறுத்தினார். கழகத்தில் ஒரு பிளவு நிகழ்ந்த, 1850 செப்டம்பர் 15 அன்று நடந்த ஒரு கூட்டத்தில் எதிரெதிர் மனப்பாங்குகளைக் கீழ்க்கண்ட வார்த்தைகளில் மார்க்ஸ் விவரித்தார்:

ஒரு விமர்சனப் பூர்வமான கண்ணோட்டத்தின் இடத்தில் ஒரு வறட்டுவாதக் கண்ணோட்டத்தையும், பொருள் முதல்வாதக் கண்ணோட்டத்தின் இடத்தில் ஒரு கருத்து முதல்வாதக் கண்ணோட்டத்தையும் சிறுபான்மையினர் வைக்கிறார்கள். உண்மையான நிலைமைகளுக்குப் பதிலாக வெறும் அதிருப்தியை அவர்கள் புரட்சியின் உந்துசக்தியாகக் கருதுகிறார்கள். ஆனால் தொழிலாளர்களிடம் நாம் கூறுகிறோம்: நிலைமைகளை மாற்றுவதற்காக மட்டுமல்ல, மாறாக உங்களை மாற்றிக் கொள்வதற்கும், அரசியல் ஆட்சியதிகாரம் செலுத்துவதற்குத் தகுதியானவர்களாக உங்களை ஆக்கிக் கொள்வதற்கும் பதினைந்து, இருபது, ஐம்பது ஆண்டுக்கால உள்நாட்டு யுத்தங்கள், தேசியப் போராட்டங்கள் ஆகியவற்றினூடாக நீங்கள் சென்றாக வேண்டும்; நீங்களோ, அதற்கு நேர்மாறாகக் கூறுகிறீர்கள்: "உடனடியாக நாம் அதிகாரத்திற்கு வந்தாக வேண்டும் அல்லது நாம் பேசாமல் தூங்கப் போகலாம்." ஜெர்மன் பாட்டாளி வர்க்கத்தின் பின்தங்கிய நிலையை நோக்கி ஜெர்மன் தொழிலாளர்களின் கவனத்தைத் திருப்புவதை ஒரு சிறப்புக் கூறாக நாங்கள் முன் வைக்கும் பொழுது, ஜெர்மன் தேசிய உணர்வையும், ஜெர்மானியக் கைவினைஞர்களின் தற்பெருமையையும், இது பொதுப்புத்திக்கு உவப்பானது என்பதை ஒப்புக் கொள்ளத்தான் வேண்டும் - சாத்தியமான அளவிற்குக் கொச்சையாக நீங்கள் புகழ்ந்து தள்ளுகிறீர்கள்.

ஜனநாயகவாதிகளால் 'மக்கள்' என்கிற சொல் எவ்வளவுக்குப் புனிதமாக்கப்பட்டதோ அவ்வளவுக்கு 'பாட்டாளி வர்க்கம்' என்கிற சொல் உங்களால் புனிதமாக்கப்பட்டுள்ளது. [177]

பத்தாண்டுகளுக்கும் மேலாக ஏங்கெல்ஸ் மற்றும் தன்னுடைய நூல்களையும் அறிவியல் ஆய்வுகளையும் கட்சி சார்பான - கட்சி என்றால் ஒரு குறுகிய பொருளிலல்ல, மாறாக வரலாற்று பொருளில் - தீர்மானகரமான செயல்பாடு என்று மார்க்ஸ் கருதி வந்தார்.

"உண்மையான சக்திகள்" மீண்டும் இயங்கத் துவங்கிய பொழுதுதான் தொழிலாளர் அரசியல் இயக்க அரங்கத்திற்குள் மார்க்ஸ் மறு-பிரவேசம் செய்தார். உலகத் தொழிலாளர்கள் சங்கத்தின் துவக்கக் கூட்டம் (முதல் அகிலம்) 1864, செப்டம்பர் 28 அன்று நடந்த பொழுது அதன் தீர்வாயத்தில் முதலில் மார்க்ஸ் மௌனமாக அமர்ந்திருந்தார்; பின்னதாக, கூட்டம் அதனுடைய துவக்க உரையை வடிவமைக்கும்படி அவரைக் கேட்டுக் கொண்டது, அந்த வகையில் அதனுடைய அறிவான்மைத் தலைவராக அவர் ஆக்கப்பட்டார். இயக்கத்தில் இது போன்று நேரடியாகப் பங்கேற்பது தன்னுடைய அறிவியல் பணியில் குறுக்கிடுவதாக அவர் கருதினார்; வேதாளம் போல அகிலம் அவர் மீது தொங்கிக் கொண்டிருப்பதாக ஒருமுறை அவர் மனம் கசந்து கூறினார். இயக்க நோக்கிலும், மற்ற சில நோக்கிலும் அதிமுக்கியத்துவம் வாய்ந்தது என்று அவர் கருதிய 'மூலதனம்' நூலைத் தொடர்ந்து எழுதி முடிப்பதற்காகப் பல காங்கிரஸ்களில் பங்கேற்க அவர் மறுத்துவிட்டார்.

எனினும், துவக்க உரை, மற்றும் ஏராளமான ஆவணங்கள், அறிக்கைகள், பேருரைகள் மற்றும் இறுதியாக பிரான்சில் உள் நாட்டுப் போர் மீதான உரை ஆகியவற்றில் சமூக - வளர்ச்சிப் போக்கு, மாறுபட்ட நாடுகளில் போராட்டத்திற்கான மாறுபட்ட முன் நிபந்தனைகளிலிருந்து, சர்வதேச ஒருமைப்பாடு ஆகியவற்றினுள் ஒரு ஆழ்ந்த நுண்ணறிவு மிக்க அறிவியல் உள் வெளிச்சத்தின் மீதமைந்த, சர்வதேசத் தொழிலாளர் இயக்கத்திற்கான ஒரு கோட்பாட்டை மார்க்ஸ் வளர்த்து வடிமைத்தார். அவருடைய மறைவிற்குப் பத்து வருடங்கள் முன், அகிலம் கலைக்கப்பட்ட 1873-ல் தான், அரசியல் நடவடிக்கைகளில் நேரடியாகப் பங்கேற்பதிலிருந்து மார்க்ஸ் ஓய்வு பெற்றார்.

துவக்கவிழா உரை, அரசியல் அதிகாரத்தைக் கைப்பற்றும் கடமையில் தொழிலாளர்களை முனைய வைத்து, அதே சமயம் சமூகப் புரட்சிக்கு முன்னதாகவே தொழிலாளர்களின் கோரிக்கைகள் அங்கீகரிக்கப்படுவதை நிர்பந்திக்க வேண்டியதன் தேவையையும் வலியுறுத்தியது. பத்து மணி நேர வேலை நேரத்திற்கான இங்கிலாந்தின் மசோதா தொடர்பாக அது கூறுகிறது:

உழைப்பு நேரத்தைச் சட்டப்படியான வரம்பிற்குட்படுத்துவதற் கான இந்தப் போராட்டம் அப்போதிருந்து மேலும் பற்றியெரிகிறது; ஏனென்றால் அச்சத்துடன் கூடிய பேராசைக்கும் அப்பாற்பட்டு, மத்தியதர வர்க்கத்தின் அரசியல் பொருளாதாரத்தை வடிவமைக்கின்ற கிடைப்பு - கேட்பு (Supply and Demand) *விதிகளின் குருட்டுத்தனமான ஆட்சிக்கும், பாட்டாளி வர்க்கத்தின் அரசியல் பொருளாதாரத்தை வடிமைக்கின்ற, முன் கணிப்பினால் கட்டுப்படுத்தப்படுகின்ற சமூக உற்பத்திக்கும் இடையில் நடைபெறுகின்ற மாபெரும் போராட்டத்தின் மீது அது பெரும் தாக்கம் செலுத்துகிறது. எனவே, 10 மணி நேர வேலைச்சட்ட வரைவு என்பது ஒரு மகத்தான நடைமுறை வெற்றிமட்டுமல்ல; அது ஒரு கொள்கையின் வெற்றியுமாகும்; பாட்டாளி வர்க்கத்தின் அரசியல் பொருளாதாரத்திடம், மத்தியதர வர்க்கத்தின் அரசியல் பொருளாதாரம் பட்டப்பகலில் பணிந்து போவது இதுவே முதல் முறையாகும்.*[178]

அதே நேரம் தன்னுடைய காலத்திய கூட்டுறவு அமைப்புகளை, அவை முதலாளித்துவ ஏகபோகத்தை முறியடிக்கக்கூடிய திறன் பெற்றவைகளாக இன்னும் ஆகாமலிருந்தாலும் கூட, உற்பத்தி சாதனங்களின் முதலாளித்துவ உடைமை முறை வரலாற்றில் காலாவதி ஆகிவிட்டதென்பதற்குத் திட்டவட்டமான சான்றுகள் என்று அந்த உரை மதிப்பீடு செய்தது:

ஒரு வர்க்கத்தின் உழைக்கும் கைகளை மற்றொரு வர்க்கத்தின் எஜமானர்கள் பணியமர்த்த வேண்டிய அவசியமில்லாமலேயே நவீன அறிவியலின் கோருதலுக்கு இணங்கப் பரந்த அளவில் உற்பத்தியை மேற்கொள்ள முடியும் என்பதை அவை வாதத்தில் அல்லாமல் செயலினால் செய்து காட்டியுள்ளன. பலன் விளைய வேண்டுமென்பதற்காக, உழைக்கின்ற மனிதன் மீதே மேலாதிக்கத்தையும், வலுக்கட்டாயத்தையும் செலுத்துகின்ற

சாதனமாக உழைப்புச் சாதனங்கள் ஏகபோகமாக்கப்பட வேண்டிய தேவையில்லை; அடிமை உழைப்பையும், பண்ணையடிமை உழைப்பையும் போலவே கூலியுழைப்பும் ஒரு இடைநிலையிலான, தரம் குறைந்த வடிவமேயாகும், விருப்பம் கொண்ட கைகளாலும், ஆயத்தமான மனதாலும், களிப்பான உள்ளத்தாலும் தன் உழைப்பைச் செயல்படுத்துகின்ற கூட்டுறவு உழைப்பின் முன்னால் மறைந்து போக அதற்கு விதிக்கப்பட்டுள்ளது. [179]

தொழிலாளர் இயக்கங்கள் தத்தம் நாடுகளின் அயல்துறைக் கொள்கைகளிலும் தலையிட வேண்டும், நம்முடைய அரசாங்கங்களின் ராஜ்ஜிய நடவடிக்கைகளைக் கவனிக்க வேண்டும், சர்வதேசக் கொள்கைகளின் மர்மங்களை அவிழ்ப்பதில் தேர்ச்சி பெற வேண்டும்; தனிமனிதர்களுக்கிடையிலான உறவுகளை வழிநடத்துகின்ற ஒழுக்க நெறிகள், நியாயங்கள் ஆகியவற்றின் எளிய விதிகளை நிலைநிறுத்துவது போல 'நாடுகளுக்கிடையிலான கலந்துறவாடலின் இன்றியமையாத விதிகளை' மெய்ப்பிக்க வேண்டும். கம்யூனிஸ்ட் அறிக்கையில் முடிவுறுவது போலவே இந்த உரையும் இந்தச் சொற்களுடன் முடிவுறுகிறது: 'உலகத் தொழிலாளர்களே ஒன்று படுங்கள்!'.

ஒடுக்கப்பட்ட போலந்து நாட்டவர்களுக்கு ஒருமைப் பாட்டை வெளிப்படுத்துவதற்காக நடந்த நிகழ்வின்போது உருவானது தான் 'அகிலம்' என்பதில் பொருளில்லாமலில்லை; ஐரிஷ் பிரச்சனையைப் பற்றிக்குறிப்பிடும் பொழுதுதான், 'மற்றவர்களை ஒடுக்கிக் கொண்டிருக்கும் வரையிலும் ஒருநாடு தானும் சுதந்தரமாக இருக்க முடியாது' எனும் புகழ் பெற்ற வாக்கியத்தை மார்க்ஸ் முழங்கினார்.

அகிலத்தினுடைய நடவடிக்கைகளின் கட்டமைப்பிற்குள் தொழிற்சங்கங்களுக்கும் சமூக, அரசியல் கோரிக்கைகளுக்கும் மார்க்ஸ் மிக முக்கியமான இடத்தையளித்தார். அகிலத்தின் பொதுக்குழுவிற்கு நிகழ்த்திய உரையான கூலி, விலை, லாபம் என்பது சாராம்சத்தில் கூலி உயர்வு தவிர்க்க இயலாமல் விலை உயர்வுக்கு இட்டுச் செல்லும் என்கிற வாதத்திற்கு அளிக்கப்பட்ட ஒரு விரிவான பதிலாகும். இங்கிலாந்து தொழிற்சங்கங்கள் (கூலி மற்றும் உழைப்பு ஆகியவற்றை முறைப்படுத்துகின்ற சட்டங்கள் விலக்கிக் கொள்ளப்பட்டதைத் தொடர்ந்து வந்த, 18-ம் நூற்றாண்டைச் சேர்ந்த, காலகட்டத்தில்

இந்தத் தொழிற்சங்கங்கள் தோன்றியதைக் காணலாம்) மார்க்சின் வாதங்கள் தமக்கு நேரடியாக உதவுவதாகக் கருதினார்கள். 1866-ல் நடந்த அகிலத்தின் ஜெனீவா மாநாட்டில் (மூலதனம் நூல் வேலையில் மூழ்கியிருந்ததால் மார்க்ஸ் இந்த மாநாட்டில் பங்கேற்கவில்லை) உழைப்பாளர் பாதுகாப்புச் சட்டங்கள் ஆளும் அதிகாரத்தை வலுப்படுத்துவதில்லை, ஆனால் தொழிலாளர்களின் நலன்களுக்கான உறவுகளைத் திருத்தியமைப்பதாக இருக்கின்றன என்பது உறுதி செய்யப்பட்டது. அதே மாநாடு 8 மணி நேர வேலை நாளைக் கோரியதுடன், மூலதனத்தின் மையப்படுத்தப்பட்ட சமூக அதிகாரத்திற்கு எதிராகப் பாட்டாளி வர்க்கத்தின் எண்ணிக்கை வலுவை முன்னிறுத்துகிற ஒரு சாதனம் என்று தொழிற் சங்கங்களை வர்ணித்தது.

பக்கூனின்* மற்றும் அவருடைய ஆதரவாளர்களால் ஆதிக்கம் செலுத்தப்பட்ட பிரிவுகளின் கண்ணோட்டத்துடன் தொடர்புடைய அகிலத்தின் சுற்றறிக்கை ஒன்றிலும் தொழிற்சங்கங்களின் முக்கியத்துவம் வலியுறுத்தப்பட்டிருந்தது. இந்தச் சுற்றறிக்கையில் மார்க்ஸ் எழுதினார்:

முதலாளித்துவத்திற்கெதிரான பாட்டாளி வர்க்கப் போராட்டத்தின் முதலாவது கட்டம், குறுங்குழுக்களின் இயக்க குணாம்சம் கொண்டதாக இருக்கிறது. ஒரு வர்க்கமாகச் செயல்படுகின்ற அளவுக்குப் போதுமான அளவு பாட்டாளி வர்க்கம் வளர்ச்சி பெறாமலிருந்த ஒரு சமயத்தில் இதற்குச் சற்று நியாயமிருக்கிறது. தனிமைப்பட்டுள்ள சிந்தனையாளர்கள் சமூக முரண்பாடுகளை விமர்சனம் செய்யும் வேலையை எடுத்துக் கொள்கிறார்கள். கற்பனை மிக்க தீர்வுகளின் மூலம் அவற்றை அகற்ற விரும்புகிறார்கள். தொழிலாளர்கள் அவற்றை ஏற்றுக் கொண்டு, பரப்பி, செயல்படுத்துவதை மட்டும் செய்தால் போதும் என்று எண்ணுகிறார்கள். அத்தகைய முன்னோடிகளைச் சுற்றி உருவாகின்ற குறுங்குழுக்களுடைய இயல்பு என்னவென்றால்

---

* மைக்கெல் பகூனின் (1814-1876): ரஷ்ய சோஷலிஸ்ட் மற்றும் அராஜகவாதி; மத்திய மற்றும் மேற்கு ஐரோப்பாவில் நாடு கடந்து சென்ற ரஷ்ய சோஷலிஸ்ட் மையம். 1868லிருந்து 1873 வரை அகிலத்தின் தலைமைப் பொறுப்பிற்காக மார்க்சுடன் போட்டியிட்டார். அரசு, மதம், திருமணம் ஆகியவை ஒழித்துக் கட்டப்பட வேண்டுமென்று கோரினார்; பொதுவாக, மனிதர்கள் மீது மனிதர்கள் எந்த அதிகாரமும் செலுத்துவதை நிராகரித்தார்.

அவை தொழிற்சங்கங்களிடமிருந்து தம்மை அந்நியப்படுத்திக் கொள்கின்றன. ஒரே வார்த்தையில் கூறுவதானால் ஒவ்வொரு மக்கள் இயக்கத்திடமிருந்தும் அந்நியப்படுத்திக் கொள்கின்றன என்பதுதான். பாட்டாளி வர்க்கத்தின் திரள்கள் அவர்களுடைய பிரசாரத்தைக் கண்டு கொள்வதில்லை அல்லது அதை விரோதமாகவும் கொள்கிறார்கள். செயின்ட்-சைமனிஸ்ட்டுகள், * ஃபூரியரிஸ்ட்டுகள்,** இகாரியன்கள்+ ஆகியவர்கள் குறித்து பாரிஸ் மற்றும் லயோன் நகரத் தொழிலாளர்கள் சிறிதும் பொருட்படுத்துவதில்லை. அதே போல ஓவனிஸ்ட்டுகள்++ குறித்து இங்கிலீஷ் சார்ட்டிஸ்ட்டுகளும், +++ தொழிற்சங்கங்களும் பொருட்படுத்துவதில்லை.

ஆரம்பத்தில் இயக்கத்திற்கு நெம்புகோலாக இருந்த அவர்களை அந்த இயக்கம் முந்தித் தாண்டிச் சென்றவுடன் அவர்கள் அதற்குத் தடையாகிப் போனார்கள். பிறகு, அவர்கள் பிற்போக்கு வாதிகளாகிப் போனார்கள். [180]

---

* செயின்ட் - சைமனிஸ்ட்டுகள்: பிரெஞ்ச் சமூக விமர்சகர் கிளாட் - ஹென்றி டி ரூவி, கோமகன் செயின்ட் - சைமன் என்பவரைப் பின்பற்றுபவர்கள். முதலாளித்துவ வர்க்கத்தின் பொருளாதார ஆணவத்தை விமர்சித்த செயின்ட் - சைமன் மனித இனத்திற்கு தார்மீக மறு-மலர்ச்சியை உருவாக்குவதன் மூலம் சமூகப் பிரச்சனைகளுக்குத் தீர்வு காண விரும்பினார். சொத்துடைமையைத் தாக்கினார், உற்பத்திச் சாதனங்கள் சமூக-உடைமையாக்கப்பட வேண்டுமென கோரினார். 19-ம் நூற்றாண்டில் பிரெஞ்சு சோஷலிஸத்தின் மீது அவருடைய கோட்பாடுகள் பெரும் தாக்கம் செலுத்தின.

** ஃபூரியரிஸ்ட்டுகள்: பிரெஞ்ச் சமூகத்தின் தத்துவயியலாளர் சார்லஸ் ஃபூரியேவி-ன் (1772-1837) சீடர்கள். அமைதி, மகிழ்ச்சியை இலக்காகக் கொண்டு முற்றிலும் சுதந்திரமான சிறிய சமூகக் குழுக்களின் கூட்டாட்சி அமைப்புகளின் வடிவத்தில் கற்பனாவாத சோஷலிசத்தின் ஒரு விரிவான கட்டமைப்பை அவர் வரையுருப்படுத்தினார். ஃபூரியேயின் ஒருங்கிணைந்த உற்பத்தி, நிகழ்வு, வாழ்விடக் குழுக்கள் எனும் கோட்பாடு தொழிற்சங்க ஸ்தாபன வளர்ச்சி மீது செல்வாக்குச் செலுத்தியது.

\+ இகாரியன்கள்: பிரெஞ்சு கற்பனை வாதக் கம்யூனிஸ்ட் ஈடியன் கேபேயின் சீடர்கள், அவருடைய நூலான இகாரியா பயணம் (1842) ஒரு லட்சிய கம்யூனிஸ்ட் சமூகத்தின் சித்திரத்தைக் காட்சிப்படுத்தியது.

++ ஓவனிஸ்ட்டுகள்: ஆங்கிலேய சமுகச் சீர்திருத்தவாதியும், சோஷலிஸ்டுமான ராபர்ட் ஓவன் -ஐ (1771-1858) பின்பற்றியவர்கள். குறுகிய வேலை நேரம், குழந்தை - உழைப்பிற்கு வரம்பு, நோய்-நிவாரணங்கள், முதியோர் ஓய்வூதியம் ஆகியவற்றை அறிமுகப்படுத்திய முதலாவது தொழிலதிபர் அவர்தான். இதனுடைய பிற்கால ஆண்டுகளில் குறிப்பிடத்தக்க கற்பனாவாதப் போக்குகளைக் கொண்டிருந்தார். ஆங்கிலேய தொழிற்சங்கங்களின் நிறுவனர் என்று ஓவன்-ஐக் கூறலாம்.

கட்டாய நாத்திகம், மத நடவடிக்கைகள் அனைத்திற்கும், முடிவு கட்டுவது, வாரிசு-சொத்துரிமைச் சட்டங்களை உடனடியாக ரத்து செய்வது போன்றவற்றை வற்புறுத்தியதுடன் பாட்டாளி வர்க்கத்தின் நேரடியான மற்றும் உடனடியான வெற்றிக்கு இட்டுச் செல்லாத எந்தவொரு செயல்பாட்டையும் நிராகரித்த பக்கூனின் ஆதரவாளர்களுடனான வாதம், அனைத்திற்கும் மேலாகத் தொழிலாளர் இயக்கத்திற்குள்ளிருந்த குறுங்குழுவாத சொற்றொடர் அமைப்பிற்கு எதிராகத் திருப்பப்பட்டிருந்தது. பழங்கதைகளின் தாறுமாறான, மலிவான திருட்டு என்றும், பொருளற்ற பிதற்றல் என்றும், ஒரு தற்காலிகத் தருணத்திற்கான தாக்கத்தை ஏற்படுத்துகின்ற மூளையற்ற சிந்தனைப் போக்குகளின் வரிசை என்றும் அவர்களுடைய திட்டத்தை மார்க்ஸ் நிராகரித்தார். பாரம்பரிய சொத்துரிமைச் சட்டங்களை உடனடியாக ஒழித்துக் கட்டுவது என்பதைப் பொறுத்த வரையிலும், அடிமை உடைமைமுறை என்பது, அத்தகைய உடமை உரிமையை அனுமதித்து வந்த சட்டங்களின் விளைபலன் அல்ல, மாறாக அதற்கு நேர் மாறானது. பண்டப் பரிவர்த்தனை நீடிக்கும் வரையிலும் வாங்குபவர்களுக்கும் விற்பவர்களுக்கும் இடையிலுள்ள ஒப்பந்தங்களை வழிநடத்துகின்ற சட்டங்களை ஒழித்துக் கட்டுவது சமூகப் புரட்சிக்கான ஒரு துவக்கப்புள்ளியாக இருக்க முடியாது, பாரம்பரிய சொத்துரிமையை ஒழித்துக் கட்டுவதால் அது சமூகப் புரட்சிக்கான துவக்கப்புள்ளியாக இருப்பதென்பது அதைவிடவும் சாத்தியமற்ற ஒன்று. 1870 ஏப்ரல் 18 அன்றும் மார்க்ஸ் தனது மருமகன் பால் லாபார்க்கிற்கு எழுதிய கீழ்க்காணும் கடிதம் குறுங்குழுவாதம் குறித்த அவருடைய உணர்ச்சி வேகத்தைத் தெளிவாக எடுத்துக் காட்டுகிறது:

அன்புள்ள பால்-லாரெண்ட்,

+++ சார்ட்டிஸ்ட்டுகள்: இங்கிலாந்தின் முதலாவது ஜனநாயக - சோஷலிஸ்ட் தொழிலாளர்கள் இயக்கம். 1832 வாக்கில் அது உருவானது. அவர்களுடைய 1838-ம் வருடத்திய 'மக்கள் கோரிக்கை சாசனம்' அனைத்து ஆண்களுக்கும் பொது வாக்குரிமை, நாடாளுமன்ற சீர்திருத்தம், சமூகச்சட்டம் ஆகியவற்றைக் கோரியது. நாடாளுமன்றம் சாஸனத்தை நிராகரித்தது மேலும் 1839ல் பிர்மிங்காம்-ல் நடந்த கிளர்ச்சி நசுக்கப்பட்டது ஆகியவற்றைத் தொடர்ந்து சாசன இயக்கத்தின் இடத்தை வளர்ச்சியடைந்து கொண்டிருந்த இங்கிலாந்து தொழிற்சங்க இயக்கம் 1848 வாக்கில் எடுத்துக் கொண்டது. பொது மக்கள் திரள்களின் மத்தியில் வர்க்க உணர்வு வளர்வதில், குறிப்பாக அது தொழிலாளர்களுக்கான சுதந்திரமான அச்சு ஊடகத்தை உருவாக்கியதன் மூலமாக ஒரு நீண்டு நிலைத்திருந்த தாக்கத்தை உருவாக்கியது.

திரு எம்.ஹெச். வெர்னெட் அவர்களுக்கான, தகுதிச் சான்றை இதற்குள் வைத்து அனுப்பியுள்ளேன். அவர் நிறுவவிருக்கின்ற புதிய பிரிவுக்கு கம்யூனிஸவாத அல்லது வேறு ஏதாவது குறுங்குழுவாதப் பெயரை இடாமலிருக்க வேண்டும். அகிலத்தின் அங்கங்களில் குறுங்குழுவாதப் பெயர்களை தவிர்ப்பது அவசியம். பாட்டாளி வர்க்கத்தின் பொதுவான விருப்பங்களும் போக்குகளும் அது எந்த உண்மையான நிலைமைகளில் வாழ வேண்டி வருகின்றதோ அவற்றிலிருந்து தான் வெளிப்படும். ஆகவே, அதனுடைய ஒட்டுமொத்த வர்க்கத்திற்கும் அது பொதுவானதாக இருக்கும், எனினும் அவர்களுடைய தலைகளில் ஏறத்தாழத் கற்பனைகள் கலந்த முறையிலும், ஏறத்தாழப் பொருத்தமான முறையிலும் மிக மிக மாறுபட்ட பன்முக வடிவங்களில் இந்த இயக்கம் தன்னைப் பிரதிபலித்துக் கொள்கிறது. நம் கண் முன்னால் நடந்து கொண்டிருக்கின்ற வர்க்கப் போராட்டத்தின் மறைபொருளை மிக நன்றாகப் புரிந்து கொள்ளும் திறன் கொண்டவர்களான கம்யூனிஸ்ட்கள், குறுங்குழு வாதத்தை ஏற்படுத்துகின்ற அல்லது வளர்க்கின்ற தவறைப் புரிவதில் கடைசி மனிதர்களாகத் தானிருப்பார்கள். [181]

சோஷலிஸத்திற்கு மேலும் உயர்வான ஒரு லட்சியக் கோணத்தை அளிக்க விரும்புகின்ற, அதாவது பொருள் முதல் வாத அடிப்படையினிடத்தில் (இதன்படி ஒருவர் செயல்பட விரும்புவாரானால் அதற்கு மிகவும் ஆழ்ந்த, திட்டவட்டமான ஆய்வு அவசியமாகிறது) சுதந்திரம், சமத்துவம், சகோதரத்துவம் ஆகிய தேவதைகளுடன் கூடிய ஒரு நவீன புராணத்தை மாற்றிவைக்க விரும்புகின்ற அதி-மேதாவிப் பண்டிதர்களின் தெளிவற்ற வாக்கியங்கள் அனைத்தும் அதே அளவு மார்க்சுக்கு ஒவ்வாமையாக இருந்தது என்பது உண்மைதான். 'கோதா செயல்திட்டத்திற்கு விமர்சனம்' நூலில் தெளிவற்ற குழப்பமான கருத்துக்கள் அனைத்தையும் புறந்தள்ளியதில் அவர் கடுமையாக இருந்தார்.

கம்யூனிஸ லட்சியத்தை முன் வைத்த பாரிஸ் தொழிலாளர் களை முதன்முதலாக இளம் மார்க்ஸ் சந்தித்த பொழுது அவர்களுடைய முகங்களில் ஜொலித்த உன்னதமான பெருமித உணர்வு அவர் மீது மாபெரும் மனப்பதிவை ஏற்படுத்தியது. பிரான்சில் உள்நாட்டுப் போர் என்கிற தலைப்பின்கீழ் நிகழ்த்தப்பட்ட அகிலத்தின் பொதுக்

குழுவிற்கான உரை பாரிஸ் கம்யூன் போராட்டங்கள், அதன் முடிவு ஆகியவற்றை விவரிக்கிறது, கருத்துக் கூறுகிறது, அது பாரிஸ் தொழிலாளர்களின் வீரத்தையும், தியாகத்தையும், அவர்களுடைய ஆழமான ஒருமைப்பாட்டுணர்வையும் மெச்சுகிறது, வியந்து கூறுகிறது. அந்த நூலின் சில தத்துவார்த்தக் கூறுகளை நாங்கள் ஏற்கெனவே குறிப்பிட்டுள்ளோம். 1872, ஏப்ரல் 12-ல் தன் நண்பர் குகல்மானுக்கு மார்க்ஸ் எழுதுகிறார்:

இந்தப் பாரிஸ் காரர்களுக்கள் எத்தகைய நெகிழ்ச்சி எத்தகைய வரலாற்றியல் முன்முயற்சி, எத்தகைய தியாக வேட்கை! புறப்பகைவர்களை விடவும் அதிகமாக துரோகத்தால் விளைவிக்கப்பட்ட 6 மாத காலப் பசி, பட்டினிக்கும், நாசத்திற்கும் பிறகு கூட பிரான்சிற்கும், ஜெர்மனிக்குமிடையில் என்றுமே போர் நடந்ததில்லை என்பது போல பாரிசின் வாயிலில் பகைவர்கள் இல்லாததைப் போல பிரஷ்யன் குத்தீட்டிகளுக்கு (பாய்னெட்டுகள்) எதிராக அவர்கள் எழுகிறார்கள். வரலாற்றில் இது போன்றதொரு மாவீரத்திற்கு ஈடான வேறு எடுத்துக்காட்டு எதுவுமேயில்லை....

ஜெர்மன்-பிரஷ்ய புனித ரோமானிய சாம்ராஜ்யத்தின் விண்ணுலக அடிமைகள், பாசறைகளின் முடை நாற்றமடிக்கும் முகமூடிச் சவங்கள், சர்ச், அற்ப-ஜங்கர்வாதம், அனைத்திற்கும் மேலாக, பண்பாட்டு விரோதிகள் ஆகியோருடன்- விண்ணுலகத்தை நாடத் தயாராக இருக்கும் இந்தப் பாரிஸ் மக்களை ஒப்பிட்டுப் பாருங்கள்........[182]

கீழ்க்கண்ட வார்த்தைகளுடன் அந்த உரை முடிவுறுகிறது:

பாட்டாளி மக்களின் பாரிஸ் கம்யூன் ஒரு புதிய சமூகத்தின் மகத்தான வருகையை முன்னறிவித்த முன்னோடியாக என்றென்றைக்குமாகக் கொண்டாடப்படும் அதனுடைய தியாக சீலர்கள் பாட்டாளி வர்க்கத்தின் மாபெரும் இதயபீடத்தில் வீற்றிருக்கின்றார்கள். அதை அழித்தவர்களின் வரலாறு என்றென்றைக்குமாக தண்டனைப் பலகையில் ஏற்கெனவே ஆணியால்அறைந்து பிணிக்கப்பட்டுவிட்டது. மதகுருமார்களின் பிரார்த்தனைகளனைத்தும் அவர்களுக்குப் பாப விமோசனமளிக்கப் போவதில்லை. [183]

பாட்டாளி மக்களின் மகத்தான போராட்டங்கள், தியாகங்கள் மீது கொண்டிருந்த ஆழ்ந்த மரியாதையுடன் பிணைந்திருந்த

உண்மையான தன்னடக்கம் தான் ஜெர்மன் சமூக-ஜனநாயக இயக்கத்திற்குள்ளிருந்த சில குறிப்பிட்ட நிகழ்வுகள் தொடர்பாக மார்க்சை எழுதத் தூண்டியது:

எனக்கு (ஹெய்ன் கொண்டிருப்பது போல) எந்த மனத் தாங்கலும் இல்லை, ஏங்கெல்ஸ்சுக்கும் கிடையாது. புகழைப் பற்றி நாங்களிருவரும் சல்லிக்காசுகூட பொருட்படுத்துவதில்லை. தனிமனித துதி குறித்த என்னுடைய வெறுப்புக்கு எடுத்துக்காட்டு: அகிலம் இருந்த காலகட்டத்தில் எனக்குப் புகழ்பாட மேற்கொள்ளப்பட்ட ஏராளமான வியூகங்களை நான் அனுமதித்ததில்லை; அவற்றில், பல்வேறு நாடுகளிலிருந்து புகழ் விளம்பர வட்டத்திற்குள் புகுமாறு தொல்லைகள் என்னை விரட்டின, அவ்வப்போது ஒரு அறை விட்டதைத் தவிர்த்து அந்த முயற்சிகளுக்கு நான் என்றுமே பதிலளித்ததில்லை.[184]

அத்தியாயம் 13

நடைமுறையின் தத்துவம்:

மார்க்சின் புரட்சிகர மனித நேயம் - மானுட சுதந்திரம் என்பது முழுமையான மானுட மேம்பாடு என்கிற அவருடைய கோட்பாடு - அவருடைய நடைமுறையின் தத்துவத்தில் வேர் கொண்டிருந்தது. சமூகத்திற்கும் மேலான சிந்தனைதான் மாற்றத்திற்கான பிரதான சக்தி என்று வாதிடுகின்ற கருத்து முதல்வாதம், சிந்தனாவாத உலகத்திற்கு நேரெதிராகப் புலன் சார்ந்த மனிதச் செயல்பாட்டைத் தூக்கிப்பிடிக்கின்ற கொச்சையான பொருள் முதல்வாதம், ஆகிய இரண்டையும் அது எதிர்க்கிறது. ஃபிஷர் முன் வைப்பது போல, திட்டவட்டமான சூழ்நிலைகள், மனிதச் செயல்பாடு ஆகியவற்றுக்கிடையில் நிகழும் பரஸ்பர ஊடாடல் என்பதாக சமூக யதார்த்தம் புரிந்து கொள்ளப்பட வேண்டும். சமூகக் களவெளியில் உள்ள உண்மையான அறிவியல் ஒரு வரலாற்றுக் கண்ணோட்டத்தைக் கோருகிறது - அது கடந்த காலத்தைப் பற்றியதை மட்டுமல்ல நிகழ்காலம், வருங்காலம் ஆகியவற்றைப் பற்றியதாகவும் இருக்க வேண்டும். அது இன்றைய சமூகத்திற்கு வெளியே ஒரு அடி எடுத்து வைக்க வேண்டுமென்று கோருகிறது. அதன் மூலமாக, தான் எதனுடைய பகுதியாக இருக்கிறதோ அதனுடைய வளர்ச்சி நிகழ்முறையின் சட்டகத்திற்குள் அது தன்னைக் கண்டு கொள்ள முடியும். உலகை மாற்றியமைப்பதில் ஆர்வமாக இருக்கக்கூடிய -சமூகத்தின் புரட்சிகர சக்திகள் - தம்முடைய வளர்ச்சிப் பாதையின் திசை வழி உள்ளிட்ட சமூகத்தின் இயங்கியல் பண்பைப் புரிந்து கொள்ளவும், அதனுடன் பரஸ்பரம் ஊடாடவும் ஆகச் சிறப்பாகத் தகவமைந்தவைகளாகும். மார்க்ஸைப் பொறுத்தவரையிலும் மெய்யான அறிவியலுக்கும், புரட்சிகர நடைமுறைக்கும் இடையில் எந்த முரணும் கிடையாது.

- JBF

இன்றுவரைக்குமான எல்லாப் பொருள்முதல் வாதத்தினுடைய (ஃபாயர் பாக்கின் பொருள் வாதம் உட்பட) பிரதான குறையாக இருப்பது நமது புலன்களின் மூலமாக நாம் உருவாக்கிக் கொள்ளும் கருத்துகளுக்கு அடிப்படையானது என்று மட்டும் புறநிலை எதார்த்தத்தைப் புரிந்து கொள்வது; மானுடத்தின் அகம் தொழில்படுவது, அகத்தினைச் சார்ந்த மானுட நடைமுறை நிகழ்வது என்ற அகவியல் பார்வை இன்மைதான். ஆகவே, பொருள் முதல்வாதத்திற்கு மாறாக, கருத்து முதல் வாதம் செயலூக்கத் தளத்தைக் கற்பனா ரீதியாக வளர்த்தெடுக்கிறது. அதற்கு உண்மையான புலன் சார்ந்த செயல்பாடு என்பதைப் பற்றித் தெரியாது.[185]

மேற்கண்ட வாக்கியங்களுடன் பொருள் முதல்வாதத் தத்துவ அறிஞர் லூத்விக் ஃபாயர் பாக் மீதான பதினொரு ஆய்வுரைகள் துவங்குகின்றன. இவற்றைத் தன்னுடைய குறிப்பு நூலில் 1845-ல் மார்க்ஸ் எழுதி வைத்திருந்தார், ஆனால் துரதிருஷ்ட வசமாக ஒரு முழுமையான 'நடைமுறையின் தத்துவமாக' அதை அவர் வளர்த்தெடுக்கவேயில்லை. (ஃபாயர் பாக் மீதான முழுமையான ஆய்வுரைக்குப் பின் இணைப்பைக் காண்க) இந்தக் குறிப்புகளை "புதிய உலகக் கண்ணோட்டத்தின் மதிநுட்பமான முளைவித்து" என்று ஏங்கெல்ஸ் அழைத்தார்; அவை பின்னாட்களில் பொருளாதாரவியல், சமூகவியல், அரசியல் நூல்களில் கனிந்து பரவியுள்ளது. இந்த கோட்டுச் சித்திரத்தில் ஒரு புதிய தத்துவத்தின் வாழ்நாள் சாதனைப் படைப்பிற்கான ஜீவநாடி துடித்துக் கொண்டிருந்தது. எனினும் தான் எழுதி வைத்திருந்ததும் பின்னாட்களில் பல முனைகளில் வளர்த்தெடுத்தது ஆகிய குறிப்புகளை இணைத்து ஒரு முழுமையானதும் முக்கியத்துவமானதுமான நூலாகப் படைப்பதற்கு மார்க்சுக்கு நேரம் கிடைக்காமலே போய்விட்டது பெரும் வருத்தத்திற்குரியது.

எங்களுக்கு வாய்த்திருக்கக்கூடிய வரம்பிற்குட்பட்ட இடத்திற்குள் அநேகமாக அதில் நாங்கள் எற்கெனவே அடர்த்தியாக நிறைத்துவிட்டோம் என்பதால் - சில, சுருக்கமான குறிப்புகள் எனும் அளவில் முடித்துக் கொள்கிறோம்.

'நடைமுறையின் தத்துவம்' என்பது 'ஒரு முழுமை யான', 'எல்லாம் கூடிய' மனிதன் எனும் கனவுடன் மிக நெருக்கமான தொடர்புடையது. மானுட உயிரினம்

தோன்றியதிலிருந்தே உலகத்தை வெறுமனே அசமந்தமாக ஏற்றுக் கொள்ளவில்லை. மாறாக நடைமுறை, உழைப்பு ஆகியவற்றின் மூலமாகவும் குறிக்கோள்களை ஏற்படுத்திக் கொண்டும், அவற்றுக்கு வடிவம் அளிப்பதின் மூலமாகவும் - செயல்வடிவத்தில் உலகைத் தன் வசப்படுத்தியது. உலகை மனிதர்கள் மாற்றியபொழுதே அதைப் புரிந்து அறிந்து கொள்வதை அவர்கள் விரிவுபடுத்திக் கொண்டார்கள், அதற்கான அறிவைத் தீட்டிக் கொண்டார்கள். இவ்விதமாகப் புரிதல் திறன் கூடியதானது அதை (உலகை) மாற்றுவதற்கான அவர்களுடைய திறனை மேம்படுத்தியது. தன்னுடைய படைப்புகளால் மனிதன் தன்னைத் தானே சிருஷ்டித்துக் கொள்கிறான்; தன்னிலிருந்தே தான் விலகி நிற்பதன் மூலமாகத் தன்னைப் படைத்தவனாகத் தானே மாறிவிடுகிறான்.

ஆனால் உழைப்புப் பிரிவினை நிகழ்முறை மூளை மற்றும் உடல் உழைப்புகளுக்கு இடையில் ஆழமான பிளவுக்கு இட்டுச் சென்றது. சரக்கை உற்பத்தி செய்கின்ற சமூகத்தில் தத்துவம் செயல்படுகின்ற மனிதனின் வேலை கிடையாது என்று ஆகிப்போனது அது சிந்தனை மட்டும் செய்கின்றவனின் வேலையாக, உலகை மாற்றியமைக்காத, ஆனால் அதைக் கவனிக்கின்ற, பிரதிபலிக்கின்ற, பொருள் படுத்திக் கொள்கின்ற மனிதனின் பணியாக மாறிப் போனது.

தத்துவத்தின் வளர்ச்சியில் ஒரு விநோதமான தலைகீழ் மாற்றம் நிகழ்ந்து விட்டது. கருத்து முதல்வாதத் தத்துவவியலில் அறிவான்மை செயல்புரிகின்ற, படைக்கின்ற கோட்பாடாக மாறிவிடுகிறது; ஃபிக்ஷே-க்கு (FICHTE) 'நான்' (மனித 'நான்' அல்ல விண்ணுலக "நான்" அல்லது சுயம்) என்பதுதான் உலகின் சிருஷ்டிகர்த்தா; ஹெகலுக்கு, உலகின் ஆன்மா விருப்பற்ற எல்லா நிலைகளையும் கடந்து சென்று அனைத்தையும் தழுவி நிற்கின்ற சுய உணர்வாக மாறி நிற்கிறது. மறுபக்கம் பொருள்முதல்வாதத் தத்துவவியலாருக்கு மனிதன் புற உலகின் ஒரு படைப்பாகவும் உலகம் சிந்தனைக்கான ஒரு பொருளாகவும் மட்டும் இருக்கிறது; அது புலன் வெளிப்பாடுகளில் பிரதிபலிக்கிறது; அவை சிந்தனைகளில் பிம்பங்களாக வடிவம் பெறுகின்றன.

நடைமுறையின் தத்துவம் செயலூக்கம், புத்துருவாக்கம் ஆகிய கோட்பாடுகளைக் கருத்து முதல்வாத அமைப்பிலிருந்து பொருள் முதல் வாதக் கட்டமைப்பிற்கு இடம் மாற்றுகிறது.

அது எதார்த்தம் என்பதை நிகழ்வுப்போக்கு இயக்கம், மாற்றம் எனவும், சமூக எதார்த்தம் என்பது மானுட உள்ளத்திற்கு வெளியே இருக்கும் புறநிலை மற்றும் மானுடச் செயல்பாடு ஆகியவற்றின் ஊடாடலின் விளைபொருளாக, அகமும் புறமும் ஊடாடி உருவாக்குவதாகக் கண்டது.

மனிதர்கள் சிந்திக்கும் உயிரினம் ஆனால் புற உலகின் எதார்த்தம் என்பது எந்த அளவிற்கு மானுட சிந்தனையின் உருவாக்கம் என்பது குறித்து இரண்டாவது தோற்றம் கூறுகின்றது:

மனிதர்கள் சிந்திக்கும் உயிரினங்களாவார்கள்; ஆனால் எந்த அளவுக்கு யதார்த்த உண்மை மனித சிந்தனையின் ஒரு இயல்பான பண்பாக இருக்கிறது என்பது ஒரு கோட்பாட்டு வகைப்பட்ட கேள்வியல்ல, நடைமுறை ரீதியான கேள்வியாகும், மனிதன் உண்மையை நிரூபித்தாக வேண்டும். அதாவது அவனுடைய சிந்தனையின் மெய்மையை, சக்தியை, இந்தத் தரப்புத் தன்மையை நிருபித்தாக வேண்டும். நடைமுறையிலிருந்து விலகியிருக்கக்கூடிய சிந்தனையின் மெய்மை அல்லது மெய்மையின்மை என்பது மீதான சர்ச்சை என்பது வெட்டிப் பண்டிதர்களுக்கான பிரச்சனையாகும் என்று இரண்டாவது ஆய்வுரை கூறுகிறது.

எதார்த்தத்துடன் பொருந்தி வருகின்ற வரையிலும் சிந்தனையின் ஒரு இயல்பான குணமாக உண்மை இருக்கிறது; அது எந்த அளவுக்கு என்பதை நடைமுறைதான் நிரூபிக்க வேண்டும். ஒரு கோட்பாடு நடைமுறையில் தோல்வியுறுமானால், அதாவது, தற்காலிகமாக மட்டுமல்லாமல் நீண்ட கால அளவில் விடாமல் தோல்வியுறுமானால் அந்தக் கோட்பாடு மறுதலிக்கப்பட வேண்டும் அல்லது சரியாக்கப்பட வேண்டும். நடைமுறையில் சிறிது கால அல்லது ஒரு இடைநிலைக் கால முரண்பாடு எதிர்ப்படுமானால் அது சரியாக அல்லது தோராயமாகச் சரியானதாகக் கூட இருக்கக்கூடும். ஆனால் அது வளர்ச்சியடைவதன் மூலமாகத் தன்னுடைய ஆற்றலையும் மெய்மையையும் நிரூபித்தாக வேண்டும். நடைமுறைதான் எப்போதுமே தீர்மானிக்கிறது.

மனிதர்கள் செயல்படுகின்ற உயிரினங்களாவார்கள்; அவர்கள் தங்களால் இயன்ற மட்டும் தங்கள் சூழ்நிலையைத் தங்களுக்கேற்றவாறு மாற்றுகின்றனர். “எல்லா சமூகவியல் வாழ்க்கையுமே அடிப்படையில் நடைமுறை வகைப்பட்டவைகளே” என்று எட்டாவது ஆய்வுரை

கூறுகிறது. "ஆன்ம சிந்தனைக்குள் கோட்பாட்டை உந்தித் தள்ளுகிற எல்லா மர்மங்களும் மனித நடைமுறையில், அந்த நடைமுறையை கிரகித்துக் கொள்வதில் தமக்குரிய பகுத்தறிவாலான தீர்வுகளைப் பெறுகின்றன. மனிதனுடைய நடைமுறைச் செயல்பாடு மட்டும் போதாது; கண்காணா இருண்ட கானகத்திற்குள் ஒரு பைத்தியக்காரன் ஆபத்திற்குள் இட்டுச் செல்ல முடியும். அது புரிந்து அறிந்து கொள்ளப்பட்ட நடைமுறையாக இருக்க வேண்டும். அதைப் புரிந்தறிந்து கொள்வது புரட்சிகர தத்துவத்தின் பணியாகும். இந்தத் தத்துவம் வகையினங்களிலிருந்தோ, பொதுவானதும், பரந்துபட்டதுமான கோட்பாடுகளிலிருந்தோ தோன்றி முன் செல்பவைகளல்ல, அவை மனிதர்களிடமிருந்து தோன்றி முன் செல்கிறது; அவர்கள் செய்வது என்ன என்பதை அது பரிசோதிக்கிறது. அதை ஏன் அவர்கள் செய்கிறார்களென்றும் எந்தக் காரணத்திற்காக, எந்தக் கட்டாயத்தில் செய்கிறார்கள் என்றும் கேட்கிறது. தாம் என்ன செய்கிறோம் என்பதை அறிந்து கொள்ள அவர்களுக்கு அது கற்றுத்தருகிறது; அதாவது 'தன் அறிவு' கொண்டவனாக மனிதனை மாற்றுவதற்கான நடைமுறையைப் போதிப்பதற்காக அது நடைமுறையிலிருந்து கற்றுக் கொள்கிறது.

மனிதன் தானாக இயங்குபவன்; எந்த நேரத்திலும் தானாக முடிவெடுக்கக் கூடியவன் என்றும், இல்லை அதற்கு நேர்மாறானவன் என்றும், அதாவது, தானாக இயங்கி முடிவெடுப்பது போலக் காட்சி தருகிறது என்றும் மேற்கொள்ளப்படுகின்ற இரண்டு அனுமானங்களையும் நடைமுறையின் தத்துவம் மறுக்கிறது. ஆனால் உண்மையில் சூழ்நிலைமைகள் மனிதர்களின் வாழ்க்கையை ஆள்கின்றன; எந்த ஒரு அசலான முடிவையும் எடுக்க அனுமதிப்பதில்லை; 'மனிதன்' என்பது ஒரு கருத்துரு தான்: அவர்கள் தம் இனத்திற்குரிய இயல்பைக் கொண்டிருக்கிறார்கள்; அந்த இயல்பு பொதுவான உயிரினங்களிலிருந்து வேறுபடுத்திக் காட்டுகிறது. ஆனால் அவர்கள் ஒரு குறிப்பிட்ட சமூக வடிவம், வர்க்கம், தேசம், ஒரு வரலாற்றியல் சகாப்தம் ஆகியவற்றுக்கு உரியவர்களாக இருக்கிறார்கள். ஆகவே, எந்தவொரு காலத்தை எடுத்துக் கொண்டாலும், தங்களுடைய நடத்தைகள், சாத்தியங்கள், தேவைகள், முடிவுகள் ஆகிய விஷயங்களில் அந்தக் காலத்தின் மேற்சொன்ன சூழ்நிலைமைகளின் மொத்தத் தொகையினால் தகவமைக்கப்பட்டவர்களாக இருக்கிறார்கள்.

ஃபாயர் பாக்-ன் கூற்றை மறுத்த மார்க்ஸ் பதிலளிக்கிறார், “மனிதன் என்பதன் சாராம்சமானது ஒவ்வொரு தனித்தனியான, தனி நபரின் உள்ளார்ந்த சாரம் என்பதாக இல்லை. அதனுடைய யதார்த்தத்தில் அது சமூகவியல் உறவுகளின் கூட்டுத் தொகையாகும்.” மனிதன் என்பது ‘ஒரு கருத்துரு-தனிமைப்படுத்தப்பட்ட - ஒரு தனி நபர்’ என்னும் கருத்தை ஃபாயர்பாக் முன் வைக்கிறார், ஆகையால் ‘அவர் பகுப்பாய்வுக்கு உட்படுத்துகிற அந்த உருவகமான தனிநபர் ஒரு குறிப்பிட்ட சமூக வடிவத்திற்குரியவர் என்பதை காணத் தவறிவிடுகிறார்.’ (ஆறாவது, ஏழாவது தேற்றங்கள்). திட்டவட்டமான மனித ஜீவன் என்பதை - பல தனி நபர்களை இயல்பாகவே ஒன்றுபடுத்துகின்ற ஒரு அகவயமான, பொதுப்படையான, இன வகை என்பதாக மட்டுமே புரிந்து கொள்ளாமல், தன்னைத் தானே சிருஷ்டித்துக் கொள்கின்றன, தன்னுடைய வரலாற்று வளர்ச்சியில் தன் ஆற்றலைப் புரிந்து கொள்கின்ற ஒரு சமூக உயிரினமாகவும் இதைப் புரிந்து கொள்ள வேண்டும். ஒரு மனித ஜீவனை உருக்கொள்ளச் செய்கின்ற சமூக உறவுகளின் கூட்டுத் தொகையானது, அந்தத் தருணத்திற்கான சமூக நிலையை மட்டும் உள்ளடக்கியதல்ல; மாறாக, மொழி, பழக்க வழக்கங்கள், பாரம்பரியம் ஆகியவைகளாக மாறிவிட்டவற்றையும், மாறிக் கொண்டிருப்பவற்றையும் நிறுவப்பட்டுள்ள சமூகத்தின் கருவறைக்குள் முரண்பாடாகக் கிளர்ந்தெழுந்து கொண்டு தன்னை ஒரு சாத்தியக்கூறு என்பதாக அறிவித்துக் கொண்டிருப்பதையும் உள்ளடக்கியதாகும்.

ஆகையால், மனிதன் என்பவன் ஒரு தனியொரு ‘சுயம்’ அல்ல என்பதுடன் வெறும் சுய-உணர்வின் மூலமாகவும், அறிவு வெளிச்சம் அல்லது தத்துவார்த்தவியல் மூலமாகவும் முரண்பாடுகளை ஒழித்துக் கட்டி மற்றவர்களுக்குப் போதிக்கக்கூடிய ஆற்றல் கொண்டவனுமல்ல.

தத்துவம் ஆற்றல் படைத்ததாக மாற வேண்டுமானால் அதற்கு நடைமுறை அவசியம். ஃபாயர்பாக்கை எடுத்துக்காட்டாகப் பயன்படுத்தி நான்காவது ஆய்வுரையில் இந்தக் கோட்பாடு வெளிப்படுத்தப்பட்டுள்ளது:

ஃபாயர்பாக், மதரீதியாக சுய-அந்நியமாதல் மற்றும் உலகம் மதம் சார்ந்ததாகவும், மதச் சார்பற்றதாகவும் இரண்டு படுத்தப்பட்டிருத்தல் ஆகியவற்றிலிருந்து ஆரம்பிக்கின்றார். மதம்

சார்ந்த உலகை மதச் சார்பற்ற உலகமாக மாற்றியமைப்பதை அவருடைய படைப்பு நோக்கமாகக் கொண்டிருக்கிறது. ஆனால் அந்த மதச்சார்பற்ற அடிப்படை தன்னைத் தனக்கும் மேலாக உயர்த்திக் கொண்டு வானத்தில் ஒரு சுதந்திரமான புலத்தைத் தனக்காக உருவாக்கிக் கொள்வது ஏனென்பதை இந்த மதச்சார்பற்ற அடிப்படையின் பிளவு மற்றும் சுய-முரண்பாடுகளின் மூலமாக மட்டுமே விளக்க முடியும். ஆகவே அதை அதனுடைய முரண்பாட்டில் வைத்துப் புரிந்து கொள்வதுடன் அதை நடைமுறையில் புரட்சிகரமாக்க வேண்டும்.

அனைத்து விதமான மனிதச் சிந்தனைகளும் செயலும் பொருளியல் மற்றும் சமூக ரீதியில் பதப்படுத்தப்பட்டுள்ளன என்பதற்கு மார்க்ஸ் வலுவான அழுத்தம் தருகிறார். அதாவது குறிப்பிட்ட சூழ்நிலைமைகளின் வரம்புகளை மனிதனின் மன ஆற்றலே, ‘தன்னார்வமே’ வெற்றி கொண்டுவிடும் என்கிற மனப்போக்கை அவர் முற்றிலும் நிராகரிக்கிறார். ஆனால், அதற்கு ஈடாகவே, இந்தக் குறிப்பிட்ட சூழ்நிலைமைகளை மாற்றுவதற்கான மனிதர்களின் ஆற்றல் மீது அவர் நம்பிக்கை கொண்டிருந்தார். *சூழ்நிலைமைகளை மாற்றுவது மற்றும் போதிப்பது குறித்த பொருள்முதல் வாதக் கோட்பாடு சூழ்நிலைமைகள் மனிதர்களால் மாற்றப்படுகிறது, போதிப்பவர்களுக்கே போதிக்கப்பட வேண்டியிருக்கிறது என்பதை மறந்து விடுகிறது. (மூன்றாவது ஆய்வுரை)*

மனிதன் வெறும் சூன்யம் தான், உற்பத்திப் பொருள்தான் எல்லாமே என்பது போலவும், அவை மனித முயற்சி, அறிவு, செயல்பாடு ஆகியவற்றையற்று சுதந்திரமாகத் தானே உருவாவது போலவும் நம்மை உணர வைக்கின்ற, மிக விரைவாக வளர்ச்சி பெற்று வருகின்ற உற்பத்தி சக்திகளால் இயக்கி வைக்கப்படுகின்ற, பிரம்மாண்டமானதும், சுதந்திரமானவை போலவும் தோன்றுகின்ற ஆட்சியதிகார இயந்திரங்கள், மற்றும் பொறி அமைப்புகள் இருக்கின்ற காலகட்டத்தில் இந்த நடைமுறையின் தத்துவத்தின் உள்ளார்ந்த ஆற்றல் சிறப்பு முக்கியத்துவம் பெறுவதாக நமக்குத் தோன்றுகிறது. ‘வழிமுறைகள்’, ‘கட்டமைப்புக்கள்,’ ‘ஒழுங்கமைவுகள்’ ஆகியவையெல்லாம் தம் சொந்த, மாற்றவியலாத விதிகளைத் தொடர்ந்து பின்பற்றிச் சென்றாக வேண்டும் போலவும், இதை எதிர்த்துப் போராட முயல்வது சாகசமாகவும், காலாவதியாகிப்போன மனிதாபிமானம் போலவும் கருதப்படுகிறது.

மனித விரோதம் என்பது ஒரு பிரபஞ்ச விதியாகவும், உழைப்பு மொத்தமாகப் பண்டமாக்கப்படுவதற்கு மொத்தமாகச் சரணடைந்து விடுவதும் அறிவியல் சிந்தனை மற்றும் ஆழமாக வேரூன்றிவிட்ட பழைமையான அறிவு ஆகியவற்றின் விளை பலன் எனக் கருதப்படுகிறது. ஆகவே, நம்முடைய கால கட்டமென்பது - மனிதர்கள் சூழ்நிலைமைகளால் வடிவமைக்கப் படுபவர்கள் தான் என்றாலும் கூட அதே நேரத்தில் சூழ்நிலைமைகளை மாற்றியமைக்கக்கூடியவர்கள் என்பதை நாம் ஒரு கணமும் மறந்துவிடக்கூடாத காலக்கட்டமாகும்; கற்றுத் தருபவர்களுக்குக் கற்றுத் தர வேண்டியுள்ளது, சூழ்நிலைமைகள் மாற்றப்படுவதற்கு மாற்றமடைந்த மனிதர்கள் (அல்லது தம்மைத் தாமே மாற்றிக் கொள்வதில் முனைந்திருக்கும் மனிதர்கள்) தேவைப்படுகிறார்கள்; சமூகம் மனித நேய மயமாக்கப்படுவது ஒரு இயற்கையான நிகழ்முறையல்ல; மாறாக, அசாதாரணமான நெறியாண்மை அறிவாற்றல் தகுதிகள் படைத்த - சூழ்நிலைகளைக் கடந்து மாறிச் செல்கின்ற வல்லமை படைத்த - மனிதர்களின் இன்றியமையாமை ஆகியவைகளெல்லாம் எப்போதுமே மிகப் பெரும் பிரச்சனையாகவே இருந்து வருகிறது.

உலகைப் பற்றி வெறுமனே சிந்திக்க மட்டும் செய்கின்ற, அதை அறிவியல் வகை ஆய்வுப் பொருள் என்று கருதுகின்ற ஒரு பொருள் முதல்வாதம் குறிப்பிட்ட நிலைமையின் வரம்புகளைக்கடந்து செல்லாது; அதாவது முதலாளித்துவ சமூகத்தின் வரம்புகளைக் கடந்து செல்லாது விமர்சிக்க மறுக்கின்ற அல்லது தனக்கான இலக்கு எதையும் நிர்ணயிக்க மறுக்கின்ற அது, சுற்றிவளைத்து இறுதியாக 'என்ன இருந்து வருகின்றதோ அதை உள்ளவாறே உறுதிப்படுத்துகின்ற ஒன்றாகிவிடுகிறது'. 'சிந்தனை வகைப்பட்ட பொருள் முதல்வாதம் எட்ட முடிகின்ற உயர்ந்த பட்ச நிலை என்பதானது, அதாவது, நம்முடைய புலனுணர்வு இயல்பை நடைமுறைச் செயல்பாடு என்பதாகப் புரிந்து கொள்ளாத பொருள் முதல்வாதம் என்பது தனி மனிதர்கள் மற்றும் குடிமைச் சமூகம் என்பதன் சிந்தனை மட்டத்தைத் தான் எட்டும்.' (ஒன்பதாவது ஆய்வுரை) இந்தப் பொருள் முதல்வாதம் தனிமனிதர்களைப் பற்றிச் சிந்திப்பதை நிறுத்திக் கொண்டு அவர்களைப் புள்ளி விபரவியல் அலகுகளாக - சராசரி நடத்தை வகைகளின் பிரதிநிதிகளாகக் கருதத் தொடங்கும் பொழுது அது அனைத்து மனித நேயத்தையும் துறந்துவிட்ட தத்துவமாகிவிடுகிறது. முதலாளித்துவ சமூகத்தின் சமீப கால

வளர்ச்சிக் கட்டத்தின் தத்துவமாகிவிடுகிறது. ஏனெனில், தனிமனிதன் என்பவன் தனிமனிதவியல் வாதத்தின் கண்டுபிடிப்பு என்பதை விடவும் கூடுதல் பொருள் படுபவனாவான்.' (பத்தாவது ஆய்வுரை)

'பழைய வகைப்பட்ட பொருள்முதல் வாதத்தின் நிலைபாடு குடிமைச் சமூகம் ஆகும், புதிய பொருள் முதல் வாதத்தின் நிலைபாடு மனிதநேய சமூகம் அல்லது சமூக மனிதநேயமாகும்.' (பத்தாவது ஆய்வுரை)

மனிதனிலிருந்து துவங்கி மனிதனுடன் முடிந்து விடுகிற இந்தப் புதிய பொருள் முதல் வாதத்திற்கு நடைமுறையின் மனித நேயத் தத்துவத்திற்கு ஃபாயர் பாக் குறித்த இந்த ஆய்வுரைகள் தான் அடிப்படையாகும். இந்தத் தத்துவத்தின் நிலைபாடு மனித நேய சமூகம் அல்லது சமூக மனிதநேயம் என்பதாக இருக்கும் பொழுது, இது வரையிலும் எட்டப்படாத, ஒரு உண்மையான ஆனால் இன்னும் அடையப்படாத ஒரு சாத்தியப்பாட்டின் நிலைபாட்டை மேற்கொள்கிறது. இதில் சமூக மனப்பாங்குகள் இலக்குகளாகச் செறிவு பெறுகின்றன. இதில் நடைமுறையின் சுய-விழிப்புணர்வு, நடைமுறையின் இன்றியமையாத காரணிகளில் ஒன்றாக மாறிவிடுகிறது. நடைமுறையற்ற தத்துவம் மிக எளிதாகக் காற்றில் கரைந்து விடுகிறது அல்லது புகையாகிப் போகிறது அல்லது ஒரு வறட்டுவாத நம்பிக்கையாகக் கெட்டித்துப் போகிறது: தத்துவம் இல்லாத நடைமுறை கிட்டப்பார்வை கொண்ட மூளையற்ற நடைமுறை வாதமாகி விடுகிறது.

நடைமுறைத் தத்துவம் என்பது பலவகைப்பட்ட ஆய்வுத் தளங்களில் இருந்து தொகுக்கப்பட்ட பகுதி உண்மையின் அறிவியல் கண்டுபிடிப்புகள் மட்டுமல்ல, ஒரு ஒட்டு மொத்த நிகழ்முறைப் போக்கின் வினையாற்றல்களைப் புரிந்து கொள்வதற்கான ஒரு முயற்சியின் தத்துவமுமாகும். அது நடைமுறையின் தத்துவமாகும். அதாவது நடைமுறையிலிருந்தும் நடைமுறைப் பரிசோதனை மூலமும் பெறப்பட்ட வெறும் சிந்தனை மட்டுமல்ல; மாறாகச் சுய-விழிப்புணர்வை நோக்கி நடைமுறையை இட்டுச் செல்கின்றதும், அதன் வளர்ச்சிக்கான பங்களிப்பைத் தருகின்ற சிந்தனையும் ஆகும்.

மாற்றங்கள் நிகழ்கின்ற போதே அவற்றை ஆழ்ந்து நோக்கி புரிந்து கொள்ளும் நடைமுறையின் தத்துவம் விழிப்புணர்வைப் பெறுகிறது. அது எப்போதும் அசையாத நிலையில்

இருப்பதில்லை; இயங்கிக் கொண்டேயிருக்கிறது. மாறிக் கொண்டிருக்கும் வளர்ச்சியை உண்டாக்குவதற்கான அதனுடைய முடிவற்ற விழைவினால் அது வெறும் கவனிப்பு - புரிதல் என்பதையும் இடைவிடாமல் தொடர்ச்சியாகக் கடந்து சென்று நடைமுறையின் உந்து சக்தியாக மாறிவிடுகிறது. ஃபாயர் பாக் மீதான ஆய்வுக் குறிப்புகளின் இறுதியில் வருகின்ற பதினோராவது ஆய்வுரை என்பது ஏதோ இது அல்லது அது என்பதல்ல; மாறாக உலகத்தைத் தத்துவார்த்தவியல் முறையில் புரிந்து பொருள் காண்பது, அதை நடைமுறையில் மாற்றியமைப்பது ஆகிய இரண்டும் இணைந்த ஒரு முழுமையாகும்:

“தத்துவஞானிகள் வெவ்வேறு வகையில் உலகை விளக்கியுள்ளனர்; செய்ய வேண்டியது உலகை மாற்றுவது.”

அத்தியாயம் 14

மார்க்சியம் இன்று

*மார்க்சுடன் மார்க்சியம் துவங்குகிறது. அவருடன் அது முடிந்து விடுவதில்லை. பல ஆண்டுகளாக மார்க்சியம் ஒரு மாறாத சூத்திரமாகக் கருதப்பட்டு வந்தது, அதில் முதலாளித்துவ நவீனமயமாக்கல் ஒரு புதிய சோஷலிச நாகரிகத்தை ஈன்றெடுக்கும், தொழில் மயமாக்கப்பட்டு மிகவும் வளர்ச்சியடைந்த நாடுகளில் அது முதலாளித்துவத்தின் இடத்தைப் பிடித்துக் கொள்ளும், பின்னர் அது மற்ற தொலை தூர நாடுகளுக்கும் பரவும் என்று எண்ணப்பட்டது. இருந்தபோதிலும், மார்க்சுக்குப் பிந்தைய மிகச்சிறந்த மார்க்சியம் என்பது, அவரைப் பின்பற்றி அவரைப் போலவே முதலாளித்துவத்தின் மாற்றமடையும் இயல்பையும், சோஷலிஸப் புரட்சிக்கான சாத்தியங்களையும் ஒரு வரலாற்று நிகழ்வுப்போக்கு என்பதாக எடுத்துக் கொண்டு பகுப்பாய்வு செய்யப்பட்ட முயற்சியாகத்தானிருக்கும். இருபதாவது நூற்றாண்டில் ஏகபோக மூலதனம் அல்லது ஏகாதிபத்தியம் வளர்ச்சி பெறுவதானது மார்க்சின் காலகட்டத்தில் இருந்திராத வர்க்கப் போராட்டத்திற்கான களங்களை உருவாக்கும் என்கிற தன்னுடைய கோட்பாட்டு உருவாக்கத்தில் லெனின் மேற்சொன்ன வழிமுறையைப் பயன்படுத்தினார். (*பார்க்க: லெனின், ஏகாதிபத்தியம் முதலாளித்துவத்தின் உச்சக்கட்டம் 1916)*

1960-களின் பிற்பகுதியில் மார்க்சிய சிந்தனையில் நிகழ்ந்த முக்கியமான முன்னேற்றங்களை விவரிக்கையில் வரலாற்றுக்கு இயக்கவியல் பொருள் முதல்வாதத்தைப் பயன்படுத்துவதைப் பற்றி ஃபிஷர் குறிப்பிடுகிறார், அதன் மூலத்தை அவர் ஏங்கெல்சிடம் காண்கிறார். (சமீப காலத்திய மார்க்சிய விமர்சகர்கள் மற்றும் ஆதரவாளர்களுக்கு மாறாக, இயக்கவியல் பொருள்முதல் வாதம் எனும் வாக்கியத்தை மார்க்ஸ் என்றுமே

பயன்படுத்தியதில்லை அல்லது மாறாத சிந்தனை முறையை முன் வைக்கவுமில்லை) இரண்டாம் அகிலம் (சோஷலிஸ்ட்) மற்றும் மூன்றாம் அகிலம் (கம்யூனிஸ்ட்) மற்றும் இதர அரசியல் போக்குகளைச் சார்ந்த தத்துவவியலாளர்கள் இயக்கவியல் குறித்த தம் சொந்த புரிதலைப் பயன்படுத்திப் பொருளியல் பிரபஞ்சத்தின் நிலையான விதிகளின் விளைவாக வரலாற்றை விளக்க முடியும் என்று கற்றுத் தந்து வந்தார்கள். இந்த நூல் எழுதப்பட்ட பொழுது, ஸ்டாலின் சகாப்தத்தின் தன் நிலை நியாயம் செய்யும் கோட்பாடுகளுடன் தொடர்புடைய இறுகிப்போன வரலாற்று வகையல்லாத சூத்திரங்களிலிருந்து விலகி நின்ற - இயக்கவியலை நோக்கிச் செல்கின்ற கூடுதலான நெகிழ்வுத் தன்மை கொண்டு முக்கியமான நிகழ்வுகளை ஃபிஷர் கவனித்தார். மார்க்சியத்தின் பால் புதிய அணுகு முறைகளைக் கொண்டுவர உண்மையிலேயே இந்த நகர்வுகள் உதவின - சில நகர்வுகளில் தத்துவத்திற்கும் - நடைமுறைக்கும் புத்துணர்வூட்டின; மற்றவற்றில் ஒரு பாதுகாப்பான, புரட்சிகரமற்ற குப்பைகளை உண்டாக்கின.

ஃபிஷர் குறிப்பிடுவது போல, இரண்டாம் உலகப் போருக்குப் பின்னர், எரிக் ஃபிரோம், ழான்-பால் சார்தர் போன்ற அறிவு ஜீவிகள் மார்க்சியத்தின் மனித நேய தத்துவக் கூறுகளின் மீது புதுப்பிக்கப்பட்ட அழுத்தத்துடன் நவீன சமுதாயத்தின் வெறுமையை அணுகினார்கள். இந்த மாறுபட்ட அணுகுமுறை 'அந்நியமாக்கல்' பற்றிய மார்க்சின் நுண்ணாய்வுப் பார்வைகளை மனித உளவியல் மற்றும் சமூகவியல் ஆய்வுக்கு இட்டுச் சென்றது, சிமோன்-டி பூவோ, ஹெர்பெர்ட் மார்க்யூஸ், ஃபிரன்ட்ஸ் ஃபனான் போன்ற துளிர்விட்டுக் கொண்டிருந்த சிந்தனையாளர்கள் மீது தாக்கம் செலுத்தியது. இதற்கு மாறாக, லூயிஸ் அல்தூஸ்சர், நிக்கோ பௌலான்ஸாஸ் போன்ற கட்டமைப்பு வாத மார்க்சிஸ்ட்டுகள் மார்க்சியத்திற்கு ஒரு கட்டமைப்பியல் விளக்கத்தைப் புகுத்தியதன் மூலம் மனித நேயத்தின் முக்கியத்துவத்தைக் குறைத்தார்கள், அதன் கருத்துக்களையும் கண்டு பிடிப்புக்களையும் "மிகைக் கூற்றான" கட்டமைப்பு வடிவத்திற்குள் ஒரு சாரமான கருத்துருக்களின் தொகுப்பாக மறு-வரையறைப்படுத்தினார்கள். (பார்க்க அறிமுகவுரை)

'வரலாறு மற்றும் அரசியல் முன்முயற்சி குறித்து ஆய்வு' மீது கவனம் செலுத்திய, ஃபிஷருடைய மார்க்சியத்தின்

நான்காம் வகையைத்தான் மார்க்சின் சிந்தனையுடன் ஒத்துச் செல்வதாக அவர் பார்த்தார். இந்தக் கண்ணோட்டம், மனிதர்கள் முழுமையாகத் தாமே தேர்வு செய்த நிலைமைகளின் கீழ் என்று இல்லாவிட்டாலும் கூட அவர் தம் சொந்தச் சமூகத்தை உருவாக்கிக் கொள்கின்ற ஒரு நிகழ்முறை என்பதாக வரலாற்றைப் பார்க்கிறது - நடைமுறையின் தத்துவத்தை நோக்கியதொரு ஆற்றல் மிக்கதும் ஆக்கப்பூர்வமானதுமான அணுகுமுறையை வரலாற்றின் முன் தீர்மானமற்ற தன்மை கோருகிறது என்பதை அது அங்கீகரிக்கிறது. மார்க்சியத்தின் பல்வேறுபட்ட பதாகைகளின் கீழ் நடை போடுகின்ற இயக்கங்களின் வரம்புகளுக்கும் வெகு தூரம் அப்பால் சென்று இந்தப் பாரம்பரியம் மார்க்சிடமிருந்து உலகம் முழுவதும் இருக்கின்ற மகத்தான பன்முகத் தன்மை வாய்ந்த சிந்தனையாளர்கள் மற்றும் கதை மாந்தர்கள் வரைக்கும் நீள்கிறது.

சோவியத் யூனியனின் மறைவு மற்றும் உலக சமூகத்தின் மேல் கட்டமைப்பில் ஏற்பட்டுள்ள மாற்றம் ஆகியவற்றின் சூழலில் மார்க்சினுடைய பார்வையின் முக்கியத்துவம் மேலும் விரிவடைந்திருக்கிறது. மார்க்சினுடைய விமர்சன ஆய்வின் பிரதான இலக்காக எப்போதுமே முதலாளித்துவம் தான் இருந்து வந்தது; முதலாளித்துவம் நீடித்திருக்கும் வரையிலும் அவருடைய சிந்தனைகள் 'பூவுலகின் துயர மாந்தர்கள்' மத்தியில் அதிர்ந்து எதிரொலித்துக் கொண்டேயிருக்கும் - JBF

மார்க்சின் சிந்தனைகளுடைய உலகம் ஒரு மூடுண்ட கட்டமைப்பு அல்ல. அதில் மேம்பாடு, அதிகரிப்பு விரிவாக்கம் ஆகியவை உள்ளார்ந்து உறைந்திருக்கின்றன. மார்க்சின் சொந்த உணர்வுப் பூர்வத்துடன் அதை நடத்துவதென்பது அதனுடைய வரலாறு, கடந்த காலம், அதனுடைய நடப்புக்காலம், வருங்காலம் ஆகியவற்றைப் பற்றிப் பேசுவதேயாகும், அது ஏற்கெனவே தொடங்கிவிட்டது.

மார்க்சின் மறைவிற்குப் பிறகு, அந்த நூற்றாண்டு முடிவுத் தருணத்தில் அவருடைய சிந்தனைகள் தொழிலாளர்கள் இயக்கங்களுக்குள், சிறப்பாக ஜெர்மனி, ஆஸ்திரியா, ரஷ்யா ஆகிய நாடுகளில் பரவியது; லட்சக் கணக்கான மக்களின் உலகக் கண்ணோட்டத்தை வடிவமைக்க அது உதவியது; எனினும் அது இயற்கையான வரலாறு என்பதன் மேலாதிக்கத்தைச்

சுமக்க நேரிட்டது, அது ஒரு சோஷலிஸ சமூகத்தை நோக்கிய வளர்ச்சிப்போக்கிற்கான விருப்பத்தை 'வரலாற்றில் தானே சுயமாக நடந்தேறியே தீரக்கூடிய உருக்கு நிகர் நம்பிக்கையாக மாற்றியது,' அது பலத்த பல தோல்விகளுக்குப் பிறகும் கூட 'என்ன நடந்தாலும் உலகம் நமதே' என்கிற நம்பிக்கையை உயிருடன் வைத்திருந்தது. இதற்கான குறைந்த பட்ச காரணம் 'மார்க்சியத்தின் பிரதான பரப்பாளராகவிருந்த' கார்ல் காவுட்ஸ்கி ஒரு டார்வினிய வாதப் பின்புலத்தைக் கொண்டவராக இருந்தார் என்பது மட்டுமல்ல, மார்க்சின் சில வாக்கியங்களை மேற்கோள் காட்டி, அதைவிடச் சிறப்பாக ஏங்கெல்ஸை மேற்கோள் காட்டி வரலாறு குறித்த மார்க்சியக் கண்ணோட்டத்தின் மீது 'இயற்கையின் வரலாற்றிலிருந்து பெறப்பட்ட நிகழ வேண்டியது நிகழ்ந்தே தீரும், அதைத் தடுக்கவியலாது,' என்கிற நம்பிக்கையைத் திணித்ததும் முக்கியமான காரணமாகும். வரலாறு குறித்த இந்தக் கண்ணோட்டத்தைக் கடுமையாக விமர்சனத்திற்குள்ளாக்கியவற்றில் மிக முக்கியமானது லெனினின் 'என்ன செய்ய வேண்டும்?' (1902) எனும் நூலாகும்.

மார்க்சின் சிந்தனைகளிலிருந்து துவங்கிய லெனின், ஜாரிஸ்ட் ரஷ்யாவின் தனித்தன்மையான பிரச்சனைகளுக்கேற்ப புரட்சிகரத் தத்துவத்தை வடிவமைத்தார். முதலாளித்துவப் புரட்சிக்காகப் பயன்படுத்தப்படாமல் சேமிப்பிலிருக்கும் சக்திகள் ஒரு சோஷலிசப் புரட்சிக்கான எரிபொருளாகக் கூடும் என்றும், ஆனால் ஏற்கெனவே பொருளாதார வளர்ச்சியில் அடைந்துள்ள முன்னேற்றத்தின் மட்டத்தைக் கணக்கில் எடுத்துக் கொண்டு - பாட்டாளி வர்க்கத்தின் தலைமையின் கீழ்தான் அதை நடத்த வேண்டுமென்றும் லெனின் சிந்தித்தார். முதலாளித்துவத்தின் விவசாயப் புரட்சியில் செய்து முடிக்கப்படாத கடமைகளை நிறைவு செய்வதற்கு விவசாய மக்களைப் பாட்டாளி வர்க்கம் தன் பக்கம் முதலில் வென்றெடுத்தாக வேண்டும்; பின்னர், அந்த வளர்ச்சிப்போக்கு பாட்டாளி வர்க்கத்தின் தலைமையின் கீழ் சோஷலிஸப் புரட்சியை நோக்கி உந்திச் செல்லப்பட வேண்டும். அக்டோபர் புரட்சிக்கு மிகக் குறுகிய காலம் முன்பு வரைக்கும் ரஷ்யாவில் நடக்கும் புரட்சிகர வளர்ச்சிப் போக்கு சோஷலிஸப் புரட்சிக்கான துவக்கக் கட்ட வெடிமருந்து என்கிற பாத்திரத்தை வகிக்கும்; அது-மார்க்சின் சிந்தனையின் படி - முன்னேறிய முதலாளித்துவ நாடுகளில் புரட்சியை உருவாக்கும் என்றே லெனினும் நம்பியிருந்தார் என்பது உண்மைதான்.

மார்க்சைப் பின் தொடர்ந்து அவருடைய சிந்தனையை முன்னெடுத்துச் சென்ற லெனின் அதனுடன் முதலாளித்துவத்தில் ஏற்பட்டிருந்த கட்டமைப்பு மாற்றங்களை இணைத்தார். ஹில்ஃபெர்டிங்* குறிப்பாக எடுத்துக்காட்டியிருந்தது போல சுதந்திரமாகப் போட்டியிடக்கூடிய முதலாளித்துவத்திலிருந்து ஏகபோக முதலாளித்துவமாக மாறியதிலிருந்து இந்தக் கட்டமைப்பு மாற்றங்கள் வளர்ச்சி பெற்றன என்று அவர் கூறினார்.

முதலாளித்துவத்தின் இந்த ஏகபோகக் கட்டத்தை லெனின் ஏகாதிபத்தியம் என்றழைத்தார். இதன் பொருள் மொத்த உலகமும் முதலாளித்துவக் கட்டமைப்பிற்குள் இழுக்கப்பட்டுவிட்டது என்பதாகும்; ஆகையால், புரட்சிகர சாத்தியப்பாடுகள் உலகப் புரட்சியின் மீது குவி மையமாக்கப்பட்டது. அதன் பொருள் புரட்சி தொழில்மயமாக வளர்ச்சி அடைந்திருந்த நாடுகளில் தான் துவங்க வேண்டுமென்பதோ மிக முன்னேறிய நாடுகளில் ஏக காலத்தில் நடக்குமென்பதோ அல்ல. காலனிய, அரைக்காலனிய நாடுகளின் புரட்சிகர தேசிய இயக்கங்களுக்கு லெனின் தீர்மானகரமான முக்கியத்துவமளித்தார்.

லெனினுடைய வாழ்நாளில் ரஷ்ய சோஷலிஸ ஜனநாயக இயக்கத்தில் அவருடைய தலைமையிலிருந்த பிரிவினரான போல்ஷ்விக்குகளின் தலைமையில் தான் 1917 அக்டோபர் புரட்சி நடந்தது. அந்த போல்ஷ்விக்கு குழுவினரின் கருத்துகளுக்குத் தான் லெனினியம் என்று பெயர் சூட்டப்பட்டது. லெனினின் மறைவிற்குப் பிறகு இந்தக் கருத்துக்கள் ஒரு வழிமுறையாக எளிமைப்படுத்தப்பட்டன. அதற்கு “மார்க்சியம்-லெனினியம்” அல்லது ‘ஏகாதிபத்தியம் மற்றும் பாட்டாளி வர்க்கப் புரட்சி சகாப்தத்தின் மார்ச்சியம்’ என்று ஸ்டாலின் பெயரிட்டார். தேசிய மற்றும் காலனிய எதிர்ப்புப் புரட்சியுடன் விவசாயப் புரட்சியின் சிக்கல்களை இணைக்கின்ற ஒரு புரட்சிக் கோட்பாட்டை வளர்த்தெடுத்ததில் மா-சே-துங் இந்த வழிமுறையைப் பயன்படுத்தினார். புரட்சிகரப் போராட்டத்தில், விவசாயிகளை பிரதான சக்தியாக இந்தக் கோட்பாடு பார்த்தது எனினும் அதில் பாட்டாளி வர்க்கத்தின் தலைமைப் பாத்திரம் முறையாக அங்கீகரிக்கப்பட்டிருந்தது.

---

* ருடால்ஃப் ஹில்ஃபெர்டிங்: (1877-1941) ஜெர்மானிய நிதி இயல் நிபுணர், சமூக ஜனநாயகவாதி. நெருக்கடி காலகட்டத்தில் இருமுறை ஜெர்மன் நிதியமைச்சராக இருந்தவர்.

நடப்புக் காலத்தில் மார்க்சியத்தின் நான்கு பிரதான வகைகளை நாம் அடையாளம் காண முடியும், அவை எதிர்காலத்திற்கு வலுவான முக்கியத்துவம் வாய்ந்தவைகளாகும்:

a) மார்க்சிய வரலாற்றியல் தத்துவமென்பது வரலாற்றுக்கு இயக்கவியல் பொருள் முதல் வாதத்தைப் பொருத்துவது என்று கருதுகின்ற அறிவியல் பூர்வமான சிந்தனையாளர்களின் கண்ணோட்டம் தான் மார்க்சியமாகும். இந்தக் கண்ணோட்டம் மார்க்சைக் காட்டிலும் ஏங்கெல்சின் படைப்புகளின் அடிப்படையில் அமைந்ததாகும், அதிலும் சமீப காலங்களில், ஒவ்வொரு புதிய முக்கியமான கண்டுபிடிப்பிற்கும் ஏற்றவாறு பொருள்முதல்வாதம் மாறியாக வேண்டும் என்கிற ஏங்கெல்சின் கருத்துரையும் கணக்கிலெடுத்துக் கொள்ளப்படுகிறது. இதை மனதில் கொண்டு ஏங்கெல்சின் கருத்துகளும் மறு-சிந்தனைக்குள்ளாக்கப்படுகின்றன, அவருடைய எளிமைப்படுத்துதல்கள் தவிர்க்கப்படுகின்றன, நவீன அறிவியலின் சில முக்கிய கண்டுபிடிப்புகள் மார்க்சிய வகைப்பட்டவையல்ல என்று கூறப்பட்ட சில குறிப்பிட்ட தடைகள் நீக்கப்படுகின்றன.

b) ‘மானுடத் தத்துவமாக’ மார்க்சியம், அதனுடைய அடிப்படைக் கோட்பாடாக அந்நியமாக்கல்.

c) மார்க்சியம், அதனுடைய பிரச்சனைகளின் களங்கள் மற்றும் கோட்பாட்டியல் வலைப்பின்னல் அமைப்பு ஆகியவற்றின் புதுமையினால் தனித்துவமாக அடையாளம் காணப்படுகின்ற ஒரு படிவரிசையான கருத்துருக்களின் கட்டமைப்பாகும். இது கட்டமைப்பியலைப் பயன்படுத்துவதற்கான ஒரு முயற்சியாகும்; இந்த முயற்சி மார்க்சியத் தத்துவத்திற்கு மொழியியலிலும், புனைவுகளிலும் பகுப்பாய்வு மேற்கொள்வதற்கான மதிப்புமிக்க புதிய தளங்களைத் திறந்து வைத்துள்ளது; மார்க்சை அடையாளங் கண்டு வாசிப்பதன் மூலம் மார்க்சே உணர்ந்திராத கோட்பாடுகளின் கட்டமைப்பிலிருக்கும் முக்கியத்துவம் வாய்ந்த கூறுகளைக் கண்டுபிடிக்க வழி வகை செய்துள்ளது.

d) வரலாறு மற்றும் அரசியல் முன்முயற்சி ஆகியவற்றின் அறிவியல் பூர்வ வழி முறையிலான பகுப்பாய்வு என்பது தான் மார்க்சியம் என்கிற புரிதல்: இது, வரலாற்றுப்

பொருள் முதல்வாதம் மற்றும் நடைமுறையின் தத்துவம் ஆகிய அத்தியாயங்களில் நாம் வளர்த்தெடுத்த கருத்துகளுடன் பொருந்தி வருகின்ற வகையாகும். குறிப்பாக, இது அன்டோனியோ கிராம்சியினால்* பிரதிநிதித்துவப்படுத்தப்பட்டது, அவர் முதல் உலகப் போருக்கு முந்தைய சோஷலிச இயக்கம் மற்றும் போர்களுக்கு இடைப்பட்ட காலகட்டத்தின் கம்யூனிஸ இயக்கம் ஆகியவற்றிலிருந்த ஒரு வழக்கத்திற்கு மாறான புதுமையான போக்கை முன்னிலைப்படுத்தினார்.

மார்க்சின் தாக்கம் இன்று மார்க்சியத்தின் எல்லைகளையும் தாண்டிச் செல்கிறது; நவீன சமூக அறிவியல்களான - சமூகவியல், அரசியல் பொருளாதாரம், வரலாற்றியல் தத்துவம் போன்றவை - மார்க்சினால் வளர்த்தெடுக்கப்பட்ட ஏராளமான முக்கிய கருத்துக்களை உள்வாங்கியுள்ளன, அதன் மூலம், சி.ரைட் மில்ஸ்** எழுதியது போல "இந்த அறிவியல்களை அந்தக் கருத்துக்களில்லாமல் கற்பனை செய்வது கூட - அது அந்தக் கருத்துக்களை எதிர்த்துப் போட்டியிடுவதாக இருந்தாலும் கூட - இயலாத காரியமாகும்."

---

* அன்டோனியோ கிராம்சி, (1891-1937): இத்தாலியக் கம்யூனிஸத்தின் அறிவாண்மைத் தலைவர், தத்துவவியல், சமூகவியல், வரலாறு, இலக்கிய விமர்சனம் ஆகியவற்றில் முக்கிய படைப்பு நூல்களின் ஆசிரியர். இவைகளில் பெரும் பகுதி சிறையில் இருந்தவாறு எழுதப்பட்டவைகளாகும். இதனடிப்படையில் மத நம்பிக்கையாளர்களும் கூட மார்க்சியத்தைப் பரப்ப முடிகிறது.

** சி.ரைட் மில்ஸ் (1916-1962) முன்னணி அமெரிக்க சமூகவியலாளர், 'வெள்ளைக் காலர்', 'அதிகார மேட்டுக் குடியினர்' போன்றவற்றின் நூலாசிரியர்.

பின் இணைப்பு

பால் எம். ஸ்வீஸி: மார்க்சின் வழிமுறை

'முதலாளித்துவ வளர்ச்சியின் கோட்பாடு நூலிலிருந்து *(1942)*'

இதர துறைகளைப் போலவே, பொருளாதாரத்தில் வழிமுறைகளைப் பற்றிய விவாதங்களும் களைப்பூட்டுவதாகவும், நிறைவளிக்காததாகவும் இருக்கக்கூடும். இருந்தபோதிலும், அந்த விஷயத்தை முற்றிலுமாகத் தவிர்ப்பது என்பது கடும் தவறான புரிதலுக்கு இட்டுச் செல்லும் அபாயத்திற்கு வழி வகுத்துவிடும். ஆகையால், இந்த அத்தியாயத்தில், பொருளாதாரம் குறித்த மார்க்சின் அணுகுமுறையில் உள்ள தலையாய கூறுகளை எவ்வளவு சாத்தியமோ அவ்வளவு சுருக்கமாக முன்வைக்க நாங்கள் முயலுகிறோம். மார்க்சின் விஷயத்தில் இதுதான் மிகவும் முக்கியமானது. ஏனெனில், அவருடைய அசலும், முக்கியத்துவமும் வாய்ந்த பங்களிப்புகள் எல்லாம் ஒரு முறையான வழிமுறைப்பண்பு கொண்டவை என்பதுதான். மிகவும் ஆழமாக ஊடுருவும் நோக்குக் கொண்ட நடப்புக்கால மார்க்ஸிஸ்ட்டுகளில் ஒருவரான லுகாக்ஸ் "மார்க்சியத்தின் பிரச்சனைகளில் மரபாக இருப்பதென்பது வழிமுறையுடன் மட்டுமே தொடர்புடையது" என்று அடித்துக் கூறும் அளவுக்குச் சென்றுவிட்டார்.[1]

1. சாரமாக்கல் முறையின் பயன்பாடு (THE USE OF ABSTRACTION)

சம்பிரதாயமான ஒரு கண்ணோட்டத்தில் மார்க்ஸின் பொருளாதார வழிமுறை அவருடைய முன்னோடிகள் மற்றும் அவருடைய நவ செவ்வியல் வாரிசுகளின் வழிமுறையைப் போலவே வியத்தகு விதத்தில் ஒத்திருக்கிறது. (ABSTRACT DEDDUCTIVE) சாரமாக்கல் படி வழிமுறையை அவர் மிக உறுதியாகப் பின்பற்றுகிறவராவார்; அது ரிக்கார்டியன் முறையியலின் மிக வலுவான குணாம்சத்தைக் கொண்டுள்ளது. 'மூலதனம்' நூலின் முன்னுரையில் அவர் எழுதினார், 'பொருளாதார வடிவங்களைப்

பகுத்தாய்வதில் நுண்ணோக்கிகளோ அல்லது வேதியியல், வினை ஊக்கிகளோ பயன்படாது. அந்த இரண்டிற்கும் மாறாக சாரமாக்கலின் ஆற்றல் இடம் பெற வேண்டும்.' மேலும் படிப்படியாகத் தோராயங்களைத் துல்லியமாக்கும் வழிமுறை என்ற நவீனக் கோட்பாட்டாளர்களால் அழைக்கப்படுகின்ற முறையில் மார்க்ஸ் நம்பிக்கை கொண்டிருந்தார். அதை நடைமுறையில் பயன்படுத்தினார். அது மிகவும் சாரமாக இருப்பதிலிருந்து கூடுதல் திட்டவட்டமான ஒன்றை நோக்கிப் படிப்படியாக வந்தடைகின்ற ஒரு வழிமுறையாகும். மெய்யான புலப்பாடுகளின் மேலும் விரிந்த பரப்பை 'கோட்பாடு' கணக்கிலெடுத்துக் கொண்டு விளக்கமளிக்கும் விதமாக, பகுப்பாய்வின் அடுத்தடுத்த கட்டத்தில் வரும் எளிமைப்படுத்தும் அனுமானங்களை அது நீக்கிவிடுகிறது.

ஆயினும், நாம் மேற்கொண்டும் கூடுதலாக நுணுகி நோக்கும் பொழுது மார்க்சுக்கும் செவ்வியல் மற்றும் நவ செவ்வியல் மரபுக்கும் இடையில் தீவிர வேறுபாடுகள் இருப்பதைப் பார்க்க முடிகிறது. சாரமாக்கல் கோட்பாடு தன்னளவில் அறிவைக் கொடுத்துவிடாது; கடினமான சிக்கலென்பது அது பயன்படுத்தப்படும் விதத்துடன் தொடர்புடையது. வேறு வார்த்தைகளில் சொல்வதானால் ஒருவர் ஏதாவது ஒரு முறையில் எதைச் சாரமாக்குவது, எதைச் சாரமாக்கக்கூடாது என்பதைத் தீர்மானித்துக் கொள்ள வேண்டும். இங்கு இரண்டு விஷயங்கள் எழுகின்றன. முதலில், எந்தப் பிரச்சனை ஆய்வு செய்யப்படுகிறது? இரண்டு, அந்தப் பிரச்சனையின் இன்றியமையாத கூறுகள் எவை? இந்தக் கேள்விகளுக்கான விடை நம்மிடம் இருக்குமானால், எந்தவிதமான சாரமாக்கல் கூடாது என்பதையும், அந்த வரம்புகளுக்குள் சாதகமானதும், எளிமையானதுமான அடிப்படைகளுக்கு ஏற்ப நம்முடைய அனுமானங்களை நம்மால் வகுத்துக் கொள்ள முடியும். இப்பொழுது பொருளாதார வல்லுனர்கள் தங்களுடைய குறிக்கோள்களின் மீது எப்போதுமே உடன்பாடு கொண்டவர்களாக இருப்பதில்லை: இதை உறுதிப்படுத்திக் கொள்வதற்கு முதல் கேள்வியைத் தாண்டிச் செல்ல வேண்டிய தேவை நமக்கு உள்ளது. பல நன்கறிந்த பொருளாதார நிபுணர்கள் ஆய்விற்கான எடுத்துக் கொண்ட பிரச்சனைகளைக் கீழ்வருமாறு கூறலாம்: 'தேசங்களின் செல்வத்தின் தன்மையும், காரணங்களும்' (ஆடம்ஸ்மித்); 'பூமியின் விளைபொருட்கள் பகிர்மானம் செய்வதை வழிநடத்தும்

விதிகள்' (ரிகார்டோ); 'வாழ்க்கையின் சாதாரண செயல் முறையில் மனிதர்களின் வினையாற்றல்கள்' (மார்ஷல்); 'விலை, அதனுடைய காரணங்கள் மற்றும் பின்விளைவுகள்' (டேவன் போர்ட்); தேவைகளுக்கும், மாறுபட்ட பயன்பாடுகள் கொண்ட அரிதான சாதனங்களுக்கும் இடையிலான உறவாக இருக்கும் மனித நடத்தை (ராபின்ஸ்) ஒன்றின் வரம்பிற்குள் மற்றொன்று தோய்கின்றது என்பதில் ஐயமில்லை, ஆனால், எந்த இரண்டையும் ஒன்று போலக் கருதுவதென்பது ஐயத்திற்குரியது. இதிலிருந்து எந்த இரண்டு ஆய்வாளர்களும், தம்முடைய சாரமாக்கல் ஆயுதத்தை எந்த முறையில் பயன்படுத்துகிறார்கள் என்பது உள்ளடங்கிய தங்களுடைய விஷயாதாரங்களைத் துல்லியமாக ஒரே மாதிரியாகக் கையாளமாட்டார்கள் என்பது புலப்படுகிறது. ஒருவர் விளக்கமளிக்க முற்படுவதிலிருந்து கிடைக்கின்ற ஒரு வேறுபாட்டிலிருந்து மற்றொருவர் சாரமாக்க முடியும், எனினும், ஒவ்வொருவரையும் அவர் ஆய்வு செய்கின்ற பிரச்சனையின் கண்ணோட்டத்திலிருந்து நியாயப்படுத்த முடியும். மார்க்சிய மாணவர்கள் இதைக் குறிப்பாகத் தம் மனதில் வைத்துக் கொள்ள வேண்டும், ஏனெனில், 'நவீன சமூகத்தின்' பொருளாதார இயக்க விதியைத் தோலுரித்துக்காட்ட வேண்டும்'[2] என்கிற அவருடைய நோக்கமானது மார்க்சியம் அல்லாத சிந்தனை வகையறாக்களிலிருந்து தீவிரமான வேறுபாடுடையதாகும்.

எனினும், ஆய்வாளரின் பணி தீர்மானிக்கப்பட்டுவிட்ட பின்னரும்கூட அவருடைய அடி வைப்புக்களை வழிநடத்துகின்ற எல்லாம் தழுவிய சூத்திரம் என்று எதுவும் இருப்பதில்லை. தன்னுடைய 'வரலாற்றின் தத்துவம்' நூலில் ஹெகல் 'அறிவியல் பூர்வமான புரிதலின் நிகழ்முறையில் அவசியமற்றது என்று அழைக்கப்படுபவைற்றுடன் ஒப்பிடும் பொழுது 'இன்றியமையாதவை' அடையாளங் காணப்பட்டது தெளிவாக முன் வைக்கப்படுவது மிக முக்கியமானதாகும். ஆனால் இது சாத்தியமாவதற்கு, எது 'இன்றியமையாதது' என்பதை நாம் அறிந்திருக்க வேண்டும்....., என்று மிகச் சரியாகவே கூறியிருப்பது போல, இன்றியமையாதவற்றைத் தெளிவாகக் காட்சிப்படுத்தி அதைப் பகுத்தாய்வதைச் சாத்தியமாக்க வேண்டும்: சாரமாக்கலின் திட்டவட்டமான பணி அதுதான். ஆனாலும், எங்கிருந்து துவங்குவது? அவசியமற்றவைகளிலிருந்து அவசியமானவற்றை எவ்வாறு பிரித்தறிவது? வழிமுறை இந்தக் கேள்விகளை முன் வைக்கும், ஆனால் துர்பாக்கிய

வசமாக அதற்கான தயார் விடைகளை அளிக்காது. அவ்வாறு அதனால் செய்ய முடியுமானால் 'அறிவியல் பூர்வமான புரிதல் நிகழ்முறை' எதார்த்தத்தில் இருப்பதை விட எளியதாகிவிடும். நடைமுறையில் எது அவசியமானது என்பது பற்றிய கருதுகோள் வடிவமைப்பதும், அந்த கருதுகோள்களை முற்றிலுமாகப் பரிசோதிப்பதும் அந்தக் அனுபவங்களின் தரவுகளுடன் முடிவுகளை ஒப்பிடுவதும் அவசியமாகும். ஆகவே ஒரு குறிப்பிட்ட அறிவியல் ஆய்வாளரின் சாதனையை நாம் புரிந்து கொள்ள வேண்டுமானால் அவருடைய மையமான கருதுகோளை நாம் அடையாளம் காண வேண்டும், சாத்தியமானால் அதை அவர் எங்கிருந்து பெறுகிறார், அதனுடைய விளைவுகளை அவர் எவ்வாறு விளக்கி விவரிக்கின்றார் என்பதையும் பார்க்க வேண்டும். இது ஒன்றும் அவ்வளவு எளிதல்ல என்பதைச் சொல்ல வேண்டியதில்லை; ஆனால் மார்க்ஸைப் பொறுத்த மட்டிலும் இதை முயலுவதற்கான அவருடைய அறிவான்மையான ஆழத்தைப் பற்றிப் போதுமான அளவிற்கு நாம் அறிந்தேயிருக்கின்றோம்.

பல்கலைக்கழகத்தில் ஒரு மாணவராக நீதியியல் மற்றும் தத்துவவியல் ஆகியவற்றில் மார்க்ஸ் தம் கவனத்தைக் குவித்திருந்தார். ஒரு கல்வியாளராகப் பணிபுரிய அவர் திட்டமிட்டிருந்தார். அவருடைய கலக மனப்பாங்கு - அந்தச் சமயத்தில் அவர் ஒரு சோஷலிஸ்டாகக் கூட இல்லை என்றாலும் - ஒரு ஆசிரியர் வேலையைப் பெறுவதிலிருந்து தடுத்துவிட்டது, 1842-ல், புதிதாகத் தொடங்கப்பட்டிருந்த 'ரைனிஷ் ஜைடுங்' பத்திரிகையின் ஆசிரியர் பணியை ஏற்றுக் கொண்டார். இந்தப் பொறுப்பிற்கு வந்த பிறகு முதன்முதலாக மெய்யான சமூகப் பிரச்சனைகளை எதிர் கொண்டதுடன் புதிய சமூகக் கருத்துக்களுடன் - குறிப்பாக 1830, 1840 களில் பிரான்சிலிருந்து பெருமளவில் அலைவீசிக் கொண்டிருந்த, சோஷலிஸ மற்றும் கம்யூனிஸக் கொள்கைகள் குறித்த சிந்தனைகளுடன் - அறிமுகமானார். 'ஆக்ஸ் பர்கர் ஜைடுங்' பத்திரிகையுடன் ஏற்பட்ட ஒரு சர்ச்சையில் சோஷலிஸத்தைப் பற்றி என்ன கூறுவது என்பது தமக்குத் தெரியவில்லை என்பதை உணர்ந்து சற்று சங்கடத்திற்குள்ளானார்; ஆகையால், அது தகுதிவாய்ந்தது தான் என்று அவர் நம்பியதன் காரணமாக அந்த (சோஷலிஸம் என்கிற) விஷயத்தைக் குறித்து, கிடைக்கும் முதல் சந்தர்ப்பத்திலேயே தீவிரமாகக் கற்பது என்று தீர்மானித்துக்

கொண்டார். அந்தச் சந்தர்ப்பம் வருவதற்குக் காலமும் அதிகம் பிடிக்கவில்லை; சில மாதங்களிலேயே 'ரைனிஷ் ஜைடுங்' அதிகார வட்டாரத்தால் இழுத்து மூடப்பட்டுவிட்டது, அவரும் சுதந்திரமானவராகிவிட்டார். சோஷலிஸம், கம்யூனிஸம், பிரெஞ்சு வரலாறு, ஆங்கில அரசியல் பொருளாதாரம் ஆகியவை குறித்துத் தீவிரமான கற்றலில் உடனடியாக இறங்கிவிட்டார். பாரிசிலும், பிரெஸ்ஸெல்ஸிலும் கழித்த அடுத்த சில ஆண்டுகளில்தான் அவர் தன்னுடைய பழைய தத்துவயியல் காலத்தை முறித்துக் கொண்டார். பின்னாட்களின் பொருளாதார நூல்களை எழுதுவதற்கான முதிர்ச்சியான கண்ணோட்டத்தைப் பெற்றார். சுருக்கமாக, தன்னுடைய முதன்மையான நோக்கமாகப் பொருளாதார ஆய்வை மேற்கொள்ள அவர் முடிவு செய்வதற்கு வெகு முன்னதாகவே பொருளாதாரம் குறித்த அவருடைய அணுகுமுறையை அது வடிவமைத்தது, தீர்மானித்தது.

நியாயமான புகழைப் பெற்ற 'அரசியல் பொருளாதார ஆய்விற்கான முன்னுரை' (Preface to the critique of Political Economy) நூலில் இந்த முக்கியமான ஆண்டுகளில் தன்னுடைய அறிவாற்றல் வளர்ச்சியைப் பற்றிய மார்க்சின் ஒரு அறிக்கை நமக்கு முன்னுள்ளது. இந்த முன்னுரையுடன் பெரும்பாலான வாசகர்களுக்குப் பரிச்சயம் இருக்கக்கூடும், எனினும் அதில் ஒரு பகுதியை இங்கே மீண்டும் தருவது பொருத்தமில்லாமல் போகாது எனலாம்.

(அவர் எழுதினார்) சட்டரீதியான உறவுகளையும், அரசின் வடிவங்களையும் அவற்றை வைத்தே புரிந்து கொள்ளவும் முடியாது மனித சிந்தனையின் பொதுவான முன்னேற்றத்தாலும் விளக்க முடியாது; ஆனால் குடிமைச் சமூகம் எனும் பெயரின் கீழ் 18-ம் நூற்றாண்டின் ஆங்கிலேய, பிரெஞ்சு மாதிரியில் ஹெகலினால் தொகுத்தளிக்கப்பட்ட வாழ்க்கையின் பொருளியல் நிலைமைகளில் அவற்றின் வேர் இருக்கிறது எனும் முடிவுக்கு என்னுடைய ஆய்வுகளால் இட்டுச் செல்லப்பட்டேன்; அந்தக் குடிமைச் சமூகத்தின் அமைப்புக்கூறுகளை அரசியல் பொருளாதாரத்தில் தேட வேண்டும். பாரிசில் அந்தத் தேடலை மேற்கொண்ட நான் பிரஸ்ஸெல்சிலும் தொடர்ந்தேன்..... அதில் நான் வந்தடைந்த பொதுவான முடிவுகளை, அவை எட்டப்பட்டதிலிருந்து என்னுடைய ஆய்வுகளுக்கு முன்னோடி இழையாகத் தொடர்ந்து சேவை புரிந்தன;

அதைக் கீழ்க்கண்டவாறு சுருக்கமாகத் தொகுக்கலாம்: மனிதர்கள் ஈடுபடுகின்ற சமூக உற்பத்தியில் அவர்களுடைய விருப்பத்திலிருந்து சுயமாக இருக்கும் திட்டவட்டமான உறவுகளுக்குள் நுழைகிறார்கள்; இந்த உற்பத்தி உறவுகள் அவற்றுடைய பொருளியல் உற்பத்திச் சக்திகளினுடைய வளர்ச்சியின் ஒரு திட்டவட்டமான கட்டத்திற்கு ஏற்ப அமைகின்றன. இந்த உற்பத்தி உறவுகளின் மொத்தத் தொகை சமூகத்தின் பொருளாதாரக் கட்டமைப்பாக இருக்கிறது. இந்த மெய்யான அடித்தளத்தின் மீது சட்டம் மற்றும் அரசியல் மேல் கட்டுமானங்கள் எழுகின்றன. சமூக உணர்வின் திட்டவட்டமான வடிவங்கள் அதற்கு ஏற்ப உருவாகின்றன. பொருளியல் வாழ்க்கையின் உற்பத்தி வழிமுறை வாழ்க்கையின் சமூக, அரசியல், ஆன்மிக நிகழ்முறைகளின் பொதுவான குணாம்சத்தைத் தீர்மானிக்கின்றது. மனிதர்களின் வாழ்நிலையை அவர்களுடைய உணர்வுகள் தீர்மானிப்பதில்லை, மாறாக அவர்களுடைய சமூக வாழ்நிலை தான் அவர்களுடைய உணர்வைத் தீர்மானிக்கின்றது. பொருளியல் உற்பத்திச்சக்திகள் தம் வளர்ச்சிப்போக்கின் ஒரு குறிப்பிட்ட கட்டத்தில் நிலவி வருகின்ற உற்பத்தி உறவுகளுடன் மோதலுக்குள்ளாகின்றன, அல்லது - அதே விஷயத்தை, சட்ட ரீதியான சொற்களில், வெளிப்படுத்துவதானால் - முன்னர் தாம் இயங்கி வந்த உடைமை உறவுகளுடன் மோதுகின்றன. உற்பத்தி சக்திகளின் வளர்ச்சி வடிவங்கள் என்பதிலிருந்து இந்த உறவுகள் அவற்றின் தடைச் சங்கிலியாக மாறி விடுகின்றன. பிறகு சமூகப் புரட்சியின் காலக்கட்டம் வருகிறது. பொருளாதாரத்தின் அடித்தளம் மாற்றியமைக்கப்பட்ட உடன் அந்த மாபெரும் மேல் கட்டுமானம் ஏறத்தாழ வெகுவிரைவாக மாற்றியமைக்கப்பட்டு விடுகிறது.

மார்க்சின் தலையாய நோக்கம் ஒட்டு மொத்த சமூகத்தைக் குறித்து, மேலும் குறிப்பாக, சமூகம் மாற்றமடைய வேண்டும் என்பது பற்றியது என்பது இதிலிருந்து புலனாகிறது. அரசியல் பொருளாதாரம், அதாவது சமூகத்தின் அமைப்புக்கூறுகள் முக்கியத்துவம் வாய்ந்தவை என்பது அது பிரதானமானது என்பதனால் அல்ல; மாறாக இந்தத் தளத்தில் தான் சமூக மாற்றத்திற்கான உந்துதலைக் காண முடியும் என்பதுதான். இதற்கு நேர்மாறாக, அனைத்தையும் பொருளாதார வகைக்கு உட்பட்டதாக மாற்ற மார்க்ஸ் முயல்கிறார் என்று அடிக்கடி கூறப்படுவதால், மேற்சொன்னதை வலியுறுத்திக் கூற

வேண்டியுள்ளது. சமூகத்தின் வாழ் நிலையின் மொத்த முழுமையில் உள்ள பொருளாதார மற்றும் பொருளாதாரமற்ற காரணிகளுக்கிடையிலிருக்கும் உண்மையான, ஒன்றுக்குள் ஒன்றான உறவுகளை வெளிக்கொணரத்தான் அவர் முயன்று கொண்டிருந்தார்.

சமூகத்தை மாற்றுவதற்கான திறவுகோலை உற்பத்தி வழிமுறையின் இயக்கங்களில் தான் கண்டறிய முடியுமென்ற முடிவுக்கு வந்த பிறகு, உற்பத்தி வழிமுறைகளில் மாற்றங்களை வழி நடத்துகின்ற விதிகளின் கண்ணோட்டத்திலிருந்து அரசியல் பொருளாதாரம் குறித்த பரந்து விரிந்த ஆழமான, எந்தவொன்றையும் தவறவிடாத, பகுப்பாய்வுக்குள் மார்க்ஸ் தம்மை ஈடுபடுத்திக் கொண்டார். ‘நவீன சமூகத்தின் பொருளாதார இயக்க விதியைத் தோலுரித்துக் காட்டுவது,’ என்பது இப்பொழுது விஞ்ஞானப்பூர்வமான இலக்காக மாறியது, தன் வாழ்நாளின் எஞ்சிய பெரும் பகுதி முழுவதையும் அவர் அதற்காகவே அர்ப்பணித்தார்.

இந்த இலக்கை எடுத்துக் கொண்ட பிறகு, பிரச்சனையின் பிரதானமான கூறுகளை எவ்வாறு ஒருவர் கண்டறிவது?? எதிரெதிரான அல்லது முரண்பாடான சக்திகளின் மோதலின் மூலமாக இயக்கமும், முன்னோக்கிய வளர்ச்சியும் ஏற்படுகிறது என்பதை வலியுறுத்திய ஹெகலின் சிந்தனைக் கூறுகள், வரலாற்று வளர்ச்சிப் போக்கின் உண்மைத் தன்மையைப் பற்றித் துருவித்துருவி நடத்தப்பட்ட ஆய்வுகளின் போது மிகச் சரியாகப் பொருந்தி வந்ததால் ஹெகலின் அந்தச் சிந்தனைக் கூறுகளை மார்க்ஸ் எடுத்துக் கொண்டார். எனினும், ஹெகலைப் போலல்லாமல், தீர்மானகரமான வரலாற்றியல் மோதல்களின் வேர்கள் உற்பத்தி வழிமுறைகளில் இருப்பதை அவர் கண்டறிந்தார்; அதாவது, அவை வர்க்கப் போராட்டங்கள் என்பதைக் கண்டுபிடித்தார். இவ்விதமாக, ஒரு அறிமுகக் குறிப்பிற்குப் பிறகு, ‘கம்யூனிஸ்ட் அறிக்கை’ பின்வருமாறு துவங்குகிறது: ‘இது வரையிலும் இருந்து வந்த சமூகங்களின் அனைத்து வரலாறுகளும் வர்க்கப் போராட்டங்களின் வரலாறே”. முந்தைய சமூக வடிவங்களின் கீழ் இருந்து வந்தது போலவே முதலாளித்துவத்தின் கீழ் இயங்கிவரும் பொருளாதார சக்திகள் வர்க்க மோதல்களில் தம்மை வெளிப்படுத்திக் கொள்கின்றன. அடிப்படையான பொருளாதார உறவுகள் என்பவை வர்க்க மோதலுக்கு அடிப்படையாக இருப்பதுடன்

வர்க்க மோதலின் வடிவத்தில் தன்னை வெளிப்படுத்திக் கொள்ளும். பிரித்தெடுக்கப்பட வேண்டிய அடிப்படைக் கூறுகள் இவைதான், இவற்றை சாரமாக்கல் முறையின் மூலம் பகுப்பாய்வு செய்ய வேண்டும்.

எனினும், இந்தக் கருதுகோள் கூட வெவ்வேறான வழிமுறைகளுக்கு இட்டுச் செல்லக் கூடும். வர்க்க மோதல்களின் பொருளாதார வேர்கள் பற்றி மரபார்ந்த பொருளாதாரவியலாளர்களும் மிக ஆர்வமாக இருந்தார்கள் - ஒரு பொருளில், இதுதான் ரிகார்டோவுக்கு பூமியின் விளைபொருட்களின் பகிர்மானம் என்பதாகப் பொருள் பட்டிருந்தது - ஆனால் அவர்களுடைய கவனத்தில் பெரிதும் இடம்பிடித்திருந்த சமூகப் பகை முரணாக இருந்தது - அறிவு மற்றும் உணர்வு வகைப்பட்ட இரண்டும் - தொழில்துறை முதலாளித்துவ வர்க்கத்திற்கும், நிலப்பிரபுக்களுக்கும் இடையிலிருந்த மோதல்தான். இதன் விளைவாக, நிலத்தின் மீதும், நிலவுடைமையின் வழியாகக் கிடைத்து வந்த வருமானத்தின் மீதும், சில நேரங்களில் மேலதிகமான அழுத்தத்தைச் செலுத்தினார்கள். உண்மையில், "நில வாடகையின் உண்மையான கோட்பாட்டைப் பற்றிய ஒரு புரிதல் இல்லாமல் செல்வத்தின் வளர்ச்சியானது லாபம் மற்றும் கூலி மீது ஏற்படுத்தும் தாக்கத்தைப் புரிந்து கொள்வதும் அல்லது சமூ கத்தின் பல்வேறு வர்க்கங்களின் மீது விதிக்கப்படும் வரியினால் ஏற்படும் தாக்கத்தைச் சரியாகக் கண்டு பிடிப்பதும் இயலாத காரியம்"[3] என்று ரிகார்டோ வலியுறுத்தினார். நிலத்தின் மீதும் நில வாடகையின்மீதும் பிரதானமான அழுத்தம் செலுத்தும் போக்கை மார்க்ஸ் புரிந்து கொண்டார், ஆனால் அது திசைமாறிய ஒன்று என்று அவர் கருதினார். "வாடகை, நிலச் சொத்துடைமை ஆகியவற்றிலிருந்து தொடங்குவதை விடவும் இயற்கையானது எதுவுமில்லை எனத் தோன்றுகிறது, ஏனெனில் எல்லாவிதமான உற்பத்தி மற்றும் வாழ்வாதாரமும், ஓரிடத்தில் நிலைகொண்டுவிட்ட சமூகங்கள் ஏறத்தாழ எல்லாவற்றிலும் உற்பத்தியின் முதல்வடிவமான விவசாயமும் நிலத்துடன் பிணைந்துள்ளது,"[4] என்று எழுதினார். இருந்த போதிலும், அவர் உடனே மேலும் கூறுகிறார், "அதைவிடத் தவறானது எதுவும் இருக்க முடியாது." பின்னர் அவர் மேற்கொண்ட வழிமுறைக்குப் பிரதானமாக அவர் எடுத்த இந்த நிலைபாடுதான் காரணியாக இருந்தது:

முதலாளித்துவ சமூகத்தில், விவசாயம் தொழில்துறையின் வெறும் ஒரு கிளையாக மாறுவது மேலும், மேலும் அதிகரித்து வருகிறது என்பதுடன் மூலதனத்தால் முழுமையாக ஆதிக்கம் செலுத்தப்பட்டு வருகிறது. 'மூலதனம் தான் முதலாளித்துவ சமூகத்தின் சர்வ ஆதிக்க சக்தியாக இருக்கிறது.' அதுதான் துவக்கப்புள்ளியாகவும் முடிவாகவும் அமைய வேண்டும், நிலவுடைமைக்கு முன்னதாக அது வளர்த்தெடுக்கப்பட வேண்டும்..........

இவ்விதம், வரலாற்றின் பாதையில் தீர்மானிக்கக் கூடிய காரணிகளாக அவை இருந்த படிவரிசையான அமைவில் பொருளாதார வகைகளைப் பொருத்த முற்படுவது நடைமுறைச் சாத்தியமற்றதும் தவறானதும் ஆகிவிடும். அவற்றின் தொடர்வரிசை அமைவு நவீன முதலாளித்துவ சமூகத்தில் அவற்றுடைய ஒன்றுடன் ஒன்றான உறவுகளினால் தீர்மானிக்கப்படுகிறது, அவற்றின் இயற்கையான படிவரிசையாக அல்லது வரலாற்று வளர்ச்சிப்போக்காகத் தோன்றுவதற்கு நேரெதிராக அது அமைந்துள்ளது. நாம் ஆர்வம் காட்டுவது என்னவென்றால், சமூகத்தின் பல்வேறு வடிவங்களின் வரலாற்றுத் தொடர் வரிசையில் பொருளாதார உறவுகள் எந்த இடத்தைப் பெறுகின்றன என்பதல்ல.... நவீன முதலாளித்துவ சமூகத்திற்குள் அவற்றுடைய அங்ககத் தொடர்பு குறித்துத் தான் நாம் ஆர்வம் கொண்டுள்ளோம்.[5]

மேற்கண்ட வாக்கியங்கள், சிறப்பான முக்கியத்துவம் வாய்ந்தவைகளாகும். 'மூலதனம்தான் முதலாளித்துவ சமூகத்தின் சர்வ ஆதிக்க சக்தியாகும்' என்பது மரபியல் பொருளாதார வல்லுனர் ஒருவருக்கும் பொருள்பட்டிருக்கும் என்பது போல பிரதான பொருளாதார உறவு என்பது முதலாளிகளுக்கும் தொழிலாளர்களுக்கும் இடையிலிருக்கும் உறவு என்பதாக மார்க்க்குப் பொருள்பட்டது. மற்றொரு இடத்தில் அவர் வெளிப்படுத்தியது போல, 'கூலியுழைப்புக்கும் மூலதனத்திற்கும் இடையிலான உறவு உற்பத்தி முறையின் ஒட்டுமொத்தக் குணாம்சத்தையும் தீர்மானிக்கிறது.' 'அரசியல் பொருளாதார விமர்சனம்', 'மூலதனம்' நூல்களுக்கான ஆராய்ச்சியை அவர் துவங்குவதற்கு முன்னரே 'கம்யூனிஸ்ட் அறிக்கையிலும்' இதே முடிவை அவர் வெளிப்படுத்தியிருந்தார்: 'ஒட்டுமொத்த சமூகம் முழுமையும் இரண்டு மாபெரும் பகை முகாம்களாக, ஒன்றை ஒன்று

எதிர்த்து நிற்கின்ற இரண்டு மாபெரும் வர்க்கங்களாக, முதலாளி வர்க்கம் பாட்டாளி வர்க்கம் என்பதாக மேலும் மேலும் பிளவுபட்டு வருகிறது.' இந்த உறவுதான் ஆராய்ச்சியின் மையமாக உருவாக வேண்டும்; அதைப் பிரித்தெடுத்து அதன் தூய்மையான வடிவமாக வளர்த்தெடுப்பதற்கும், தொடர்பற்ற இடையூறுகளிலிருந்து விலகி நின்று சுதந்திரமாக, மிக ஆழமும் துல்லியமான பகுப்பாய்வுக்கு உட்படுத்துவதற்கு வகை செய்யும் விதமாக சாரமாக்கலின் ஆற்றல் பயன்படுத்தப்பட வேண்டும்.

இந்த நிலைபாட்டை மேற்கொள்வதற்குக் குறைந்த அளவு இரண்டு மிகவும் தனித்துவமான படிகளைக் கொண்ட ஒரு வழி முறை தேவைப்படுகிறது.

முதலாவதாக, மூலதனம், உழைப்பு இரண்டிற்கும் இடையிலுள்ள சமூக உறவுகளைத் தவிர மற்ற அனைத்தும் தற்காலிகமாகத் தள்ளி வைத்திருப்பதாகக் கொள்ள வேண்டும், அவைகளெல்லாம் பகுப்பாய்வின் பிந்தைய ஒரு கட்டத்தில் ஒவ்வொன்றாக மறுஅறிமுகம் செய்யப்படும்.

இரண்டாவதாக, மூலதனம்-உழைப்பு உறவுகளும் கூட அவற்றின் மிக முக்கியமான வடிவம், அல்லது வடிவங்களாகச் சுருக்கப்பட வேண்டும். இது அளவு வகைப்பட்ட பிரச்சனையல்ல; மிக அதிகமான முறை எதிர்ப்படக்கூடிய உறவு ரகம் அல்லது வடிவங்களைப் பகுப்பாய்வுக்குத் தேர்வு செய்ய வேண்டும் என்றும் பொருளல்ல. இந்த வகையில், முக்கியத்துவம் வாய்ந்ததாக இருப்பது ஒட்டுமொத்த சமூ கத்தின் கட்டமைப்பில் குணாம்சங்கள், போக்குகள் பற்றிய ஒரு கேள்விதான். நன்கு அனைவரும் அறிந்துள்ளது போல தொழில்துறைக் களத்திலிருந்து எழுகின்ற மூலதனம்-உழைப்பு உறவு வடிவங்களை நவீன முதலாளித்துவ சமூகத்திற்கு மிகவும் முக்கியத்துவம் வாய்ந்ததாக மார்க்ஸ் தேர்வு செய்தார். முதலாளிகளும், தொழிலாளிகளும் ஒன்று போல சில குறிப்பிட்ட தர ரகங்களாகச் சுருக்கப்பட்டார்கள்; ஆய்வின் கீழுள்ள உறவுக்குத் தொடர்பற்ற எல்லாப் பாத்திரங்களும் அதிலிருந்து நீக்கப்பட்டன. 'மூலதனம்' நூலின் முன்னுரையில் அவர் எழுதினார், 'தனி மனிதர்களெல்லாம் பொருளாதார வகைகளின் மனித உருவங்கள், குறிப்பிட்ட வர்க்க உறவுகள் மற்றும் வர்க்க நலன்களின் உருவங்கள் என்கிற அளவில் மட்டும்தான் கையாளப்பட்டுள்ளார்கள்.'

இந்த மூலதனம்-உழைப்பு உறவின் இயல்பு என்பது என்ன? அது வடிவத்தில் பரிவர்த்தனை உறவாக இருக்கிறது. உழைப்பாளியிடமிருந்து முதலாளி உழைப்புச் சக்தியை விலைக்கு வாங்குகிறார். உழைப்பாளி முதலாளியிடமிருந்து பணத்தை வாங்குகிறார், அதைக் கொண்டு பிழைப்பதற்கு அவசியமானவற்றைப் பெறுகிறார். ஒரு பரிவர்த்தனை உறவு எனும் முறையில் ஒரு பொதுவான வடிவமும் கட்டுமானமும் உள்ள இது போன்ற உறவுகளில் ஒரு பெரும் வர்க்கத்தின் ஒரு சிறப்பு வகை இது என்பது தெளிவு. ஆகவே, பரிவர்த்தனை என்கிற பொதுவான புலப்பாட்டின் ஒரு பகுப்பாய்விலிருந்து மூலதனம் - உழைப்பு உறவு பற்றிய ஆய்வு துவங்க வேண்டும் என்பது இதிலிருந்து புலனாகிறது.

இந்த வழியில் மார்க்சின் அரசியல் பொருளாதாரத்தின் மெய்யான துவக்கப் புள்ளியை நாம் வந்தடைகின்றோம். முந்தைய அரசியல் பொருளாதார விமர்சனத்தைத் தொகுத்தளிக்கின்ற ‘மூலதனம்’ நூலின் முதல் பாகத்திற்கு ‘சரக்கு’ என்று தலைப்பிடப்பட்டுள்ளது. சொந்தப் பயனுக்கல்லாமல் பரிவர்த்தனைக்கானவை எல்லாம் பண்டங்களாகும். ஆகையால், பண்டங்களை ஆய்வு செய்வதென்பது பரிவர்த்தனை உறவு, அதன் அளவுக்கூறு (பரிவர்த்தனை மதிப்பு) ஆகியவற்றைப் பகுத்தாய்வதாகும்; மேலும், பணத்தைக் குறித்த பகுப்பாய்வும் அதில் உள்ளடங்கும். பண்டங்களை ஆய்வு செய்ததிலிருந்து மார்க்சுக்குக் கிடைத்த மிக மிக ஆர்வமூட்டும் விடைகள் சிலவற்றைப் பின்னர் நாம் காணவிருக்கிறோம்.

பண்டங்களை ஆய்வு செய்ததன் மூலம் தேவையான அடித்தளத்தை நிறுவிக் கொண்ட மார்க்ஸ் தன்னுடைய முதன்மையான பணியைத் தொடர்கிறார். மூலதனத்தின் முதல் பாகத்தில் எஞ்சியிருந்த பகுதி ஏறக்குறைய முழுவதும்-தனித்துப் பிரிக்கப்பட்ட, தூய்மையான வடிவங்களில் இருந்த மூலதனம் - உழைப்பு ஆகியவற்றின் உறவு என்பதற்கே ஒதுக்கப்பட்டுள்ளது. வேறு சொற்களில் கூறுவதானால், ஒரு உயர்ந்த மட்டத்திலான சாராமாக்கல் தொடங்கும் ‘பாகம் ஒன்று’, இறுதிவரை அதே மட்டத்தில் பயணிக்கிறது.

மார்க்சின் வழிமுறையுடன் பரிச்சயமற்றவர்களுக்கு மேற்கண்ட கருத்தைக் கறாராக எடுத்துக் கொள்வது கடினமாக இருக்கும். பாகம் ஒன்றில் தன்னிகரற்ற கூறாக இருக்கும் எதார்த்தம்

சார்ந்த மற்றும் வரலாற்றுத் தரவுகளின் செல்வத்தை அவர்கள் சுட்டிக்காட்டுகிறார்கள். உண்மையில், மார்க்ஸ் சாரமாக்கல் முறைக்கு நேர் எதிராக இருந்தார் என்று இதற்கும் பொருள் ஆகாதா என்று கேட்கிறார்கள். இவ்விதமாக வாதிடுவது விஷயத்தைத் தவற விடுவதாகும். சமூக அறிவியலில் சாரமாக்கல் முறையின் நோக்கமானது உண்மையான உலகிலிருந்து விலகிச் செல்வதொன்றுமல்ல, மாறாகத் தீவிரமான புலனாய்வுக்காக உண்மை உலகின் குறிப்பிட்ட கூறுகளைப் பிரித்தெடுப்பதுதான். ஆகவே, ஒரு உயர்தர சாரமாக்கலைச் செயல்படுத்திக் கொண்டிருக்கிறோம் என்று நாங்கள் கூறும் பொழுது யதார்த்தத்தின் ஒப்பீட்டளவில் ஒரு குறைந்த எண்ணிக்கையிலான அம்சங்களைத்தான் நாம் கையாண்டு கொண்டிருக்கின்றோம் என்று பொருள்; நாம் கையாண்டு கொண்டிருக்கும் அந்த அம்சங்கள் வரலாற்றியல் புலனாய்வுக்கும், உண்மை சார்ந்த விவரணைக்கும் திறனற்றவை என்று நாம் பொருள் கொள்ளவில்லை என்பதை வலியுறுத்துகிறோம். பாகம் ஒன்றில் மார்க்ஸ் முன்வைத்துள்ள உண்மை சார்ந்த விஷயாதாரங்களின் மிகப் பெரும் பகுதி மூலதனம்-உழைப்பு உறவுடன் நேரடியாகத் தொடர்புடையவை என்பதுடன் ஒரு காட்சிப்படுத்துகின்ற, வரலாற்றுப் பண்பு கொண்டது என்பதைக் குறிப்பிடுவதற்கு மேலெழுந்த வாரியான பரிசோதனையே போதுமானது. ஆகையால் பாகம் ஒன்று ஒரு உயர்மட்ட சாரமாக்கலுடன் துவங்குகிறது, இறுதிவரையிலும் அதே மட்டத்தில் பயணிக்கிறது எனும் கருத்துரையுடன் முரண்படுகிறது என்பதை விட, அதை உறுதிப்படுத்துகிறது.

இந்த உண்மை நிலை நாட்டப்படுவதானது ஒரு முக்கியமான உடன் கருத்துருவை செய்ய நம்மை அனுமதிக்கிறது. அதாவது பாகம் ஒன்றில் எட்டப்பட்டுள்ள விடைகள் ஒரு இடைக்காலத் தன்மை கொண்டவை. எல்லாவற்றிலும் இல்லை என்றாலும் கூட பல விஷயங்களில் சற்றே நெகிழ்வான அளவில் சாரமாக்கலால் அவை ஏறத்தாழ பரந்த மாற்றத்திற்குள்ளாகின்றன. அதாவது, எதார்த்தத்தின் பல அம்சங்கள் கணக்கில் எடுத்துக் கொள்ளப்படும் பொழுது அது நிகழ்கிறது. * பாகம் ஒன்றில்

* Das Akkumulations and Znmmen brvensgesetz de kapitaksis chen systems (LEIPZIG, 1929) எனும் தனது நூலின் அறிமுகத்தில் / ஹென்றிக் குரோஸ்மான் மார்க்சின் வழிமுறை குறித்த இந்த அம்சத்தை நன்றாகத் தொகுத்தளித்துள்ளார்.

எடுத்துக் கூறப்பட்டுள்ள போக்குகள் அல்லது விதிகளை எதிர்காலத்தைப் பற்றிய முன் கூட்டிய கணிப்புகள் என்று எடுத்துக் கொள்ளக்கூடாது. அவற்றின் மதிப்பு, அவற்றை வந்தடைவதற்காக மேற்கொள்ளப்பட்ட சாரமாக்கல் மட்டம் மற்றும் மேலும் ஒரு திட்டமான மட்டத்திற்கு இந்தப் பகுப்பாய்வு கொண்டு வரப்படும் பொழுது அவற்றில் ஏற்படக்கூடிய மாற்றங்களின் அளவு ஆகியவற்றின் ஒப்பீட்டு அளவிலான மதிப்பு மட்டுமே. இந்த உண்மையைப் புரிந்து கொண்டிருந்தால் பெருமளவு வீண் சர்ச்சையைத் தவிர்த்திருக்க முடியும். ‘முதலாளித்துவ செல்வக் குவிப்பின் சர்வப் பொதுவான விதி’ என்று மார்க்ஸ் குறிப்பிட்ட, புகழ் பெற்ற, பாட்டாளி வர்க்கத்தின் வறுமை உயர்கின்ற விதியை நாம் அதற்கு உதாரணமாகக் குறிப்பிடலாம்.[7]

இந்த விதி தவறானது என்று மார்க்சிய - எதிர்ப்பாளர்கள் எப்போதுமே கூறி வருகிறார்கள், அதைக் கொண்டு முதலாளித்துவம்* குறித்த மார்க்சின் பகுப்பாய்வை தவறானது என்று கூறி வருகிறார்கள்.

மறுபக்கம், சில மார்க்சிஸ்ட்டுகள் அந்த விதி சரியானதுதான் என எடுத்துரைப்பதில் சம அளவுக்கு முனைந்திருந்தார்கள், பெரும் சூட்டைக் கிளப்பிய ஒரு சர்ச்சை எழுந்தது. ஆனால் வெளிச்சமெதுவும் கிடைக்கவில்லை. அது அரை நூற்றாண்டிற்கும் கூடுதலாக நீடித்தது. மார்க்சின் வழிமுறை குறித்து ஒரே தவறான புரிதலைக் கொண்டதில் இரு தரப்பினரும் குற்றவாளிகளே. பிரச்சனைக்குரிய இந்த விதி ஒரு உயர்தர மட்ட சாரமாக்கல் மூலம் பெறப்பட்டதாகும்; அதை விளக்குவதற்குப் பயன்படுத்தப்பட்ட ‘சர்வ’ (Absolute) எனும் சொல் ஹெகல் வகைப்பட்ட ‘சாரம்’ என்கிற பொருளில் பயன்படுத்தப்பட்டதாகும்; எதிர் காலம் பற்றிய திட்டவட்டமான முன் கணிப்பு எனும் கருத்தை அது கொண்டிருக்கவில்லை. மேலும், இந்தக் குறிப்பிட்ட விஷயத்தில், இதையே தான் மார்க்சும் மிகத் தெளிவான மொழியில் கூறுகிறார். எனவே இவ்வாறாகத் தவறாகப் பொருள் படுத்திக் கூறியது மன்னிக்க முடியாததாகத் தோன்றுகிறது. விதியை முன் வைத்த மார்க்ஸ் உடனே மேலும் சேர்த்துக் கூறுகிறார், ‘மற்ற எல்லா விதிகளையும் போல இந்த விதியும்

---

* மேற்குறிப்பிட்டுள்ள நூலில் குரோஸ்மான் ஏராளமான எடுத்துகாட்டுக்களை குறிப்பிட்டுள்ளார் - பக்கம் 23

சூழ்நிலைமைகளுக்குத் தக்கவாறு மாற்றத்திற்குள்ளாகிறது; இங்கு அதைப் பற்றிய பகுப்பாய்வில் நாம் முனையப் போவதில்லை' அந்த விதியை எதிர்காலத்திற்கான திட்டவட்டமான முன் கணிப்பாகக் கொள்ளக்கூடாது என்பதற்கு இதைவிடத் தெளிவான எச்சரிக்கை இருக்க முடியாது. வழிமுறைபற்றிய முறையான கவனம் இந்தத் தவறான புரிதலையும், மற்ற சில சிக்கல்களையும் தவிர்த்திருக்கும்.

'மூலதனம்' நூலின் முழுத் திட்டத்தையும் நாம் விவாதிக்க வேண்டிய தேவையில்லை. தற்போதைய நோக்கங்களுக்காக, பாகம் ஒன்றில் தெரிந்தே தவிர்க்கப்பட்டிருந்த காரணிகளைக் கணக்கிலெடுத்துக் கொள்வதுதான் பாகம் இரண்டு மற்றும் மூன்று ஆகியவற்றின் நோக்கம் என்பதை மட்டும் சுட்டிக்காட்டுவது அவசியம். அதாவது பகுப்பாய்வைப் படிப்படியாகக் கீழ்மட்டத்திற்குக் கொண்டு வருவது என்பதுதான். அதே சமயம் சாரமாக்கலின் முரணாகத் தோன்றினாலும் உண்மைதான் எனும் வகையில், பாகம் இரண்டும், மூன்றும் பாகம் ஒன்றிலிருப்பதைக் காட்டிலும் ஒப்பீட்டளவில் குறைவான தரவு விவரங்களைக் கொண்டவையாக இருக்கின்றன. அவற்றின் முற்றுப்பெறாத நிலையின் மூலம் இது தெளிவாகிறது. மார்க்சின் கையெழுத்துப் பிரிதிகளிலிருந்து பாகம் இரண்டு மற்றும் மூன்றையும் தொகுத்துக் கொண்டிருந்த போது, தெளிவான விளக்கமளிக்கக்கூடிய மிகப்பெருமளவு விஷயாதாரங்களை ஏங்கெல்ஸ் கண்டார், ஆனால் அவை முழுமையாக முடிக்கப்படாமலிருந்தது ஒருபக்கம் இருக்கட்டும், சரியான வரிசையில் இல்லாமல் தாறுமாறாகத் கிடந்தன.[8] மறுபக்கம் பாகம் ஒன்றைப் பதிப்பிப்பதற்காக மார்க்ஸ், தாமே தயாரிப்பு வேலையைச் செய்திருந்தார். அதன் மூலம் அவருடைய உண்மை சார்ந்த விஷயாதாரங்களையும் தத்துவார்த்த விஷயாதாரங்களையும் அவரால் ஒருங்கிணைக்க முடிந்தது; அதே வழிமுறையில் இரண்டாவது மூன்றாவது பாகங்களை ஏங்கெல்ஸ் ஒருங்கிணைக்க வேண்டுமானால், ஒரு பதிப்பாளரின் பணிகளை வெகுவாகத் தாண்டாமல் அவரால் அதைச் சாதிக்க முடியாது. ஆனால் மேதைமையுடன் அதை அவர் தவிர்த்துவிட்டார்.

மார்க்ஸ் பயன்படுத்திய சாரமாக்கல் பற்றி நாம் பொதுவான முறையில் விவாதித்துள்ளோம். குறிப்பான விஷயங்களுக்குள் இந்தக் கட்டத்தில் நுழையப் போவதில்லை. எனினும்,

மார்க்சின் பொருளாதாரவியல் பற்றிய மிக ஏராளமான விமர்சனங்கள் அறிந்தோ, அறியாமலோ, அவர் எந்த அனுமானங் களின்படி புரிந்தாரோ அவற்றை நிராகரித்ததன் அடிப்படையில் அமைந்தவை தானென்பதை இங்கு குறிப்பிடுவது அவசியம். இந்த விமர்சனங்களின் தகுதியை மதிப்பிடுவதற்கான அளவுகோலை நிறுவுவதற்கு நம்முடைய விவாதம் உதவும். ஒவ்வொரு விஷயத்திலும் விமர்சனங்கள் எழ வைக்கின்ற எளிமைப்படுத்தும் அனுமானங்கள் (அல்லது கருத்தாய்வுகள்) குறித்துக் கீழ் வரும் மூன்று கேள்விகள் முன்வைக்கப்பட வேண்டும்: (1) ஆய்வுக்குட்படுத்தப்படும் பிரச்சனை மீது முறையான கவனத்துடன் அவை வகுக்கப்பட்டுள்ளனவா? (2) பிரச்சனையின் அவசியமற்ற கூறுகளை அவை தவிர்த்து விடுகின்றவா? (3) அவசியமான கூறுகளை ஒதுக்கித் தள்ளாமல் அமைந்துள்ளனவா? இந்த மூன்று கேள்விகளுக்கும் ஆம் என்பது பதிலாக இருக்குமானால் முறையான சாரமாக்கல் கோட்பாடு பின்பற்றப்பட்டுள்ளது என்று நாம் கூறலாம். மார்க்சின் மீது எழும் விமர்சனத்தின் பெரும் பகுதியின் பொருத்தப்பாட்டையும் தகுதியையும் பரிசீலிப்பதில் இந்தக் கோட்பாடு பெரும் உதவி புரியும்.

2. மார்க்சிய சிந்தனையின் வரலாற்றியல் குணாம்சம்

“மார்க்சின் வழி முறையானது அதனுடைய ஆழத்தின் ஆழமான சாரத்தில் வரலாற்றியல் வகையினதாகும்” என்று லூகாக்ஸ் கூறுகிறார்.

இது மிகச் சரியானதாகும், இதை வலியுறுத்தத் தவறுகின்ற, பிரச்சனை பற்றிய எந்தவொரு விவாதமும் நிறைவானது என்று கருதப்பட இயலாது.*

மார்க்சைப் பொறுத்தமட்டிலும் சமூக யதார்த்தமென்பது ஒரு வரையறை செய்யப்பட்ட உறவுகளின் தொகுப்பு ஒன்றுமல்ல. மாறாக ஒரு வரையறுக்கப்பட்ட உறவுகளின் தொகுப்பில் உள்ளார்ந்து உறைந்திருக்கும் மாற்றத்தின் நிகழ்முறையாகும். வேறு சொற்களில், சமூக யதார்த்தமென்பது ஒரு வரலாற்றியல் நிகழ்முறையாகும், கோட்பாட்டளவில், முடிவற்றதும்,

* இந்த அத்தியாயத்தில், மார்க்சிய சிந்தனையின் இந்த அம்சம் குறித்த ஆங்கில விவாதங்களில், ஆகச் சிறந்த ஒன்றை, சொல்லப்போனால் எல்லாப் பிரச்சனைகளுடைய விவாதங்களையும் கார்ல் கோர்ஸ்ச்-ன் நூலான “கார்ல் மார்க்ஸ்” (லண்டன்: சாப்மேன் ஹால், 1938)-ல் காணலாம்.

நிறுத்தங்கள் இல்லாததுமான ஒரு நிகழ்முறையாகும்.* தனி மனிதர்களைப் போலவே சமூக அமைப்பு முறைகளும் ஒரு வாழ்க்கைச் சுழற்சி வட்டத்தின் ஊடாகச் செல்கின்றன என்பதுடன் 'உற்பத்தி சக்திகளின் வளர்ச்சி வடிவங்கள் என்பதிலிருந்து' அவை 'அந்தச் சக்திகளுக்கு தடைச் சங்கிலிகளாக மாற்றமடையும் பொழுது' காட்சியிலிருந்து மறைந்துவிடுகின்றன. இருந்தபோதிலும், சமூக மாற்ற நிகழ்முறையானது வெறும் எந்திர வகைப்பட்டதல்ல; மாறாக, மனித வினையாற்றலின் விளைபலனாகும். ஆனாலும் அந்த வினையாற்றல் தனது வேர்களை எந்த வகையான சமூகத்தில் கொண்டிருக்கிறதோ அதனால் திட்டவட்டமாக வரையறுக்கப்பட்டதாகும். மார்க்ஸ் எழுதினார், 'மனிதர்கள் தம் வரலாற்றைத் தாமே படைக்கின்றார்கள், ஆனால் தம் விருப்பத்திற்கேற்பச் செய்வதில்லை; அவர்களால் தேர்வு செய்யப்பட்ட சூழ்நிலைமைகளின் கீழ் செய்வதில்லை, மாறாக, கடந்த காலத்திலிருந்து நேரடியாக வருகின்ற, அதில் உள்ளவாறு இருக்கின்றதும் கைமாற்றி அளிக்கப்பட்டதுமான சூழ்நிலைமைகளின் கீழ் அவர்கள் செய்கிறார்கள்.'**[10] சமூகம் மாறிக் கொண்டேயிருக்கிறது, வரம்புகளுக்குட்பட்டு, மாற்றப்படவும் முடியும்.

இந்த நிலைபாட்டை உறுதியாகப் பின்பற்றுவது சமூக அறிவியலை நோக்கிய ஒரு ஒத்திசைவான வரலாற்று அணுகுமுறைக்கு வழி வகுக்கிறது. மேலும், இது தற்போதைய சமூகம் உள்ளிட்ட ஒவ்வொரு சமூகத்தையும் நோக்கிய ஒருவிமர்சனப்பூர்வமான அணுகுமுறைக்கு இட்டுச் செல்கிறது என்பது அதே விஷயத்தின் மற்றுமொரு அம்சமாகும். இந்த நிலைபாட்டின் முக்கியத்துவத்தை இதற்கு மேலும் அழுத்தமாகக் கூற முடியாது. முந்தைய சமூக அமைப்பு முறைகளனைத்தும் மாறுதலுக்குள்ளாகிற இடைநிலைக் காலத்தின் குணாம்சத்தைத் தம்மால் விளங்கி கொள்ள முடியும் என்று காட்டிக் கொள்வது மார்க்சியமல்லாத சிந்தனையாளர்களின் வழக்கமான இயல்பாகும். அதே சமயம், இதே விமர்சக அறிவுக் கூட்டம் முதலாளித்துவ

** "உற்பத்தி சக்திகளின் வளர்ச்சியிலும், சமூக உறவுகளின் அழிவிலும், சிந்தனைகளின் உருவாக்கத்திலும் இடைவிடாத தொடர்ச்சியான இயக்கம் இருக்கிறது; மாற்றமுடியாத ஒரே விஷயம் இயக்கத்தின் சாரமாக்கல் - mors immortalis (மரணமில்லாத மரணம்) - மட்டுமே". மார்க்ஸ், "தத்துவத்தின் வறுமை".

அமைப்பு முறை குறித்துப் பிரச்சனையெழும் பொழுது அது போல விளங்கிக் கொள்ளத் தவறிவிடுகிறது. வழக்கமான நவீன சிந்தனையாளருக்கு, மார்க்ஸ் சுட்டிக் காட்டியது போல - "வரலாறு இருந்து வந்தது, ஆனால் இனிமேலும் வரலாறு என்று எதுவும் இருக்காது."[11] இது தொடர்பாக லுகாக்ஸ் குறிப்பிட்டது சிறப்பு மிக்கது:

நடப்புக் காலத்தின் பிரச்சனையை ஒரு வரலாற்றியல் பிரச்சனையாக நாம் எடுத்துக் கொள்ளும் பொழுது முதலாளித்துவ சிந்தனையின் வரலாற்றியல் அல்லாத, வரலாற்றியல் விரோத உட்கரு தன்னுடைய பிரகாசமான வடிவத்தில் வெளிப்படுகிறது............ நடப்புக்காலத்தின் உலக-வரலாற்றியல் நிகழ்வுகளைப் புரிந்து கொள்வதற்கு முதலாளித்துவ சிந்தனையாளர்கள் மற்றும் வரலாற்றியலாளர்கள் அனைவருக்கும் உள்ள முழுமையான இயலாமை உலக யுத்தம் மற்றும் உலகப் புரட்சியின் காலத்திற்குப் பிந்தைய தெளிவான சிந்தனையாளர்கள் அனைவருக்கும் ஒரு மகிழ்வற்ற நினைவாகவே நீடிக்கும்.[12]

1922-லிருந்து நிகழ்ந்த எந்தச் சம்பவமும் இந்த முடிவை மாற்றிக் கொள்ள வைக்க முடியாது; மாறாக, அதற்கு நேர் மாறாகத்தான் எண்ண வைக்கும். மறுபுறம் மார்க்சிஸ்ட்டுகள் நடப்புக்கால நிகழ்வுகளை ஒரு உலக-வரலாற்றியல் நோக்கில் முரணில்லாமல் பொருள் கண்டு வருகிறார்கள். இந்த வேறுபாடு அறிவுக் கூர்மை சார்ந்த ஒரு பிரச்சனையல்ல, வழிமுறை மற்றும் அணுகுமுறை பற்றிய பிரச்சனையாகும்.

பெரும்பாலான மக்கள் சூரிய மண்டலத்தைச் சாதாரணமாக எடுத்துக் கொள்வதைப் போல முதலாளித்துவத்தை எடுத்துக் கொள்கிறார்கள். முதலாளித்துவம் இறுதியாக மறைந்துவிடும் எனும் உண்மை இன்று பெரும்பாலும் ஏற்றுக்கொள்ளப்படுகிறது. பெரும்பாலும் சூரியன் இறுதியாகக் குளிர்ந்து போய்விடும் என்பதைப்போலவே இது சிந்திக்கப்படுகிறது. கூற வருவது என்னவென்றால், நடப்புக்கால நிகழ்வுகளுடன் அதற்கு உள்ள தொடர்பு மறுக்கப்படுகிறது. இந்தக் கண்ணோட்டத்திலிருந்து, 1) அந்த முறையின்சட்டகத்திற்குள் என்ன நிகழ்கிறது என்பதை ஒருவர் புரிந்து கொள்ளவும். விமர்சிக்கவும் முடியும்; 2) அந்தக் கட்டமைப்பிற்கு என்ன நேர்கிறது என்பதை அவரால் புரிந்து கொள்ளவோ மதிப்பிடவோ முடியாது. பிந்தைய உண்மையானது, சமூக அமைப்பு முறைகளைப் பற்றி அர்த்தத்துடன் ஒருவரால்

பேச முடியும் என்பதை சாதாரணமாக மறுத்துவிடுகின்ற வடிவத்தைப் பெரும்பாலும் எடுத்துக் கொள்கிறது. எனினும், மகத்தான வரலாற்று நிகழ்வுகள் என்பது பொதுவாக, ஒட்டுமொத்தச் சமூக அமைப்பு முறைகள் தொடர்புடையதாகும். விளைவு என்னவென்றால், வழக்கமான நவீன மனத்திற்கு அவை ஒரு நாசகரத் தன்மை கொண்டவைகளாகக் காட்சியளிக்கின்றன, இவையெல்லாம் மனவியல் அதிர்ச்சியையும், சிந்தனைக் குழப்பத்தையும் குறிக்கின்றன.

மறுபுறம், மார்க்சியருக்கு முதலாளித்துவத்தின் குறிப்பிட்ட வரலாற்று குணாம்சமானது (அதாவது, மாறுதல் நிகழ்ந்து கொண்டிருக்கும் இடைநிலைக் கட்டம்) ஒரு பிரதான களமாகும். இந்த உண்மையின் காரணத்தினால் தான் இந்தக் கட்டமைப்பிற்குப் புறவயமாகத் தன்னை இருத்திக் கொண்டு அதை ஒரு முழுமை என்கிற முறையில் விமர்சிக்க மார்க்சால் முடிந்தது என்று கூறலாம். மேலும், இந்தக் கட்டமைப்பில் நிகழ்ந்து கொண்டிருக்கின்ற, நிகழப்போகின்ற மாற்றங்களுக்கு மனித நடவடிக்கைதான் பொறுப்பானது என்பதனால் அறிவுப்பூர்வமான ஒரு விமர்சன மனப்பாங்கு சாத்தியம் என்பது மட்டுமல்ல, தார்மீக முக்கியத்துவம் வாய்ந்ததுமாகும், ஏனென்றால், உதாரணமாக - சூரிய குடும்ப மண்டலம் பற்றிய ஒரு விமர்சனப் பூர்வமான மனப்பாங்கானது - அதில் குறைபாடுகள் இருந்தபோதிலும் - கடைசி ஒன்றாக இருக்கப்போவதில்லை, அது நடைமுறை முக்கியத்துவம் அற்றதாகவும் இருக்கப் போவதில்லை.

மார்க்சின் துவக்கப்புள்ளி

ஃபாயர் பாக் குறித்த ஆய்வுக் கட்டுரை (1845): அவருடைய தத்துவார்த்தவியல் படைப்பு குறித்த மார்க்சின் மிகச் சுருக்கமான, விளக்க உரை:

I

இதுவரை இருந்த பொருள் முதல்வாதம் - அதில் ஃபாயர் பாக்கி-ன் பொருள் முதல்வாதமும் உள்ளடங்கும் - அனைத்திலும் பிரதான குறைபாடாக இருப்பது புலன் சார்ந்த உணர்வு நிலையான யதார்த்தம், ஒன்று பொருள் அல்லது சிந்தனை வடிவத்திலேயே கருதப்படுகிறது. மனித உணர்வுடன் கூடிய செயல் முறையாகவும் நடவடிக்கையாகவும் கருதப்படவில்லை, அகவயப்பட்டதாகவும் கருதப்படவில்லை. எனவே, பொருள்முதல் வாதத்திற்கு முரண்படும் விதமாக 'வினைத்திறன் பகுதி' கருத்து முதல்வாதத்தால் வளர்த்தெடுக்கப்பட நேர்ந்தது. ஆனாலும் அது கருத்துரு அளவில் மட்டும் தான் நடந்தது, ஏனெனில் கருத்து முதல்வாதத்திற்கு மெய்யான, உணர்வு நிலைச் செயல்பாடு பற்றித் தெரியாது. சிந்தனையால் அறியப்படும் பொருட்களிலிருந்து புலனால் அறியப்படும் பொருட்களை உண்மையிலேயே வேறுபடுத்த வேண்டும் என்று ஃபாயர் பாக் விரும்புகிறார். ஆனால் அவர் மனித நடவடிக்கையை ஒரு இலக்கு நோக்கிய செயல்பாடாகக் கருதவில்லை, எனவே, 'கிறிஸ்துவத்தின் சாரம்' நூலில் கருத்தியல் சார்ந்த மனப்பாங்குதான் ஒரே உண்மையான மனித மனப்பாங்கு என்றும் அதே சமயம் நடைமுறையானது இழிவான - வடிவத்தில் உருவாகி நிலைகொண்டது என்றும் அவர் கருதுகிறார். ஆகவே, 'புரட்சிகரமானதும்' நடைமுறை- விமர்சனப்பூர்வமானதுமான செயல்பாட்டின் முக்கியத்துவத்தை அவரால் புரிந்து கொள்ள இயலவில்லை.

II

திட்டவட்டமான உண்மையை அடைவதற்கு மனித சிந்தனையை வழியாகக் கொள்ள முடியுமா என்கிற கேள்வி

ஒரு தத்துவார்த்தக் கேள்வியல்ல, மாறாக ஒரு நடைமுறைக் கேள்வியாகும். நடைமுறையில் மனிதன் உண்மையை நிரூபித்தாக வேண்டும். அதாவது அவனுடைய சிந்தனையின் மெய்மையையும், ஆற்றலையும், புறவயத்தன்மையையும் நிரூபிக்க வேண்டும். நடைமுறையிலிருந்து விலகி நிற்கின்ற சிந்தனையின் உண்மைத்தன்மை அல்லது உண்மையற்ற தன்மை பற்றிய விவாதம் வெறும் பண்டிதக் கேள்வியாகும்.

III

மனிதர்கள் சூழ்நிலைமைகளின் விளைபொருட்கள் மற்றும் அதனால் தகவமைக்கப்பட்டவர்கள் தான். ஆகையால் மாற்றமடைந்துவிட்ட மனிதர்கள் மாறுபட்ட மற்ற பிற சூழ்நிலைகள் மற்றும் மாறுபட்ட தகவமைப்பு முறை ஆகியவற்றின் விளைபொருட்களாவார்கள் என்று கூறுகின்ற பொருள்முதல்வாதக் கோட்பாடு, மனிதர்கள் தான் சூழ்நிலைமைகளை மாற்றுகின்றவர்கள் என்பதையும் கற்றுக் கொடுப்பவர்களுக்கே கல்வியளிக்கப்பட வேண்டிய தேவை இருக்கிறது என்பதையும் மறந்துவிடுகிறது. ஆகவே, இந்தக் கோட்பாடு சமூகத்தை இரண்டு பகுதிகளாகப் பிரிப்பதில் சென்று நிற்கிறது, அதில் ஒன்று சமூகத்தைக் காட்டிலும் உயர்ந்ததாக இருக்கிறது (உதாரணமாக, ராபர்ட் ஓவன்)

சூழ்நிலைமைகள் மனிதன் செயல்பாடு இரண்டும் ஒரே சமயத்தில் மாறுதலுக்குள்ளாவதை ஒரு புரட்சிகர நடைமுறையாகக் கருத்தில் கொண்டு பகுத்தறிவு முறையில் புரிந்து கொள்ள முடியும்.

IV

மதரீதியாக சுய-அந்நியமாதல், அதாவது ஒரு மதரீதியான, கற்பனை உலகமாகவும், ஒரு உண்மை உலகாகவும் உலகம் இரண்டாகப் பிரிக்கப்பட்டிருப்பதிலிருந்து ஃபாயர் பாக் தொடங்குகிறார். மதரீதியான உலகை அதனுடைய மதச்சார்பற்ற அடிப்படையிலிருந்து பிரித்துக் காட்டியதில் அவருடைய பணி அடங்கியிருக்கிறது. இந்தப் பணியைச் செய்து முடித்த பிறகு, பிரதானமான ஒரு பணி இன்னும் எஞ்சியிருக்கிறது என்பதைக் காண அவர் தவறிவிட்டார். ஏனெனில், இந்த மதச்சார்பற்ற அடித்தளம் தன்னிடமிருந்து தானே விலக்கிச் சென்ற மேகங்களில் ஒரு சுதந்திரப் புலமாகத் தன்னை நிறுவிக் கொள்கிறது என்பதை இந்த மதச்சார்பற்ற அடித்தளத்தின் சுய-முரண்பாடுகளிலிருந்து

தான் விளக்க வேண்டியுள்ளது. அதன் முரண்பாட்டில் வைத்து முதலில் அதைப் புரிந்து கொள்ள வேண்டும்; பிறகு அந்த முரண்பாட்டை அகற்றுவதன் மூலமாக அதை நடைமுறையில் புரட்சிகரமானதாக மாற்ற வேண்டும். இவ்வாறு, எடுத்துக்காட்டாக, புனிதக் குடும்பத்தின் ரகசியம் புவியுலகத்தின் குடும்பம் தான் என்பது புரிந்து கொள்ளப்பட்டதும் பின்னர் தத்துவார்த்த முறையில் விமர்சிக்கப்பட வேண்டும்; நடைமுறையில் புரட்சிகரமாக்கப்பட வேண்டும்.

V

'சாரமாக்கல் வகைப்பட்ட சிந்தனையுடன்' மன நிறைவு கொள்ளாத ஃபாயர் பாக் 'புலன் சார்ந்த சிந்தனைக்கு' அழைப்பு விடுக்கிறார்; ஆனால் அவர் புலன் உணர்வை ஒரு நடைமுறை சார்ந்த, மனிதப் புலனுணர்வு சார்ந்த செயல்பாடாகக் கருதவில்லை.

VI

ஃபாயர்பாக் மதத்தின் சாரத்தை மனிதத்தின் சாரம் எனக் கருதுகிறார். ஆனால் மானிடத்தின் சாரமென்பது ஒவ்வொரு தனி நபருக்கும் உள்ளிருக்கும் சாரமல்ல. யதார்த்தத்தில் அது சமூக உறவுகளின் மொத்த உருவமாகும்.

இந்த உண்மையான சாரத்தின் மீது ஒரு விமர்சன நோக்கத்தைச் செலுத்தாததன் பின்விளைவாக ஃபாயர்பாக் கீழ்வரும் நிர்பந்தத்திற்குள்ளாகிறார்:

1. வரலாற்றியல் நிகழ் முறையிலிருந்து சாரத்தை எடுத்துக் கொண்டு மத உணர்வைச் சுயமான ஏதோ ஒன்று என்பதாக நிறுவுவதுடன் தனிமைப்படுத்தப்பட்ட - மனிதத் தனிநபர் எனும் ஒரு சாரத்தை முன்னனுமானிப்பது.

2. ஆகையால், அவரைப் பொறுத்தவரை, மனித சாரம் என்பதை ஒரு கரு வித்தாக, பல தனிநபர்களை இயற்கையாகவே ஒன்றுபடுத்துகின்ற ஒரு உள்ளுறையானதும் ஊமைத்தனமானதுமான பொதுமையாக மட்டுமே புரிந்து கொள்ள முடியும்.

VII

அதன் பின்விளைவாக, மத உணர்வு என்பதே ஒரு சமூக விளைபொருள்தான் என்பதையும் அவர் பகுத்தாய்கின்ற கருத்துருவான தனி மனிதன் என்பவன் எதார்த்தத்தில் ஒரு

குறிப்பிட்ட வடிவிலான சமூகத்தைச் சார்ந்தவன் என்பதையும் பார்க்கத் தவறுகிறார்.

VIII

சமூக வாழ்க்கை அடிப்படையில் நடைமுறை சார்ந்தது. தத்துவத்தை மாயாவாதத்திற்குள் தவறாக இட்டுச் செல்கின்ற அனைத்து மர்மங்களும் தங்களுக்கான தீர்வை மனித நடைமுறையிலும், அந்த நடைமுறையைப் புரிந்து கொள்வதிலும் பெறுகின்றன.

IX

சிந்தனைப்பூர்வமான பொருள்முதல் வாதம், அதாவது நடைமுறைச் செயல்பாட்டை அக உந்துதலால் நடப்பது என்பதைப் புரிந்து கொள்ளாத பொருள் முதல் வாதம் அடைந்த உயர்ந்த பட்ச நிலையானது ‘குடிமைச் சமூகத்தில்’ தனிமனிதர்கள் எனும் கருத்துருவை அடைந்ததுதான்.

X

பழமையான பொருள்முதல்வாதத்தின் நிலைபாடு ‘குடிமை சமூகம்’; புதியதன் நிலைபாடு ‘மனித சமூகம்’ அல்லது சமூகமயமாக்கப்பட்ட மனிதகுலம்.

XI

தத்துவஞானிகள் உலகத்தைப் பல்வேறு வகைகளில் விளக்குகிறார்கள், ஆனால் செய்ய வேண்டியது அதை மாற்றுவது தான்.

அடித்தளம்-மேல் கட்டுமான உருவகம்:

அரசியல் பொருளாதார விமர்சனத்திற்கு ஒரு பங்களிப்பு, (1859) முகவுரையிலிருந்து.....

நான் சட்டத்தைப் பாடமாக எடுத்தேன், எனினும் தத்துவம், வரலாறு ஆகியவற்றுடன் அதை ஒரு துணைப்பாடமாகத்தான் வைத்திருந்தேன். 1842-1843 காலகட்டத்தில் 'ரைனிஷ் ஜைடுங்' இதழின் ஆசிரியராகப் பொருளியல் நலன்கள் குறித்த விவாதங்களில் பங்கேற்க வேண்டி வந்ததன் சங்கடத்தை முதன் முறையாக நான் அனுபவித்தேன். மரம் களவாடப்பட்டது மற்றும் நிலங்கள் அபகரிக்கப்பட்டது தொடர்பான ரெனிஷ் லேண்ட் டேக் (RHENISH LANDTAG) வழக்குவிசாரணைகள், மோசெல் (MOSELLE) விவசாயிகளின் நிலைகள் பற்றிய விஷயத்தில் 'ரைனிஷ் ஜைடுங்'குக்கு எதிராக, அப்போது ரைன் மாகாணத்தின் தலைவராக இருந்த ஹெர் வோன் ஸ்கேபர் தொடுத்த அதிகாரப் பூர்வ விமர்சனம், மற்றும் கடைசியாக, சுதந்திர வர்த்தகம் மற்றும் பாதுகாப்பு வரிகள் பற்றிய விவாதங்கள் ஆகியவை பொருளாதாரப் பிரச்சனைகளுடன் பரிச்சயமாவதற்கான முதல் வாய்ப்புகளை எனக்கு அளித்தன. ஆனால், மறுபக்கம், அந்தப் பொருள் குறித்த எனது அறிவின் பரிமாணத்தைவிட அந்த விஷயத்தில் மேற்கொண்டும் முன்னேறிச் செல்ல வேண்டும் என்பதில் எனக்கு நல்விருப்பம் அதிகமாக இருந்த அந்த நேரத்தில், பிரெஞ்சு சோஷலிஸம் மற்றும் கம்யூனிஸத்தின் தத்துவார்த்த ரீதியான குரல்-அது சற்று வலுக்குறைவாக இருந்தாலும்- 'ரைனிஷ்ஜைடிங்'-ல் எதிரொலித்தது. அந்தக் கற்றுக் குட்டித்தன்மைக்கு எதிராக என்னை நானே நொந்து கொண்டேன், ஆனால் அதே நேரத்தில் 'அல்வெமைன் ஆகஸ்பர்ஜர் ஜைடுங்' (AIIGMEINE AUGSBURGER ZEITUNG) உடனான ஒரு சர்ச்சையில், பிரெஞ்சுப் போக்குகளின் உள்ளடக்கத்தின் மீது எந்தக் கருத்தையும் முன்வைப்பதற்குக்கூட என்னுடைய முந்தைய கல்வியும், படிப்பும் அனுமதிக்கவில்லை என்பதை ஒளிவு மறைவில்லாமல் ஒத்துக் கொண்டேன். அதற்குப் பதிலாக, 'ரைனிஷ் ஜைடுங்'

மீது விதிக்கப்பட்டிருந்த மரணதண்டனையைக் குறைக்க வைப்பதற்காக அந்த இதழின் போக்கு சற்று பலவீனமாக இருப்பது நல்லது என்று கருதிய பத்திரிகை நிர்வாகிகளுடைய மாயையை, பொது மேடையிலிருந்து விலகி ஆய்வில் ஈடுபடும் நோக்கில் பிடித்துக் கொண்டேன்.

என்னை வாட்டிய ஐயங்களுக்கு விடை காண்பதற்காக நான் எடுத்துக் கொண்ட முதல் பணி 'ஹெகலிய வலதுசாரித் தத்துவம் குறித்த ஒரு விமர்சன மதிப்பீடு'தான், 1844-ல் பாரிசில் வெளியாகி வந்த DELUTSCH-FRANZOSISCHE JAHRBUCHER-ல் அந்த நூல் அறிமுகமானது. சட்டரீதியான உறவுகளையும் அரசு வடிவங்களையும் அப்படியே புரிந்து கொள்ள முடியாது, மனித மனத்தின் பொதுவான வளர்ச்சிப் போக்கிலும் புரிந்து கொள்ள முடியாது, மாறாக வாழ்க்கையின் பொருளியல் நிலைமைகளில் அவற்றின் வேர்கள் இருக்கின்றன. மொத்தத்தில், 18-ம் நூற்றாண்டின் ஆங்கிலேயர்கள், பிரெஞ்சுக்காரர்கள் ஆகியோரின் உதாரணத்தையொட்டி அவற்றைக் 'குடிமைச் சமூகம்' என்கிற பெயரில் ஹெகல் ஒன்றிணைக்கிறார். இருந்தபோதிலும் இந்தக் குடிமைச் சமூகத்தின் அங்ககக் கட்டமைப்பை, அரசியல் பொருளாதாரத்தில் தான் தேடியாக வேண்டும் என்கிற முடிவுக்கு என்னுடைய ஆய்வுகள் இட்டுச் சென்றன. பாரிசில் நான் தொடங்கிய அரசியல் பொருளாதாரம் பற்றிய ஆய்வை - எம். குய்ஜோட்-ன் நாடு கடத்தும் உத்தரவைத் தொடர்ந்து புலம் பெயர்ந்து சென்றிருந்த பிரெஸ்ஸெல்ஸ் நகரிலும் நான் தொடர்ந்தேன். நான் வந்தடைந்த பொதுவான முடிவு என்னுடைய ஆய்வுகளுக்கு ஒரு முன்னோடி இழையாகச் சேவை புரிந்தது. அதைக் கீழ்க்கண்டவாறு சுருக்கமாக வகுத்துக் கொள்ளலாம்: தம் வாழ்க்கையின் சமூக உற்பத்தியில் மனிதர்கள் திட்டவட்டமான உறவுகளுக்குள் நுழைகிறார்கள். அந்த உறவுகள் தவிர்க்கவியலாதவைகளாகவும் மனிதர்களின் விருப்பத்திலிருந்து சுதந்திரமாகவும் இருக்கின்றன. உற்பத்தி உறவுகள் தம்முடைய உற்பத்தி சக்திகளின் வளர்ச்சிப்போக்கினுடைய ஒரு திட்டவட்டமான கட்டத்துடன் பொருந்தியிருக்கின்றன. இந்த உற்பத்தி உறவுகளின் கூட்டுத் தொகைதான் சமூகத்தின் பொருளாதாரக் கட்டமைப்பாக அமைகின்றன. அந்த உண்மையான அடித்தளத்தின் மீது ஒரு சட்டம் மற்றும் அரசியல் மேல்கட்டுமானம் எழுகிறது. அத்துடன் சமூக உணர்வின் திட்டவட்டமான வடிவங்கள் பொருந்தி

வருகின்றன. பொருளியல் வாழ்வின் உற்பத்தி வடிவம் சமூக, அரசியல் மற்றும் அறிவு சார்ந்த வாழ்க்கை நிகழ்முறைப் போக்கைத் தகவமைக்கிறது. மனிதர்களின் வாழ்க்கையை அவர்களுடைய உணர்வுநிலை தீர்மானிப்பதில்லை, அதற்கு நேர்மாறாக அவர்களுடைய சமூக வாழ்நிலை அவர்களுடைய உணர்வு நிலையைத் தீர்மானிக்கிறது. பொருளியல் உற்பத்தி சக்திகள் தமது வளர்ச்சியில் ஒரு குறிப்பிட்ட கட்டத்தில் நடப்புக்கால உற்பத்தி உறவுகளுடன் அல்லது அதையே சட்டரீதியான சொற்களில் குறிப்பிடுவதானால் - தாம் இதுவரை இயங்கி வந்த உடைமை உறவுகளுடன் மோதலுக்குள்ளாகிறது. உற்பத்தி சக்திகளின் வளர்ச்சி வடிவங்களாக இருந்து வந்த நிலைமையிலிருந்து இந்த உறவுகள் அவற்றின் தடைச் சங்கிலிகளாக மாறிவிடுகின்றன. பின்னர், ஒரு சமூகப் புரட்சியின் சகாப்தம் துவங்குகிறது. பொருளாதார அடித்தளம் மாற்றமடைந்த உடன் ஒட்டுமொத்தமான மாபெரும் மேல் கட்டுமானமும் முன்னரோ, பின்னரோ வெகுவிரைவாக மாற்றியமைக்கப்பட்டு விடுகிறது.

இத்தகைய உருமாற்றங்களைக் கருத்திலெடுத்துக் கொள்ளும் பொழுது, இயற்கை அறிவியலின் துல்லியத்துடன் தீர்மானிக்கப்படக்கூடிய உற்பத்தியின் பொருளாதார நிலைமையின் பொருளியல் உருவ மாற்றத்திற்கும், இந்த மோதலை மனிதர்கள் இனம் கண்டு கொண்டு போராடுகின்ற சட்டம், அரசியல், மதம், அழகியல் அல்லது தத்துவார்த்தம் - சுருக்கமாக, தத்துவார்த்தவியல் வடிவங்களுக்கும் இடையிலிருக்கும் ஒரு வேறுபாட்டை எப்போதும் காண வேண்டும். ஒரு தனி நபரைப் பற்றிய நமது கருத்து அந்த நபர் தன்னைப் பற்றி என்ன எண்ணிக் கொண்டிருக்கிறார் என்பதனடிப்படையில் அமைவதில்லையோ, அதே போல, அது போன்ற ஒரு உருமாற்றக் காலகட்டத்தின் தன்னுணர்வைக் கொண்டு அதை நாம் தீர்மானிக்க இயலாது; அதற்கு மாறாக, இந்த உணர்வை, பொருளியல் வாழ்க்கையின் முரண்பாடுகளிலிருந்தும், சமூக உற்பத்தி சக்திகளுக்கும், உற்பத்தி உறவுகளுக்கும் இடையில் இருந்து வரும் மோதலிலிருந்து விளக்கிட வேண்டும். எல்லா உற்பத்தி சக்திகளுக்கும் வளர்ச்சிக்கு இடமுள்ள அனைத்தும் முழு வளர்ச்சி அடைவதற்கு முன்னதாக எந்த ஒரு சமூக ஒழுங்கமைவும் அழிந்து போவதில்லை; உற்பத்தியின் புதிய, உயர்ந்த மட்ட உறவுகள் இருப்பதற்கான பொருளியல் நிலைமைகள் பழைய சமூகத்தின் கருவறைக்குள்ளேயே முதிர்ச்சி

பெறுவதற்கும் முன்னதாக அவை தோன்றுவதில்லை. ஆகவே, மனித குலம் எப்போதும் தன்னால் செய்து முடிக்கக்கூடிய கடமைகளைத்தான் ஏற்படுத்திக் கொள்கிறது; ஏனெனில், விஷயத்தினருகிலிருந்து கொண்டு பார்க்கும் பொழுது, அந்தக் கடமைகள், தமக்குத் தீர்வுகளாகக்கூடிய பொருளியல் நிலைமைகள் ஏற்கெனவே இருக்கும் பொழுதுதான் அல்லது உருவாகிக் கொண்டிருக்கும் பொழுதுதான் தாமே எழுகின்றன என்பதை எப்போதுமே காண முடியும். ஆசிய வகை, தொன்மை வகைப்பட்ட நிலப்பிரபுத்துவம் மற்றும் நவீன முதலாளித்துவம் ஆகியவற்றின் உற்பத்தி வடிவங்களைச் சமூகத்தின் பொருளாதார வடிவாக்கத்தின் முற்போக்கான சகாப்தங்கள் என்று கூறலாம். உற்பத்தியின் சமூக நிகழ்முறையின் கடைசியான பகைமுரண் வடிவம் முதலாளித்துவ உற்பத்தி உறவுகளாகும் - பகை முரண் என்பது தனிநபர்களின் பகை முரண்கள் எனும் பொருளிலல்ல, மாறாக, தனி மனிதர்களின் வாழ்க்கையினுடைய சமூக நிலைமைகளிலிருந்து எழுகின்றவைகளாகும்;அதே சமயம், முதலாளித்துவ சமூகத்தின் கருவறையில் வளர்ச்சியடைந்து வருகின்ற உற்பத்தி சக்திகள் அந்தப் பகை முரணுக்குத் தீர்வு காண்பதற்கான பொருளியல் நிலைமைகளைப் படைக்கின்றன. ஆகையால், இந்தச் சமூக உருவாக்கம் மனித சமூகத்தின் முந்தைய வரலாற்றை ஒரு முடிவுக்குக் கொண்டு வருகிறது.

1843-ல் எழுதுப்பட்டு, DEUTSCH-FRAN ZOSISCHE JAHRBICHER *இதழில் 1844-ல் பிரசுரமான அரசியல் பொருளாதரத்தின் விமர்சனத்திற்கு ஒரு கோட்டுச் சித்திரம் எனும் கட்டுரையில் பொருளாதார வகைகள் குறித்தவிமர்சனம் மீது ஏங்கெல்சின் மதி நுட்பமான வரையுரு தோன்றியதிலிருந்து அவருடன் நான் கடிதத் தொடர்புமூலமாக இடைவிடமாமல் கருத்துக்களை பரிமாறிக் கொண்டிருந்தேன். அவர் வேறொரு பாதை வழியாக நாம் வந்தடைந்திருந்த அதே விடையை எட்டியிருந்தார். (1844-ல் 'இங்கிலாந்தில் பாட்டாளி வர்க்கத்தின் நிலைமை' நூலை ஒப்பிடவும்) 1845-ன் வசந்த காலத்தில் அவரும் பிரெஸ்ஸெல்ஸ்-ல் குடியேறிவிட்ட பொழுது, ஜெர்மன் தத்துவத்தின் தத்துவார்த்தக் கண்ணோட்டத்திற்கு எதிரான எங்களுடைய கண்ணோட்டத்தில் பொதுவாக இணைந்து செயல்பட நாங்கள் தீர்மானித்தோம். சொல்லப்போனால், எங்களுடைய சமீப காலம் வரைக்குமான தத்துவார்த்த மனசாட்சியுடன் கணக்குத் தீர்த்துக் கொள்ள முடிவு செய்தோம். ஹெகலுக்குப் பிந்தைய தத்துவத்திற்கு ஒரு விமர்சனம்**

எனும் வடிவத்தில் அந்தத் தீர்மானத்தை நிறைவேற்றவும் செய்தோம். அதனுடைய கையெழுத்துப் பிரதிகளின் இரு பெரும் தொகுப்புகள் வெஸ்ட் ஃபாலியா-விலிருந்த பதிப்பகத்திற்கு விரைவாகச் சென்றடைந்துவிட்ட பிறகு, மாறிவிட்ட சூழ்நிலைகளால் அது அச்சிடப்பட முடியாது எனும் தகவலை நாங்கள் பெற்றோம். பூரண சம்மதத்துடன் சுண்டெலிகளின் விமர்சனத்திற்கு அதைக் கையளித்து விட்டோம். ஏனென்றால் எங்களுடைய முதன்மையான நோக்கத்தை - சுய-தெளிவை - நாங்கள் அடைந்துவிட்டிருந்தோம். அந்தக் கால கட்டத்தில் ஒரு கோணத்திலிருந்து ஒன்று, வேறொரு கோணத்திலிருந்து ஒன்று என அங்குமிங்கும் சிதறலாக எங்கள் கண்ணோட்டத்தைப் பொதுமக்கள் முன் வைத்த படைப்புகளில் நானும், ஏங்கெல்சும் கூட்டாக எழுதிய 'கம்யூனிஸ்ட் பிரகடனம்' மற்றும் நான் பிரசுரித்த 'சுதந்திர வர்த்தகப் பிரச்சனை குறித்த உரை' (1848) ஆகியவை பற்றி மட்டும் தான் குறிப்பிடுவேன். எங்களுடைய கண்ணோட்டத்தின் தீர்மானகரமான கூறுகள். இவை வாக்குவாத வடிவமாக இருந்தாலும் கூட, புரூதோனுக்கு எதிராக 1847-ல் பிரசுரிக்கப்பட்ட எனது 'தத்துவத்தின் வறுமை' எனும் நூலில் தான் முதன்முதலாக அறிவியல் பூர்வமாகக் குறிப்பிடப்பட்டன. பிரஸ்ஸெல்ஸ் ஜெர்மன் தொழிலாளர்கள் சங்கத்தில் (1847 ஆகஸ்டில் மார்க்ஸ் - ஏங்கெல்ஸ்ஸால், இந்தச் சங்கம் அரசியல் கல்வியை வளர்ப்பதற்காக உருவாக்கப்பட்டது) கூலியுழைப்பும், மூலதனமும் பற்றி நான் ஆற்றிய சொற்பொழிவுகளைத் தொகுத்து 'கூலியுழைப்பு' பற்றி ஒரு ஆய்வுக்கட்டுரையை எழுதினேன், பிப்ரவரி பிரெஞ்சு புரட்சியினாலும், ** பெல்ஜியத்திலிருந்து நான் பலவந்தமாக வெளியேற்றப்பட்டதாலும் அது அச்சிடப்படுவது தடைப்பட்டுப் போனது.

1848-49-ல் 'புதிய ரைனிஷ் ஜைடுங்' இதழுக்கு ஆசிரியராக இருந்தது மற்றும் அதைப் பின் தொடர்ந்து வந்த நிகழ்வுகள் எல்லாம் எனது பொருளாதார ஆய்வுக்குத் தடையேற்படுத்தின. அந்த ஆய்வுப் பணியை 1850-ல் லண்டனில் தான் மீண்டும் தொடங்க முடிந்தது. பிரிட்டிஷ் மியூசியத்தில் குவிந்து கிடந்த அரசியல் பொருளாதாரத்தின் வரலாற்றுக்கான ஏராளமான பெரும் தரவுகளும், முதலாளித்துவ சமூகத்தைக் கூர்ந்து கவனிப்பதற்கு வாய்ப்பான இடத்தை லண்டன் அளித்ததாலும், கலிபோர்னியாவிலும், ஆஸ்திரேலியாவிலும் தங்கம் கண்டு பிடிக்கப்பட்டதைத் தொடர்ந்து முதலாளித்துவ சமூகம்

அதற்குள் நுழைந்ததால் உருவான புதிய வளர்ச்சிக் கட்டமும், ஆரம்பத்திலிருந்தே மீண்டும் புதிதாகத் துவங்கும்படியும், புதிய தரவுகளை நுணுகி ஆராயும் படியுமான தீர்மானத்தை எனக்குள் ஏற்படுத்தின. இந்த ஆய்வுகள், அவற்றுடன் தொடர்புடைய சற்றே விலகிய சில விஷயங்களுக்கும் என்னை ஓரளவு இட்டுச் சென்றன. அந்த விஷயங்களின் மீது ஒரு குறிப்பிட்ட காலத்திற்கு நான் கவனம் செலுத்த வேண்டி வந்தது.

ஆனபோதிலும் நான் பிழைப்பிற்காகச் சம்பாதிக்க வேண்டியிருந்த தேவையினால் என்னுடைய வசமிருந்த நேரத்தில் துண்டு விழுந்தது. முதலாவது ஆங்கில-அமெரிக்க செய்தித்தாளான நியூயார்க் டிரிபியூனுக்கு, இப்பொழுது எட்டு வருடங்களை எட்டிவிட்ட பங்களிப்புகள் எனது ஆய்வுகளை அசாதாரணப் பரப்புகளுக்குக் கொண்டு சென்றன. ஏனெனில், விதிவிலக்கான விசேஷ செய்திகளில் நானே நேரடியாகப் பத்திரிகைகளுடன் தொடர்பு கொண்டேன். இருந்தபோதிலும் இங்கிலாந்திலும் ஐரோப்பியப் கண்டத்திலும் ஏற்படுகின்ற முக்கியமான பொருளாதார நிகழ்வுகளின் மீதான கட்டுரைகள் எனது பங்களிப்புகளில் ஒரு கணிசமான பகுதியாக இருந்ததால் அரசியல் பொருளாதாரத்தின் உண்மையான அறிவியல் வட்டத்திற்கு வெளியே உள்ள நடைமுறை விவரங்களுடன் பரிச்சயப்படுத்திக் கொள்ளும்படியான கட்டாயத்திற்குள்ளானேன்.

அரசியல் பொருளாதார தளத்தில் என்னுடைய ஆராய்ச்சிகளின் பாதையைப் பற்றிய சித்திரம், என்னுடைய கண்ணோட்டங்கள், அவை எவ்வளவுதான் தவறான கணிப்புக் குள்ளானாலும், ஆளும் வர்க்க நலன்களின் பாகுபாடுகளுடன் ஒத்துப்போகாமலிருந்தாலும் கூட, பல ஆண்டு காலங்கள் நீண்ட, மனசாட்சியுடன் கூடிய ஆய்வுகளின் விளைவுகள் தான் என்பதைக் காட்டுவதற்கான நோக்கம் கொண்டதாகும். ஆனாலும் நரகத்தின் நுழைவாயிலில் இருப்பது போலவே அறிவியலின் நுழைவாயிலிலும் கீழ்க்கண்ட கோரிக்கை எழுதி வைக்கப்பட்டிருக்க வேண்டும்:

'இங்கே எல்லா அவநம்பிக்கைகளும் கைவிடப்பட வேண்டும்;

இங்கே ஒவ்வொரு கோழைத்தனமான சிந்தனையும் மடிந்துவிட வேண்டும்'. புனித இன்பியல் நாடகம் -தாந்தே.

-லண்டன், ஜனவரி, 1859

வரலாற்றின் தத்துவம்:

லூயி போனபார்ட்டின் 18-ம் புரூமேர் (1852)

உலக சரித்திரத்தில் மகத்தான முக்கியத்துவம் வாய்ந்த எல்லா உண்மைகளும், நாயகர்களும் இரண்டுமுறை இடம் பெறுவார்கள் என்று ஓரிடத்தில் ஹெகல் குறிப்பிட்டார். அவர் அதனுடன் சேர்த்துக் கூற மறந்தது: முதல் முறை அது ஒரு சோகமாக இருக்கும், இரண்டாவது முறை கேலிக்கூத்தாக இருக்கும்: டாண்டன் இடத்தில் காஸிடைர், ரோப்ஸ்பியர் இடத்தில் லூயிஸ் பிளேங், 1793-1795 * 'மலைப்பருந்தின்' இடத்தில் 1848-1851 மலைப்பருந்து. 18-ம் புருமேர்-ன் இரண்டாவது பரப்பில் இடம்பெறும் சூழ்நிலைமைகளில் அதே கேலிச்சித்திரம் இடம் பெறுகிறது!

* பிரெஞ்சுப் புரட்சியிலிருந்த ஒரு புரட்சிகரக் குழுவை 'மலைப்பருந்து' (MONTAGNE) குறிக்கிறது, 1848-ன் தோல்வியுற்ற புரட்சியில் அதற்குப் புத்துயிரூட்ட முயற்சி செய்யப்பட்டது.

மனிதர்கள் தம் வரலாற்றைத் தாமே படைக்கிறார்கள், ஆனால் அவர்களுடைய விருப்பம் போலப் படைப்பதில்லை; அவர்களால் தேர்வு செய்யப்படுகின்ற சூழ்நிலைமைகளில் அதைப் படைப்பதில்லை, மாறாகக் கடந்த காலத்தால் அளிக்கப்பட்ட, கைம்மாற்றித் தரப்பட்ட, நேரடியாக எதிர் கொள்ளப்பட்ட சூழ்நிலைமைகளின் கீழ் படைக்கின்றார்கள். மரணித்துவிட்ட தலைமுறைகள் அனைத்தினுடைய மரபுகளும் வாழ்ந்து கொண்டிருப்பவர்களின் மூளையில் ஒரு கொடுங்கனவு போல பாரமாக அழுத்துகிறது. அவர்கள் தம்மையும் மற்ற விஷயங்களையும் புரட்சிகரமாக்குவதிலும், இதுவரை இருந்திராத ஒன்றைச் சிருஷ்டிப்பதிலும் முனைந்திருக்கும் பொழுது, சரியாக அப்பொழுது தான் இது போன்ற புரட்சிகர நெருக்கடிக் காலகட்டங்களில்தான் தங்களுடைய உதவிக்காகக் கடந்த காலத்தின் ஆவிகளை மந்திரத்தால் வரவழைக்கின்றார்கள். அவற்றிடமிருந்து பெயர்களையும், போர் முழக்கங்களையும், ஆடை அணிகளையும் கடன் வாங்கிக் கொள்கிறார்கள். அதன் மூலமாக, உலக சரித்திரத்தின் புதிய காட்சியை, காலத்தால் போற்றப்படுகின்ற மாறுவேடத்திலும் கடன் வாங்கப்பட்ட மொழியிலும் அரங்கேற்ற முனைகிறார்கள். இவ்வாறாக லூதர் இறைத்தூதர் பால்-ன் முகமூடியை அணிந்து கொண்டார். 1789-1814 புரட்சி ரோமன் குடியரசையும், ரோமன் சாம்ராஜ்ஜியத்தையும் தன் மேல் மாற்றி மாற்றிப் போர்த்திக் கொண்டது, 1848-ன் புரட்சி இப்பொழுது 1789-ன் புரட்சியையும், இப்பொழுது 1793-1795ன் புரட்சிகர மரபையும் போல பாசாங்கு செய்து அவற்றை நையாண்டி செய்வதை விட வேறு நல்ல விஷயம் எதுவும் இல்லையென்பதாக நடந்து கொண்டது. அதே போல, ஒரு புதிய மொழியைக் கற்றுக் கொள்ளும்

துவக்கக்கட்டக்காரன் அந்த மொழியை எப்போதும் தனது தாய்மொழிக்கு மொழிபெயர்த்துக் கொள்வான்; ஆனால் பழையதை நினைவு படுத்திக் கொள்ளாமலும், புதியதைப் பயன்படுத்துவதில் தன் சொந்த மொழியை மறந்துவிடவும் ஒரு வழியைக் கண்டுபிடித்துக் கொள்ளும் பொழுதுதான் புதிய மொழியின் ஆன்மாவை உள்வாங்கிக் கொண்டு அதில் சுதந்திரமாகப் படைக்கக்கூடியவனாக மாறுகிறான்.

மரணித்துவிட்ட உலக சரித்திரத்தை மந்திரத்தால் எழ வைப்பதைப் பற்றிச் சிந்திக்கின்ற பொழுது துருத்திக் கொண்டிருக்கும் ஒரு முக்கிய வேறுபாடு உடனே வெளிப்படுகிறது. கேமிலி டெஸ்மௌலின்ஸ், டான்டன், ரோப்ஸ்பெயர், செயின்ட்-ஜஸ்ட், நெப்போலியன் மற்றும் பழைய பிரெஞ்சுப் புரட்சியின் நாயகர்களும், கட்சிகளும் மக்கள் திரளும் தங்களுடைய காலத்தின் கடமையை ரோமன் ஆடையலங்காரத்திலும், ரோமன் வார்த்தைகளுடனும் நிறைவேற்றிவிட்டார்கள். முதலாமவர்கள் நிலப்பிரபுத்துவத்தின் அடிப்படையைத் தகர்த்தெறிந்தார்கள், அதில் முளைத்திருந்த நிலப்பிரபுத்துவத் தலைகளைச் சீவித் தள்ளினார்கள். மற்றவர்கள், சுதந்திரமான போட்டியை வளர்த்தெடுக்கக்கூடிய, குவியலான பரந்த நிலச் சொத்தை சுரண்டக்கூடிய, தேசத்தின் தொழில் உற்பத்தி சக்தியைக் கட்டவிழ்த்து விடக்கூடிய நிலைமைகளை பிரான்சுக்குள் உருவாக்கினார்கள். பிரெஞ்சு எல்லைகளுக்கும் அப்பால் அவர்கள் ஒவ்வொரு திசையிலும் நிலப்பிரபுத்துவ அமைப்புகளை பூண்டோடு அழித்தார்கள். ஐரோப்பியக் கண்டத்தில் நடப்புக்கால நுட்பங்கள் பொருந்திய சூழலை பிரான்சிலிருந்த முதலாளித்துவ சமூ கத்திற்கு வழங்குவதற்குத் தேவையான அளவில் அது இருந்தது. புதிய சமூக அமைப்பு உருவாகியவுடன் தொன்மையான சாம்ராஜ்யங்கள் காணாமல் போயின; அவற்றுடன் புருட்டஸ்களும், கிராச்சிகளும், பப்ளிகோலாஸ்களும், டிரிபியூன்களும், செனேட்டர்களும் மற்றும் சீசர் உள்ளிட்ட சாம்ராஜ்ய வாதிகளும் காணாமல் போய்விட்டார்கள். முதலாளித்துவ சமூகம் தன்னுடைய நிதானமான எதார்த்தத்தில் தன்னுடைய மொழிபெயர்ப்பாளர்களையும், ஒலி பெருக்கிகளையும் சேய்ஸ், கசின்கள், ராயல்-கோலாட்டுகள் பெஞ்சமின் கான்ஸ்டன்ட்டுகள், குய்ஸாட்டுகள் வடிவத்தில் பெற்றது; அதன் உண்மையான ராணுவத் தளபதிகள் எழுத்து மேஜைகளின் பின்னால் அமர்ந்திருந்தார்கள்; அதனுடைய அரசியல் தலைவராகப் பன்றித் தலையன் 17-ம் லூயி இருந்தான். செல்வத்தை உற்பத்தி செய்வதிலும், அமைதியான போட்டிப் போராட்டத்திலும் மூழ்கியிருந்த அது ரோம் காலத்திய பேய்கள் தமது தொட்டிலை நோட்டமிட்டுக் கொண்டிருந்ததை அறியாமலிருந்தது. முதலாளித்துவ சமூகம் வீரமற்றதாக இருந்தாலும், வீரம், தியாகம், அச்சுறுத்தல், உள்நாட்டுப் போர் மற்றும் மக்களின் போராட்டங்கள் ஆகியவற்றின் விளைவாகப் பிறந்தது. ரோமானியக் குடியரசின் செழுமை நிறைந்த கறாரான மரபுகளில் அதன் போர் மறவர்கள் தங்களுடைய போராட்டங்களின் முதலாளித்துவ உள்ளடக்கத்தின் வரம்புகளைத் தம்மிடமிருந்தே மறைத்துக் கொள்வதற்கும், மாபெரும் வரலாற்றியல்

சிறப்பு மிக்க சோகநாடகத்தின் உயர்ந்த மேடையில் தங்களுடைய உற்சாகத்தை நீடித்துக் கொள்வதற்கும் தேவைப்பட்ட லட்சியங்களையும், கலை வடிவங்களையும், தம்மைத்தாமே ஏமாற்றிக் கொள்வதற்கான வழிகளையும் கண்டு கொண்டார்கள். அதேபோல, வளர்ச்சிப்போக்கின் மற்றுமொரு கட்டத்தில், ஒரு நூற்றாண்டுக்கு முன்பாக, குரோம் வெல்லும், ஆங்கிலேய மக்களும் தங்களுடைய முதலாளித்துவப் புரட்சிக்காக பைபிளின் பழைய ஏற்பாட்டிலிருந்து உரை வீச்சுகளையும், உணர்ச்சிப் பெருக்குகளையும், மாயப் பிரமைகளையும் இரவலாக எடுத்துக் கொண்டார்கள். உண்மையான இலக்கு எட்டப்பட்டதும், ஆங்கிலேய சமூகம் முதலாளித்துவ சமூகமாக மாற்றப்பட்டுவிட்டது 'ஹபாக்குக்கின்' இடத்தில் 'லாக்கே' வந்தமர்ந்தார்.

இவ்விதமாக, மரணித்துவிட்டவர்கள் இந்தப் புரட்சிகளின் போது விழித்தெழுந்ததானது புதிய போராட்டங்களைப் பெருமைப் படுத்துவதற்கான நோக்கத்திற்குப் பயன்பட்டது; பழையனவற்றை நையாண்டி புரிவதற்காக அல்ல; அளிக்கப்பட்ட கடமையைக் கற்பனையில் விரிவாக்கிக் காண்பதற்காக. எதார்த்தத்தில் அதற்கான தீர்விலிருந்து தப்பி ஓடுவதற்காகவல்ல; புரட்சிகர உணர்வை மீண்டுமொரு முறை காண்பதற்காக. அதன் ஆவியை மீண்டும் நடமாட விடுவதற்காகவல்ல.

1848-லிருந்து 1851 வரையிலும் பழைய புரட்சியின் பேய்தான் உலவிக் கொண்டிருந்தது, லண்டன் மத்தியக் குற்றவியல் நீதிபதி (OLD BAILEY) போல வேடமிட்டுக் கொண்டிருந்த (மேட்டுக்குடி வம்சப்பிரபு போல் பாவித்துக் கொண்டிருந்த ஒரு ராஜ விரோதியான) மஞ்சள் கையுறையணிந்த குடியரசு வாதியான 'மாராஸ்டிலிருந்து' நெப்போலியனின் மரண இரும்பு முகமூடியால் தன்னுடைய இழிவான அருவருக்கத்தக்க தோற்றத்தை மறைத்துக் கொண்டிருந்த சாகஸக்காரன் வரையிலும் அனைவரும் உலவிக் கொண்டிருந்தார்கள்.

புரட்சியின் மூலம் தமக்கு ஒரு விரைவான இயக்கசக்தி கிடைத்துவிட்டது என்று கற்பனையில் ஆழ்ந்திருந்த ஒட்டுமொத்த மக்கள் திரளும் ஒரு காலாவதியாகிப்போன ஒரு சகாப்தத்திற்குள் பின் நோக்கித் தள்ளி விடப்பட்டுள்ளதைக் காண்கிறது. இந்தப் பின்னடைவின் சாத்தியம் குறித்து எந்த ஐயமும் எழக்கூடாது என்பது போல, பழைய புள்ளிவிவரங்கள் - பழைய கால அட்டவணை, பழைய பெயர்கள், பழைமை வாய்ந்த புத்தகச் சேமிப்பு விஷயமாகிப் போய்விட்டிருந்த பழைய பிரகனடங்கள் மீண்டும் எழுந்து வருகின்றன. வெகுகாலம் முன்னரே அழுகிச் சிதைந்து போய்விட்டதாகத் தோன்றிய கயமையான சட்டக் காவலர்கள் மீண்டும் உயிருடன் நடமாடுகிறார்கள். தொன்மையான 'பாரோ'-க்களின் காலத்தில் தான் வாழ்ந்து கொண்டிருப்பதாகக் கற்பனை செய்து கொள்ளும் பெட்லாம் நகர பைத்தியக்கார ஆங்கிலேயனைப் போல நாடு உணர்கிறது. எத்தியோப்பிய சுரங்கங்களில் ஒரு தங்கம் தோண்டியெடுப்பவராக, தரைக்கடியில் உள்ள அந்தச் சிறைக்குள் அடைபட்டு, மங்கலாக எரியும் ஒரு விளக்கைத் தலையில் பொருத்திக் கொண்டு, ஒரு நீளமான

சவுக்குடன் அடிமைகளின் மேற்பார்வையாளர் தன் பின்னாலிருக்க, பலவந்தப்படுத்தப்பட்ட சுரங்க வேலையாட்களையோ அல்லது தங்களுக்குள்ளேயே ஒருவரை ஒருவரோ-பொதுவான ஒரு மொழியை அவர்களுக்குள் பேச முடியாத காரணத்தால்-புரிந்து கொள்ளவியலாத காட்டுமிராண்டிக் கூலிப்படையினர் வெளிவாயிலில் குழப்படியான கூட்டமாகக் குழுமி இருக்கும் சூழலில் தான் அகப்பட்டுள்ள நிலை கண்டு நொந்து கொள்கிறான். 'பழைய பாரோக்களுக்காகத் தங்கம் எடுப்பதற்காக, சுதந்திரமாகப் பிறந்த பிரிட்டனாரான என்னிடம் இவையெல்லாம் எதிர்பார்க்கப்படுகிறதே' என்று பெருமூச்சு விட்டானாம் அந்தப் பைத்தியக்கார ஆங்கிலேயன். 'போனபார்ட்டின் குடும்பத்தின் கடனை அடைக்க வேண்டியிருக்கிறதே' என்று பிரெஞ்சு நாடு பெருமூச்சுவிடுகிறது. தங்கம் எடுக்க வேண்டும் என்று நிலைத்து நின்றுவிட்ட எண்ணத்தைத் தனது மூளை சரியாக இருந்த வரையிலும் அந்த ஆங்கிலேயனால் கைவிட இயலவில்லை. பிரெஞ்சுக்காரர்கள் புரட்சியில் முனைந்திருந்த வரையிலும் நெப்போலியனின் நினைவைக் கைவிட இயலவில்லை, டிசம்பர் 10-ன் தேர்தல் அதை நிரூபித்தது. புரட்சியின் அபாயங்களிலிருந்து எகிப்தின் விபச்சார விடுதிகளுக்கு செல்ல அவர்கள் ஏங்கினார்கள், 1851 டிசம்பர் 2தான் அதற்கு வழி. அவர்கள் பழைய நெப்போலியனின் கேலிச் சித்திரத்தை மட்டும் பெற்று விடவில்லை, 19-ம் நூற்றாண்டின் நடுவில் கேலிச்சித்திரத்தில் காட்சியளித்திருக்கக்கூடிய பழைய நெப்போலியனையே பெற்றுவிட்டார்கள்.

19-ம் நூற்றாண்டின் சோஷலிஸப் புரட்சி கடந்த காலத்திலிருந்து கவிதையை வரவழைக்கக்கூடாது; மாறாக எதிர்காலத்திலிருந்து தான் பெற வேண்டும். கடந்த காலத்தைப் பற்றிய எல்லா மூட நம்பிக்கைகளையும் உதறியெறிவதற்கு முன்னதாக அது தொடங்க முற்படக் கூடாது. முந்தைய காலப் புரட்சிகளுக்குத் தம்முடைய உள்ளடக்கம் குறித்த போதையை ஏற்றிக் கொள்வதற்காகக் கடந்த கால உலக வரலாற்றை நினைவு கூர்ந்து கொள்ள வேண்டிய தேவையிருந்தது. 19-ம் நூற்றாண்டின் புரட்சி தன் சொந்த உள்ளடக்கத்தை வந்தடைவதற்கு கடந்த காலத்தைக் கடந்து போனதாகவே விட்டுவிட வேண்டும். அங்கே வாக்கியம் உள்ளடக்கத்தைத் தாண்டிச் சென்றது; இங்கே உள்ளடக்கம் வாக்கியத்தையும் தாண்டிச் செல்கிறது.

பிப்ரவரி புரட்சி ஒரு எதிர்பாராத தாக்குதல் இது. பழைய சமூகத்தைத் திகைப்படையச் செய்தது. இந்த எதிர்பாராத அடியை ஒரு புதிய சகாப்தத்திற்குக் கட்டியம் கூறுகின்ற ஒரு உலக முக்கியத்துவம் வாய்ந்த செயலாக மக்கள் பிரகடனம் செய்தார்கள். அக்டோபர் அன்று ஒரு சூதாடியின் மோசடியால் பிப்ரவரி புரட்சி மந்திரம் போல் மாயமாக்கப்பட்டது; தூக்கியெறியப்பட்ட முடியாட்சி இப்பொழுது காட்சியளிக்கவில்லை, மாறாக, அதனிடமிருந்து நூற்றாண்டு காலப் போராட்டங்களின் மூலமாகப் பிழிந்தெடுக்கப்பட்ட தாராளமான சலுகைகள் தான் தூக்கியெறியப்பட்டன. சமூகம் தனக்கென ஒரு புதிய உள்ளடக்கத்தை வென்றெடுப்பதற்குப் பதிலாக, அரசு இப்பொழுது தனது மிகப் பழைமையான வடிவத்திற்கு, வாள் மற்றும் மதபீடத்தின் வெட்கமற்ற

இழிவான மேலாதிக்கத்திற்கு ஆட்பட்டு விட்டது. 1848- பிப்ரவரியின் எதிர்பாராத தாக்குதலுக்கு 1851 டிசம்பரின் கண்மூடித்தனமான தாக்குதல் அளித்த பதில் இதுதான். சுலபமாக வந்தது, சுலபமாகப் போய்விட்டது. அதே நேரத்தில் இடைப்பட்ட காலம் பயன்படாமல் போகவில்லை. 1848-லிருந்து 1851 வரையிலுமான ஆண்டுகளின் போது பிரெஞ்சு சமூகம் தனக்கான பாடங்களையும் ஒரு சுருக்கமான, ஆனால் புரட்சிகரமான வழிமுறையில் சரிக்கட்டிக் கொண்டது, அது மேலோட்டமானதாக இல்லாமலிருந்திருக்க வேண்டுமானால், ஒரு பேச்சுக்குக் கூறினால், வழக்கமான பள்ளிப் பாட வகுப்புக்குள் வரிசையாக முன்னேறிச் செல்வது போல, பிப்ரவரி புரட்சிக்கு முன்னால் நடந்திருக்க வேண்டும். சமூகம் தனது துவக்கப் புள்ளியிலிருந்து பின்னுக்குச் சென்றுவிட்டதைப் போலத் தோன்றுகிறது; எந்தச் சூழ்நிலைமை, உறவுகள், நிபந்தனைகள் ஆகியவற்றின் கீழ் புரட்சி ஒரு காரிய சாத்தியமான ஒன்றாக மாற முடியுமோ அந்தப் புரட்சிகரத் துவக்க நிலையைச் சமூகம் தனக்காக முதலில் உருவாக்கிக்கொள்ள வேண்டும்.

18-ம் நூற்றாண்டின் புரட்சிகளைப் போலவே முதலாளித்துவப் புரட்சிகளும் புயல் போல வெற்றியை அடுத்து வெற்றியை வெகு விரைவாக ஈட்டுகின்றன; அவை ஒன்றையொன்று விஞ்சுகின்றன; மனிதர்களும், பொருட்களும் ஜொலிக்கும் ஒளிக்களத்தில் மின்னுகிறார்கள்; நாளும் இன்பம் பொங்குகிறது; அவை அற்பாயுளில் முடிந்து விடுகின்றன; அவை அடிவானத்தை எட்டி விடுகின்றன, ஒரு புயல்-அழுத்தக் காலகட்டத்தின் விளைவுகளைச் சமூகம் நிதானமாகக் கிரகித்துக் கொள்வதற்கு முன்னரேஅதை ஒரு நீண்டு கவிகின்ற சோர்வு பிடித்துக் கொள்கிறது. மறுபக்கம், 19-ம் நூற்றாண்டின் புரட்சிகளைப் போல, பாட்டாளி வர்க்கப் புரட்சிகள் தம்மைத்தாமே இடைவிடாமல் விமர்சித்துக் கொள்கின்றன. தங்களுடைய பாதையிலேயே தம்மை இடைமறித்துக் கொள்கின்றன. புதிதாக மீண்டும் துவங்குவதற்காகச் சாதித்துவிட்டதாகத் தோன்றும் விஷயத்திற்கே திரும்பவும் வருகின்றன. தங்களுடைய முதலாவது முயற்சிகளின் போதாமைகள், பலவீனங்கள், அற்பத் தன்மைகள் ஆகிய அனைத்தையும் ஈவிரக்க மற்று ஒன்றுவிடாமல் முழுமையாக எள்ளி நகையாடுகின்றன. பூமியிலிருந்து புதிய வலிமையைப் பெற்று தங்கள் முன்னால் பிரம்மாண்டமாக மீண்டும் எழுந்து கொள்ளட்டும் என்பதற்காகவே தன் எதிரியை கீழே தள்ளிவிடுவது போலக் காட்சியளிக்கின்றன. தங்களுடைய லட்சியங்களின் எல்லையற்ற பிரம்மாண்டம் கண்டு அதிலிருந்து எப்போதும் உடனடியாகவும் துள்ளிப் பின்வாங்குவது போலவும் தோன்றுகிறது, இனிமேல் திரும்பிப் பின்வாங்குவது சாத்தியமே இல்லை எனும் ஒரு நிலைமை இறுதியாக உருவான பிறகு, அந்தச் சூழ்நிலைமைகளே அறை கூவுகின்றன: 'இதோ அந்த ரோஜா, இப்போது நடனமிடு!*'

* Hie Rhodus, hie salta! (Here is the rose, here dance)

'இதோ அந்த ரோஜா, இப்போது நடனமிடு!'

*ஹேகலின் 'வலதுசாரித் தத்துவம்' நூலின் சுருக்கத்திற்கு முன்னுரையில் அவருடைய மேற்கோளின் சாரம். ஏசாப்-ன் புனைகதையிலிருந்து அவர் எடுத்து ஆண்ட மேற்கோள். 'தற்பெருமைக்காரன்' (THE SWAGGERER) எனும் அந்தப் புனைகதையில் தான் ரோடிஸ் நதியை ஒரு பிரம்மாண்டமான தாவலில் தாண்டியதாகப் பெருமையடித்துக் கொண்ட ஒருவனைக் குறிக்கிறது, (கிரேக்க மொழியின் RHODES என்றால் ROSE (ரோஜா) என்றும் பொருள்.) அப்பொழுது அவனுக்குச் சவால் விடப்பட்டது. "இதோ ரோடிஸ், இங்கே தாவு". வேறு வார்த்தைகளில் "உன்னால் என்ன செய்ய முடியுமோ அதை இங்கேயே, இப்போதே செய்து காட்டு"-என்று பொருள்.

குறிப்புகள்

அறிமுகம்: ஃபோஸ்டர்

1. Erich Fromm, *Marx's Concept of Man* (New York: Ungar, 1966), p. 1.
2. Because of the prior existence of a well-known book in English by H.B. Acton entitled *What Marx Really Said*—the literal translation of *Was Marx wirklich sagte*—English-language publishers chose alternative titles for this book, including *Marx in His Own Words* (Harmondsworth: Penguin, 1970) and *The Essential Marx* (New York: Herder and Herder, 1970). Since both English-language titles suggest that the book is a collection of excerpts from Marx, rather than an introductory guide to Marx, the title *How to Read Karl Marx* is used here instead.
3. Ernst Fischer, *The Necessity of Art* (Harmondsworth: Penguin, 1963); Franz Marek, *Philosophy of World Revolution* (New York: International Publishers, 1969).
4. Samuel H. Beer, "Introduction," in Karl Marx and Friedrich Engels, *The Communist Manifesto* (Arlington Heights, IL: Harlan Davidson, Inc., 1955), pp. vii-xxix; A.J.P. Taylor, "Introduction," in Karl Marx and Friedrich Engels, *The Communist Manifesto* (Harmondsworth: Penguin, 1967), pp. 7-47. There are other introductions to the *Manifesto* that fall into the same category of anti-introductions. Francis Randall's introduction to the Washington Square Press edition (1964), for example, placed special emphasis on attacking Marx the person, attributing to him various immoral views, but did not otherwise differ from the account supplied by Beer and Taylor. Among others, Harold Laski (Pantheon), Dirk Struik (International), Leo Huberman and Paul Sweezy (Monthly Review Press), David McLellan (Oxford), and Frederick Bender (Norton) have written introductions/afterwords that are reasonably fair to Marx and more typical of scholarly introductions to classic works generally. For the most comprehensive background, see David Ryazanoff, *The Communist Manifesto of Karl Marx and Friedrich Engels* (New York: International, 1930).
5. Samuel H. Beer, *The City of Reason* (Cambridge, MA: Harvard University Press, 1949), p. 98; A.J.P. Taylor, *From Napoleon to the Second International* (London: Hamish Hamilton, 1993), pp. 379-80.
6. See E.P. Thompson, *The Poverty of Theory and Other Essays* (New York: Monthly Review Press, 1978); and John Bellamy Foster, "Introduction," in Joseph Ferraro, *Freedom and Determination in History According to Marx and Engels* (New York: Monthly Review Press, 1992).
7. Melvin Rader, *Marx's Interpretation of History* (New York: Oxford University Press, 1979), pp. 5-6. For a cogent treatment of the positivistic tendencies of the Second International, see Lucio Colletti, *From Rousseau to Lenin*

(New York: Monthly Review Press, 1972). A classic account of the origins of the philosophy of Soviet Marxism is to be found in Gustav A. Wetter, *Dialectical Materialism* (New York: Praeger, 1958).

8. Marx, *Early Writings* (New York: Vintage, 1974), p. 244.
9. Heraclitus in Matthew Thomas McClure, ed., *The Early Philosophers of Greece* (New York: D. Appleton-Century Company, 1935), pp. 123-25; G.W.F. Hegel, *Phenomenology of Spirit* (New York: Oxford University Press, 1977), p. 11.
10. Hegel, *Hegel's Logic* (New York: Oxford University Press, 1975), pp. 116-17.
11. Marx, *Capital*, Vol. I (New York: Vintage, 1976), p. 103.
12. Bertell Ollman, *Dialectical Investigations* (New York: Routledge, 1993), pp. 15-17; Marx, *Theories of Surplus Value*, Part III (Moscow: Progress Publishers, 1973), p. 491; Marx, *Theories of Surplus Value*, Part II (Moscow: Progress Publishers, 1968), p. 519. See also Hegel, *Hegel's Logic*, p. 174. A key component of Marx's dialectical method lies in discerning the *historical specificity* of any given set of social relations/contradictions; see Karl Korsch, *Karl Marx* (New York: Russell and Russell, 1938).
13. Ellen Meiksins Wood, *Democracy Against Capitalism* (New York: Cambridge University Press, 1995), p. 24.
14. Ibid., pp. 5, 21-22, 29; Marx, "Letter to the Editorial Board of *Ostechestvennye Zapiski*," in Teodor Shanin, *Late Marx and the Russian Road* (New York: Monthly Review Press, 1983), p. 136; Marx and Engels, *The Communist Manifesto* (New York: Monthly Review Press, 1964), p. 2.
15. Marx, *Preface to a Critique of Political Economy* (see appendix to this volume).
16. Paul Sweezy, "Introduction," *The Theory of Capitalist Development* (New York: Monthly Review Press, 1970), and Marx, "Preface," *Capital* I; and Marx, *Grundrisse* (New York: Vintage, 1973), p. 101.
17. Marx, *Capital* I, p. 280.
18. Ibid, pp. 279-80.
19. Marx, "Wage Labour and Capital," in Marx and Engels, *Collected Works*, Vol. 9 (New York: International Publishers, 1977), p. 226.
20. Marx, *Capital* I, p. 799.
21. Ernest Mandel, *The Formation of the Economic Thought of Karl Marx* (New York: Monthly Review Press, 1971), p. 142.
22. Marx, "Wage Labour and Capital," p. 216; World Bank, *World Development Report, 1990* (New York: Oxford University Press, 1990); Paul Burkett, "Poverty Crisis in the Third World," *Monthly Review*, vol. 42, no. 7 (December 1990): 20-32; Edward N. Wolff, *Top Heavy: A Study of the Increasing Inequality of Wealth in America* (New York: Twentieth Century Fund, 1995), p. 11.
23. David Caute, *Essential Writings of Karl Marx*, p. 217; Spencer quoted in Hal Draper, *Karl Marx's Theory of Revolution*, vol. 3, *The 'Dictatorship of the Proletariat'* (New York: Monthly Review Press, 1986), p. 11.
24. Marx, "Critique of the Gotha Programme," in Marx and Engels, *Selected Works in One Volume* (New York: International Publishers, 1968), pp. 323-25, 330-33; Karl Marx and Frederick Engels, *Writings on the Paris Commune* (New York: Monthly Review Press, 1971), pp. 74-81. For a contemporary Marxist account of the contradiction between the capitalist state apparatus and democratic government see Michael Parenti, "Popular Sovereignty vs. the State," *Monthly Review*, vol. 46, no. 10 (March 1995), pp. 1-16.
25. Marx, quoted in Draper, *Karl Marx's Theory of Revolution*, vol. 3, *The 'Dictatorship of the Proletariat'*, p. 162.

26. Marx, "Confessions," in Shanin, *Late Marx*, p. 140; Marx, "For a Ruthless Criticism of Everything Existing," in Marx and Engels, *The Marx-Engels Reader* (New York: W.W. Norton, 1978), p. 13. For the background to Marx's statement "I am not a Marxist," see Hal Draper, *Karl Marx's Theory of Revolution*, vol. 2, *The Politics of Social Classes* (New York: Monthly Review Press, 1978), pp. 5-11. See also Derek Sayer, *The Violence of Abstraction* (New York: Basil Blackwell, 1987). On Marx and vernacular revolutionary traditions, see Shanin, *Late Marx*, pp. 243-75.
27. See Erich Fromm, "Introduction," in Erich Fromm, ed., *Socialist Humanism* (Garden City, NY: Doubleday, 1965), pp. viii-ix.

ஃபிஷர்: மார்க்ஸ் உண்மையில் கூறியது என்ன?

1. *On the Jewish Question* in *Karl Marx: Early Writings*, translated and edited by T.B. Bottomore (London: C.A. Watts, 1963), pp. 24-25.
2. Ibid., p. 26.
3. *Marx-Engels Gesamt-Ausgabe* (MEGA), Vol. I (Berlin, 1932), pp. 99 ff.* See also Loyd D. Easton and Kurt H. Guddat, eds., *Writings of the Young Marx on Philosophy and Society* (Garden City, NY: Doubleday, 1967).
4. *Contribution to the Critique of Hegel's Philosophy of Right* in Bottomore, *Karl Marx: Early Writings*, p. 45.
5. *Economic and Philosophical Manuscripts* in ibid., p. 124.
6. Ibid., p. 126.
7. *Contribution to the Critique of Hegel's Philosophy of Right*, pp. 43-44.
8. *Economic and Philosophical Manuscripts*, in Bottomore, *Karl Marx: Early Writings*, p. 167.
9. *Marx-Engels Werke*, Vol. I (Berlin, 1956), p. 231.*
10. *The German Ideology*, edited by R. Pascal (New York: International Publishers, 1947), pp. 74-75.
11. *Economic and Philosophical Manuscripts*, p. 157.
12. Ibid., pp. 157-58.
13. Ibid., p. 158.
14. Ibid., p. 159.
15. Ibid., p. 153.
16. Ibid., p. 154.
17. Letter to Jenny Marx dated 21 June 1856, in Emile Bottigelli, *Lettres et documents de Karl Marx 1856-1883* (Milan: Feltrinelli, 1958.)*
18. *Economic and Philosophical Manuscripts*, pp. 159-60.
19. Ibid., p. 162.
20. Ibid.
21. Ibid., p. 155.
22. Ibid., p. 176.
23. Grundrisse der Kritik der *Politischen Ökonomie* (Moscow, 1939), p. 539.*

* Translations of the entries marked with an asterisk have been supplied by the translator; all others have been taken from published works, as indicated.

24. *Capital* III (Moscow, Foreign Languages Publishing House, 1959), pp. 799-800.
25. *Economic and Philosophical Manuscripts*, p. 202.
26. Ibid., pp. 213-14.
27. Ibid., pp. 127-28.
28. *Capital* I (Moscow: Foreign Languages Publishing House, 1959), pp. 177-78.
29. *Grundrisse*, p. 505.*
30. *Capital* I, pp. 179-80.
31. Ibid., p. 183.
32. Ibid., pp. 183-84.
33. Ibid., p. 351.
34. Ibid., p. 351.
35. *Grundrisse*, p. 390.*
36. *Capital* I, pp. 351-52.
37. *The German Ideology*, pp. 43-44.
38. *Capital* I, p. 363.
39. *The German Ideology*, pp. 46-47.
40. *Capital* I, p. 403.
41. Ibid., p. 420.
42. Ibid., pp. 422-24.
43. Ibid., pp. 486-88.
44. *The German Ideology*, pp. 65-66.
45. Ibid., pp. 22-24.
46. *Grundrisse*, p. 76.*
47. Economic and Philosophical Manuscripts, p. 114.
48. Ibid., p. 134.
49. MEGA, Vol. 3, pp. 535-36.*
50. Ibid., p. 536.*
51. Ibid.*
52. Ibid., pp. 539-40.*
53. *Economic and Philosophical Manuscripts*, p. 125.
54. Ibid., p. 129.
55. *Grundrisse*, pp. 715 ff.*
56. *Economic and Philosophical Manuscripts*, p. 138.
57. Ibid., p. 121.
58. *Capital* I, pp. 35-36.
59. Ibid., pp. 37-38.
60. Ibid., p. 71.
61. Ibid., pp. 72-73.
62. Ibid., p. 77.
63. *Grundrisse*, p. 75.*
64. *Capital* I, pp. 84-85.
65. *Economic and Philosophical Manuscripts*, p. 193.
66. Ibid., pp. 193-94.
67. *The Communist Manifesto* (Moscow: Progress Publishers, 1952), p. 40.
68. Ibid., p. 41.
69. *The German Ideology*, pp. 48-49.
70. *Communist Manifesto*, pp. 43-44.
71. *The Poverty of Philosophy*, (Moscow: Foreign Languages Publishing House, n.d.), p. 137.

72. *Capital* I, pp. 718 ff.
73. *Communist Manifesto*, pp. 53-60.
74. *Capital* III, pp. 862-63.
75. *The Eighteenth Brumaire of Louis Bonaparte*, in *Karl Marx and Frederick Engels: Selected Works*, Vol. I (Moscow: Foreign Languages Publishing House, 1950), p. 249.
76. Ibid., p. 252.
77. Ibid., pp. 305-6.
78. Ibid., pp. 302-3.
79. *The German Ideoloay*, p. 39.
80. Ibid., p. 40.
81. *Communist Manifesto*, pp. 56-57.
82. *The German Ideology*, p. 41.
83. *Communist Manifesto*, pp. 45-46.
84. Ibid., p. 58.
85. *Capital* I, p. 763.
86. Ibid., p. 763.
87. Preface to *A Contribution to The Critique of Political Economy*, in *Karl Marx and Frederick Engels: Selected Works*, Vol. I, pp. 328-29.
88. *Communist Manifesto*, p. 60.
89. *Capital* I, p. 763.
90. *The Poverty of Philosophy*, p. 122.
91. Ibid., p. 196.
92. *Wage Labor and Capital* in *Selected Works*, Vol. I, p. 83.
93. *Contribution to the Critique of Hegel's Philosophy of Right*, p. 52.
94. *Grundrisse*, p. 111.*
95. *The Future Results of British Rule in India* in *Selected Works*, Vol. I, p. 324.
96. *Capital* I, pp. 18-19.
97. *The Holy Family* (Moscow, Foreign Languages Publishing House, 1956), p. 52.
98. Ibid., p. 125.
99. Letter to Bolte dated 23 November 1871, in *Selected Works*, Vol. II, pp. 423-24.
100. *Capital* III, p. 159.
101. *Letters to Dr Kugelmann* (London, Martin Lawrence), p. 125.
102. *The Eighteenth Brumaire of Louis Bonaparte*, p. 229.
103. Ibid., p. 263.
104. Ibid., p. 225.
105. *The German Ideology*, pp. 28-29.
106. Ibid., pp. 197-98.
107. *The Eighteenth Brumaire of Louis Bonaparte*, p. 225.
108. *Capital* I, pp. 59-60.
109. Ibid., p. 39.
110. Ibid., pp. 39-40.
111. Ibid., p. 44.
112. Ibid., p. 197.
113. Ibid., p. 69.
114. Ibid., p. 86.
115. Ibid., pp. 101-2.
116. Ibid., p. 119.

117. Ibid., p. 122.
118. Ibid., p. 146.
119. Ibid., pp. 151-52.
120. Ibid., pp. 152-53.
121. Ibid., p. 167.
122. Ibid., pp. 168-69.
123. Ibid., pp. 170-71.
124. Ibid., p. 173.
125. Ibid., pp. 193-94.
126. Ibid., p. 204.
127. Ibid., p. 205.
128. Ibid., p. 209.
129. Ibid., p. 217.
130. Ibid., p. 232.
131. Ibid., p. 233.
132. Ibid., pp. 234-35.
133. *Capital* III, p. 37.
134. Ibid., p. 39.
135. Ibid., pp. 42-43.
136. Ibid., pp. 47-48.
137. Ibid., p. 50.
138. Ibid., p. 191.
139. Ibid., p. 807.
140. Ibid., p. 244.
141. Ibid., p. 245
142. Ibid., p. 251.
143. Ibid., pp. 252-54.
144. *Capital* I, p. 713.
145. Ibid., p. 760.
146. *Capital* III, p. 799.
147. *Grundrisse*, p. 231.*
148. *Capital* I, p. 645.
149. Ibid., p. 270.
150. Ibid., p. 395.
151. *Wages, Price and Profit* in *Selected Works*, Vol. I, pp. 401-2.
152. *Wage Labor and Capital* in ibid., p. 87.
153. *Capital* I, p. 644.
154. Ibid., p. 645.
155. Preface to *A Contribution to the Critique of Political Economy*, pp. 328-29.
156. *Capital* III, pp. 472-73.
157. *Capital* I, p. 763.
158. *Communist Manifesto*, pp. 48-49.
159. *The Civil War in France* in *Selected Works*, Vol. I, p. 474.
160. *Capital* III, p. 427.
161. Ibid., p. 428.
162. *Communist Manifesto*, pp. 95-96.
163. *Address of the Central Committee to the Communist League* in *Selected Works*, Vol. I, pp. 102, 108.
164. *Communist Manifesto*, p. 12.
165. *Marx-Engels Werke*, Vol. 17, p. 652.*

166. *The Poverty of Philosophy*, p. 197.
167. *Communist Manifesto*, pp. 59, 74.
168. *The Eighteenth Brumaire of Louis Bonaparte*, p. 301.
169. Letter to Josef Weydemeyer dated 5 March 1852 in *Selected Works*, Vol. II, p. 410.
170. *The Civil War in France*, pp. 471-72.
171. Engels, *The Housing Question* in *Selected Works*, Vol. I, p. 555.
172. *The Civil War in France*, pp. 471-74.
173. *Critique of the Gotha Programme* in *Selected Works*, Vol. II, p. 30.
174. Ibid., pp. 22-23.
175. *The Holy Family*, pp. 52-53.
176. *Herr Vogt* (Berlin: 1953), p. 75.*
177. *Marx-Engels Werke*, Vol. 8, p. 412.*
178. *Inaugural Address of the Workingmen's International Association* in *Selected Works*, Vol. I, p. 347.
179. Ibid., p. 347.
180. *Ein Komplott gegen die Internationale Arbeiterassoziation* (Brunswick: 1874), p. 22.*
181. Letter to P. Lafargue in *Emile Bottigelli: Lettres et documents de Karl Marx 1856-1883* (Milan: Feltrinelli, 1958), p. 171.
182. *Letters to Dr Kugelmann*, pp. 123-24.
183. *The Civil War in France*, p. 491.
184. Marx/Engels, *Briefe an A. Bebel und andere* (Berlin: 1953), p. 170.*
185. *Theses on Feuerbach* in *The German Ideology*, pp. 197-99.
186. Preface to *A Contribution to The Critique of Political Economy*, pp. 327-31.
187. *The Eighteenth Brumaire of Louis Bonaparte*, pp. 225-28.
188. *Capital* I, Preface to the First German Edition, pp. 7-11.

மார்க்ஸின் முறைபாடு: ஸ்வீசி

1. Georg Lukács, *History and Class Consciousness*. The version cited here is translated from *Geschichte und Klassenbewusstsein* (Berlin: Der Malik-Verlag, 1923).
2. Marx, Preface, first edition, *Capital* Vol. I (Chicago: Charles H. Kerr, 1933), p. 14.
3. David Ricardo, *Principles of Political Economy and Taxation*, E.C.K. Gonner, ed. (London: G. Bell and Sons, 1929), p. 1.
4. Marx, Introduction to *Grundrisse*. The version cited here appeared as Introduction to *A Contribution to a Critique of Political Economy* (Chicago: Charles H. Kerr, 1911), p. 302.
5. Ibid., pp. 303-4. Italics added.
6. *Capital* Vol. III, p. 1025.
7. *Capital* I, p. 707.
8. *Capital* II (Editor's Preface), p. 7.
9. Lukács, *Geschichte und Klassenbewusstsein*, p. 7.
10. Marx, *The Eighteenth Brumaire of Louis Bonaparte* (New York: International, 1963), p. 13.
11. Marx, *The Poverty of Philosophy* (New York: International, 1963).
12. Lukács, *Geschichte und Klassenbewusstsein*, p. 173.

www.ingramcontent.com/pod-product-compliance
Lightning Source LLC
LaVergne TN
LVHW042307051026
849519LV00012B/2866